நவரத்தின மாலை

சோவியத் மக்களது நாட்டுக் கதைகள்

தமிழில்: ரா. கிருஷ்ணையா

BOOKS
FOR
CHILDREN

NAVARATHINA MALAI (IN TAMIL)

In Tamil: **R. Krishnaiya**

Orginaly Published **'A Mountain of Gems (Fairy Tales of the Peoples of the Soviet Union'** in Rathuka Pathipagam, Mascow.

Our First Published : september, 2018

Published by

BOOKS FOR CHILDREN

im print of Bharathi Puthakalayam

7, Elango Salai, Teynampet, Chennai - 600 018

Email: thamizhbooks@gmail.com | www.thamizhbooks.com

நவரத்தின மலை

தமிழில்: **ரா. கிருஷ்ணையா**

ஓவியம்: வீ.நஸ்கோவ், ரா.மினாயிவ்

எமது முதல் பதிப்பு: செப்டம்பர், 2018

நன்றி: முன்னேற்றப் பதிப்பகம், 1974

வெளியீடு:

புக்ஸ் ஃபார் சில்ரன்

7, இளங்கோ சாலை, தேனாம்பேட்டை, சென்னை - 600 018

தொலைபேசி : 044-24332424, 24332924, 24356935

விற்பனை உரிமை

விற்பனை நிலையங்கள்

திருவல்லிக்கேணி: *48,* தேரடி தெரு | **பெரம்பூர்:** *52,* கூக்ஸ் ரோடு **வடபழனி:** பேருந்து நிலையம் எதிரில் அடையார் ஆனந்தபவன் மாடியில் **ஈரோடு:** *39,* ஸ்டேட் பாங்க் சாலை | **திண்டுக்கல்:** பேருந்து நிலையம் **நாகை:** *1,* ஆரியபத்திரபிள்ளை தெரு | **திருப்பூர்:** *447,* அவினாசி சாலை **திருவாரூர்:** *35,* நேதாஜி சாலை | **சேலம்:** பாலம் *35,* அத்வைத ஆஸ்ரமம் சாலை, **சேலம்:** *15,* வித்யாலயா சாலை | **கரூர்:** நாரத கானசபா அருகில் *(Near TNGEA - Office)* **அருப்புக்கோட்டை:** *97/33,* விருதுநகர் மெயின்ரோடு. **நெய்வேலி:** சி.ஐ.டி.யூ அலுவலகம், பேருந்து நிலையம் அருகில், | **மதுரை:** *37A,* பெரியார் பேருந்து நிலையம் | **மதுரை:** சர்வோதயா மெயின்ரோடு, | **குன்னூர்:** *N.K.N* வணிகவளாகம் பெட்போர்ட் | **செங்கற்பட்டு:***1* டி., ஜி.எஸ்.டி சாலை | **விழுப்புரம்:** *26/1,* பவானி தெரு | **திருநெல்வேலி:** *25A,* ராஜேந்திரநகர், **பாளையங்கோட்டை** | **விருதுநகர்:** *131,* கச்சேரி சாலை | **கும்பகோணம்:** ரயில் நிலையம் அருகில் | **வேலூர்:** *S.P. Plaza 264,* பேஸ் *II* , **சத்துவாச்சாரி.** | **தஞ்சாவூர்:** காந்திஜி வணிக வளாகம் காந்திஜி சாலை **விருதாசலம்:** *511H,* ஆலடி ரோடு | **திருச்சி:** வெண்மணி இல்லம், கரூர் புறவழிச்சாலை **பழனி:** பேருந்து நிலையம் | **தேனி:** *12H,* மீனாட்சி அம்மாள் சந்து, இடமால் தெரு **கோவை:** *77,* மசக்காளிபாளையம் ரோடு, பீளமேடு | தி.மலை: முத்தம்மாள் நகர், **நாகர்கோவில்:** *699,* கே.பி.ரோடு, ஆர்.வி.புரம், **சிதம்பரம்:** *22A/ 18B* தேரடி கடைத் தெரு, கீழவீதி அருகில் | **கடலூர்:** *55,* பாஷியம் ரெட்டி தெரு, மஞ்சக்குப்பம்

நினைத்த நூல்கள்... நினைத்த நேரத்தில்...

thamizhbooks.com 9444960935

அச்சு : கணபதி எண்டர்பிரைசஸ், சென்னை - 600 002.

உள்ளே...

தவளை ஐரேவ்னா

(ருஷ்ய நாட்டுக் கதை)

நீண்ட நெடுங்காலத்துக்கு முன்பு ஒரு ஜார் மன்னர் இருந்தார். அவருக்கு மூன்று புதல்வர்கள். மூவரும் காளைப் பருவம் அடைந்ததும், ஒரு நாள் ஜார் அவர்களை அழைத்து-

“மைந்தர்களே, நான் கிழவனாகுமுன் உங்களுக்கு மணம் முடித்து வைக்க விரும்புகிறேன்; உங்களுக்குப் பிள்ளைகள் பிறந்து, என் கண்ணால் என்னுடைய பேரப்பிள்ளைகளைக் கண்டு மகிழ வேண்டுமென ஆசைப்படுகிறேன்” என்றார்.

“தந்தையே, உங்கள் விருப்பம் எப்படியோ அப்படியே செய்கிறோம். நாங்கள் யாரை மணந்து கொள்ள வேண்டும், சொல்லுங்கள்” என்று புதல்வர்கள் மூவரும் பதிலளித்தனர்.

“மைந்தர்களே, மூவரும் மூன்று அம்புகளை எடுத்துக் கொண்டு திறந்த வெளியினுள் செல்லுங்கள். அம்புகளை எய்துங்கள். அவை எங்கே போய் விழுகின்றனவோ அங்கே உங்களுக்குரிய மணப்பெண்கள் இருப்பார்கள்.”

புதல்வர்கள் தலை குனிந்து தந்தையை வணங்கி விட்டு, தலைக்கு ஓர் அம்பை எடுத்துக் கொண்டு திறந்த வெளியினுள் சென்றனர். அங்கே அவர்கள் தமது அம்புகளை எய்தினர்.

மூத்த புதல்வனுடைய அம்பு ஒரு நிலப்பிரபுவின் வீட்டு வெளி முற்றத்தில் விழுந்தது; அந்த நிலப்பிரபுவின் மகள் அதை எடுத்துக் கொண்டாள். இரண்டாவது புதல்வனுடைய அம்பு ஒரு பணக்கார வர்த்தகரின் வீட்டு

வெளிமுற்றத்தில் விழுந்தது; அந்த வர்த்தகரின் மகன் அதை எடுத்துக் கொண்டாள். கடைசிப் புதல்வன் ஜரேவிச் இவானுடைய அம்பு உயரத் தாவி அவனுக்குத் தெரியாதபடி எங்கோ பறந்தது. அவன் அதைத் தேடிக் கொண்டு எங்கெங்கோ அலைந்து, முடிவில் ஒரு சதுப்பு வெளியை வந்தடைந்தான். என்னே இது! அவனுடைய அம்பை வாயில் கவ்விக் கொண்டு ஒரு தவளை அங்கே உட்கார்ந்திருந்தது.

அந்தத் தவளையிடம் ஜரேவிச் இவான்,''தவளையே, தவளையே ! என்னுடைய அம்பை எனக்குத் தா'' என்றான்.

"தருகிறேன், நீ என்னை மணந்து கொள்'' என்றது தவளை.

'' நல்லா இருக்கிறது! தவளையைப் போய் நான் மணந்து கொள்வதாவது!''

"மணந்து கொள்ளத்தான் வேண்டும், நான்தான் உனக்கு வாய்த்த மணப்பெண்.''

ஜரேவிச் இவானுக்குத் துயரம் நெஞ்சை அடைத்தது, தலையைக் கவிழ்த்துக் கொண்டான். ஆனால் என்ன செய்வது, வேறு வழியில்லை. தவளையை வீட்டுக்கு எடுத்துச் சென்றான். ஜார் மூன்று திருமணங்கள் நடத்தினார். மூத்த புதல்வனை நிலப்பிரபுவின் மகளுக்கு மணம் புரிந்து வைத்தார். இரண்டாவது மகனை வர்த்தகரின் மகளுக்கு மணம் புரிந்து வைத்தார்; பாவம் ஜரேவிச் இவான், அவனைத் தவளைக்கு மணம் புரிந்து வைத்தார்.

சிறிது காலம் ஆனதும் மூன்று புதல்வர்களையும் ஜார் கூப்பிட்டு அனுப்பினார்.

"உங்களுடைய மனைவிகளில் எவள் தையல் வேலையில் கை தேர்ந்தவளெனப் பார்க்க விரும்புகிறேன்; ஆகவே ஒவ்வொருத்தியும் நாளை காலைக்குள் எனக்கு ஒரு சட்டை தைக்கட்டும்'' என்று சொன்னார்.

புதல்வர்கள் மூவரும் தலை குனிந்து தந்தையை வணங்கி விடை பெற்றுக் கொண்டனர்.

ஜரேவிச் இவான் வீட்டுக்குத் திரும்பி வந்து தலையைக் கவிழ்த்துக் கொண்டு உட்கார்ந்திருந்தான். தவளை தரையிலே தத்திக் குதித்து அவனிடம் வந்தது.

''ஜரேவிச் இவான், ஏன் இப்படித் தலையைக் கவிழ்த்துக் கொண்டு உட்கார்ந்திருக்கிறாய்? உன்னை வருத்துவது என்ன?'' என்று கேட்டது

''தந்தை நாளை காலைக்குள் நீ அவருக்கு ஒரு சட்டை தைத்துத் தர வேண்டுமென்று கூறியிருக்கிறார்.''

''ஜரேவிச் இவான், வருந்தாதே நீ. போய்ப் படுத்துக் கொள். பொழுது புலர்ந்தால் வழி பிறக்கும்'' என்று கூறிற்று தவளை.

ஐரேவிச்இவான்போய்ப்படுத்துக்கொண்டான். தவளைவெளிவாயிலுக்குத் தத்திச் சென்றது. அங்கே தனது தவளைத் தோலைக் களைந்து வைத்துவிட்டு, கூர்மதியும் விவேகமும் மிக்க வசிலீசா என்னும் ஒப்புயர்வற்ற நங்கையாய் மாறியது.

கைகளைத் தட்டிக் கூவி அழைத்தாள் அந்நங்கை;

"என் பணிப்பெண்களே, சேடிகளே! சீக்கிரம் இங்கே வந்து வேலையை ஆரம்பியுங்கள்! என் தந்தை அணிந்திருப்பாரே அம்மாதிரி சட்டை ஒன்றை நாளை காலைக்குள் எனக்குத் தைத்துக் கொடுங்கள்."

காலையில் ஐரேவிச் இவான் விழித்தெழுந்தான். தவளை எப்பொழுதும் போல் தரையிலே தத்திக் கொண்டிருந்தது. ஆனால் சட்டை நேர்த்தியான ஒரு துண்டினுள் சுற்றித் தயாராய் மேஜை மீது வைக்கப்பட்டிருந்தது. ஐரேவிச் இவான் மட்டில்லா மகிழ்ச்சியடைந்தான். சட்டையை எடுத்துக் கொண்டு நேரே தன் தந்தையிடம் சென்றான். ஜார் தமது மூத்த புதல்வர்கள் இருவரும் எடுத்து வந்திருந்த சன்மானங்களை அப்பொழுதுதான் பெற்றுக் கொண்டிருந்தார். மூத்த மகன் தனது சட்டையைப் பிரித்து வைத்தான்; ஜார் அதை எடுத்துப் பார்த்துவிட்டு-

"இந்தச் சட்டை ஏழைக் குடியானவனுக்குத்தான் ஏற்றதாய் இருக்கும்" என்றார்.

இரண்டாவது புதல்வன் தனது சட்டையைப் பிரித்து வைத்தான்.

"இந்தச் சட்டை குளிப்பு அறைக்குப் போகும்போது போட்டுக் கொள்வதற்குத்தான் ஏற்றதாய் இருக்கும்" என்றார் ஜார்.

பிறகு ஐரேவிச் இவான் பொன்-வெள்ளிச் சரிகைகளில் கண்ணுக்கு இனிய சித்திர வேலைப்பாடுகள் செய்யப்பட்டிருந்த தனது சட்டையைப் பிரித்து வைத்தான். ஜார் அதைக் கண்ணெடுத்துப் பார்த்ததுமே-

"இது அல்லவா சட்டை, விழா நாட்களில் அணிந்து கொள்ளத்தக்கது!" என்று மகிழ்ந்து கொண்டார்.

மூத்த சகோதரர்கள் இருவரும் வீட்டுக்குச் சென்றதும் தம்மிடையே பேசிக் கொண்டனர்:

"ஐரேவிச் இவானுடைய மனைவியைப் பார்த்து நாம் சிரித்தது சரியல்ல என்றல்லவா தோன்றுகிறது. அவள் தவளையல்ல, பெரிய வித்தைக்காரி!"

மீண்டும் ஜார் மூன்று புதல்வர்களையும் கூப்பிட்டு அனுப்பினார்.

"உங்கள் மனைவிகள் நாளை காலைக்குள் எனக்குக் கொஞ்சம் ரொட்டி தயாரிக்கட்டும்" என்றார். "சமையல் வேலையில் எவள் சிறந்தவளெனத் தெரிந்து கொள்ள விரும்புகிறேன்."

ஐரேவிச் இவான் தலையைத் தொங்கவிட்டுக் கொண்டு வீட்டுக்குத் திரும்பி வந்தான்.

“ஐரேவிச் இவான், ஏன் இப்படி வருத்தமாய் இருக்கிறாய்?” என்று தவளை அவனை விசாரித்தது.

“நாளை காலைக்குள் என் தந்தைக்கு நீ கொஞ்சம் ரொட்டி தயாரித்தாக வேண்டும்” என்று ஐரேவிச் இவான் கூறினான்.

“ஐரேவிச் இவான், வருந்தாதே நீ. போய்ப் படுத்துக் கொள். பொழுது புலர்ந்தால் வழி பிறக்கும்.”

முதலில் தவளையைப் பார்த்துச் சிரித்த அதன் ஓர்ப்பிடிகள் இருவரும், இப்பொழுது தவளை எப்படி ரொட்டி சுடுகிறது என்று பார்த்து வரும்படி அடுப்பங்கரையில் வேலை செய்த ஒரு கிழவியை அனுப்பி வைத்தனர்.

ஆனால் தவளை பொல்லாதது, தன் ஓர்ப்பிடிகளின் எண்ணத்தைப் புரிந்து கொண்டுவிட்டது. அது சிறிதளவு மாவைப் பிசைந்து உருட்டிற்று; கணப்பு அடுப்பின் உச்சியை உடைத்து அந்தத் துளையினுள் மாவு உருண்டையைப் போட்டது. கிழவி உடனே ஓர்ப்பிடிகள் இருவரிடமும் ஓடித் தான் கண்ணுற்றதை அவர்களிடம் சொன்னாள். தவளை செய்தது போலவே ஓர்ப்பிடிகளும் செய்தனர்.

தவளை வெளிவாயிலுக்குத் தத்திச் சென்று, கூர்மதியும் விவேகமும் மிக்க வசிலீஸாவாய் மாறி, கைகளைத் தட்டியது.

“என் பணிப்பெண்களே, சேடிகளே! சீக்கிரம் இங்கே வந்து வேலையை ஆரம்பியுங்கள்!” என்று அந்நங்கை கூவினாள். “என் தந்தையின் வீட்டில் நான் சாப்பிடுவேனே அது போன்ற மிருதுவான கோதுமை ரொட்டியை நாளைக்குக் காலைக்குள் எனக்குத் தயாரித்துக் கொடுங்கள்.”

காலையில் ஐரேவிச் இவான் விழித்தெழுந்தான். ரொட்டி தயாராய் மேஜைமீது வைக்கப்பட்டிருந்தது.பல விதமான சித்திரங்களாலும் அழகாய்ச் சிங்காரிக்கப்பட்டிருந்தது. ரொட்டியின் பக்கங்களில் அழகழகான உருவங்களும், உச்சியில் மதில்களையும் வாயில்களையும் கொண்ட நகரங்களது படங்களும் பதிக்கப்பட்டிருந்தன.

ஐரேவிச் இவான் மட்டில்லா மகிழ்ச்சியடைந்தான். ரொட்டிகளை ஒரு துண்டில் சுற்றி அதைத் தந்தையிடம் எடுத்துச் சென்றான். ஜார் அப்பொழுதுதான் தமது மூத்த புதல்வர்கள் கொண்டு வந்திருந்த ரொட்டிகளைப் பெற்றுக் கொண்டிருந்தார். அவர்களுடைய மனைவிகள் கிழவி அவர்களிடம் சொல்லியிருந்தது போல மாவை உருட்டிக் கணப்பு அடுப்பினுள் போட்டு எடுத்திருந்தனர். ஆகவே ரொட்டிகள் தீய்ந்து கருகிப் போய்க் கல்லாய்க் கெட்டியாகியிருந்தது.

ஜார் தமது மூத்த புதல்வனிடமிருந்து வாங்கிய ரொட்டியைப் பார்த்ததும்,

அதை வேலைக்காரர்களுடைய கூடத்துக்கு அனுப்பி வைத்துவிட்டார். இரண்டாவது புதல்வனிடமிருந்து வாங்கிய ரொட்டியையும் அதே போல் செய்தார். ஆனால் ஐரேவிச் இவான் தந்த ரொட்டியைப் பார்த்துப் பூரிப்புற்று-

“இது அல்லவா ரொட்டி, விழா நாட்களில் சாப்பிடத்தக்கது!”என்றார்.

பிறகு ஜார் தமது மூன்று புதல்வர்களையும் மறு நாளன்று மனைவிகளுடன் வந்து தம்முடன் விருந்துண்ணும்படிச் சொன்னார்.

மீண்டும் ஐரேவிச் இவான் சோக உருவினனாய் வீட்டுக்குத் திரும்பி, முன்னிலும் அதிகமாய்த் தலையைக் கவிழ்த்துக் கொண்டான். தவளை தரையில் தத்திக் குதித்து அவனிடம் வந்தது.

“குரோக்-குரோக், ஐரேவிச் இவான்! ஏன் இப்படி வருந்துகிறாய்? உன் மனம் புண்படும்படி தந்தை எதாவது கடுஞ்சொல்லா சொன்னார்?”

“தவளையே, தவளையே! வருந்தாமல் என்ன செய்வேன்?” என்று புலம்பினான் ஐரேவிச் இவான். “ஜார் அளிக்கும் விருந்துக்கு நான் உன்னையும் அழைத்து வர வேண்டுமென்று சொல்லியிருக்கிறார். எப்படி உன்னை எல்லோருக்கும் முன்னால் அழைத்துச் செல்வேன்!”

“ஐரேவிச் இவான், வருந்தாதே நீ” என்று தவளை கூறிற்று. “விருந்துக்கு நீ தனியாகவே போ; பிறபாடு நான் வந்து சேருகிறேன். பெருந் தடதடப்பும் இடியோசையும் கேட்கும், நீ பயப்படாதே. என்ன சப்தம் என்று அவர்கள் உன்னைக் கேட்டால்,‘என்னுடைய தவளை கோச் வண்டியில் வந்து இறங்குகிறது’ என்று சொல்.”

ஆகவே ஐரேவிச் இவான் தனியாகவே விருந்துக்குச் சென்றான். அவனுடைய மூத்த சகோதரர்கள் தம் மனைவிகளுடன் வந்திருந்தனர். மனைவிகள் தமது மிகச் சிறந்த உடைகள் அணிந்து, புருவங்களுக்கு மையிட்டு, கன்னங்களுக்கு ரோஜா வண்ணமிட்டிருந்தனர். அங்கே நின்று கொண்டு அவர்கள் ஐரேவிச் இவானைக் கேலி செய்தனர்.

“மனைவியுடன் வராமல் ஏன் தனியே வந்திருக்கிறாய்?” என்று அவர்கள் கேட்டனர். “மனைவியை ஒரு கைக்குட்டையில் வைத்துக் கொண்டு வந்திருக்கலாமே, எங்கே போய் இப்படி ஓர் அழகியைத் தேடிப் பிடித்தாய்? எல்லாச் சதுப்பு வெளிகளிலும் தேடி அலைந்திருக்க வேண்டுமே.”

விருந்துண்பதற்காக ஜாரும் அவர் புதல்வர்களும் மருமகள்களும் எல்லா விருந்தினர்களும் வண்ணப் பின்னல் விரிப்புகளிட்ட விருந்து மேஜைகளைச் சுற்றிலும் அமர்ந்தனர். அப்பொழுது திடுமெனப் பெருந்தடதடப்பும் இடியோசையும் கேட்டு அரண்மனையே அதிர்ந்து ஆடிற்று. விருந்தினர்கள் திடுக்கிட்டுத் தமது இருக்கைகளிலிருந்து துள்ளியெழுந்தனர். ஆனால் ஐரேவிச் இவான்-

“நல்லவர்களே, பயப்பட வேண்டாம். என்னுடைய தவளை கோச் வண்டியில் வந்து இறங்குகிறது” என்று அறிவித்தான்.

உடனே ஜார் அரண்மனையின் வாயிலினுள் ஆறு வெள்ளைக் குதிரைகள் பூட்டிய பொன்னிறக் கோச் வண்டி ஓடி வந்து நின்றது. அதனுள்ளிருந்து கூர்மதியும் விவேகமும் மிக்க வசிலீசா இறங்கி வந்தாள். நீலவானத்தின் வண்ணத்தில்அவள்அணிந்திருந்தஅங்கியில்விண்மீன்கள்பதிக்கப்பட்டிருந்தன. பளிச்சிடும் பிறைச் சந்திர முடி சூடியிருந்தாள். எப்படிப்பட்ட வடிவழகியாய் இருந்தாள்! அவளுடைய எழிலை நேரில் கண்டு வியந்து மகிழலாமே தவிர, சொற்களால் சொல்லவோ, கற்பனை செய்து பார்க்கவோ முடியாது! அவள் ஜரேவிச் இவானின் கையைப் பிடித்து, வண்ணப் பின்னல் விரிப்புகளிட்ட விருந்து மேஜைகளுக்கு அவனை இட்டுச் சென்றாள்.

விருந்தினர்கள் உண்டும் அருந்தியும் களிப்புறத் தொடங்கினர். கூர்மதியும் விவேகமும் மிக்க வசிலீசா கண்ணாடிக் கிண்ணத்திலிருந்து பானம் அருந்தியதும் அடியில் எஞ்சியதைத் தனது அங்கியின் இடக் கையினுள் ஊற்றிக் கொண்டாள். அன்னப் புள்ளின்இறைச்சி உண்டபின்எலும்புகளைஅங்கியின்வலக்கையினுள் போட்டுக் கொண்டாள்.

அவள் செய்ததைப் பார்த்துக் கொண்டிருந்த மூத்த புதல்வர்களின் மனைவிகளும் இதே போல் செய்தனர். யாவரும் விருந்து உண்டனர், பானம் அருந்தினர். பிறகு நடனமாடும் நேரம் வந்தது. கூர்மதியும் விவேகமும் மிக்க வசிலீசா ஜரேவிச் இவானுடைய கையைப் பிடித்துச் சென்று நடனமாட ஆரம்பித்தாள். சுற்றிச் சுழன்று வட்டமிட்டு வந்து அவள் நடனமாடியதை எல்லோரும் வைத்த கண் வாங்காமல் பார்த்து வியந்து கொண்டனர். அவள் தனது அங்கியின் இடக் கையை வீசினாள், உடனே ஒரு தடாகம் தோன்றியது. பிறகு அங்கியின் வலது கையை வீசினாள், உடனே அந்தத் தடாகத்தில் வெண்ணிற அன்னங்கள் தோன்றி நீந்த முற்பட்டன. ஜாரும் அவருடைய விருந்தினர்களும் ஆச்சரியத்தால் பிரமித்துப் போயினர்.

பிறகு மூத்த புதல்வர்களின் மனைவிகள் நடனமாட முற்பட்டனர். இருவரும் தமது அங்கிகளின் இடக் கைகளை வீசினர்; அவற்றின் உள்ளிருந்து சிதறிய பானம் விருந்தினர் மீது தெறித்தது. அங்கிகளின் வலக் கைகளை வீசினர்; அவற்றின் உள்ளிருந்து நாற்புறமும் பறந்தோடிய எலும்புகளில் ஒன்று ஜாரின் கண்ணில் பாய்ந்தது. ஜாருக்கு வந்த கோபத்தில் இரு மருமகள்களையும் வெளியே விரட்டியடித்தார்.

இதற்கிடையில் ஜரேவிச் இவான் அங்கிருந்து நழுவி வீட்டுக்கு ஓடினான். வீட்டில் தவளைத் தோல் இருக்கக் கண்டு அதைக் கணப்பு அடுப்புக்குள் போட்டு எரித்தான்.

கூர்மதியும் விவேகமும் மிக்க வசிலீசா வீட்டுக்குத் திரும்பினாள். தனது தவளைத் தோல் போய்விட்டது என்பது தெரிந்தது. துன்பமும் துயரமும் தாங்க மாட்டாது பெஞ்சின் மீது உட்கார்ந்தாள். பிறகு ஜரேவிச் இவானிடம்-

"என்ன காரியம் செய்துவிட்டாய், ஜரேவிச் இவான்!" என்று புலம்பினாள். "இன்னும் மூன்றே மூன்று நாட்கள் நீ காத்திருந்தால் நான் என்றென்றுக்குமாய்

உனக்கே உரியவளாகியிருப்பேன். ஆனால் இப்பொழுது வேறு வழியில்லை, போய் வருகிறேன்! மூவொன்பது நாடுகளைக் கடந்து சென்று சாகா வரம் பெற்ற கொஷேய் வசிக்கும் மூன்றுபத்து முடியரசிலே தேடி என்னை மீட்டுக் கொள்.''

கூர்மதியும் விவேகமும் மிக்க வசிலீசா இதைச் சொல்லியதும் சாம்பல் நிறக் குயிலாய் மாறி சன்னல் வழியே பறந்து சென்றுவிட்டாள். ஜரேவிச் நெடுநேரம் அழுது புலம்பினான். பிறகு நான்கு திசைகளிலும் குனிந்து வணங்கிவிட்டு, கூர்மதியும் விவேகமும் மிக்க தன் மனைவி வசிலீசாவைத் தேடிக் கொண்டு புறப்பட்டான். எங்கு செல்கிறோம் என்று அறியாமலே நடந்தான். அவன் நடந்தது சிறு தொலைவோ, நெடுந்தொலைவோ, சிறு நேரமோ, நெடு நேரமோ யாருக்கும் தெரியாது. ஆனால் அவனுடைய பூட்சுகள் தேய்ந்துவிட்டன, அவனுடைய சட்டை கிழிந்து கந்தலாகி விட்டது, அவனுடைய குல்லா மழையில் நனைந்து உருக் குலைந்து விட்டது. பிறகு கிழவர் ஒருவரைச் சந்தித்தான். அவரைப் போல் படுகிழடான ஒருவரைக் காண்பது அரிது.

"இளைஞனே வணக்கம்!'' என்றார் அவர். "யாரைத் தேடிக் கொண்டு, எங்கே போகிறாய் நீ?''

ஜரேவிச் இவான், தனது இன்னலை அவரிடம் சொன்னான். காண்பதற்கு அரிய படுகிழடான அந்தக் கிழவர் அவனிடம் கூறினார்-

"ஜரேவிச் இவான், தவளைத் தோலை எரிக்கலாமா நீ? உன்னுடையது அல்லாத ஒன்றை நீ அணிவதோ, எரிப்பதோ சரியா? கூர்மதியும் விவேகமும் மிக்க வசிலீசா விவேகமுமுடையவளாய் இருந்தாள். அதனால் கோபமடைந்த அவள் தந்தை மூன்று ஆண்டுகளுக்கு அவளைத் தவளையாய் இருக்கும்படிச் சபித்தார். சரி, இனி வருந்திப் பயனில்லை. இதோ ஒரு நூற்கண்டு இருக்கிறது. இது எங்கே உருண்டு செல்கிறதோ அங்கே அச்சமின்றி நீ பின் தொடர்ந்து செல்.''

காண்பதற்கு அரிதான அந்தக் கிழவருக்கு நன்றி தெரிவித்து விட்டு ஜரேவிச் இவான் நூற்கண்டின் பின்னால் சென்றான். எங்கெல்லாம் அது உருண்டு சென்றதோ அங்கெல்லாம் அதைப் பின் தொடர்ந்து சென்றான். திறந்த வெளி ஒன்றில் அவன் ஒரு கரடியைச் சந்தித்தான். ஜரேவிச் இவான் குறி பார்த்து அம்பு எய்தி அதைக் கொல்லப் போனான். ஆனால் கரடி மனிதக் குரலில் பேசிற்று.

"ஜரேவிச் இவான், என்னைக் கொல்லாதே! யாருக்குத் தெரியும், என்றாவது ஒரு நாள் உனக்கு நான் தேவைப்படலாம்'' என்றது கரடி.

ஜரேவிச் இவான் கரடி மீது இரக்கங் கொண்டு அதைக் கொல்லாமல் தொடர்ந்து நடந்தான். அங்கே அவன் கண்டது என்ன?- தலைக்கு மேலே ஒரு காட்டு வாத்து பறந்து கொண்டிருந்தது. ஜரேவிச் இவான் குறி பார்த்து அம்பு எய்தி அதைக் கொல்லப் போனான். ஆனால் அது மனிதக் குரலில் பேசிற்று.

"ஜரேவிச் இவான், என்னைக் கொல்லாதே! யாருக்குத் தெரியும், என்றாவது ஒருநாள் உனக்கு நான் தேவைப்படலாம்'' என்றது.

ஜரேவிச் இவான் வாத்தைக் கொல்லாமல் தொடர்ந்து நடந்தான்.

அப்பொழுது ஒரு முயல் ஓடி வந்தது. ஜரேவிச் இவான் அவசரமாய்க் குறி பார்த்து அம்பு எய்தி அதைக் கொல்லப் போனான். ஆனால் முயல் மனிதக் குரலில் பேசிற்று.

"ஜரேவிச் இவான், என்னைக் கொல்லாதே! யாருக்குத் தெரியும், என்றாவது ஒருநாள் உனக்கு நான் தேவைப்படலாம்" என்றது.

ஜரேவிச் இவான் முயலைக் கொல்லாமல் தொடர்ந்து நடந்தான். நீலக் கடல் அருகே வந்து சேர்ந்தான். அங்கே ஒரு பைக் மீன் மூச்சுத் திணறிப் போய் மணற் கரையிலே கிடப்பதைக் கண்டான்.

"ஜரேவிச் இவான், என்மீது இரக்கங் கொண்டு நீலக் கடலில் என்னைத் தூக்கி போடேன்!" என்று அந்த மீன் மன்றாடியது.

ஆகவே ஜரேவிச் இவான் அந்த மீனைத் தூக்கிக் கடலில் போட்டு விட்டுக் கரையோரமாய் நடந்தான். நெடு நேரம் ஆயிற்றோ, சிறிது நேரம்தான் கழிந்ததோ யாருக்கும் தெரியாது. முடிவில் நூற்கண்டு ஒரு காட்டினுள் உருண்டு ஓடிற்று. காட்டில் ஒரு சிறு குடிசை கோழிக் கால்கள் மீது நின்று பம்பரம் போல சுழன்று கொண்டிருந்தது.

"குடிசையே, குடிசையே. முன்பு ஒரு காலத்தில் நீ நின்ற நிலையில், முன்புறம் என்னையும் பின்புறம் காட்டையும் பார்க்க நில்" என்று ஜரேவிச் இவான் கூறினான்.

குடிசை தனது முன்புறம் அவனையும் பின்புறம் காட்டையும் பார்க்கத் திரும்பி நின்றது. ஜரேவிச் இவான் அதனுள் சென்றான். சூன்யக்காரி பாபா-யாகா உள்ளே அடுப்படிப் பரணி முனையில் படுத்திருந்தாள். குடிசைக் கூரையிலே கோண மூக்கு குத்தும்படி அவளுக்கு மிக்கப் பிடித்த அந்தச் சயனக் கோலத்தில் இருந்தாள்.

"இளைஞனே, நீ இங்கு வரும் காரணம் என்ன?" என்று கேட்டாள் பாபா-யாகா. "யாரைத் தேடி வந்திருக்கிறாய்? இளைஞனே, உனக்கு என்ன வேண்டும் சொல்லு!"

"முதலில் என்னை நீராவியில் குளிப்பாட்டி உணவும் பானமும் கொடு; கிழவியே, அதன்பின் உன் கேள்விகளைக் கேள்" என்றான் ஜரேவிச் இவான்.

அவ்வாறே பாபா-யாகா அவனை நீராவியில் குளிப்பாட்டி உணவும் பானமும் தந்து படுக்க வைத்தாள். அதன்பின் ஜரேவிச் இவான் கூர்மதியும் விவேகமும் மிக்க தன் மனைவி வசிலீசாவைத் தேடியலைவதாய் அவளிடம் சொன்னான்.

"அவள் எங்கிருக்கிறாள் என்று எனக்குத் தெரியும்" என்றாள் பாபா-யாகா. "சாகாவரம் பெற்ற கொஷேய் அவளைத்தன் பிடியில் இருத்தி வைத்திருக்கிறான். அவளை விடுவித்துக் கொண்டு வருவது மெத்தக் கடினம். ஏனென்றால் கொஷேயை வெற்றி கொள்வது எளிய காரியமல்ல. அவனுடைய சாவு ஓர் ஊசியின் முனையில் இருக்கிறது; ஊசி ஒரு முட்டையினுள் இருக்கிறது;

முட்டை ஒரு பெட்டைத் தாராவினுள் இருக்கிறது; தாரா ஒரு முயலினுள் இருக்கிறது; முயல் ஒரு பெட்டியினுள் இருக்கிறது; பெட்டியானது சாவா வரம் பெற்ற கொஷேய் தன் கண்ணின் கருமணி போலக் காத்து வரும் உயரமான ஓர் ஓக்மரத்தின் உச்சியில் இருக்கிறது.''

ஜரேவிச் இவான் அன்று இரவைப் பாபா-யாகாவின் குடிசையில் கழித்தான். காலையில் அவள் அந்த உயரமான ஓக்மரம் எங்கிருக்கிறது என்று அவனிடம் சொன்னாள். அவன் நெடுநேரம் நடந்தானோ என்னமோ யாருக்கும் தெரியாது. ஆனால் எப்படியோ அந்த உயரமான ஓக்மரத்தை வந்தடைந்தான். நெடிது உயர்ந்த ஓக்மரம் ஆடியசைந்து சலசலத்தது. பெட்டி அதன் உச்சியில் இருந்தது, அதை எடுப்பது எளிதில் நடக்கும் காரியமல்ல.

ஆனால், விந்தையிலும் விந்தை! திடுமென அங்கே ஒரு கரடி ஓடோடி வந்தது. அது அந்த ஓக்மரத்தை வேரோடு பிடுங்கித் தள்ளிற்று. பெட்டி கீழே விழுந்து உடைந்தது. பெட்டியின் உள்ளிருந்து ஒரு முயல் தாவிக் குதித்து ஓட்டமாய் ஓடிற்று. ஆனால் உடனே மற்றொரு முயல் அங்கே தோன்றி அதை விரட்டிச் சென்றது. முதலாவது முயலை அது பிடித்துச் சுக்குச் சுக்காய்ப் பிய்த்தெறிந்தது. அந்த முயலினுள் இருந்து ஒரு பெட்டைத் தாரா வெளியே பறந்து வானுயர உயர்ந்து சென்றது. ஆனால் கண்ணை மூடித் திறப்பதற்குள் அந்தக் காட்டு வாத்து அதன்மீது பாய்ந்தது. அது தாக்கிய வேகத்தில் பெட்டைத் தாரா முட்டையைக் கீழே போட்டுவிட்டது. முட்டை கீழே நீலக் கடலுக்குள் விழுந்தது.

இதைக் கண்ட ஜரேவிச் இவான் கண்ணீர் வடித்து வருந்தினான். கடலிலிருந்து எப்படி முட்டையைத் தேடி எடுப்பது என்று கலங்கினான். ஆனால் இருந்தாற் போலிருந்து அந்தப் பைக் மீன் அம்முட்டையைக் கவ்விக் கொண்டு கரைக்கு நீந்தி வந்தது. ஜரேவிச் இவான் அந்த மூட்டையை வாங்கி உடைத்தான். அதனுள் இருந்த ஊசியை எடுத்து அதன் முனையை ஒடிக்க முயன்றான். அதை அதை அவன் பலமாய் வளைக்க வளைக்க, சாவா வரம் பெற்ற கொஷேய் மேலும் மேலும் துடியாய்த் துடித்து வளைந்து நெளிந்தான்.

ஆனால் அவன் என்ன துடி துடித்தும் பயனில்லை. ஜரேவிச் இவான் ஊசி முனையை உடைத்துவிட்டான். உடனே கொஷேய் உயிரிழந்து தரையிலே வீழ்ந்தான்.

ஜரேவிச் இவான் பிறகு கொஷேயின் வெள்ளைக் கல் மாளிகையினுள் சென்றான். கூர்மதியும் விவேகமும் மிக்க வசிலீசா ஓடோடி வந்து அவனுடைய மதுர வாயில் முத்தமிட்டாள். ஜரேவிச் இவானும் கூர்மதியும் விவேகமும் மிக்க வசிலீசாவும் அவர்களுடைய வீட்டுக்குத் திரும்பி வந்து தள்ளாத கிழ வயது வரை நெடுங்காலம் வரை இனிது வாழ்ந்தனர்.

♦

கோடரிக் கூழ்

(ருஷ்ய நாட்டுக் கதை)

வயது முதிர்ந்த படையாள் ஒருவன் முன்னொரு காலத்தில் விடுமுறைக்காக சொந்த ஊர் போய்க் கொண்டிருந்தான். நடந்து களைத்துப் போய்விட்டான், வயிறு பசித்தது. வழியில் ஒரு கிராமத்துக்கு வந்ததும் முதலாவது குடிசையின் கதவைத் தட்டினான்.

"வழிப்போக்கன், இராப் பொழுதைக் கழிக்க இடம் தாருங்கள்" என்று கேட்டான்.

கதவைத் திறந்த கிழவி, "படையாளே, வா அப்பா" என்று வரவேற்றாள்.

'அம்மணி, பசியால் வாடுகிறவனுக்கு சாப்பிட ஏதாவது கிடைக்குமா?" என்று கேட்டான் படையாள்.

கிழவியிடம் யாவும் நிறையவே இருந்தன. ஆனால் அவள் ஒரு கருமி, பரம ஏழை மாதிரி பாசாங்கு செய்தாள்.

"அட பாவமே, என்னிடம் எதுவும் இல்லை, விடிந்தது முதல் நான் உணவின்றி பட்டினியாய் இருக்கிறேன், என்ன செய்வேன்" என்று புலம்பினாள் கிழவி.

ஒன்றும் இல்லையானால் ஒன்றும் இல்லைதான், என்ன செய்வது" என்றான் படையாள். பிறகு காம்பு இல்லாத கோடரி ஒன்று பெஞ்சுக்கு அடியில் இருந்ததைக் கவனித்ததும் ,"வேறு எதுவும் இல்லையானால், அதோ அந்தக் கோடரியை வைத்துக் கூழ் செய்யலாமே" என்றான்.

இரு கைகளையும் உயர்த்திக் கிழவி ஆச்சரியப்பட்டுக் கொண்டாள்.

"கோடரிக் கூழா? கேட்டறியாத அதிசயமாய் இருக்கிறதே!"

"ஒரேயொரு சட்டி மட்டும் கொண்டு வந்து கொடு, நான் செய்து காட்டுகிறேன்."

கிழவி ஒரு சட்டியைக் கொண்டு வந்து கொடுத்தாள். படையாள் கோடரியைக் கழுவிச் சட்டியில் வைத்தான். பிறகு சட்டியில் நீரை நிரப்பி அடுப்பில் வைத்துக் காய்ச்சினான்.

கிழவி வைத்த கண் வாங்காமல் படையாளைப் பார்த்துக் கொண்டு நின்றாள்.

படையாள் ஒரு கரண்டியை எடுத்துக் கொதிக்கும் நீரை நன்றாய்க் கலக்கிச் சிறிதளவு வாயில் விட்டு ருசி பார்த்தான்.

"இன்னும் சிறிது நேரத்தில் தயாராகிவிடும், ஆனால் உப்புதான் இல்லை."

"உப்பு என்னிடம் இருக்கிறதே. இந்தா கொஞ்சம் எடுத்துக் கொள்."

படையாள் சிறிதளவு உப்பு போட்டு, மீண்டும் கொதிநீரை வாயில் விட்டு ருசி பார்த்தான்.

"ஒரு கையளவு கேப்பை போட்டோமானால் எவ்வளவு நன்றாய் இருக்கும் தெரியுமா?" என்றான்.

உக்கிராணத்தில் ஒரு சிறு பையிலிருந்த கேப்பையைக் கிழவி கொண்டு வந்தாள்.

இந்தா, வேண்டிய அளவு எடுத்துப் போடு" என்றாள்.

படையாள் மும்முரமாய் வேலை செய்தான். அவ்வப்பொழுது கூழைக் கிண்டிச் சிறிதளவு வாயிலிட்டு ருசி பார்த்தான். கிழவி கண் கொட்டாமல் பார்த்துக் கொண்டு நின்றாள்; கணப் பெழுது கூட அவளால் பார்வையை வேறு எங்கும் திருப்ப முடியவில்லை.

கூழ் தயாரானதும் படையாள் அதில் ஒரு கரண்டி அளவு சாப்பிட்டுப் பார்த்துவிட்டு, "நன்றாய் அமைந்துவிட்டது" என்றான். "கொஞ்சம் வெண்ணெயும் சேர்த்தோமானால், இந்த கூழைக் காட்டிலும் சுவையானது எதுவும் இருக்காது."

கிழவி வெண்ணெயும் கொண்டு வந்து விட்டாள். எந்தக் குறையும் இல்லாதபடி கூழுடன் வெண்ணெயும் சேர்த்துக் கொண்டனர்.

"நல்லது, ஒரு கரண்டி எடுத்து வா, இருவரும் உட்கார்ந்து சாப்பிடுவோம்!" என்றான் படையாள்.

இருவருமாய்க் கூழைச் சாப்பிட ஆரம்பித்தனர்; பிரமாதமாய் இருக்கிறதே என்று புகழ்ந்து கொண்டனர்.

"கோடரிக் கூழ் இவ்வளவு நன்றாய் இருக்குமென நான் நினைக்வே இல்லை" என்று கிழவி வியந்து கொண்டாள்.

படையாள் உள்ளுக்குள் சிரித்தவாறு சாப்பிட்டான்.

செக்கர்மேனியன்

(ருஷ்ய நாட்டுக் கதை)

முன்னொரு காலத்தில் ஒரு கிழவர் இருந்தார். அவருக்கு மூன்று புதல்வர்கள். மூத்தவர்கள் இருவரும் கண்ணுக்கினிய இளைஞர்கள், ஒய்யாரமாய் உடுத்திக் கொள்கிறவர்கள், காரியத்தில் கண்ணும் கருத்துமாய் இருப்பவர்கள். ஆனால் கடைசிப் புதல்வனான அசட்டு இவான் இந்தச்சிறப்புகள் எவையும் இல்லாதவன். வீட்டில் அடுப்படிப் பரணியிலேதான் எந்நேரமும் அவன் உட்கார்ந்திருப்பான், காட்டிலே காளான்கள் பொறுக்குவதற்காக மட்டும் எப்பொழுதாவது வீட்டை விட்டுக் கிளம்புவான்.

கிழவர் மரணமடைய வேண்டிய காலம் வந்ததும், அவர் தமது மூன்று புதல்வர்களையும் அருகே அழைத்து அவர்களிடம் சொன்னார்-

"நான் இறந்ததும் முதல் மூன்று இரவுகளுக்குத் தவறாமல் ஒவ்வோர் இரவும் ஒவ்வொருவராய் நீங்கள் ரொட்டி எடுத்துக் கொண்டு என்னுடைய புதைமேட்டுக்கு வர வேண்டும்."

கிழவர் இறந்தார், அவரை அடக்கம் செய்தனர். அன்று இரவு மூத்த புதல்வன் கிழவரின் புதைமேட்டுக்குப் போக வேண்டிய நேரம் வந்தது. ஆனால் சோம்பலோ அல்லது பயமோ, எக்காரணத்தாலோ அவன் போக விரும்பவில்லை. ஆகவே அசட்டு இவானிடம்-

“இவான், இன்று இரவு எனக்குப் பதிலாய் நீ நம் தந்தையின் புதைமேட்டுக்குப் போய் வாயேன், உனக்குத் தேன்-கேக் வாங்கித் தருகிறேன்” என்றான்.

இவான் உடனே ஒத்துக் கொண்டான். ரொட்டி எடுத்துக் கொண்டு தந்தையின் புதைமேட்டுக்குப் போனான். புதைமேட்டுக்குப் பக்கத்தில் உட்கார்ந்து என்ன நடக்கிறது பார்க்கலாமெனக் காத்திருந்தான். இரவு பன்னிரண்டு மணி ஆனதும் மேடு அதிர்ந்து பிளந்தது. கிழத் தந்தை அதன் உள்ளிருந்து எழுந்து-

“யார் அங்கே, எனது மூத்த மகனா? நமது ரூஸ் நாட்டில் எல்லாம் சரிவர நடைபெறுகிறதா, சொல்லு எனக்கு; நாய் குலைக்கிறதா? ஓநாய் ஊளையிடுகிறதா? குழந்தை அழுகிறதா?” என்று கேட்டார்.

“தந்தையே, நான்தான் உங்கள் மகன் வந்திருக்கிறேன், நமது ரூஸ் நாட்டில் எல்லாம் அமைதியாய் இருக்கிறது” என்று இவான் பதிலளித்தான்.

இவான் கொண்டு வந்திருந்த ரொட்டியில் வேண்டிய மட்டும் சாப்பிட்டுவிட்டுத் தந்தை திரும்பவும் தமது புதைமேட்டினுள் படுத்துக் கொண்டார். இவான் வீட்டுக்குத் திரும்பினான், வழியில் காளான்கள் பொறுக்கிக் கொண்டான்.

அவன் வீட்டுக்கு வந்ததும், “தந்தையைப் பார்த்தாயா நீ?” என்று பெரிய அண்ணன் கேட்டான்.

“ஓ பார்த்தேனே” என்றான் இவான்.

“நீ எடுத்துச் சென்ற ரொட்டியைச் சாப்பிட்டாரா?”

“ ஓ, வேண்டிய மட்டும் சாப்பிட்டாரே.”

இன்னொரு நாள் கழிந்தது. இரண்டாவது புதல்வன் தந்தையின் புதைமேட்டுக்குப் போக வேண்டிய நேரம் வந்தது. ஆனால் சோம்பலோ அல்லது பயமோ, எக்காரணத்தாலோ அவன் போக விரும்பவில்லை. ஆகவே அசட்டு இவானிடம்-

“இவான், இன்று இரவு எனக்குப் பதிலாய் நீ நம் தந்தையின் புதைமேட்டுக்குப் போய் வாயேன், உனக்கு மரப்பட்டை மிதியடி செய்து தருகிறேன்” என்றான்.

“சரி, போய் வருகிறேன்” என்றான் இவான்.

ரொட்டி எடுத்துக் கொண்டு தந்தையின் புதைமேட்டுக்குச் சென்று, காத்துக் கொண்டு உட்கார்ந்திருந்தான். இரவு பன்னிரண்டு மணி ஆனதும் மேடு அதிர்ந்து பிளந்தது. கிழத் தந்தை அதன் உள்ளிருந்து எழுந்து-

“யார் அங்கே, எனது இரண்டாவது மகனா? நமது ரூஸ் நாட்டில் எல்லாம் சரிவர நடைபெறுகிறதா, சொல்லு எனக்கு: நாய் குலைக்கிறதா? ஓநாய் ஊளையிடுகிறதா? குழந்தை அழுகிறதா?” என்று கேட்டார்.

“தந்தையே, நான்தான் உங்கள் மகன் வந்திருக்கிறேன். நமது ரூஸ் நாட்டில் எல்லாம் அமைதியாய் இருக்கிறது” என்று இவான் பதிலளித்தான்.

இவான் கொண்டு வந்திருந்த ரொட்டியில் வேண்டிய மட்டும் சாப்பிட்டுவிட்டுத் தந்தை தமது புதைமேட்டுக்குள் சென்றார். இவான் வீட்டுக்குத் திரும்பினான், வழியில் காளான்கள் பொறுக்கிக் கொண்டான்.

அவன் வீட்டுக்கு வந்ததும் "நீ எடுத்துச் சென்ற ரொட்டியைச் சாப்பிட்டாரா நம் தந்தை?" என்று சின்ன அண்ணன் கேட்டான்.

"ஓ, வேண்டிய மட்டும் சாப்பிட்டாரே" என்றான் இவான்.

மூன்றாவது இரவில் இவான் தந்தையின் புதைமேட்டுக்குப் போக வேண்டிய நேரம் வந்தது. அவன் தன் அண்ணன்களிடம் சொன்னான்:

"இரண்டு இரவுகளாய் நான் நம் தந்தையின் புதை மேட்டுக்குப் போய் வந்தேன். இன்று இரவு நீங்கள் போய் வாருங்கள், நான் வீட்டிலே ஓய்வு எடுத்துக் கொள்கிறேன்."

"அதெல்லாம் முடியாது" என்று கூறினர் அண்ணன்கள் இருவரும். "இவான், நீ இரு முறை போய்ப் பழக்கப்பட்டுவிட்டாய், இப்பொழுதும் நீயேதான் போய் வர வேண்டும்."

"சரி, போய் வருகிறேன்" என்று ஒத்துக் கொண்டான் இவான்.

ரொட்டியை எடுத்துக் கொண்டு தந்தையின் புதைமேட்டுக்குப் போனான். இரவு பன்னிரண்டு மணி ஆனதும் மேடு அதிர்ந்து பிளந்தது, கிழத் தந்தை அதன் உள்ளிருந்து எழுந்தார்.

"யார் அங்கே?" என்று கேட்டார். "எனது மூன்றாவது மகன் இவானா நீ? நமது ரூஸ் நாட்டில் எல்லாம் சரிவர நடைபெறுகிறதா, சொல்லு எனக்கு: நாய் குலைக்கிறதா? ஓநாய் ஊளையிடுகிறதா? குழந்தை அழுகிறதா?"

"தந்தையே, நான்தான் உங்கள் மகன் இவான் வந்திருக்கிறேன்; நமது ரூஸ் நாட்டில் எல்லாம் அமைதியாய் இருக்கறது" என்று பதிலளித்தான் இவான்.

இவான் கொண்டு வந்திருந்த ரொட்டியில் வேண்டிய மட்டும் சாப்பிட்டார் தந்தை. பிறகு அவர், "இவான், நீ ஒருவன்தான் என் சொற்படி நடந்திருக்கிறாய். பயப்படாமல் மூன்று இரவுகளாய் என் புதைமேட்டுக்கு வந்திருக்கிறாய்" என்றார். "இப்பொழுது நீ திறந்த வெளியினுள் சென்று 'செக்கர்மேனியனே, நான் ஆணையிடுகிறேன்! இன்னுயிரை விட்டேனும் என்னாணையை நிறைவேற்றத் தயாராய் வா இங்கே!' என்று கூவி அழை. குதிரை உன்னெதிரே தோன்றியதும் அதன் வலக் காதில் புகுந்து இடக் காது வழியே வெளியே வா. நீ வடிவழகனாய் மாறியிருப்பாய். பிறகு குதிரை மீது ஏறி நீ எங்கு வேண்டுமானாலும் போகலாம்."

தந்தை தந்த கடிவாள வாரைப் பெற்றுக் கொண்டு இவான் அவருக்கு நன்றி தெரிவித்தான். பிறகு வீட்டுக்குத் திரும்பினான். வழியில் காளான்கள் பொறுக்கிக் கொண்டான். அவன் வீட்டுக்கு வந்ததும் அண்ணன்கள் இருவரும்-

“இவான், தந்தையைப் பார்த்தாயா நீ?” என்று கேட்டனர்.

“ஓ, பார்த்தேனே” என்றான் இவான்.

“நீ எடுத்துச் சென்ற ரொட்டியைச் சாப்பிட்டாரா?”

“ஓ, வேண்டிய மட்டும் சாப்பிட்டாரே. சாப்பிட்டுவிட்டு இனி தமது புதைமேட்டுக்கு வர வேண்டாம் என்று சொன்னார்.”

ஜார் மன்னர் அதே காலத்தில்தான் மணமாகாத சுந்தர இளைஞர்கள் எல்லோரையும் தமது அரண்மனைக்கு முன்னால் கூடுமாறு அழைத்துப் பறையறைந்து அறிவிக்கச் சொல்லியிருந்தார். ஜாரின் மகள் ஜரேவ்னா எழிலரசி, தனக்குப் பன்னிரு தூண், பன்னிரு ஓக்மர அடுக்கு மாளிகை ஒன்றைக் கட்டித் தரும்படிக் கேட்டிருந்தாள். அம்மாளிகையின் உச்சி மாடப் பலகணியின் பக்கத்தில் அமர்ந்து அவள், தனது பலகணியின் உயரத்துக்குக் குதிரையுடன் தாவி தன் உதட்டில் முத்தம் பதிக்கக் கூடியவனை எதிர்பார்த்துக் காத்திருக்கத் திட்டமிட்டிருந்தாள். இதில் வெற்றி பெறுகிறவன் உயர் குடியில் பிறந்தவனாய் இருந்தாலும் இல்லாவிட்டாலும், ஜார் தமது மகள் ஜரேவ்னா எழிலரசியை அவனுக்கு மணம் புரிந்து தமது அரசில் ஒரு பாதியையும் தரப் போவதாய் அறிவித்திருந்தார்.

இந்தச் செய்தி இவானுடைய அண்ணன்கள் இருவருக்கும் எட்டியதும் அவர்கள் தாமும் முயற்சி செய்து பார்ப்பதென முடிவு செய்து கொண்டனர்.

இருவரும் தமது சிறந்த குதிரைகளுக்கு ஓட்ஸ் தீனி போட்டு லாயத்திலிருந்து வெளியே கொண்டு வந்தனர். பிறகு சிறந்த ஆடைகளை அணிந்து தமது சுருட்டை முடிகளை வாரிக் கொண்டனர். அடுப்படிப் பரணில் உட்கார்ந்திருந்த இவான்-

“அண்ணன்களே, என்னை அழைத்துச் செல்லுங்கள், நானும் முயற்சி செய்து பார்க்கிறேன்” என்று சொன்னான்.

“அடுப்படிப் பரணில் கிடந்து அழியும் அசடே!” என்று அண்ணன்கள் இருவரும் அவனைக் கேலி செய்தனர். “நீ அங்கே வந்தால் எல்லோரும் உன்னைப் பார்த்து எள்ளி நகையாடுவார்கள். காட்டுக்குப் போய் காளான்கள் பொறுக்கு, உனக்குப் பொருத்தமானது அது ஒன்றுதான்.”

அண்ணன்கள் இருவரும் தமது சிறந்த குதிரைகள் மீதேறித் தொப்பிகளை மிடுக்காய்ச் சாய்த்து வைத்துக் கொண்டு சீழ்க்கையடித்து ஆர்வக் குரலெழுப்பித் தெருவெல்லாம் புழுதி கிளம்பப் பாய்ந்தோடினர். இவான் தன் தந்தை தந்த கடிவாள வாரை எடுத்துக் கொண்டு திறந்த வெளியினுள் சென்று, தந்தை சொல்லித் தந்தபடியே-

“செக்கர்மேனியனே, நான் ஆணையிடுகிறேன்! இன்னுயிரை விட்டேனும் என்னாணையை நிறைவேற்றத் தயாராய் வா இங்கே!” என்று கூவி அழைத்தான்.

என்ன ஆச்சரியம்! தாவிப் பாயும் குதிரை அவனை நோக்கிப் பறந்தோடி வந்தது. அதன் குளம்புகளுக்கு அடியில் தரை அதிர்ந்தது; அதன் நாசியிலிருந்து தீச்சுடர் பீறிட்டது; அதன் காதிலிருந்து புகைத் திரள் மூண்டெழுந்தது. இவானிடம் பாய்ந்தோடி வந்து வெடுக்கென நின்றது.

“இவான், உன் விருப்பம் என்ன?” என்றது.

இவான் அதன் கழுத்தைத் தடவிக் கொடுத்தான், அதற்குக் கடிவாளமிட்டு அதன் மீது ஏறி அதன் வலக் காதில் புகுந்து இடக்காது வழியே வெளியே வந்தான். விந்தையிலும் விந்தை! அருணோதய வானத்தைப் போல் கண்கவர் இளைஞனாக அல்லவா மாறி விட்டான்! இப்படி ஓர் எழிலரசன் உலகில் இதன்முன் பிறந்ததில்லையெனச் சொல்லும்படியான அழகனாகிவிட்டானே! செக்கர்மேனியன் மீது அமர்ந்து ஜாருடைய அரண்மனையை நோக்கிச் சென்றான். ஒருநாளோ, ஒரு வாரமோ தெரியாது, செக்கர்மேனியன் வாலை விசுக்கெனசுழற்றி வீசி மலையையும் மடுவையும் கடந்து ஓடியது, வீடுகளையும் மரங்களையும் சுற்றி வளைத்துக் காற்றாய்ப் பறந்தது.

முடிவில் இவான் அரண்மனையை வந்தடைந்த போது, அங்கே மைதானம் முழுதும் மக்கள் பெருந் திரளாய்க் குழுமியிருந்தனர். பன்னிரு தூண், பன்னிரு ஓக் மர அடுக்கு மாளிகை அங்கே காட்சியளித்தது. அதன் உச்சி மாடத்தில் ஜரேவ்னா எழிலரசி தனது அறையில் பலகணியின் பக்கத்தில் அமர்ந்திருந்தாள்.

ஜார் வெளிவாயிலுக்கு வந்து அறிவித்தார்-

“இளைஞர்களே, உங்களில் யார் அதோ அந்தப் பலகணியின் உயரத்துக்குத் தன் குதிரையுடன் தாவி என் மகளுடைய உதட்டில் முத்தம் பதிக்கிறானோ அவனுக்கு இவளை மணம் புரிந்து வைப்பதோடு, என் அரசில் ஒரு பாதியையும் தருவேன்.”

ஜரேவ்னா எழிலரசியை நாடி வந்த இளைஞர்கள் ஒவ்வொருவராய்க் குதிரையிலே பாய்ந்து வந்து குதித்து உயரத் தாவினர். அந்தோ, பலகணி யாருக்கும் எட்டுவதாயில்லை. இவானுடைய இரு அண்ணன்களும் தாவிப் பார்த்தனர். ஏனையோரைப் போலவே தோல்வியடைந்தனர்.

இவானுடைய முறை வந்ததும் செக்கர்மேனியனைப் பாய்ந்தோடி வரச் செய்து எக்காளமிட்டுத் தாவி, உச்சி மர அடுக்குக்கு இரண்டு அடுக்கு குறைவான உயரத்தைத் தொட்டுவிட்டுக் குதித்தான். திரும்பவும் பாய்ந்தோடி வந்து உச்சிக்கு ஒரேயொரு அடுக்கு குறைவான உயரத்துக்குத் தாவினான். இன்னும் அவனுக்கு ஒரு வாய்ப்பு பாக்கியிருந்தது. செக்கர்மேனியனைத் துள்ளி குதிக்க வைத்து, அது சினங் கொண்டு துடிதுடிக்கும் வரை சுற்றி சுழலச் செய்தான். பிறகு பலகணியை நோக்கித் தீயின் செந்நாக்கு போல சீறி வந்து, உயரத் தாவியெழுந்து ஜரேவ்னா எழிலரசியின் தேனினும் இனிய உதடுகளில் முத்தம் பதித்தான்.

அப்பொழுது ஜரேவ்னா எழிலரசி தனது கணையாழியை அவனுடைய நெற்றியில் அழுத்தி தனது அடையாள முத்திரையைப் பதித்தாள்.

"பிடியுங்கள்! அவனைப் பிடியுங்கள்!" என்று அங்கு குழுமியிருந்தோர் கூச்சலிட்டனர். ஆனால் இவானும் அவன் குதிரையும் புழுதி மூட்டத்தினுள் மறைந்துவிட்டனர்.

திறந்த வெளியினுள் பறந்தோடி வந்ததும் இவான் செக்கர்மேனியனின் இடக் காதில் புகுந்து வலக் காது வழியே வெளியே வந்தான். என்னே இவ்விந்தை! தனது வழக்கமான வடிவத்தை மறுபடியும் பெற்றுவிட்டான். பிறகு செக்கர்மேனியனை ஓடி மறையச் சொல்லிவிட்டு வீட்டுக்குத் திரும்பினான். வழியில் காளான்கள் பொறுக்கிக் கொண்டான். வீட்டுக்கு வந்ததும் கந்தல் துணியை நெற்றியில் கட்டிக் கொண்டு அடுப்படிப் பரணியில் ஏறி எப்பொழுதும் போல் படுத்துக் கொண்டான்.

அதன்பின் அவனுடைய அண்ணன்கள் இருவரும் வீட்டுக்குத் திரும்பி வந்து, தாம் எங்கே போயிருந்தோம், என்னவெல்லாம் பார்த்தோம் என்று அவனிடம் கூறினர்

"ஜரேவ்னாவை நாடி எத்தனை இளைஞர்கள் வந்திருந்தார்கள், எவ்வளவு அழகானவர்கள் தெரியுமா?" என்றனர். "ஆனால் இவர்கள் எல்லோரையும் மிஞ்சும்படி ஒருவன் இருந்தான். தீயின் செந்நாக்கு போன்ற குதிரையில் ஒருவன் ஜரேவ்னாவின் பலகணிக்குத் தாவி உயர்ந்தெழுந்து அவள் உதடுகளில் முத்தமிட்டான். அவன் பறந்தோடி வந்ததைப் பார்த்தோம், ஆனால் பிறகு எங்கள் கண்ணுக்குத் தெரியாமல் எங்கோ மறைந்து விட்டான்."

அடுப்படிப் பரண் மீதிருந்த இவான்-

"நீங்கள் பார்த்த அந்த இளைஞன் நான்தானோ என்னவோ" என்றான்.

அவனுடைய அண்ணன்கள் இருவருக்கும் பொல்லாத கோபம் வந்தது. "முட்டாள், நிறுத்து, உன்னுடைய அசட்டுப் பேச்சை! பேசாமல் பரணில் உட்கார்ந்து உன்னுடைய காளான்களைத் தின்று கொண்டிரு!" என்று இரைந்தனர்.

பிறகு இவான் தன் நெற்றியில் ஜரேவ்னாவின் கணையாழி பதித்த முத்திரையை மறைத்திருந்த கந்தலை அவிழ்த்தெடுத்தான். உடனே குடிசை திகழொளியில் மூழ்கிற்று.

அண்ணன்கள் இருவரும் பயந்து போய், ".முட்டாளே, என்ன செய்கிறாய் நீ? வீட்டையே எரித்துவிடப் போகிறாய்!" என்று கத்தினர்.

மறுநாள் ஜார் விருந்து அளித்தார். தமது குடிமக்களை எல்லோரையும், பிரபுக்களையும் கோமான்களையும் சாதாரண மக்களையும், செல்வந்தர்களையும்

ஏழைகளையும், இளைஞர்களையும் கிழவர்களையும் இந்த விருந்துக்கு அழைத்திருந்தார்.

இவானுடைய அண்ணன்கள் இருவரும் விருந்துக்குப் போவதற்குத் தயாராயினர்.

“என்னையும் உங்களுடன் அழைத்துச் செல்லுங்களேன்'' என்று இவான் வேண்டினான்.

“என்ன?'' என்று அவர்கள் இருவரும் கேலியாய்ச் சிரித்தனர். “எல்லோரும் உன்னைப் பார்த்து எள்ளி நகையாடுவார்கள். பேசாமல் இங்கே பரணில் இருந்து உன்னுடைய காளான்களைத் தின்று கொண்டிரு.”

அண்ணன்கள் இருவரும் தமது சிறந்த குதிரைகளில் ஏறிச் சென்றனர். அதன்பின் இவான் நடந்தே போய்ச் சேர்ந்தான். ஜாருடைய அரண்மனையை அடைந்து தொலைவில் ஒரு மூலையில் அமர்ந்து கொண்டான். ஜரேவ்னா எழிலரசி விருந்தினர்களை விசாரித்துக் கொண்டு சுற்றி வந்தாள். தான் எடுத்து வந்த தேறலில் ஒவ்வொருவருக்கும் ஒரு கிண்ணம் ஊற்றிக் கொடுத்து, தான் பதித்த முத்திரை இருக்கிறதா என்று ஒவ்வொருவருடைய நெற்றியையும் கவனமாய்ப் பார்த்தாள்.

இவானைத் தவிர ஏனைய எல்லா விருந்தினர்களையும் பார்த்துப் பரிசீலித்து விட்டாள். இறுதியில் இவானை அணுகியதும் அவள் உள்ளம் ஒடுங்கிவிட்டது. மேல் எல்லாம் கரி படிந்து அவன் அலங்கோலமாய் இருந்தான், தலை முடிகள் பரட்டையாய் இருந்தன.

“நீ யார்? எங்கிருந்து வந்திருக்கிறாய்? நெற்றியில் கந்தல் துணியைக் கட்டியிருக்கிறாயே, காரணம் என்ன?'' என்று ஜரேவ்னா எழிரசி அவனைக் கேட்டாள்.

“கீழே விழுந்து காயப்படுத்திக் கொண்டுவிட்டேன்'' என்று இவான் கூறினான்.

ஜரேவ்னா கந்தல் துணியை அவிழ்த்தெடுத்தாள். உடனே அரண்மனை திகழொளியில் மூழ்கிற்று.

“என்னுடைய முத்திரை ஆயிற்றே இது!'' அவள் கூவினாள். “நான் மணக்க வேண்டிய இளைஞன் இதோ இருக்கிறான்!“ என்றாள்.

ஜார் உடனே இவானிடம் வந்து அவனைப் பார்த்து விட்டு, “ஜரேவ்னா எழிலரசி! வேண்டாம் இவன்! இவனல்ல நீ மணந்து கொள்ள வேண்டியவன்!''முகம் முழுதும் கரியாய் இருக்கிறது, அலங்கோலமாய் இருக்கிறான்'' என்றார் அவர்.

“ஜார் மன்னரே, முகத்தைக் கழுவிக் கொண்டு வருகிறேன், அனுமதி அளியுங்கள்'' என்று ஜாரிடம் இவான் கேட்டுக் கொண்டான்.

ஜார் அனுமதி அளித்ததும் இவான் வெளிமுற்றத்துக்கு வந்தான். அவன் தந்தை சொல்லித் தந்தபடி-

“செக்கர்மேனியனே, நான் ஆணையிடுகிறேன்! இன்னுயிரை விட்டேனும் என்னாணையை நிறைவேற்றத் தயாராய் வா இங்கே!“ என்று அழைத்தான்.

உடனே செக்கர்மேனியன் அவனிடம் பறந்தோடி வந்தது. அதன் குளம்புகளுக்கு அடியில் தரை அதிர்ந்தது; அதன் நாசியிலிருந்து தீச்சுடர் பீறிட்டது; அதன் காதிலிருந்து புகைத் திரள் மூண்டெழுந்தது. இவான் அதன் வலக் காதில் புகுந்து இடக் காது வழியே வெளியே வந்தான். அருணோதய வானத்தைப் போல கண்கவர் இளைஞனாய் மாறி விட்டான், இப்படி ஓர் எழிலரசன் உலகில் இதன்முன் பிறந்ததில்லையெனச் சொல்லும்படியான அழகனாய் மாறிவிட்டான். அவனைப் பார்த்ததுமே அரண்மனையில் இருந்தோர் எல்லோரும் திகைத்துவிட்டனர்.

அதன்பிறகு பேசுவதற்கு ஒன்றுமில்லை.

ஜரேவ்னா எழிலரசியை இவான் மணந்து கொண்டான். திருமணத்தைக் கொண்டாடுவதற்காகக் குதூகல விருந்து அளிக்கப்பட்டது,

♦

விவசாயி மகன் இவானும் முப்பெரும் சூடோ–யூடோ பூதங்களும்

(ருஷ்ய நாட்டுக்கதை)

நெடுங் காலத்துக்கு முன்பு ஒரு மாநிலத்தில் ஒரு ஜாரரசில் ஒரு கிழவனும் கிழவியும் வசித்து வந்தனர். அவர்களுக்கு மூன்று மகன்கள். கடைசி மகனுக்கு இவான் என்று பெயர். இவர்கள் சோம்பேறிகளாய் வாழவில்லை, ஓயாது உழைத்தனர்- விடிந்தது முதல் இருட்டுகிற வரை உழுது பயிரிட்டனர்.

ஒருநாள் அம்மாநிலம் முழுதும் அச்சம் தரும் துன்பச் செய்தி பரவிற்று. பெரும்பூதம் சூடோ-யூடோ வெறித்தாக்குதல் தொடுத்து மக்கள் எல்லோரையும் கொன்று குவிக்கவும், எல்லா ஊர்களையும் கிராமங்களையும் எரித்துச் சாம்பலாக்கவும் திட்டமிடுவதாய்க் கூறப்பட்டது. கிழவனும் கிழவியும் வருத்தத்தில் மூழ்கித் துன்புறத் தொடங்கினர். மூத்த மகன்கள் இருவரும் அவர்களுக்கு ஆறுதல் கூற முயன்றார்கள்.

“வருத்தப்படாதே அம்மா! வருத்தப்படாதே அப்பா! நாங்கள் போய்ப் பெரும்பூதம் சூடோ-யூடோவை எதிர்த்துப் போராடுகிறோம். சண்டை போட்டு அதைக் கொன்று விடுகிறோம்!” என்றனர். நீங்கள் இருவரும் இங்கே தனியே இருக்க வேண்டாம், இவான் உங்களுடன் இருப்பான். அவன் சிறியவன், சண்டை போடுவதற்கு இன்னும் அவனுக்கு வயதாகவில்லை.”

“இல்லை, இல்லை” என்று இவான் இடைமறித்தான். “உங்களை அனுப்பிவிட்டு நான் வீட்டிலே காத்திருக்க விரும்பவில்லை. சூடோ-யூடோவை எதிர்த்துப் போராட நானும் வருகிறேன்” என்றான்.

கிழவனும் கிழவியும் அவனைத் தடுக்க முயலவில்லை, 'போகாதே' என்று சொல்லவில்லை. உடனே தமது மூன்று மகன்களையும் பயணத்துக்குத் தயார் செய்தார்கள். மூன்று சகோதரர்களும் தமது குண்டாந் தடிகளை எடுத்துக் கொண்டு, பைகளில் ரொட்டியும் பிறவும் நிரப்பிக் கொண்டனர். பிறகு தமது குதிரைகள் மீது தாவியேறிப் போருக்குப் புறப்பட்டனர்.

எவ்வளவு தூரம் சென்றார்களோ, யாருக்கும் தெரியாது. ஆனால் விரைவில் அவர்கள் ஒரு பெரியவரைச் சந்தித்தனர்.

"இளைஞர்களே, வந்தனம்!" என்றார் பெரியவர்.

"பெரியவரே, வணக்கம்!"

"எங்கே போகிறீர்கள்-"

"பெரும் பூதம் சூடோ-யூடோவுடன் போர் புரிந்து நம் தாயகத்தைப் பாதுகாப்பதற்காகப் போகிறோம்!"

"உங்கள் இலட்சியம் மாண்பு மிக்கது! ஆனால் சூடோ-யூடோவுடன் போர் புரிய குண்டாந் தடிகள் ஏற்றவை அல்ல. டமாஸ்கஸ் உருக்காலான போர்வாட்கள் அல்லவா வேண்டும்?"

"பெரியவரே, போர்வாட்களுக்கு நாங்கள் எங்கே போவது?"

"இளைஞர்களே, அதை நான் சொய்கிறேன். நேராய்ப் போங்கள், ஒரு பெரிய மலை வரும். அந்த மலையில் ஒரு பெரிய குகை இருக்கிறது. குகையின் வாய் ஒரு பெரும் பாறையால் மூடப்பட்டிருக்கும். பாறையை நகர்த்தி வைத்துவிட்டு குகைக்குள் செல்லுங்கள். அங்கே உங்களுக்கு வேண்டிய போர்வாட்களைக் காண்பீர்கள்,"

சகோதரர்கள் மூவரும் பெரியவருக்கு நன்றி தெரிவித்துவிட்டு, அவர் சொன்னது போல நேராய்க் குதிரைகளில் சென்றனர். அங்கே சென்றதும் ஒரு பெரிய மலையைக் கண்டனர். அதன் ஒரு பக்கத்தின்மீது சாம்பல் நிறமுள்ள ஒரு பெரும் பாறை சாய்ந்திருந்தது. சகோதரர்கள் அந்தப் பாறையை நகர்த்தி வைத்து விட்டு குகையினுள் நுழைந்தனர். உள்ளே எல்லா வகையான ஆயுதங்களும் கணக்கின்றிக் குவிந்திருந்தன! ஆளுக்கு ஒரு போர் வாளை எடுத்துக் கொண்டு மீண்டும் குதிரைகளில் ஏறித் தமது பயணத்தைத் தொடர்ந்தனர்.

"பெரியவர் நமக்கு பெரிய உதவி செய்திருக்கிறார்; இந்தப் போர்வாட்களை ஏந்திச் சென்றால் போராடுவது பன்மடங்கு எளிதாய் இருக்கும்; பெரியவருக்கு எமது நன்றி!" என்று கூறிக் கொண்டனர்.

எங்கும் நிற்காமல் தொடர்ந்து சவாரி செய்து முடிவில் ஒரு கிராமத்தை அடைந்தனர். சுற்றிலும் பார்த்தனர், யாருமே கண்ணில் படவில்லை. யாவும்

எரித்துச் சாம்பலாக்கப்பட்டிருந்தன. ஒரேயொரு சிறு குடிசை மட்டுமதான் எரிக்கப்படாமல் எஞ்சியிருந்தது. சகோதரர்கள் அந்தக் குடிசைக்குள் சென்றார்கள். கனப்பு அடுப்புப் பரணியில் ஒரு கிழவி முனகியவாறு படுத்திருக்கக் கண்டார்கள்.

“பாட்டி, வணக்கம்!” என்று சகோதரர்கள் முகமன் கூறினர்.

“வந்தனம், இளைஞர்களே! எங்கே போகிறீர்கள்?”

“கருமுந்திரி ஆற்றின் மீதுள்ள செம்பெர்ரிப் பாலத்துக்குப் போகிறோம். பெரும்பூதம் சூடோ-யூடோ எங்கள் நாட்டைத் தாக்கி அழிக்காதபடி தடுக்க நாங்கள் அதை எதிர்த்துப் போர் புரியப் போகிறோம்.”

“நல்லது, இளைஞர்களே, உங்கள் இலட்சியம் மாண்பு மிக்கது! கொடுமனம் கொண்ட இந்தக் கொடூர பூதம் செல்லும் இடம் எங்கும் கொள்ளையிட்டும் கொன்று குவித்தும் நாசம் புரிந்தும் வருகிறது. எங்கள் ஊர்களை இப்படித்தான் பாழாக்கியிருக்கிறது. நான்மட்டும்தான்தப்பித்து உயிர்பிழைத்திருக்கிறேன்......”

கிழவியின்குடிசையில் இரவைக்கழித்துவிட்டு சகோதரர்கள்அதிகாலையில் எழுந்து தமது பயணத்தைத் தொடர்ந்தனர்.

கருமுந்திரி ஆறும் செம்பெர்ரிப் பாலமும் வரும் வரை அவர்கள் சவாரி செய்து சென்றனர். ஆற்றங்கரையிலே உடைந்த போர்வாட்களும் அம்புகளும் மனிதர்களுடைய எலும்புகளும் சிதறிக் கிடந்தன. அருகே ஒரு காலிக் குடிசை இருந்தது. இந்தக் குடிசையில் தங்குவதென்று முடிவு செய்து கொண்டனர்.

“அண்ணன்களே, நான் சொல்வதைக் கேளுங்கள்” என்றான் இவான். “நெடுந்தொலைவு கடந்து, நாம் அறியாத ஒரு தரணிக்கு வந்திருக்கிறோம். இங்கு நாம் விழிப்புடன் இருக்க வேண்டும், ஒவ்வொரு சிறு ஓசையையும் கவனித்துக் கேட்க வேண்டும். பெரும்பூதம் சூடோ-யூடோ நமக்குத் தெரியாதபடி செம்பெர்ரிப் பாலத்தைத் தாண்டி வந்துவிடாமல் இருக்கும் பொருட்டு முறை வைத்துக் கொண்டு ஒவ்வோர் இரவும் நம்மில் ஒருவர் காவல் புரிய வேண்டும்.”

முதல் இரவு முதலாவது சகோதரன் காவலுக்குச் சென்றான். ஆற்றங்கரை வழியே நடந்தான், கருமுந்திரி ஆற்றுக்கு அப்பால் உற்றுப் பார்த்தான். எங்கும் அமைதி நிலவிற்று, யாரையும் காணவில்லை, ஓசை எதுவும் கேட்கவில்லை. ஆகவே புதர் ஒன்றுக்கு அடியில் படுத்துக் கொண்டான். உடனே தூக்கத்தில் ஆழ்ந்து பலமாய்க் குறட்டைவிட ஆரம்பித்துவிட்டான்.

ஆனால் குடிசைக்குள் படுத்திருந்த இவானுக்குத் தூக்கம் வரவில்லை, கணப்பொழுது கூட அவன்கண்ணயரவில்லை. நள்ளிரவு கழிந்ததும் டமாஸ்கஸ் உருக்காலான தனது போர்வாளை எடுத்துக் கொண்டு கருமுந்திரி ஆற்றுக்கு வந்து சுற்றிலும் பார்த்தான். புதருக்கு அடியில் தன் பெரிய அண்ணன் பலமாய்க்

குறட்டை விட்டு உறங்குவதைக் கண்டான். ஆனால் இவான் அவனை எழுப்பவில்லை. செம்பெர்ரிப் பாலத்துக்கு அடியில் ஒளிந்து நின்று காவல் புரிந்தான்.

திடுமென ஆற்று வெள்ளம் குமிழியிட்டுப் பொங்கிற்று, ஓக் மரங்களில் கழுகுகள் கீச்சிட்டுக் கூவத் தொடங்கின. ஆறு தலைப் பெரும்பூதம் சூடோ-யூடோ குதிரையிலே சவாரி செய்து வந்தது. செம்பெர்ரிப் பாலத்தின் நடுவே வந்ததும் குதிரைக்குக் கால் இடறியது, பூதத்தின் தோளிலிருந்த கருங்காகத்தின் சிறகுகள் படபடத்தன, பூதத்தின் பின்னால் ஓடி வந்த கருநாய்க்கு முடிகள் குத்திட்டு நின்றன.

ஆறு தலை சூடோ-யூடோ "குதிரையே, உனக்கு ஏன் கால் இடறுகிறது? கருங்காகமே, உனக்கு ஏன் சிறகுகள் படபடக்கின்றன? கருநாயே, உனக்கு ஏன் முடிகள் குத்திட்டு நிற்கின்றன?" என்று கேட்டது. "விவசாயி மகன் இவான் இங்கு எங்கேனும் இருப்பதை உணருகிறீர்களா என்ன? அவன் இன்னும் பிறக்கக்கூட இல்லையே, அப்படியே பிறந்திருந்தாலும் எனக்கு அவன் ஒரு பொருட்டாவானா? அவனை நான் ஒரு கையால் பிடித்து இன்னொரு கையால் நசுக்கிப் போட்டுவிடுவேனே!" என்றது.

இதைக் கேட்டதும் விவசாயி மகன் இவான் பாலத்துக்கு அடியிலிருந்து வெளியே வந்தான். "சூடோ-யூடோ! கொடுமனம் கொண்ட கொடூர பூதமே! பீத்திக் கொள்ளாதே நீ!" என்று அவன் கூவினான். "விண்ணில் பறக்கும் வல்லூறுவை நீ சுட்டு வீழ்த்திவிடவில்லை, அதற்குள் அதன் இறகுகளைப் பறிக்க முயலுகிறாயே! நான் எப்படிப்பட்ட இளைஞன் என்பது தெரியாது உனக்கு, ஆகவே என்னை ஏளனம் செய்ய முற்படாதே! அதற்குப் பதில் யார் பலம் பெரிதென்று பார்! எதிராளியை மண் கவ்வ வைப்பவர் யாரோ, அவர் பெருமைப்பட்டுக் கொள்ளட்டும், வேண்டிய மட்டும்" என்றான்.

பிறகு இருவரும் ஒருவரையொருவர் நெருங்கி வந்தனர். அவர்களுடைய போர்வாட்கள் மோதிக் கொண்டபோது சுற்றிலும் தரை அதிர்ந்து இரைந்தது. இந்த மோதலில் சூடோ-யூடோவுக்குத் தான் அதிக சேதம். விவசாயி மகன் இவான் ஒரே வெட்டில் அதன் தலைகளில் மூன்றைச் சீவித் தள்ளிவிட்டான்.

"விவசாயி மகன் இவானே, சற்றே பொறுத்திரு! என்னைக் களைப்பாற விடு!"என்று கத்திற்று சூடோ-யூடோ.

"முடியாது, களைப்பாறுவதைப் பற்றி பேச இதுவல்ல நேரம்! சூடோ-யூடோ, உனக்கு இன்னும் மூன்று தலைகள் இருக்க, எனக்கு ஒன்றே ஒன்றுதான் இருக்கிறது. உனக்கும் ஒரேயொரு தலைதான் என்றாகியதும் நாம் களைப்பாறலாம்."

மீண்டும் இருவரும் நெருங்கி வந்து வாட்போர் புரிந்தனர். விவசாயி மகன் இவான் சூடோ-யூடோவின் எஞ்சியிருந்த மூன்று தலைகளையும் சீவித்

தள்ளினான். பிறகு பூதத்தின் உடலைச் சிறு துண்டங்களாய் வெட்டி கருமுந்திரி ஆற்றிலே எறிந்தான். ஆறு தலைகளை மட்டும் செம்பெர்ரிப் பாலத்துக்கு அடியில் வைத்துவிட்டு, குடிசைக்குத் திரும்பிச் சென்று படுத்துறங்கினான்.

பொழுது விடிந்ததும் பெரிய அண்ணன் திரும்பி வந்தான். இவான் அவனைப் பார்த்து "என்ன நடந்தது இரவில்? நீ பார்த்தது என்ன?" என்று கேட்டான்.

"ஒன்றும் நடைபெறவில்லையே, ஒரு ஈ கூட என்னைக் கடந்து பறந்து செல்லவில்லையே" என்று அண்ணன் பதிலளித்தான்.

இவான் எதுவும் சொல்லாமல் சும்மாயிருந்துவிட்டான்.

இரண்டாம் இரவில் இரண்டாவது சகோதரன் காவலுக்குச் சென்றான். அங்கும் இங்கும் நடந்தான், நாற்புறமும் உற்று நோக்கினான், யாவும் அமைதியாகவே இருக்கிறதென்று முடிவு செய்து கொண்டான். ஆகவே புதர்களுக்கு இடுக்கில் புகுந்து சுருட்டி மடக்கிப் படுத்துக் கொண்டு அப்படியே தூங்கி விட்டான்.

ஆனால் இவானுக்குப் பெரிய அண்ணனிடம் போலவே சின்ன அண்ணனிடமும் அதிக நம்பிக்கை இருக்கவில்லை. நள்ளிரவு கழிந்ததும் தனது கூர்மையான போர்வாளை எடுத்துக் கொண்டு அவன் கருமுந்திரி ஆற்றுக்குச் சென்றான். செம்பெர்ரிப் பாலத்துக்கு அடியில் ஒளிந்து கொண்டு காத்திருந்தான்.

திடுமென ஆற்று வெள்ளம் குமிழியிட்டுப் பொங்கிற்று, ஓக் மரங்களில் கழுகுகள் கீச்சிட்டுக் கூவத் தொடங்கின. ஒன்பது தலைப் பெரும்பூதம் சூடோ-யூடோ குதிரையிலே சவாரி செய்து வந்தது. செம்பெர்ரிப் பாலத்தின் மீது செல்லுகையில் குதிரைக்குக் கால் இடறியது, பூதத்தின் தோளிலிருந்த கருங்காகத்தின் சிறகுகள் படபடத்தன. பூதத்தின் பின்னால் ஓடிவந்த கருநாய்க்கு முடிகள் குத்திட்டு நின்றன. சூடோ-யூடோ தனது சாட்டையைச் சுழற்றிக் குதிரையின் விலாவிலும் கருங்காகத்தின் சிறகுகளிலும் கருநாயின் காதிலும் அடித்தது.

"குதிரையே, உனக்கு ஏன் கால் இடறுகிறது? கருங்காகமே, உனக்கு ஏன் சிறகுகள் படபடக்கின்றன? கருநாயே, உனக்கு ஏன் முடிகள் குத்திட்டு நிற்கின்றன?" என்று அது சீறிற்று. "விவசாயி மகன் இவான் இங்கு எங்கேனும் இருப்பதை உணருகிறீர்களா என்ன? அவன் இன்னும் பிறக்கக்கூட இல்லையே, அப்படியே பிறந்திருந்தாலும் என்னுடன் அவனால் சண்டை போட முடியுமா? ஒரு விரலை வைத்தே அவனை நசுக்கிவிடுவேனே!"

இதைக் கேட்டதும் விவசாயி மகன் இவான் செம்பெர்ரிப் பாலத்துக்கு அடியிலிருந்து பாய்ந்தோடி வந்தான்.

“சூடோ-யூடோ, போதும், நிறுத்து உன் பேச்சை!” என்று கூவினான். “என்னுடன் வாட்போர் புரிந்து பார்ப்பதற்கு முன்பே பீத்திக் கொள்ளாதே நீ! யாரை யார் வீழ்த்துகிறார் என்பதைப் பார்ப்போம் வா!”

உடனே இவான் டமாஸ்கஸ் உருக்காலான போர்வாளைச் சுற்றிச் சுழற்றிச் சூடோ-யூடோவின்மீது பாய்ந்தான், பிறகு இரண்டாம் முறையும் பாய்ந்தான். பூதத்தின் தலைகளில் ஆறை இவ்விதம் சீவித் தள்ளினான். பிறகு சூடோ-யூடோ ஓங்கி ஓர் அடி அடித்து இவானை முழங்கால் வரை ஈர மண்ணுக்குள் அழுத்தி விட்டது. ஆனால் விவசாயி மகன் இவான் கையளவு மணலை அள்ளி பூதத்தின் அனல் பறக்கும் கண்களில் எறிந்தான். கண் தெரியாமற்போன பூதம் மணலைத் துடைத்துக் கொண்டு நின்றபோது அதன் எஞ்சிய மூன்று தலைகளையும் சீவித் தள்ளினாள். பிறகு அதன் உடலைச் சிறு துண்டங்களாய் வெட்டி கருமுந்திரி ஆற்றிலே எறிந்தான். பூதத்தின் ஒன்பது தலைகளை மட்டும் செம்பெர்ரிப் பாலத்துக்கு அடியில் வைத்துவிட்டு, குடிசைக்குத் திரும்பி ஏதும் நடக்காதது போல படுத்துறங்கினான்.

பொழுது விடிந்ததும் சின்ன அண்ணன் திரும்பி வந்தான்.

“இரவில் நீ பார்த்தது என்ன?” என்று அவனை விசாரித்தான் இவான்.

“ஒன்றும் இல்லையே, ஒரு ஈ கூட, ஏன் ஒரு கொசு கூட என்னைக் கடந்து பறந்து செல்லவில்லையே” என்று அவன் பதிலளித்தான்.

“அப்படியா? அண்ணன்களே, என்னுடன் வாருங்கள், ஈயையும் கொசுவையும் உங்களுக்குக் காட்டுகிறேன்” என்றான் இவான்.

தன் அண்ணன்களைச் செம்பெர்ரிப் பாலத்து அடியில் அழைத்துச் சென்று இரு பெரும் பூதங்களின் தலைகளையும் அவர்களுக்குக் காட்டினான்.

“என் அண்ணன்களே, இவைதான் இரவில் இங்கு பறக்கும் ஈக்களும் கொசுக்களும்! கனப்பு அடுப்புப் பரணியில் படுத்துக் குளிர் காயவே அன்றி, களம் புகுந்து போர் புரியப் பிறந்தவர்கள் அல்ல நீங்கள்” என்று இவான் கூறினான்.

அண்ணன்கள் இருவரும் வெட்கித் தலைகுனிந்தனர்.

“தூக்கம் அப்படி எங்களை வீழ்த்திவிட்டது” என்று கூறிக் கொண்டனர்.

மூன்றாம் இரவில் இவான் தானே காவலுக்குப் புறப்பட்டான்.

“பயங்கரப் போர் ஒன்றை நான் சமாளித்தாக வேண்டும்” என்றான் இவான். ”என் அண்ணன்களே, நீங்கள் தூங்கி விடக் கூடாது. என் சீழ்க்கையொலி கேட்கிறதா என்று கூர்ந்து கவனியுங்கள். அவ்வொலி கேட்டதும் என் குதிரையை என்னிடம் அனுப்பி வையுங்கள், நீங்களும் எனக்கு உதவ ஓடி வாருங்கள்.”

இதைச் சொல்லிவிட்டு, விவசாயி மகன் இவான் கருமுந்திரி ஆற்றுக்குச் சென்று, செம்பெர்ரிப் பாலத்துக்கு அடியில் காத்துக் கொண்டு நின்றான்.

நள்ளிரவு கழிந்ததும் தரை அதிர்ந்து குலுங்கிற்று, ஆற்று வெள்ளம் குமிழியிட்டுக் கொதித்துப் பொங்கிற்று, கடுங் காற்று வீசி ஊளையிட்டது, ஓக் மரங்களில் கழுகுகள் கீச்சிட்டுக் கூவின. பன்னிரு தலைப் பெரும்பூதம் சூடோ-யூடோ குதிரையிலே கருமுந்திரி ஆற்றுக்கு வந்தது. சூடோ-யூடோவின் பன்னிரு தலைகளும் சீழ்க்கை அடித்தன, நெருப்பையும் தீயையும் கக்கின. சூடோ-யூடோவின் குதிரைக்குப் பன்னிரண்டு இறக்கைகள் இருந்தன. அதன் முடிகள் செம்பாலானவை, அதன் பிடரி மயிரும் வாலும் இரும்பாலானவை. செம்பெர்ரிப் பாலத்தின்மீது சூடோ-யூடோ சவாரி செய்து சென்றபோது குதிரைக்குக் கால் இடறியது. சூடோ-யூடோவின் தோளிலிருந்த கருங்காகத்தின் சிறகுகள் படபடத்தன. சூடோ-யூடோவின் பின்னால் ஓடி வந்த கருநாய்க்கு முடிகள் குத்திட்டு நின்றன. உடனே சூடோ-யூடோ தன் சாட்டையைச் சுழற்றிக் குதிரையின் விலாவிலும் கருங்காகத்தின் சிறகுகளிலும் கருநாயின் காதிலும் அடித்தது.

“குதிரையே, உனக்கு ஏன் கால் இடறுகிறது? கருங்காகமே, உனக்கு ஏன் சிறகுகள் படபடக்கின்றன? கருநாயே, உனக்கு ஏன் முடிகள் குத்திட்டு நிற்கின்றன?” என்று அது சீறிற்று. “விவசாயி மகன் இவான் இங்கு எங்கேனும் இருப்பதை உணருகிறீர்களா என்ன? அவன் பிறக்கக் கூட இல்லையே, அப்படியே பிறந்திருந்தாலும் அவனால் என்னை எதிர்த்து நிற்க முடியுமா? ‘ஊ’ என்று ஒருமுறை நான் ஊதினால் போதுமே, அவனிருந்த இடத்தில் ஒரு பிடி சாம்பல் கூட எஞ்சியிருக்காதே.”

இதைக் கேட்டதும் விவசாயி மகன் இவான் செம்பெர்ரிப் பாலத்துக்கு அடியிலிருந்து வெளியே வந்தான்.

“சூடோ-யூடோ, போதும், பெருமையடித்துக் கொள்ளாதே” என்று கூவினான். “இல்லையேல் உன் மானம் பறி போய்விடும்!

”ஓகோ, விவசாயி மகன் இவான் நீதானா? இங்கு எங்கே வந்தாய்?”

“கொடுமனம் கொண்ட பூதமே, என் கண்ணால் உன்னை நேரில் காண்பதற்காகவும் உனது தீரத்தைப் பரீட்சிப்பதற்காகவும் வந்திருக்கிறேன்!”

“என் தீரத்தைப் பரீட்சிக்க வந்திருக்கும் ஆளைப் பார்! என் முன்னே நீ ஒரு ஈக்குச் சமமானவன்!“

உடனே விவசாயி மகன் இவான், “நான் உனக்குக் கதை சொல்லவும், உன்னிடம் கதை கேட்கவும் வரவில்லை! கேடுகெட்ட பூதமே, உன்னுடன் போராடி உன்னை ஒழித்துக் கட்டி, உன் கொடுமையிலிருந்து மக்களை விடுவிப்பதற்காக வந்திருக்கிறேன்!”

விவசாயி மகன் இவான் தனது கூர்மையான போர்வாளைச் சுற்றிச் சுழற்றியவாறு பாய்ந்து சூடோ-யூடோவின் தலைகளில் மூன்றைச் சீவித் தள்ளினான். ஆனால் சூடோ-யூடோ அவற்றைத் தாவிப் பிடித்து தனது நெருப்பு விரலை வைத்தெடுத்து அவற்றை தன் கழுத்துக்களில் வைத்து அழுத்திற்று. உடனே அந்தத் தலைகள் ஒரு போதும் துண்டிக்கப்படாதவை போல கெட்டியாய்க் கழுத்துக்களுடன் ஒட்டிக் கொண்டு விட்டன.

ஆனால் இதற்குள் இவானின் நிலை பரிதாபத்துக்குரியதாகி விட்டது. ஏனெனில் சூடோ-யூடோ பலமாய்ச் சீழ்க்கையடித்து அவனுக்குக் காது செவிடுபடும்படி ஆக்கிற்று; தனது நெருப்பு மூச்சால் அவனைச் சுட்டது; தீப்பொறிகளை அவன்மீது பொழிந்தது; ஈரமண்ணுக்குள் அவனை முழங்கால் வரை அழுத்திவிட்டது.

''விவசாயி மகன் இவானே, சற்றுக் களைப்பாற்றிக் கொள்கிறாயா?'' என்று கிண்டலாய்க் கேட்டது பூதம்.

"களைப்பாறுவதைப் பற்றி பேசாதே நீ'' என்றான் இவான். "சளைக்காமல் வெட்டித் தள்ளு, குத்தி வீழ்த்து-இதுதான் எனக்குரிய வழி!''

இப்படிச் சொல்லி அவன் பலமாய்ச் சீழ்க்கையடித்து வலக் கையுறையைத் தான் அண்ணன்கள் இருந்த குடிசை மீது விட்டெறிந்தான். அந்க் கையுறை குடிசையின் எல்லா;d சன்னல்களையும் நொறுங்கச் செய்தும்கூட அண்ணன்கள் இருவரும் விழிக்காமல் தூங்கிக் கொண்டிருந்தார்கள், அவர்கள் காதில் எதுவும் விழவில்லை.

பிறகு விவசாயி மகன் இவான் தனது முழு பலத்தையும் திரட்டி ஆக்ரோஷமாய்த் தன் போர்வாளைச் சுழற்றிப் பாய்ந்து சூடோ-யூடோவின் தலைகளில் ஆறை வெட்டியெறிந்தான். ஆனால் சூடோ-யூடோ அவற்றைப் பிடித்து நெருப்பு விரலை வைத்தெடுத்துத் தன் கழுத்துக்களில் அவற்றைத் திருப்பி வைத்ததும் அவை கெட்டியாய்க் கழுத்துக்களுடன் ஒட்டிக் கொண்டு விட்டன. பிறகு அது விவசாயி மகன் இவான் மீது மோதி அவனை இடுப்பு அளவுக்கு ஈரமண்ணுக்குகள் அழுத்திற்று.

இவான் இப்பொழுது தனது பயங்கர நிலையை உணர்ந்தான். இடக் கையுறையை எடுத்து குடிசை மீது விட்டெறிந்தான். அது கூரையை உடைத்துக் கொண்டு விழுந்தது, அப்பொழுதும் அண்ணன்கள் இருவரும் தூங்கிக் கொண்டிருந்தனர், அவர்கள் காதில் எதுவும் விழவில்லை.

விவசாயி மகன் இவான் மூன்றாம் முறையாய்த் தன் போர்வாளைச் சுழற்றி வீசி சூடோ-யூடோவின் தலைகளில் ஒன்பதை வெட்டியெறிந்தான். ஆனால் சூடோ-யூடோ அவற்றைப் பிடித்து நெருப்பு விரலை வைத்தெடுத்து அவற்றைத் தன் கழுத்துகளில் திருப்பி வைத்ததும் அவை கெட்டியாய்க் கழுத்துக்களுடன்

ஒட்டிக் கொண்டு விட்டன. உடனே பூதம் விவசாயி மகன் இவான் மீது பாய்ந்து அவனைக் கழுத்து அளவுக்கு ஈரமண்ணுக்குள் அழுத்திற்று.

ஆனால் அதற்குள் இவான் தன் குல்லாவை எடுத்துக் குடிசை மீது வேகமாய் எறிந்தான். குல்லாய் மோதிய வேகத்தில் குடிசை ஆடிக் குலுங்கிற்று; தகர்ந்து தரையிலே விழுந்துவிடும் போலாகி விட்டது. அதன் பிறகுதான் அண்ணன்களுக்கு விழிப்பு வந்தது. இவானுடைய குதிரை ஆவேசமாய்க் கனைத்து, அதைக் கட்டியிருந்த சங்கிலியை அறுத்துக் கொண்டு ஓட முண்டித் துடித்த சப்தம் அவர்கள் காதில் விழுந்தது.

இருவரும் லாயத்துக்கு ஓடி குதிரையை அவிழ்த்து ஓடவிட்டனர்; அதன் பின்னால் தாமும் ஓடினர்.

இவானுடைய குதிரை அதன் எஜமானனிடம் பாய்ந்தோடி, சூடோ-யூடோவைத் தன் பின்னங்கால் குளம்புகளால் உதைக்க முற்பட்டது. சூடோ-யூடோ சீழ்க்கையடித்து உஸ்ஸிட்டுக் குதிரையின் மீது தீப்பொறிகளைப் பொழிந்தது.

இதற்குள் விவசாயி மகன் இவான் மண்ணுக்கு அடியிலிருந்து முண்டியடித்து வெளியே வந்து அவசர அவசரமாய்ச் சூடோ-யூடோவின் நெருப்பு விரலைச் சீவித் தள்ளிவிட்டு அதன் தலைகளையும் ஒன்று பாக்கியில்லாமல் வேகமாய் வெட்டி வீழ்த்தினான். பிறகு அதன் உடலைக் கண்டதுண்டமாக்கி, கருமுந்திரி ஆற்றில் இத்துண்டங்களை எறிந்தான்.

மூத்த சகோதரர்கள் இருவரும் அப்பொழுதுதான் அவனிடம் ஓடி வந்தனர்.

"என்ன ஆட்கள் நீங்கள்! இப்படியா தூங்குவார்கள்!" என்றான் இவான். "தூக்கத்தில் உங்களுக்குள்ள பிரியத்தால் என் தலையே போய்விடும்படியான ஆபத்து அல்லவா ஏற்பட்டது."

அண்ணன்கள் இருவரும் இவானைக் குடிசைக்கு அழைத்துச் சென்று குளிப்பாட்டி உணவும் பானமும் அளித்து அவனைத் தூங்க வைத்தனர்.

பொழுது விடிந்ததுமே இவான் எழுந்து உடுத்திக் கொள்ளத் தொடங்கினான்.

"ஏன் இவ்வளவு சீக்கிரமாய் எழுந்துவிட்டாய்? இரவில் அப்படிப் பயங்கரமாய்ப் போராடியபின் இன்னும் சற்று நேரம் படுத்து உறங்காமல் எங்கே கிளம்புகிறாய்?" என்று அண்ணன்கள் இருவரும் கேட்டனர்.

"இல்லை, நான் தூங்கியது போதும்; கருமுந்திரி ஆற்றிலே என் இடுப்பு வாரைப் போட்டுவிட்டு வந்துவிட்டேன்; போய் அதைத் தேடி எடுத்தாக வேண்டும்" என்று இவான் சொன்னான்.

"பெரிய காரியம் போல அவசரமாய்க் கிளம்புகிறாயே? நகரத்துக்குப் போனோமானால் அங்கே நீ ஒரு புதிய வார் வாங்கிக் கொள்ளலாமே" என்று அண்ணன்கள் இருவரும் பதிலளித்தனர்.

“இல்லை, எனக்கு என்னுடைய பழைய வார்தான் வேண்டும்!”

இவான் தனியே கருமுந்திரி ஆற்றுக்கு வந்தான். அங்கே அவன் இடுப்பு வாரைத் தேடிக் கொண்டிருக்கவில்லை, செம்பெர்ரிப் பாலத்தின் வழியே எதிர்க் கரைக்குச் சென்று யார் கண்ணிலும் படாமல் மெதுவாய்ச் சூடோ-யூடோ பூதங்களுடைய கல் மாளிகைக்குப் போனான். திறந்த சன்னல் ஒன்றை ஓசையின்றி அணுகி அதற்கடியில் பதுங்கியிருந்து காதைத் தீட்டிக் கொண்டு கவனமாய்க் கேட்டான். உள்ளே இருப்போர் எதாவது தீய திட்டம் தீட்டுகிறார்களா என்று தெரிந்து கொள்ள விரும்பினான்.

மெள்ள அவன் உள்ளே எட்டிப் பார்த்தபோது, சூடோ-யூடோ பூதங்களின் மூன்று மனைவிகளும், இப்பூதங்களின் தாயாகிய கிழவி பூதமும் உட்கார்ந்து பேசிக் கொண்டிருந்தனர்.

“என் கணவனைக் கொன்ற விவசாயி மகன் இவான்மீது வஞ்சம் தீர்த்தாக வேண்டும்!” என்று முதல் மனைவி கூறினாள். “அவனும் அவன் அண்ணன்களும் வீட்டுக்குத் திரும்பும்போது நான் முன்னால் ஓடிச் சென்று பகலின் வெப்பத்தைத் தாங்க முடியாததாக்குவேன். என்னை ஒரு கிணறாய் மாற்றிக் கொண்டு காத்திருப்பேன். தாகம் தாங்காமல் அவர்கள் தண்ணீர் குடிக்க கிணற்று அடிக்கு வருவார்கள். ஒரு வாய் குடித்ததுமே மடிந்து விழுவார்கள்!” என்றாள் அவள்.

“நல்லாய்ச் சொன்னாய்! அப்படித்தான் செய்யணும்” என்றது கிழவிப் பூதம்.

“நான் அவர்களுக்கு முன்னால் ஓடிச் சென்று என்னை ஆப்பிள் மரமாய் மாற்றிக் கொண்டு அவர்களுடைய வழியில் நிற்பேன்” என்றாள் இரண்டாம் மனைவி. “ஒவ்வொருவரும் ஓர் ஆப்பிள் பறித்துத் தின்ன விரும்புவார்கள். ஆனால் ஒரு கடி கடித்ததுமே மடிந்து விழுந்து விடுவார்கள்!”

“நீயும் நல்லாய்ச் சொன்னாய்! அப்படித்தான் செய்ய வேண்டும்!” என்றது கிழவிப் பூதம்.

“நான் அவர்களுக்குத் தூக்கம் கண்ணைச் சுற்றும்படி மந்திரம் போடுவேன்” என்றாள் மூன்றாம் மனைவி. “அவர்களுக்கு முன்னால் ஓடிச் சென்று பட்டுத் தலையணைகளைக் கொண்ட மிருதுவான கம்பளமாய் அங்கே பாதையில் கிடப்பேன். சகோதரர்கள் மூவரும் கம்பளத்தில் படுத்து உறங்க விரும்புவார்கள். ஆனால் படுத்ததும் சாம்பலாய்ப் பொசுங்கிவிடுவார்கள்!”

“நீயும் நல்லாய்த்தான் சொன்னாய்!” என்றது கிழவிப் பூதம். “நீங்கள் மூவரும் அவர்களைச் சாகடிக்கத் தவறினால், நான் ஒரு பெரிய பன்றியாய் மாறி அவர்களை விரட்டிப் பிடித்து மூவரையும் விழுங்கிவிடுவேன்!” என்று கிழவிப் பூதம் சொல்லிற்று.

இவர்களுடைய பேச்சைக் கேட்டுக் கொண்டிருந்தான் விவசாயி மகன் இவான். அங்கிருந்து விரைந்து தன் அண்ணன்களிடம் திரும்பி வந்தான்.

"உன்னுடைய இடுப்பு வார் கிடைத்ததா?" என்று அவனை அவர்கள் கேட்டனர்.

"கிடைத்தது."

"இதற்காகப் போய் இவ்வளவு நேரம் செலவிட்டாயே! அவசியம்தானா?"

"அவசியம்தான், அண்ணன்களே, மிக்க அவசியம்."

பிறகு மூன்று சகோதரர்களும் பயணத்துக்குத் தயார் செய்து வீட்டை நோக்கிப் புறப்பட்டனர். ஸ்தெப்பி வெளிகளைக் கடந்தும் புல் பரப்புகளைக் கடந்தும் சவாரி செய்தனர். பகலின் வெப்பம் தாங்க முடியவில்லை. எப்படியாவது கொஞ்சம் தண்ணீர் குடிக்காவிடில் வறட்சியால் சாக வேண்டியதுதான் என்று நினைத்தனர். சுற்றிலும் பார்த்தபோது அருகே ஒரு கிணறு இருப்பது தெரிந்தது. அதில் ஒரு வெள்ளி வாளி மிதந்து கொண்டிருந்தது.

"இவான், இங்கே இறங்கி நாமும் தண்ணீர் குடித்துவிட்டு, குதிரைகளுக்கும் தண்ணீர் காட்டிவிட்டுப் போவோம்" என்று மூத்த சகோதரர்கள் இருவரும் இவானிடம் கூறினர்.

"யார் கண்டார், இந்தக் கிணற்றின் நீர் நச்சு நீராய் இருந்தாலும் இருக்கும்" என்றான் இவான்.

குதிரையிலிருந்து குதித்துத் தன் போர்வாளை வீசி அந்தக் கிணற்றை அவன் வெட்டியும் குத்தியும் குதறிப் போட்டான். உடனே கிணற்றினுள்ளிருந்து பயங்கரமான கூச்சலும் அலறலும் எழுந்தன, திடீரெனப் பனிமூட்டம் தோன்றி வெப்பம் தணிந்தது. சகோதரர்கள் மூவருக்கும் தாகம் அடங்கிவிட்டது.

"அண்ணன்களே, இந்தக் கிணற்றின் நீர் எப்படிப்பட்டது பார்த்தீர்களா?" என்றான் இவான்.

அவர்கள் மீண்டும் குதிரைகளில் ஏறிச் சென்றனர். நெடு நேரம் ஆயிற்றோ, என்னமோ யாருக்கும் தெரியாது. பெரிய சென்னிற ஆப்பிள்கள் நிறைய இருந்த ஓர் ஆப்பிள் மரம் பாதையில் இருக்கக் கண்டனர்.

மூத்த சகோதரர்கள் இருவரும் குதிரைகளிலிருந்து குதித்து ஆப்பிள்களைப் பறிக்கப் போயினர். ஆனால் இவான் அவர்களை முந்திக் கொண்டு ஓடி போர்வாளை வீசி அந்த ஆப்பிள் மரத்தை வேரோடு வெட்டி வீழ்த்த முற்பட்டான். ஆப்பிள்மரம் கூச்சலிட்டு அலறியது.

"அண்ணன்களே, எப்படிப்பட்ட ஆப்பிள்மரம் பார்த்தீர்களா? இதில் காய்க்கும் ஆப்பிள் நம் ருசிக்கு ஒத்து வராது!" என்றான் இவான்.

மூவரும் மீண்டும் குதிரைகளில் ஏறி பயணத்தைத் தொடர்ந்தனர்.

நெடு நேரம் சவாரி செய்தனர். களைத்து ஓய்ந்துவிட்டனர். சுற்றிலும் பார்த்தபோது அங்கே ஒரு திடலில் மிருதுவான வண்ணக் கம்பளம் விரித்து அதில் பட்டுத் தலையணைகள் இருக்கக் கண்டனர்.

"இந்தக் கம்பளத்தில் சற்று நேரம் படுத்துக் களைப்பாறலாம்" என்று மூத்த சகோதரர்கள் கூறினர்.

"அண்ணன்களே, அந்தக் கம்பளம் மிருதுவாய் இருக்குமென நினைக்காதீர்கள்!" என்று இவான் அவர்களிடம் சொன்னான்.

மூத்த சகோதரர்கள் இருவருக்கும் கோபம் வந்துவிட்டது. "ஓயாமல் எங்களுக்கு உபதேசம் செய்கிறாயே நீ? இதைச் செய்யக் கூடாது, அதைச் செய்யக் கூடாதெனத் தடை போடுகிறாயே!" என்று கடிந்து கொண்டனர்.

ஆனால் இவான் பதில் ஒன்றும் சொல்லவில்லை. பேசாமல் தன் இடுப்புவாரைக் கழற்றி கம்பளத்தின் மீது எறிந்தான். வார் உடனே தீப்பிடித்து எரிந்து சாம்பலாகிவிட்டது.

"உங்களுக்கும் இதே கதிதான் நேர்ந்திருக்கும்" என்று அண்ணன்களிடம் கூறினான். பிறகு நெருங்கிச் சென்று கம்பளத்தையும் தலையணைகளையும் தன் போர்வாளால் வெட்டிக் கிழித்தான். அவற்றைச் சின்னாபின்னமாக்கித் தூக்கியெறிந்து விட்டுச் சொன்னான்: "அண்ணன்களே, நீங்கள் என்மீது கடிந்து கொண்டிருக்கக் கூடாது. ஏனென்றால் அந்தக் கிணறும் ஆப்பிள்மரமும் கம்பளமும் நம் கண்ணுக்குத் தோன்றியது போல் சாதாரணமானவை அல்ல. மூன்று சூடோ-யூடோக்களின் மனைவிகள் அவை. நம்மைச் சாகடிக்க முயன்றன. ஆனால் தோல்வியுற்று தாமே அழிந்துபட்டன!"

சகோதரர்கள் மூவரும் தொடர்ந்து பயணம் சென்றனர். நெடுந்தூரம் போனார்களோ என்னமோ யாருக்கும் தெரியாது. ஆனால் திடுமென வானம் கறுத்தது, காற்று ஊளையிட்டது, தரை அதிர்ந்து ஆடி முனகிற்று. அவர்கள் ஒரு பெரிய பன்றி தம்மை விரட்டிக் கொண்டு ஓடி வரக் கண்டனர். வாயை விரியத் திறந்து கொண்டு ஓடி வந்த அது இவானையும் அவனுடைய அண்ணன்களையும் விழுங்கப் பார்த்தது. ஆனால் சகோதரர்கள் மூவரும் முட்டாள்கள் அல்ல; அவர்கள் உடனே தமது பைகளிலிருந்து ஒவ்வொருவரும் ஒரு பூடு எடையுள்ள உப்புக் கட்டியை எடுத்து பன்றியின் திறந்த வாய்க்குள் எறிந்தனர்.

பன்றி பெரு மகிழ்ச்சி கொண்டது. விவசாயி மகன் இவானையும் அவனுடைய இரு அண்ணன்களையும் வாயால் கவ்விக் கொண்டு விட்டதாய் அது நினைத்தது. ஓட்டத்தை நிறுத்தி உப்பை மென்று தின்னத் தொடங்கிற்று. ஆனால் அதன் ருசியிலிருந்து அது உப்பு என்பது தெரிந்ததும் மீண்டும் வராகம் சகோதரர்கள் மூவரையும் விரட்டிக் கொண்டு ஓடிற்று.

முள் முடிகள் விறைத்து நிற்க, பற்களை நறநறவெனக் கடித்துக் கொண்டு ஓடி அது மூவரையும் நெருங்கிச் சென்றுவிட்டது.

இதைப் பார்த்ததும் இவான் தன் அண்ணன்கள் இருவரையும் ஆளுக்கு ஒரு பக்கம் ஓடும்படிச் சொன்னான். ஒரு சகோதரன் வலப்பக்கமும் இன்னொருவர் இடப்பக்கமும் ஓடினர். இவான் நேரே ஓடினான்.

ஓடோடி வந்த பன்றி திடுமென நின்றுவிட்டது, யாரை முதலில் விட்டிச் செல்வது என்று அதற்குப் புரியவில்லை.

தயங்கி நின்று கொண்டு மூக்கை அப்படியும் இப்படியுமாய்த் திருப்பித் திருப்பி ஆட்டிற்று. அதற்குள் இவான் பாய்ந்தோடி வந்து அப்படியே அதை உயரத் தூக்கி தன் பலம் கொண்ட மட்டும் பலமாய் அதைத் தரையில் மோதினான். பன்றி தவிடு பொடியாகியது, காற்று வீசி இந்தப் பொடியைச் சிதறடித்துச் சென்றது.

அது முதலாய் அப்பகுதிகளில் பூதங்களோ கொடுவிலங்குகளோ பாம்புகளோ காணப்படவே இல்லை. மக்கள் அச்சமின்றி வாழ்ந்தனர்.

விவசாயி மகன் இவானும் அவனுடைய இரு அண்ணன்களும் வீட்டுக்குத் திரும்பி அம்மா அப்பாவிடம் வந்து சேர்ந்தனர். எல்லோருமாய் நிலத்தை உழுதும் கோதுமை பயிரிட்டும் குறைவின்றி உண்பதற்கு வேண்டிய யாவற்றையும் நிறையப் பெற்று இனிதே வாழ்ந்தனர்.

♦

அதிசய வழக்கு விசாரணை

(ருஷ்ய நாட்டுக்கதை)

முன்னொரு காலத்தில் இரு சகோதரர்கள் இருந்தனர். ஒருவன் பணக்காரன், மற்றொருவன் ஏழை.

ஒருநாள் ஏழைச் சகோதரனிடம் இருந்த விறகு எல்லாம் தீர்ந்துவிட்டது. கணப்பு அடுப்பில் எரிக்க அவனிடம் விறகு இல்லை. குடிசையில் ஒரே குளிராகிவிட்டது.

அவன் காட்டுக்குச் சென்று விறகு வெட்டினான். ஆனால் விறகை வீட்டுக்கு எடுத்து வர அவனிடம் குதிரை இல்லை.

"சகோதரன் வீட்டுக்குச் சென்று இரவல் கேட்டு ஒரு குதிரை வாங்கி விறகை வீட்டுக்கு எடுத்துச் செல்லலாம்" என்று கூறிக் கொண்டான்.

சகோதரன் வீட்டுக்குச் சென்றான். ஆனால் சகோதரன் அவனை வேண்டாவெறுப்புடன் வரவேற்றான்.

"இந்த ஒரு தரம் மட்டும் தருகிறேன், குதிரையை ஓட்டிச் செல், ஆனால் அளவு மீறி சுமை ஏற்றிவிடாதே" என்று சொன்னான். "இம்மாதிரி எதாவது கேட்டுக் கொண்டு இன்னொரு தரம் என்னிடம் வரலாமென நினைக்காதே. இன்று ஒன்று நாளைக்கு இன்னொன்றென நாள் தவறாமல் எதாவது வாங்க வந்துவிடுகிறாய். இப்படியே போனால் விரைவில் என்னைத் தெருவிலே போய் பிச்சையெடுக்க வைத்துவிடுவாய் நீ" என்று கடிந்து கொண்டான்.

ஏழைச் சகோதரன் குதிரையை வீட்டுக்கு ஓட்டி வந்தான். அதன் பிறகுதான் குதிரைக்குக் கழுத்துப்பட்டை கேட்டு வாங்க மறந்துவிட்டோமென்பது அவன் நினைவுக்கு வந்தது

"இனி அங்கே போய்க் கேட்டுப் பயனில்லை, சகோதரன் கொடுக்க மாட்டான்" என்று தன்னுள் கூறிக் கொண்டான்.

ஆகவே சறுக்கு வண்டியைக் குதிரை வாலுடன் சேர்த்துக் கெட்டியாய்க் கட்டி, காட்டுக்கு ஓட்டிச் சென்றான்.

திரும்பி வரும் போது வெட்டு மர அடிக்கட்டையில் சறுக்கு வண்டி சிக்கிக் கொண்டது. பாவம், ஏழைச் சகோதரன் அதைக் கவனிக்காமலே சவுக்கால் குதிரைக்கு ஓரடி கொடுத்துவிட்டான்.

கோபக்கார குதிரையாதலால் அது துள்ளி முன்னால் பாய்ந்தது. அந்தோ, அதன் வால் துண்டாய்த் தனியே வந்துவிட்டது.

பணக்காரச் சகோதரன் தன் குதிரைக்கு வால் போய் விட்டதைக் கண்டதும் ஏழைச் சகோதரனைச் சபித்து வாயில் வந்தபடி ஏசினான்.

"என் குதிரையை இப்படி நாசமாக்கி விட்டாயே! உன்னை நான் சும்மா விடப் போவதில்லை!" என்று கத்தினான்.

ஏழைச் சகோதரன் மீது அவன் வழக்கு தொடர்ந்தான்.

சிறிது காலமாகி, பிறகு நெடுங்காலமும் ஆயிற்று. நீதி மன்றத்துக்கு வருமாறு சகோதரர்கள் இருவருக்கும் அழைப்பாணை வந்தது.

இருவரும் நகரத்துக்குப் புறப்பட்டனர். நடந்தார்கள், நடந்தார்கள்-அப்படி நடந்தார்கள்.

"பணக்காரன் தொடரும் வழக்கில் எதிர் வழக்காடும் ஏழை பயில்வானுடன் மற்போர் புரியும் நோஞ்சானை ஒத்தவன்-இருவரும் தோற்க வேண்டியதுதான்; நான் குற்றவாளி என்றுதான் தீர்ப்பளிப்பார்கள்" என்று ஏழைச் சகோதரன் தன்னுள் கூறிக் கொண்டான்.

அப்பொழுது அவர்கள் ஒரு பாலத்தின்மீது போய்க் கொண்டிருந்தார்கள். பாலத்துக்குக் கைப்பிடிக் கிராதி இல்லாததால் ஏழைச் சகோதரன் கால் வழுக்கியதும் கீழே ஆற்றில் விழுந்தான். உறைந்து கெட்டியாகியிருந்த ஆற்றில் சரியாய் அத்தருணம் பார்த்து ஒரு வியாபாரி சறுக்கு வண்டியில் தனது கிழத் தந்தையை டாக்டரிடம் அழைத்துச் சென்று கொண்டிருந்தான். ஏழைச் சகோதரன் நேரே வியாபாரியின் வண்டியில் அந்தக் கிழவர்மீது விழுந்தான்.

அவனுக்குச் சிறு காயம்கூட ஏற்படவில்லை என்றாலும், கிழவர் அடிபட்டு அதே கணத்தில் இறந்துவிட்டார்.

வியாபாரி ஏழைச் சகோதரனை விடாமல் பிடித்துக் கொண்டான்.

"வா. என்னுடன் நீதிபதியிடம் போவோம்" என்று அவன் கூச்சலிட்டான்.

இவ்விதம் இப்பொழுது இரு சகோதரர்கள், அந்த வியாபாரி ஆக மூவரும் சேர்ந்து நகரத்துக்குச் சென்றனர்.

ஏழைச் சகோதரன் முன்னிலும் வருத்தமுற்று, தலையைக் கவிழ்த்துக் கொண்டு நடந்தான்.

"சந்தேகமே இல்லை, நிச்சயம் இப்பொழுது என்னைக் குற்றவாளி என்றுதான் தீர்ப்பளிப்பார்கள்" என்று தன்னுள் கூறிக் கொண்டான்.

திடீரென அப்பொழுது சாலையிலே கனமான ஒரு கல் கிடப்பதைக் கண்டான். அதை எடுத்துக் கந்தல் துணியில் சுற்றி தன் கோட்டுக்குள் வைத்துக் கொண்டான்.

"ஆட்டுக் குட்டிக்காகத் தூக்கிலே தொங்குவதற்குப் பதில் ஆட்டுக்காகவே தொங்கலாமே" என்று கூறிக் கொண்டான். "நீதிபதி நியாயமில்லாத் தீர்ப்பு அளித்து என்னைக் குற்றவாளி என்று சொல்லித் தண்டிப்பாரானால், அவரைக் கொன்று விடுவேன்" என்று முடிவு செய்து கொண்டான்.

மூவரும் நீதிபதியின் முன்னால் வந்தனர். ஏழைச் சகோதரன் மீது இப்பொழுது ஒன்றுக்குப் பதில் இரண்டு வழக்குகள் வந்தன. நீதிபதி விசாரணையை ஆரம்பித்துக் கேள்விகள் கேட்டார்.

ஏழைச் சகோதரன் கந்தல் துணியில் சுற்றிய கல்லை வெளியே எடுத்து இடையிடையே நீதிபதியிடம் காட்டி, "நீதிபதியே, தீர்ப்புக் கூறும்! ஆனால் இன்று நீதிமன்றத்துக்கு நான் என்ன கொண்டு வந்திருக்கிறேன் பாரும்!" என்று முணுமுணுக்கும் குரலில் சொன்னான்.

ஒரு தரம் சொன்னான், மறு தரமும் சொன்னான், பிறகு மூன்றாம் தரமும் சொன்னான். அவனைப் பார்த்துக் கொண்டிருந்த நீதிபதி, "இந்த விவசாயி என்னிடம் காட்டுவது தங்கக் கட்டியாய் இருக்குமோ?" என்று தன்னைத் தானே கேட்டுக் கொண்டார்.

மீண்டும் ஒரு தரம் கவனித்துப் பார்த்தார், அவருக்கு ஆசை பிறந்து விட்டது.

"வெள்ளியாய் இருந்தாலும் போதுமே, நிறைய பணம் கிடைக்குமே" என்று நினைத்தார்.

ஆகவே அவர் அதற்கேற்ப தீர்ப்பளித்தார். வாலிழந்த குதிரைக்கு மீண்டும் வால் முளைக்கும் வரை ஏழைச் சகோதரனே அதை வைத்துப் பாதுகாக்க வேண்டும் என்றார்.

பிறகு வியாபாரியிடம் அவர், "உமது தந்தையைக் கொன்றதற்குத் தண்டனையாய் இந்த ஆளை அதே பாலத்துக்கு அடியில் பனிக் கட்டி மீது நிற்க வைத்து, பாலத்திலிருந்து அவன்மீது குதித்து, முன்பு இந்த ஆள் உமது தந்தையைக் கொன்ற அதே முறையில் இந்த ஆளை நீர் கொல்ல வேண்டும்" என்று கூறினார்.

அத்துடன் வழக்கு விசாரணை முடிவடைந்தது.

பிறகு பணக்காரச் சகோதரன் ஏழைச் சகோதரனிடம், "சரி, போகட்டும் போ, வாலிழந்த குதிரையே போதும்! கொடு பெற்றுக் கொள்கிறேன்" என்று சொன்னான்.

"அது சரியல்ல, நீதிபதி அளித்த தீர்ப்பின்படியே செய்வோம். குதிரைக்கு வால் முளைக்கும் வரை அது என்னிடமே இருக்கட்டும்" என்று ஏழைச் சகோதரன் பதிலளித்தான்.

பிறகு பணக்காரச் சகோதரன், "உனக்கு முப்பது ரூபிள் தருகிறேன், என் குதிரையைத் திருப்பிக் கொடுத்து விடு" என்று மன்றாடினான்.

"சரி, உன் விருப்பப்படியே செய்வோம்" என்று ஏழைச் சகோதரன் ஒத்துக் கொண்டான்.

பணக்கார விவசாயி பணத்தை எண்ணிக் கொடுக்கவே, அவர்களுக்கு இடையிலான விவகாரம் தீர்ந்துவிட்டது.

இப்பொழுது வியாபாரியும் இதே போல மன்றாடும் குரலில் கேட்டுக் கொண்டான். "நண்பனே, நமது விவகாரத்தை மறந்து விடுவோம். நான் உன்னை மன்னித்து விடுகிறேன். உன்னை நான் மன்னிக்காமல் இருப்பதால் என் தந்தை உயிர் பெற்று எழுந்து விடப் போவதில்லை" என்று கூறினான்.

"வேண்டாம், வேண்டாம், நீதிபதி அளித்த தீர்ப்பின் படியே செய்வோம். பாலத்திலிருந்து என்மீது குதி நீ."

"உன்னை நான் கொலை புரிய விரும்பவில்லை. நாம் இருவரும் நண்பர்களாகிவிடுவோம்; உனக்கு நூறு ரூபிள் தருகிறேன்" என்று அந்த வியாபாரி கெஞ்சினான்.

ஏழைச் சகோதரன் நூறு ரூபிளை வாங்கிக் கொண்டு, வெளியே போவதற்காகக் காலை எடுத்து வைத்தான். அதற்குள் நீதிபதி அவனைத் தம்மிடம் வருமாறு அழைத்தார்.

"நீ எனக்குத் தருவதாய்க் காட்டினாயே அதைத் தந்து விட்டுப் போ" என்றார் அவர்.

ஏழைச் சகோதரன் தன் கோட்டுக்குள் இருந்த துணி சுற்றிய கட்டியை வெளியே எடுத்தான். கந்தல் துணியை நீக்கிவிட்டுக் கல்லை நீதிபதியிடம் காட்டினான்.

"வழக்கு விசாரணையின்போது 'நீதிபதியே, தீர்ப்புக் கூறும், ஆனால் இன்று நீதிமன்றத்துக்கு நான் என்ன கொண்டு வந்திருக்கிறேன், பாரும்!' என்று சொல்லி இதைத்தான் உங்களிடம் காட்டினேன். நீங்கள் வேறு விதமாய்த் தீர்ப்புக் கூறியிருந்தால் இந்தக் கல்லால் உங்களைக் கொன்று போட்டிருப்பேன்".

இதைக் கேட்டதும் நீதிபதி, "நல்ல வேளை வேறு விதமாய்த் தீர்ப்புக் கூறாமல் இருந்தேன், இல்லையேல் இந்நேரம் செத்துப் போயிருப்பேன்!" என்று தம்முள் கூறிக் கொண்டார்.

ஏழைச் சகோதரன் மிகவும் உற்சாகமாய் உச்சக் குரலில் பாட்டு பாடியவாறு வீட்டுக்குப் போய்ச் சேர்ந்தான்.

♦

பொக்கத்தி — கரோஷிக்

(உக்ரேனிய நாட்டுக்கதை)

முன்னொரு காலத்தில் ஒருவருக்கு ஆறு மகன்களும் அலியோங்கா என்றொரு மகளும் இருந்தனர். மகன்கள் அறுவரும் ஒரு நாள் வயலை உழுவதற்காகப் புறப்பட்டனர். தம்முடைய சாப்பாட்டை வயலுக்கு எடுத்து வரும்படி தங்கையிடம் கூறினர்.

“எந்த இடத்தில் இருப்பீர்களென்று சொல்லிவிட்டுப் போங்கள், இல்லையேல் எங்கே வருவதென்று எனக்கு எப்படித் தெரியும்” என்றாள் அலியோங்கா.

“குடிசையிலிருந்து நாங்கள் உழப் போகும் வயல் வரை கோடு கிழித்துச் செல்கிறோம்; அந்தக் கோட்டு வழியே நடந்து நீ எங்களிடம் வந்துவிடலாம்” என்று சகோதரர்கள் கூறினர்.

பிறகு அவர்கள் புறப்பட்டுச் சென்றனர்.

அந்த வயலுக்கு அருகே ஒரு காட்டில் அந்தக் காலத்தில் ஒரு பூதம் வசித்து வந்தது. சகோதரர்கள் கிழித்துச் சென்ற கோட்டை அந்தப் பூதம் அழித்துவிட்டு, அதற்குப் பதில் தனது வீட்டின் வாயிலுக்கு வந்து சேரும்படி ஆழமாய் வேறொரு கோட்டைக் கிழித்து வைத்தது. அண்ணன்களுடைய சாப்பாட்டை எடுத்து வந்த அலியோங்கா இந்தத் திருட்டுக் கோட்டின் வழியே நடந்து நேரே அந்தப் பூதத்தின் வீட்டு வாயிலுக்கு வந்து சேர்ந்தாள். உடனே பூதம் அவளைப் பிடித்துக் கொண்டுவிட்டது.

மாலையில் மகன்கள் அறுவரும் வீட்டுக்குத் திரும்பி வந்து-

“பகல் எல்லாம் ஓயாது உழுது கொண்டிருந்தோம், நீ ஏன் சாப்பிட எதுவும் கொடுத்தனுப்பவில்லை?” என்று தமது தாயைக் கேட்டனர்.

“கொடுத்தனுப்பினேனே” என்று தாய் பதிலளித்தாள். “உங்களுடைய சாப்பாட்டை அலியோங்காவிடம் கொடுத்தனுப்பினேனே! அவள் உங்களுடன் சேர்ந்து வீட்டுக்குத் திரும்பி வருவாள் என்றல்லவா இருந்தேன். வழி தவறி வேறு எங்காவது போயிருப்பாளோ!“ என்று அவள் புலம்பினாள்.

“நாங்கள் போய் அவளைத் தேடி அழைத்து வருகிறோம்” என்றனர் சகோதரர்கள். அறுவரும் பூதம் கிழித்திருந்த கோட்டின் வழியே சென்று அதன் வீட்டு வாயிலை அடைந்தனர். வீட்டுக்குள் சென்று பார்த்தனர்: அங்கே அவர்களுடைய தங்கை இருந்தாள்!

“அருமை அண்ணன்களே, பூதம் வந்துவிடுமே! உங்களை நான் எங்கே ஒளித்து வைப்பேன்! பூதம் உங்களை அடித்துத் தின்று விடுமே!” என்று அலியோங்கா கத்தினாள்.

அதே கணத்தில் பூதம் அங்கே பறந்தோடி வந்து கொடுஞ்சர்ப்பம் போலச் சீறிற்று.

“மனித வாசனை என் மூக்கைத் துளைக்கிறது, பல மனிதர்களின் வாசனை தெரிகிறது! என்று அது கூவிற்று, “ஓகோ, அருமை இளைஞர்களே! போராடப் போகிறீர்களா அல்லது அடி பணிந்து விடுகிறீர்களா?” என்று கேட்டது பூதம்.

“போராடத்தான் போகிறோம்!” என்று கூவினர் அறுவரும்.

“அப்படியானால், வெளியே இரும்புக் களத்துக்கு போவோம்.”

ஆகவே அவர்கள் இரும்புக் களத்துக்குச் சென்றனர். ஆனால் போர் அதிக நேரம் நீடிக்கவில்லை. ஒரே அடியில் பூதம் அவர்களைத் தரையினுள் அழுத்திவிட்டது. பிறகு பாதி உயிர் போன நிலையில் அவர்களை வெளியே இழுத்துப் பாதாள அறைக்குள் தள்ளிற்று.

மகன்கள் திரும்பி வருவார்களெனத் தாயும் தந்தையும் காத்திருந்தார்கள். அந்தோ, அவர்கள் திரும்பவே இல்லை.

பிறகு ஒரு நாள் துணி துவைப்பதற்காகத் தாய் ஆற்றுக்குப் போயிருந்தாள். வழியில் தன்னை நோக்கி ஒரு சிறு பட்டாணிக் கடலை உருண்டு வரக் கண்டாள். அவள் அதை எடுத்து தின்று விட்டாள். பிறகு தக்க காலத்தால் அவளுக்கு ஒரு மகன் பிறந்தான். உருளும் பட்டாணி எனப் பொருள்பட பொக்கத்தி-கரோஷிக் என்று அவனக்குப் பெயரிட்டனர்.

பொக்கத்தி-கரோஷிக் அதிவேகமாய் வளர்ந்தான். வளர்ந்து கொண்டே இருந்தான். வயதில் சிறியவனே என்றாலும் உருவில் பெரியவனாகவும் வலுவில் ஒப்பற்றவனாகவும் வளர்ந்து விட்டான்.

ஒரு நாள் அவன் தகப்பனும் அவனும் ஒரு கிணறு வெட்டத் தொடங்கினர். ஒரு பெரிய பாறையில் மண்வெட்டிகள் மோதும் வரை ஆழமாய் வெட்டிச் சென்றனர். பிறகு அந்தப் பாறையை அங்கிருந்து அகற்றத் தமத்குத் துணையாய் ஆட்களை அழைத்து வருவதற்காக தந்தை பக்கத்து வீடுகளுக்குப் போயிருந்தார். ஆனால் அவர் திரும்பி வருவதற்குள் பொக்கத்தி-கரோஷிக் தானே அந்தப் பாறையைத் தூக்கி வெளியே எறிந்துவிட்டான். வந்தவர்கள் அதைப் பார்த்து ஆச்சரியமடைந்ததோடு பீதியும் கொண்டுவிட்டனர். பொக்கத்தி-கரோஷிக் தம்மில் யாரையும் விட பன்மடங்கு பலசாலியாய் இருப்பதைக் கண்டு பீதியடைந்த அவர்கள் அவனைக் கொன்றுவிடுவதென்று முடிவு செய்தார்கள். ஆனால் பொக்கத்தி-கரோஷிக் அந்தப் பெரும் பாறையைத் தூக்கிக் காற்றிலே எறிந்து மீண்டும் பிடித்துக்காட்டினான். இந்த அசுர சாதனையைக் கண்டதும் அவர்கள் அங்கிருந்து ஓட்டமாய் ஓடி விட்டனர்.

தந்தையும் மகனும் தொடர்ந்து வெட்டிச்சென்றார்கள். ஒருபெரிய இரும்புப் பாளம் கிடைக்கும் வரை வெட்டினர். பொக்கத்தி-கரோஷிக் அந்த இரும்புப் பாளத்தை எடுத்து ஒளித்து வைத்தான்.

"எனக்கு அண்ணன்களோ, அக்காள்களோ யாரும் இருக்கவில்லையா?" என்று ஒரு நாள் பொக்கத்தி-கரோஷிக் தன் தாயையும் தகப்பனையும் கேட்டான்.

"மகனே, இருந்தார்கள்! ஒரு அக்காளும் ஆறு அண்ணன்களும் இருந்தார்கள்! ஆனால்..." என்று தொடங்கி முழுக் கதையையும் அவர்கள் அவனிடம் சொன்னார்கள்.

"நான் அவர்களைத் தேடிக் கண்டுபிடிக்கிறேன்" என்றான் பொக்கத்தி-கரோஷிக்.

வேண்டாம் என்று தாயும் தகப்பனும் அவனிடம் எவ்வளவோ சொல்லிப் பார்த்தனர்.

"மகனே, நீ போக வேண்டாம். முன்பு உன் அண்ணன்கள் ஆறு பேரும் இம்மாதிரிதான் புறப்பட்டுப் போனார்கள், திரும்பவே இல்லை! நீ தன்னந்தனியன், போனால் நிச்சயம் மடிந்துவிடுவாய்" என்று சொன்னார்கள்.

"இல்லை, நான் போகத்தான் வேண்டும், என் ஊனும் இரத்தமுமான உடன் பிறந்தோரை நான் விடுவிக்காமல் இருக்க முடியாது!" என்றான் பொக்கத்தி-கரோஷிக்.

தரைக்கு அடியிலிருந்து கிடைத்த இரும்புப் பாளத்தை எடுத்துக் கொண்டு கொல்லனிடம் சென்றான்.

“எனக்கு ஒரு போர்வாள் செய்து கொடு, எவ்வளவுக்கு எவ்வளவு பெரிதாய் இருக்கிறதோ அவ்வளவுக்கு அவ்வளவு நல்லது!” என்று கூறினான்.

கொல்லன் செய்து கொடுத்த போர்வாள் மிகப் பெரிது, பளு மிக்கது. கொல்லுப் பட்டறையிலிருந்து அதை வெளியே தூக்கி வருவதே எவருக்கும் ஒரு பெரிய காரியமாய் இருந்திருக்கும். ஆனால் பொக்கத்தி-கரோஷிக் அதை எடுத்து வீசி விண்ணோக்கி விட்டெறிந்தான்.

“இப்பொழுது நான் நீண்ட தூக்கம் தூங்கப் போகிறேன்” என்று அவன் தன் தந்தையிடம் சொன்னான். “அந்த வாள் இன்னும் பன்னிரண்டு நாட்களில் கீழே திரும்பி வரும், அப்பொழுது என்னை எழுப்புங்கள்” என்று சொல்லிவிட்டுப் படுத்தான்.

பன்னிரண்டு நாட்கள் வரை தூங்கினான். பதிமூன்றாம் நாளன்று அந்த வாள் விண்ணென ஓசையெழுப்பி அதிவேகமாய்க் கீழே விழுந்து கொண்டிருந்தது. தந்தை பொக்கத்தி-கரோஷிக்கை எழுப்பினார். அவன் துள்ளியெழுந்து கை முஷ்டியை உயர்த்தினான். போர்வாள் அதில் மோதி இரண்டாய்ப் பிளந்து தரையிலே விழுந்தது.

“இந்தக் போர்வாளை வைத்துக் கொண்டு நான் என் அக்காளையும் அண்ணன்களையும் தேடிச் செல்ல முடியாது, வேறொன்று வேண்டும்” என்று அவன் கூறினான்.

உடைந்த வாளை எடுத்துக் கொண்டு மீண்டும் கொல்லனிடம் போனான்.

“இதிலிருந்து ஒரு புதிய போர்வாள் செய்து கொடு, என் பலத்துக்கு ஏற்றதாய் இருக்கும்படி செய்து கொடு” என்றான்.

முதலில் செய்ததையும்விட பெரிதாய் ஒரு புதிய போர்வாளைக் கொல்லன் செய்து தந்தான். பொக்கத்தி-கரோஷிக் அதை விண்ணோக்கி எறிந்துவிட்டு மீண்டும் பன்னிரண்டு நாட்கள் வரை படுத்துறங்கினான். பதிமூன்றாம் நாளன்று விண்ணெனப் பேரிரைச்சல் எழுப்பி அது வேகமாய்க் கீழே வந்தது. அந்தச் சப்தத்தில் தரையே அதிர்ந்தது. தாயும் தகப்பனும் பொக்கத்தி-கரோஷிக்கை எழுப்பினர். உடனே அவன் துள்ளியெழுந்து தன் முஷ்டியை உயர்த்தினான். போர்வாள் அதில் மோதி அதிர்ந்து தரையிலே விழுந்தது. சிறிதே வளைந்து போயிற்றே தவிர போர்வாள் உடையவில்லை. “மெய்யாகவே அரியதோர் போர்வாள் இது! இனி நான் என் அக்காளையும் அண்ணன்களையும் தேடிச் செல்லலாம்” என்றான் பொக்கத்தி-கரோஷிக். “அம்மா, எனக்குக் கொஞ்சம் ரொட்டி சுட்டுத் தா, ரொட்டி வறுவலும் கொஞ்சம் தயாரித்துக் கொடு, நான் பயணம் புறப்படப் போகிறேன்” என்று சொன்னான்.

தன் போர்வாளையும் ஒரு பை நிறைய ரொட்டி வறுவலும் எடுத்துக் கொண்டு, தாயிடமும் தகப்பனிடமும் விடை பெற்றுக் கொண்டு புறப்பட்டான்.

முன்பு பூதம் கிழித்திருந்த கோடு இப்பொழுது அரசல் புரசலாய் அங்கும் இங்கும் தெரிந்தது. பொக்கத்தி-கரோஷிக் அதைப் பின் தொடர்ந்து ஒரு காட்டினுள்நுழைந்தான். நெடுந்தூரம் காட்டினுள் நடந்து வேலியிடப்பட்டிருந்த ஒரு பெரிய கொல்லையை வந்தடைந்தான். அதனுள் சென்று அங்கிருந்த வசதியான வீட்டுக்குள் போனதும் தன் உடன்பிறந்த அக்காளைக் கண்டான். ஆனால் அங்கே பூதத்தின் அறிகுறி எதுவும் கண்ணுக்கும் தெரியவில்லை, காதுக்கும் கேட்கவில்லை.

"இன்னரும் நங்கையே, வணக்கம்!" என்றான் பொக்கத்தி-கரோஷிக்.

"வீரமிக்க இளைஞனே, வணக்கம்! நீ ஏன் இங்கே வந்தாய்? விரைவில் பூதம் இங்கு வந்துவிடும், அது உன்னை அடித்துத் தின்று விடும்,"

"வரட்டும் பார்க்கலாம்! என்னை அது என்ன செய்ய முடியும்? நங்கையே, நீ யார் என்பதைச் சொல்."

"தாய் தந்தையுடன் வாழ்ந்து வந்தேன், அவர்களுக்கு நான் ஒரே மகள். ஆனால் இந்தப் பூதம் என்னைப் பிடித்துத் தூக்கி வந்து விட்டது. எனது ஆறு சகோதரர்களும் என்னை விடுவிக்க முயன்று பார்த்தனர், ஆனால் வெற்றி பெறவில்லை."

"உன் சகோதரர்கள் எங்கே?"

"பூதம் அவர்களை ஒரு பாதாள அறைக்குள் தள்ளிற்று, உயிருடன் இருக்கிறார்களா என்றுகூட தெரியாது எனக்கு."

"உன்னை விடுவிப்பதில் நான் வெற்றி பெறுவேன் என்று நினைக்கிறேன்" என்றான் பொக்கத்தி-கரோஷிக்.

"அது எப்படி முடியும்! என் சகோதரர்களால் முடியவில்லை, அவர்கள் ஆறு பேர் இருந்தனர், ஆனால் நீ தன்னந்தனி ஆள்!"

"பரவாயில்லை, பார்ப்போம்" என்றான் பொக்கத்தி-கரோஷிக்.

பிறகு சன்னலுக்கு அருகே அமர்ந்து காத்திருந்தான்.

அப்பொழுது பூதம் பறந்தோடி வந்தது. வீட்டுக்குள் விரைந்து வந்து மூக்கைச் சுளித்துக் கொண்டது.

"மனித வாசனை மூக்கைத் துளைக்கிறதே!" என்று கத்திற்று.

"துளைக்கும்தான்! இதோ இருக்கிறேன், மனிதன்!" என்று பொக்கத்தி-கரோஷிக் பதிலளித்தான்.

"ஓகோ, இளைஞனே! என்ன விரும்புகிறாய் நீ-போராடப் போகிறாயா, அடிபணியப் போகிறாயா?"

"போராடத்தான் விரும்புகிறேன்!" என்றான் பொக்கத்தி-கரோஷிக்.

"அப்படியானால் வெளியே இரும்புக் களத்துக்குப் போவோம்."

"நல்லது."

இருவரும் இரும்புக் களத்துக்குச் சென்றனர்.

"நீ முதலில் தாக்கு."

"இல்லை, நீயே ஆரம்பி!" என்றான் பொக்கத்தி-கரோஷிக்.

பொக்கத்தி-கரோஷிக்குக்குப் பூதம் பலத்த அடி கொடுத்து அவனைக் கணுக்கால் ஆழத்துக்கு இரும்புக் களத்துள் அழுத்திற்று. ஆனால் பொக்கத்தி-கரோஷிக் முண்டி வெளியே வந்து தன் போர்வாளைச் சுழற்றி பூதத்துக்குப் பதிலடி கொடுத்து முழங்கால் ஆழத்துக்கு அதை இரும்புக் களத்துள் அழுத்தினான். பூதம் உடனே முண்டிக் குதித்து வந்து மீண்டும் பொக்கத்தி-கரோஷிக்கை ஓங்கி அடித்து முழங்கால் ஆழத்துக்கு அவனை இரும்புத் தரைக்குள் அழுத்திற்று. பிறகு பொக்கத்தி-கரோஷிக் இரண்டாவது அடி கொடுத்து பூதத்தை இடுப்பளவு ஆழத்துக்குத் தரையில் அழுத்தினான். உடனே அதற்கு மூன்றாவது அடியையும் கொடுத்து அதே இடத்தில் அதைக் கொன்றுவிட்டான்.

பிறகு பாதாள அறைக்குள் சென்றான். அது ஆழமாகவும் இருட்டாகவும் இருந்தது. பாதி உயிர் போன நிலையில் உள்ளே கிடந்த தனது சகோதரர்களை விடுவித்தான். அவர்களையும் அலியோங்காவையும் அழைத்துக் கொண்டு, பூதத்தின் வீட்டிலிருந்த பொன்னையும் வெள்ளியையும் வாரிக் கொண்டு வீட்டுக்குப் புறப்பட்டான். தான் இவர்களுடைய தம்பியே என்பதை அவன் தெரிவித்துக் கொள்ளவே இல்லை.

நெடு நேரம் நடந்தார்களோ என்னவோ யாருக்கும் தெரியாது. ஆனால் வழியில் ஒரு ஓக் மரத்தடியில் அமர்ந்து ஓய்வெடுத்துக் கொண்டனர். போருக்குப் பிற்பாடு பொக்கத்தி-கரோஷிக் மிகவும் களைப்புற்றிருந்ததால், அவன் உடனே அயர்ந்து தூங்கத் தொடங்கி விட்டான். அப்பொழுது ஆறு சகோதரர்களும் தம்முள் ஆலோசனை செய்தனர்.

"ஆறு பேராகிய நம்மால் இந்தப் பூதத்தை ஒன்றும் செய்ய முடியவில்லை, இந்தச் சிறுவன் தன்னந்தனியே வந்து அதைக் கொன்றுவிட்டானே என்று எல்லோரும் நம்மைப் பார்த்துச் சிரிப்பார்கள்! அதோடு பூதத்தின் செல்வம் அனைத்தும் இவனுக்குரியதாகிவிடும்" என்று அவர்கள் பேசிக் கொண்டார்கள்.

அவர்கள் எல்லோருமாய்ப் பேசி ஒரு முடிவுக்கு வந்தனர்: பொக்கத்தி-கரோஷிக் தூங்கிக் கொண்டிருக்கிறான். இப்பொழுது நாம் என்ன செய்தாலும் அவனுக்கு எதுவும் தெரியாது, மரப்பட்டைக் கயிறு கொண்டு அப்படியே அவனை ஓக் மரத்துடன் சேர்த்து வைத்துக் கட்டி, காட்டு விலங்குகள் தின்றுச் செல்லும்படி அங்கேயே விட்டுச் செல்வதென்று தீர்மானித்தனர். அவ்வாறே அவர்கள் அவனை மரத்துடன் சேர்த்துக் கட்டிப் போட்டுவிட்டு அங்கிருந்து

சென்றனர்.

பொக்கத்தி-கரோஷிக் ஏதும் அறியாதவனாய்த் தூங்கிக் கொண்டிருந்தான். ஒரு பகல் முழுதும் தூங்கினான், பிறகு ஓர் இரவும் தூங்கிவிட்டு விழித்துக் கொண்டான். தான்மரத்துடன் கட்டிப் போடப்பட்டிருப்பதைக் கண்டான். வெடுக்கென ஓர் உலுக்கு உலுக்கி ஓக் மரத்தை அப்படியே வேர்களுடன் பிடுங்கியெடுத்துத் தோளில் சாய்த்துக் கொண்டு வீட்டுக்குச் சென்றான். குடிசையருகே வந்ததும் அவனுடைய அண்ணன்கள் உள்ளே தாயுடன் பேசிக் கொண்டிருந்தது காதில் விழுந்தது.

“அம்மா, நாங்கள் சென்றபின் உனக்குக் குழந்தைகள் பிறக்கவில்லையா?” என்று அவர்கள் தாயைக் கேட்டனர்.

“ஒரு மகன் பிறந்தான், பொக்கத்தி-கரோஷிக் என்று பெயரிட்டோம்; உங்களை விடுவித்து வருவதாய்ச் சொல்லிப் புறப்பட்டுச் சென்றான்.”

“அப்படீன்னா ஓக் மரத்தில் நாம் கட்டிப்போட்டது பொக்கத்தி-கரோஷிக்காய்த்தான் இருக்கும்! வாங்க, போய் அவனை அவிழ்த்து விடுவோம்” என்றனர் சகோதரர்கள்.

ஆனால் பொக்கத்தி-கரோஷிக் தோளில் சுமந்து வந்த ஓக் மரத்தைத் தூக்கி குடிசையின் கூரையில் மோதவே, குடிசை தகர்ந்து தரையிலே விழுந்து விடும் போலாகிவிட்டது.

“இப்படிப்பட்ட ஆட்களாய் இருக்கும் நீங்கள் இங்கேயே இருங்கள்! நான் போய் வருகிறேன். விரிந்த உலகிலே சுற்றித் திரிகிறேன்!” என்று அவன் கூவினான்.

தனது போர்வாளைத் தோளில் சாய்த்துக் கொண்டு வேகமாய் அங்கிருந்து நடந்தான்.

நிற்காமல் அவன் நடந்து கொண்டே இருந்தான். முடிவில் இடப்பக்கம் ஒன்றும் வலப் பக்கம் ஒன்றுமாய் இருந்த இரு மலைகளை வந்தடைந்தான். அவை இரண்டுக்கும் நடுவில் ஓர் ஆள் நின்று கைகளையும் கால்களையும் வைத்து அழுத்தி அவற்றை நகர்த்திக் கொண்டிருந்தான்.

“வந்தனம், நண்பனே!“ என்றான் பொக்கத்தி-கரோஷிக்.

“வந்தனம் உனக்கு!”

.நீ என்ன செய்கிறாய்?”

“சாலைக்கு இடம் வேண்டுமென்று மலைகளை நகர்த்துகிறேன்.”

“எங்கே செல்கிறாய் நீ?”

“எங்கே செல்வம் கிடைக்குமோ அங்கே செல்கிறேன்.”

“நானும் அங்கேதான் செல்கிறேன்! உன் பெயர் என்ன?”

"மலை நகர்த்தி சிவெர்னி-கொரா! உன் பெயர்?"

"உருளும் பட்டாணி பொக்கத்தி-கரோஷிக்! இருவருமாய்ச் சேர்ந்து செல்வோம்!"

"நல்லது, அப்படியே செய்வோம்!"

ஆகவே இருவருமாய்ச் சேர்ந்து சென்றனர். எங்கும் நிற்காமல் நடந்து கொண்டே இருந்தனர். முடிவில் காட்டில் ஓர் ஆளைச் சந்தித்தனர். ஓக் மரங்களை அந்த ஆள் வேரோடு பிடுங்கி எறிந்து கொண்டிருந்தான்.

"வந்தனம், நண்பனே!" என்றனர் பொக்கத்தி-கரோஷிக்கும் சிவெர்னி-கொராவும்.

"வந்தனம் உமக்கு!"

"நீ என்ன செய்கிறாய்?"

"நடக்க இடம் வேண்டுமென்று மரங்களைப் பெயர்த்தெடுக்கிறேன்."

"எங்கே செல்கிறாய் நீ?"

"எங்கே செல்வம் கிடைக்குமோ அங்கே செல்கிறேன்."

"நாங்களும் அங்கேதான் செல்கிறோம்! உன் பெயர் என்ன?"

"ஓக் மரம் பெயர்க்கும் வெர்த்தி-தூபு! உங்கள் இருவரின் பெயர்?"

"உருளும் பட்டாணி பொக்கத்தி-கரோஷிக், மலை நகர்த்தி சிவெர்னி-கொரா! மூவருமாய்ச் சேர்ந்து செல்வோம்!"

"நல்லது, அப்படியே செய்வோம்!"

ஆகவே மூவருமாய்ச் சேர்ந்து சென்றனர். எங்கும் நிற்காமல் நடந்து கொண்டே இருந்தனர், முடிவில் பெரிய மீசைகளுக்கு எல்லாம் பெரியதான மீசையுடன் ஓர் ஆள் ஆற்றின் முன்னால் நிற்பதைக் கண்டனர். அவன் மீசையை முறுக்கியதும் ஆற்றின் வெள்ளம் இரண்டாய்ப் பிளந்து விலகிக் கொண்டது, ஆற்றின் குறுக்கே படுகையில் நடந்து அக்கரைக்கு நடந்து செல்வதற்கு பாதை அமைந்துவிட்டது.

"வந்தனம், நண்பனே!" என்றனர் மூவரும் அந்த ஆளிடம்.

"வந்தனம் உமக்கு!"

"நீ என்ன செய்கிறாய்?"

"ஆற்றைக் கடப்பதற்காக வெள்ளத்தைப் பிளந்து விலகச் செய்கிறேன்."

"எங்கே செல்கிறாய் நீ?"

"எங்கே செல்வம் கிடைக்குமோ அங்கே செல்கிறேன்."

"நாங்களும் அங்கேதான் செல்கிறோம்! உன் பெயர் என்ன?"

"மீசையை முறுக்கும் குருத்தி-யூஸ்! உங்கள் மூவரின் பெயர்?"

"உருளும் பட்டாணி பொக்கத்தி-கரோஷிக், மலை நகர்த்தி சிவெர்னி-கொரா, ஓக் மரம் பெயர்க்கும் வெர்த்தி-தூபு! நால்வருமாய்ச் சேர்ந்து செல்வோம்!"

"நல்லது, அப்படியே செய்வோம்!"

ஆகவே நால்வருமாய்ச் சேர்ந்து சென்றனர். அவர்களுடைய பயணம் மிகவும் எளிதாகிவிட்டது; வழியில் குறுக்கிட்ட ஒவ்வொரு மலையையும் சிவெர்னி-கொரா நகர்த்தி வைத்தான், ஒவ்வொரு காட்டிலும் வெர்த்தி-தூபு மரங்களைப் பெயர்த்து அகற்றினான். ஒவ்வொரு ஆற்றிலும் குருத்தி-யூஸ் வெள்ளத்தைப் பிளந்து விலகச் செய்தான்.

முடிவில் அவர்கள் ஒரு பெரிய காட்டினுள் நுழைந்தனர். அங்கே ஒரு சிறு குடிசை இருந்தது. நால்வரும் உள்ளே சென்று பார்த்தனர், குடிசை காலியாய் இருந்தது.

"இரவை இந்தக் குடிசையில் கழிப்போம்" என்றான் பொக்கத்தி-கரோஷிக்.

நால்வரும் இரவை அந்தக் குடிசையில் கழித்தனர்.

பொழுது விடிந்ததும் "சிவெர்னி-கொரா, நீ குடிசையில் தங்கி எங்களுக்குச் சாப்பாடு தயாரி, நாங்கள் மூவரும் வேட்டையாடப் போகிறோம்" என்று பொக்கத்தி-கரோஷிக் கூறினான்.

மூவரும் புறப்பட்டு வெளியே செல்ல சிவெர்னி-கொரா வேக வைத்தும் வறுத்தும் சமைத்தும் சுவையான சாப்பாடு தயார் செய்தான். பிறகு சற்று நேரம் தூங்கலாமென்று படுத்துக் கொண்டான். திடுமென அப்பொழுது கதவு தட்டப்பட்டது.

"திற கதவை!" என்று வெளியிலிருந்து உத்தரவு பிறந்தது.

"நான் உன் வேலையாள் அல்ல, கதவைத் திறக்க!" என்று சிவெர்னி-கொரா பதிலளித்தான்.

கதவைத் திறந்து கொண்டு, என்னை உள்ளே தூக்கிச் செல்!" என்று அதே குரல் மீண்டும் உத்திரவிட்டது.

"நீ என் எஜமானன் அல்ல, உத்தரவு போடாதே!" என்றான் சிவெர்னி-கொரா.

உடனே, கண்டும் கேட்டுமிராத சித்திரக் குள்ளனாகிய குறளிக் கிழவன் ஒருவன் குடிசைக்குள் ஏறி வந்தான். அவனுடைய தாடி ஐந்து அடி நீளத்துக்கு அவன் பின்னால் தரையில் கிடந்து புரண்டது. குறளிக் கிழவன் சிவெர்னி-கொராவின் சிண்டைப் பிடித்து உயரத் தூக்கி, சுவரில் ஆணியிலே அவனைத் தொங்க விட்டான். பிறகு அங்கு சாப்பிடுவதற்கு இருந்தவை யாவற்றையும் சாப்பிட்டு, குடிப்பதற்கு இருந்தவை யாவற்றையும் குடித்து முடித்தான். முடிவில் அந்தக் கிழவன் சிவெர்னி-கொராவின் முதுகிலிருந்து நீளமாய்த் தோலை உரித்தெடுத்துக் கொண்டு வெளியே போய்ச் சேர்ந்தான்.

ஆணியில் தொங்கிய சிவெர்னி-கொரா நெடுநேரம் முண்டித் துடித்துத் தன் முடியில் ஒரு பிடியை இழந்து, கடைசியில் தன்னை விடுவித்துக் கொள்வதில் வெற்றி பெற்றான். உடனே அவசர அவசரமாய் மீண்டும் ஒரு தரம் சாப்பாடு தயாரிக்க முற்பட்டான். அவன் மும்முரமாய் வேலை செய்து கொண்டிருக்கையில் அவனுடைய நண்பர்கள் திரும்பி வந்தனர்.

"இன்னுமா நீ சாப்பாடு தயாரிக்கவில்லை" என்று அவர்கள் வியப்புடன் கேட்டனர்.

"சற்றுக் கண்ணயரலாமென்று படுத்தேன், வேலையை மறந்து தூங்கிவிட்டேன்" என்று சிவெர்னி-கொரா பதிலளித்தான்.

எல்லோரும் வயிறு நிறைய சாப்பிட்டுவிட்டுப் படுத்துறங்கினர்.

பொழுது விடிந்ததும், "வெர்த்தி-தூபு, நீ இன்று குடிசையில் தங்கி சாப்பாடு தயாரி, நாங்கள் மூவரும் வேட்டையாடப் போகிறோம்" என்று பொக்கத்தி-கரோஷிக் கூறினான்.

மூவரும் புறப்பட்டுச் சென்றனர். வெர்த்தி-தூபு வேக வைத்தும் வறுத்தும் சமைத்தும் சுவையான சாப்பாடு தயார் செய்தான். பிறகு படுத்துக் கொண்டான். திடுமென அப்பொழுது கதவு தட்டப்பட்டது.

"திற கதவை!" என்று வெளியிலிருந்து உத்தரவு பிறந்தது.

"நான் உன் வேலையாள் அல்ல, கதவைத் திறக்க!" என்று வெர்த்தி-தூபு.

பதிலளித்தான்.

"என்னை உள்ளே தூக்கிச் செல்!" என்று அதே குரல் மீண்டும் உத்திரவிட்டது.

"நீ என் எஜமானன் அல்ல, உத்தரவு போடாதே!" என்றான் வெர்த்தி-தூபு. உடனே, கண்டும் கேட்டுமிராத சித்திரக் குள்ளனாகிய குறளிக் கிழவன் ஒருவன் குடிசைக்குள் ஏறி வந்தான். அவனுடைய தாடி ஐந்து அடி நீளத்துக்கு அவன் பின்னால் தரையில் கிடந்து புரண்டது. குறளிக் கிழவன் வெர்த்தி-தூபுவின் சிண்டைப் பிடித்து உயரத் தூக்கி, சுவரில் ஆணியிலே அவனைத் தொங்கவிட்டான். பிறகு அங்கு சாப்பிடுவதற்கு இருந்தவை யாவற்றையும் சாப்பிட்டு, குடிப்பதற்கு இருந்தவை யாவற்றையும் குடித்து முடித்தான். முடிவில் அந்தக் கிழவன் வெர்த்தி-தூபுவின் முதுகிலிருந்து நீளமாய்த் தோலை உரித்தெடுத்துக் கொண்டு வெளியே போய்ச் சேர்ந்தான்.

வெர்த்தி-தூபு நெடுநேரம் முண்டித் துடித்தான். நீரிலிருந்து தரையிலே விழுந்த மீனைப் போல் திண்டாடித் திக்குமுக்காடினான். கடைசியில் ஒருவாறு ஆணியிலிருந்து பிய்த்துக் கொண்டு தரையிலே விழுந்தான். உடனே அவசர அவசரமாய் மீண்டும் ஒரு தரம் சாப்பாடு தயாரிக்க முற்பட்டான்.

குடிசைக்குத் திரும்பிய அவன் நண்பர்கள் வியப்புற்று "இன்னுமா நீ சாப்பாடு தயாரிக்கவில்லை" என்று கேட்டனர்.

“நேரம் தெரியாமல் தூங்கிவிட்டேன்” என்றான் வெர்த்தி-தூபு.

சிவெர்னி-கொராவுக்கு உடனே இதன் உண்மை தெரிந்தது, ஆனால் அவன் வாயை மூடிக் கொண்டு பேசாமல் இருந்து விட்டான்.

மூன்றாம் நாளன்று குருத்தி-யூஸ் குடிசையிலே தங்கியிருந்தான். அவனுக்கும் இதே போலத்தான் ஆயிற்று.

“நீங்கள் எல்லோருமே, நேரத்தில் சாப்பாட்டைத் தயாரிக்காமல் தாமதம் செய்கிறீர்களே!” என்றான் பொக்கத்தி-கரோஷிக். “சரி, போனது போகட்டும். நாளைக்கு நீங்கள் மூவரும் வேட்டையாடப் போங்கள், நான் குடிசையிலே இருக்கிறேன்” என்று அறிவித்தான்.

அதேபோல் அவன் நண்பர்கள் மூவரும் பெழுது விடிந்ததும் வேட்டையாடச் சென்றனர். பொக்கத்தி-கரோஷிக் குடிசையில் தங்கினான். வேக வைத்தும் வறுத்தும் சமைத்தும் சுவையான சாப்பாடு தயார் செய்துவிட்டு படுத்துக் கொண்டான். திடுமென அப்பொழுது கதவு தட்டப்பட்டது.

“திற கதவை!” என்று வெளியிலிருந்து உத்தரவு பிறந்தது.

“இதோ வந்துவிட்டேன்!” என்று பதிலளித்தான் பொக்கத்தி-கரோஷிக்.

எழுந்து சென்று கதவைத் திறந்தான். கண்டும் கேட்டுமிராத சித்திரக் குள்ளனான குறளிக் கிழவன் ஒருவன் எதிரே நிற்கக் கண்டான். கிழவனுடைய தாடி ஐந்து அடி நீளத்துக்கு அவன் பின்னால் தரையிலே கிடந்தது.

“என்னை உள்ளே தூக்கிச் செல்!” என்றான் அந்தக் குறளிக் கிழவன்.

பொக்கத்தி-கரோஷிக் கிழவனைக் குடிசைக்குள் தூக்கி வந்தான். ஆனால் கிழவன் துள்ளி எகிறிக் கொண்டிருந்தான்.

“உனக்கு என்ன வேண்டும்?” என்று பொக்கத்தி-கரோஷிக் கேட்டான்.

..எனக்கு வேண்டியது என்னவென்பதை விரைவில் தெரிந்து கொள்வாய்” என்று சொல்லி அந்தக் குறளிக் கிழவன் துள்ளி எகிறி பொக்கத்தி-கரோஷிக்கின் சிண்டைப் பிடிக்கப் போனான். அதற்குள் பொக்கத்தி-கரோஷிக் “ஓகோ, இத்தகைய ஆளா நீ!” என்று கூவி, கிழவனின் தாடியைப் பிடித்துக் கொண்டுவிட்டான்!

பிறகு ஒரு கோடரியை எடுத்துக் கொண்டு குறளிக் கிழவனை ஒரு ஓக் மரத்திடம் இழுத்துச் சென்றான். ஓக் மரத்தை இரண்டாய்ப் பிளந்து கிழவனுடைய தாடியைப் பிளவுக்குள் விட்டு கெட்டியாய் அகப்பட்டுக் கொள்ளும்படிச் செய்தான்.

“என் சிண்டைப் பிடிக்க முயன்றாயே, திருட்டுக் கிழவனே! நான் திரும்பி வரும்வரை இங்கேயே இரு!” என்று குறளிக் கிழவனிடம் சொன்னான்.

பிறகு குடிசைக்குத் திரும்பி வந்தான். அவன் நண்பர்களும் வேட்டையாடிவிட்டுத் திரும்பினர்.

“சாப்பாடு தயாராய் இருக்கிறதா?” என்று ஓவர்கள் கேட்டார்கள்.

“இருக்கிறதே, தயாராகி நெடுநேரமாகிறதே” என்று பதிலளித்தான் பொக்கத்தி-கரோஷிக்.

எல்லோருமாய்ச் சாப்பிட்டு முடித்தபின், “வெளியே வாங்க, ஓர் அதிசயக் காட்சியைக் காட்டுகிறேன்!” என்றான் பொக்கத்தி-கரோஷிக்.

அவர்களை ஓக் மரத்திடம் அழைத்துச் சென்றான். ஆனால் அங்கே ஓக் மரத்தையும் காணோம், குறளிக் கிழவனையும் காணோம்! கிழவன் ஓக் மரத்தை வேரோடு பிடுங்கி இழுத்துக் கொண்டு தப்பி ஓடிவிட்டான்.

பிறகு பொக்கத்தி-கரோஷிக் அன்று நடந்ததை எல்லாம் தன் நண்பர்களிடம் சொன்னான். அவனுடைய நண்பர்கள் இந்தக் குறளிக் கிழவன் தம் சிண்டைப் பிடித்துத் தூக்கி ஆணியிலே தம்மை மாட்டியதையும், முதுகிலிருந்து நீளமாய்த் தோலை உரித்துச் சென்றதையும் மறைக்காமல் கூறினர்.

“கிழவன் இப்படிப்பட்டவன் என்றால், அவனை நாம் சும்மா விடக்கூடாது, போய்த் தேடிப் பிடிப்போம், புறப்படுங்கள்” என்றான் பொக்கத்தி-கரோஷிக்.

அந்தக் குறளிக் கிழவன் ஓக் மரத்தை இழுத்துச் சென்று வழி நெடுகத் தடம் விட்டுச் சென்றிருந்தான். நண்பர்கள் நால்வரும் இந்தத் தடத்தைப் பின் தொடர்ந்து சென்றார்கள்.

நெடுந்தூரம் நடந்து ஆழமான ஒரு குழியை வந்தடைந்தார்கள். அதன் அடி கண்ணுக்குத் தெரியாதபடி அவ்வளவு ஆழமாய் இருந்தது.

“சிவெர்னி-கொரா, நீ குழிக்குள் இறங்கு” என்றான் பொக்கத்தி-கரோஷிக்.

“ஐயோ, நான் இறங்க மாட்டேன்!”

“சரி, வெர்த்தி-தூபு, நீ இறங்கு!”

வெர்த்தி-தூபும் மாட்டேன் என்றான், குருத்தி-யூசும் மாட்டேன் என்றான்.

“சரி, நானே இறங்குகிறேன், முதலில் ஒரு கயிறு தயாரித்துக் கொள்வோம்” என்று சொன்னான் பொக்கத்தி-கரோஷிக்.

அவர்கள் நீளமான கயிறு தயாரித்துக் கொண்டனர். கயிற்றின் ஒரு முனையை பொக்கத்தி-கரோஷிக் தன் கையில் கட்டிக் கொண்டான்.

“என்னைக் குழிக்குள் விடுங்கள்!” என்றான்.

மூவருமாய்ச் சேர்ந்து அவனைக் குழிக்குள் இறக்கி விட்டனர். நெடு நேரமாகியும் அவன்அடி மட்டத்துக்குப் போய்ச் சேரவில்லை, பாதாள உலகத்துக்குப் போவது மாதிரி அவ்வளவு ஆழமாய் அந்தக் குழி கீழே போய்க் கொண்டிருந்தது. முடிவில் அவனை அடி மட்டத்துக்கு இறக்கி விட்டார்கள். பொக்கத்தி-கரோஷிக் கீழே நாற்புறமும் பார்த்தபடி நடந்து ஒரு பெரிய மாளிகையை வந்தடைந்தான். மாளிகையினுள் சென்று பார்த்தான். அங்கே

யாவும் பளிச்சிட்டுப் பிரகாசித்தன, பொன்னையும் இரத்தினக் கற்களையும் கொண்டு கட்டிய மாளிகை அது. ஒவ்வோர் அறையாய்ப் பார்த்துக் கொண்டு அவன் உள்ளே சுற்றிச் செல்லுகையில் திடுமென ஓர் அரசிளங்குமரி அவனிடம் ஓடி வந்தாள். அவளுடைய அழகைச் சித்தரிக்க வல்ல பேனாவோ, அவள் புகழைப் பாட வல்ல நாவோ இல்லை! அப்படி அவள் சுந்தரவதியாய் இருந்தாள்.

"நல்லரும் இளைஞனே! ஐயோ, இங்கு ஏன் வந்தாய் நீ?" என்றாள் அவள்.

"நீண்ட தாடியுடைய குறளிக் கிழவன் ஒருவனைத் தேடிக் கொண்டு வந்திருக்கின்றேன்" என்று பொக்கத்தி-கரோஷிக் பதிலளித்தான்.

"இங்குதான் இருக்கிறான் அந்தக் குறளிக் கிழவன், ஓக் மரத்திலிருந்து தன் தாடியை வெளியே இழுக்க முயன்று கொண்டிருக்கிறான்" என்றாள் அந்நங்கை. "ஆனால் நீ அவனிடம் போகாதே, உன்னைக் கொன்று விருவான், எத்தனையோ பேரைக் கொன்றிருக்கும் கொடியவன் அவன்" என்று சொன்னாள்.

"என்னை அவனால் கொல்ல முடியாது, நான்தான் அவன் தாடியைப் பிடித்து இழுத்து மரத்திலே மாட்டினேன்" என்றான் பொக்கத்தி-கரோஷிக். "ஆனால் நீ யார், இங்கே என்ன செய்கிறாய்? என்று அவளைக் கேட்டான்.

"நான் ஒரு அரசிளங்குமரி, இந்தக் குறளிக் கிழவன் என்னை அரண்மனையிலிருந்து தூக்கி வந்து கைது செய்து வைத்திருக்கிறான்!"

"இனி நீ அஞ்ச வேண்டாம், உன்னை தான் இங்கிருந்து விடுவிக்கிறேன். இப்பொழுது என்னை அந்தக் கிழவனிடம் அழைத்துச் செல்!"

அவனை அவள் அந்தக் குறளிக் கிழவனிடம் அழைத்துச் சென்றாள். பொக்கத்தி-கரோஷிக் அங்கே பார்த்தபோது அவள் கூறியது மெய்தான் என்பது தெரிந்தது. ஓக் மரத்திலிருந்து எப்படியோ ஒருவாறு தாடியை வெளியே எடுத்துவிட்டு கிழவன் அங்கே உட்கார்ந்திருந்தான். பொக்கத்தி-கரோஷிக்கைப் பார்த்ததும் அவன் கோபமாய்க் கூச்சலிட்டான்.

"இங்கே ஏன் வந்திருக்கிறாய்? போர் புரியவா, சமாதானம் செய்து கொள்ளவா?"

"உன்னுடன் சமாதானத்தை நாடவில்லை நான், போர் புரிய எழுந்து வா!" என்றான் பொக்கத்தி-கரோஷிக்.

இருவரும் வாட்போர் புரிந்தனர். நெடுநேரம் பயங்கரப் போர் நடைபெற்றது. இறுதியில் பொக்கத்தி-கரோஷிக்கின் வாள் கிழவனுடைய நெஞ்சில் குத்தித் துளைத்து முதுகுப் புறத்தில் வெளியே வந்தது. குறளிக் கிழவன் உயிரிழந்து விழுந்தான்.

பிறகு பொக்கத்தி-கரோஷிக்கும் அரசிளங்குமரியும் அங்கிருந்த பொன்னையும் இரத்தினங்களையும் எடுத்து மூன்று சாக்குகளில் நிரப்பிக்

கொண்டனர். முன்பு பொக்கத்தி-கரோஷிக் கீழே இறங்கிய குழியின் அடிமட்டத்துக்கு வந்து சேர்ந்தனர்.

அங்கே வந்து நின்று கொண்டு பொக்கத்தி-கரோஷிக் தன் நண்பர்களுக்குக் குரல் கொடுத்தான்.

எனது நண்பர்களே, மேலே இருக்கிறீர்களா நீங்கள்?''

"இங்கேதான் இருக்கிறோம்'' என்று நண்பர்கள் பதில் குரல் கொடுத்தனர்.

உடனே பொக்கத்தி-கரோஷிக் தனது மூட்டைகளில் ஒன்றை கயிற்றின் நுனியில் கட்டி, அதை மேலே இழுக்குமாறு தன் நண்பர்களிடம் சொன்னான்.

"உங்களுடையது இது!'' என்று கூவினான்.

மூட்டையை அவர்கள் மேலே இழுத்து எடுத்துக் கொண்ட பின் மீண்டும் கயிற்றைக் குழிக்குள் விட்டனர். பொக்கத்தி-கரோஷிக் இரண்டாவது மூட்டையைக் கயிற்று நுனியில் கட்டினான்.

"இதுவும் உங்களுடையதுதான்!'' என்று கத்தினான்.

மூன்றாவது மூட்டையையும் அவர்களுக்கே தந்தான். குறளிக் கிழவனிடமிருந்து அவன் எடுத்து வந்திருந்த செல்வம் அனைத்தையும் அவர்களுக்கே தந்துவிட்டான்.

பிறகு அரசிளங்குமரியைக் கயிற்று நுனியில் கட்டினான்.

"இப்பொழுது வருவது என்னுடையது!'' என்று கூவினான்.

அவனுடைய நண்பர்கள் மூவரும் அரசிளங்குமரியை மேலே இழுத்தனர். இப்பொழுது பொக்கத்தி-கரோஷிக் மட்டும் குழியின் அடியில் இருந்தான். அவர்கள் மூவரும் தம்முள் சிந்திக்கலாயினர்.

"நாம் ஏன் அவனை மேலே இழுக்க வேண்டும்? அவன் மேலே வராமல் இருந்தால் அரசிளங் குமரியையும் நாமே எடுத்துக் கொண்டுவிடலாம்'' என்று நினைத்தனர். "பாதி தூரம் அவனை இழுத்தபின் கயிற்றை விட்டுவிடுவோம், அவன் கீழே விழுந்து உயிரிழந்துவிடுவான்'' என்று முடிவு செய்து கொண்டனர்.

அவர்களுடைய சதித்திட்டத்தை பொக்கத்தி-கரோஷிக் ஊகித்துக் கொண்டு விட்டான். ஆகவே அவன் ஒரு பெரிய கருங்கல்லைக் கயிற்றில் கட்டி, "இப்பொழுது என்னை மேலே இழுங்கள்!'' என்று கூவினான்.

கருங்கல்லை அவர்கள் பாதி உயரத்துக்கு இழுத்துக் கயிற்றை விட்டுவிட்டனர். கீழே அடித்து மோதிச் சென்று அது தடாரென விழுந்தது!

"என் நண்பர்களே, இப்படிப்பட்டவர்களா நீங்கள்!'' என்று பொக்கத்தி-கரோஷிக் தன்னுள் கூறிக் கொண்டான். பிறகு குழிக்கு அடியில் பாதாள உலகில் சுற்றியலையலாமென்று அங்கிருந்து புறப்பட்டான். நடந்தான், நடந்தான்-அப்படி நடந்தான். திடுமென புயல் மேகங்கள் திரண்டு வானம் இருண்டுவிட்டது,

மழை கொட்டிற்று, ஆலங்கட்டிகளுங்கூட விழுந்தன. பொக்கத்தி-கரோஷிக் ஒரு ஓக் மரத்துக்கு அடியில் பதுங்கிக் கொண்டான். பிறகு மரத்தின் உச்சியில் கூட்டினுள் இருந்த கழுகுக் குஞ்சுகள் பரிதாபமாய்க் கீச்சிடுவது அவன் காதில் விழுந்தது. உடனே மரத்தில் ஏறி தனது கதகதப்பான கோட்டால் கழுகுக் குஞ்சுகளை மூடி வைத்துவிட்டு இறங்கினான். மழை நின்றதும் குஞ்சுகளின் தாயாகிய பெரிய கழுகு கூட்டுக்கு வேகமாய்ப் பறந்து வந்தது. தனது குஞ்சுகள் மூடப்பட்டுப் பத்திரமாய் இருப்பதை அது கண்ணுற்றது.

"குஞ்சுகளே, பத்திரமாய் உங்களை மூடி வைத்தது யார்?" என்று கேட்டது.

"நீ அந்த ஆளைக் கொல்லாமல் இருப்பாயானால், யார் என்று சொல்கிறோம் என்று குஞ்சுகள் பதிலளித்தன.

"கொல்ல மாட்டேன்! சொல்லுங்கள்!"

"மரத்துக்கு அடியில் உட்கார்ந்திருக்கிறானே, அவன்தான் எங்களை மூடி வைத்துக் காப்பாற்றினான்."

உடனே தாய்க் கழுகு பொக்கத்தி-கரோஷிக்கிடம் பறந்து சென்றது.

"என்னிடம் உனக்கு வேண்டியது எதுவாயினும் சொல், உடனே செய்கிறேன்" என்று கழுகு அவனிடம் கூறிற்று. "கூட்டில் நான் இல்லாதபோது இம்மாதிரியான கனத்த மழையில் என் குஞ்சு எதுவும் இப்பொழுதுதான் முதன்முதலாய்ச் சாகாமல் தப்ப முடிந்தது" என்றது கழுகு.

"இங்கிருந்து என்னைத் தூக்கிச் சென்று என்னுடைய உலகத்தில் விடு" என்றான் பொக்கத்தி-கரோஷிக்.

"நீ எனக்கு அளித்திருக்கும் பணி எளியதன்று, ஆயினும் வேறு வழி இல்லையாதலால் நீ சொல்வதை நிறைவேற்ற முயலுகிறேன்"என்றது கழுகு." ஆறு அண்டா இறைச்சியும் ஆறு சால் தண்ணீரும் நாம் எடுத்துச் செல்ல வேண்டும். நான் என் தலையை வலப்பக்கம் திருப்பும் தோறும் நீ இறைச்சியில் ஒரு துண்டை என் வாய்க்குள் போட வேண்டும். இடப்பக்கம் நான் தலையைத் திருப்பும் தோறும் குடிக்க ஒரு வாய் தண்ணீர் தர வேண்டும். நீ இவ்விதம் செய்யாவிடில் நான் அங்கே போய்ச் சேர முடியாது. தரையிலே விழுந்துவிடுவேன்" என்றது'

இருவரும் ஆறு அண்டா இறைச்சியும் ஆறு சால் தண்ணீரும் எடுத்துக் கொண்டனர். பொக்கத்தி-கரோஷிக் கழுகின் முதுகில் ஏறி உட்கார்ந்து கொண்டான். இருவரும் பறந்தனர்! பறந்து கொண்டே இருந்தனர். கழுகு தன் தலையை வலப்பக்கம் திருப்பிய போதெல்லாம், பொக்கத்தி-கரோஷிக் அதன் வாய்க்குள் கறித் துண்டைப் போட்டான். தலையை அது இடப்பக்கம் திருப்பிய போதெல்லாம் அவன் அதற்கு ஒரு வாய்த் தண்ணீர் தந்தான்.

நெடுநேரம் ஆயிற்று, இன்னமும் அவர்கள் பறந்து கொண்டுதான் இருந்தனர். மனிதர்களுடைய உலகை வந்தடைய இன்னும் சிறிது தூரமே இருந்தது. கழுகு

இறைச்சி வேண்டுமென்று தலையை வலப் பக்கம் திருப்பிற்று, ஆனால் பொக்கத்தி-கரோஷிக்கிடம் இறைச்சியில் ஒரு துண்டு கூட பாக்கியில்லை. ஆகவே தன் காலிலிருந்து ஒரு துண்டை வெட்டியெடுத்து அதைக் கழுகின் வாயினுள் போட்டான். மீண்டும் அவர்கள் விண்ணோக்கி உயர்ந்து பறந்து மனிதர்களுடைய உலகை வந்தடைந்தனர்.

"தின்பதற்கு நீ கடைசி தரம் என்ன தந்தாய் எனக்கு? மிகவும் சுவையாய் இருக்கிறதே!" என்று கேட்டது கழுகு.

"என்னுடைய ஊனில் ஒரு துண்டு கொடுத்தேன்" என்று சொல்லி, பொக்கத்தி-கரோஷிக் தன் காலைச் சுட்டிக் காட்டினான்.

உடனே கழுகு அந்த ஊன் துண்டை வெளியே துப்பிவிட்டு எங்கோ பறந்து சென்று மந்திரத் தண்ணீர் கொஞ்சம் கொண்டு வந்தது. துண்டிக்கப்பட்ட ஊன் துண்டை பொக்கத்தி-கரோஷிக்கின் காலில் காயமுற்ற இடத்தில் வைத்து அதன்மீது இந்தத் தண்ணீரைத் தெளித்தது. என்ன ஆச்சரியம்! கால் திரும்பவும் முழுதாகிவிட்டது.

இதன்பின் கழுகு தன் இருப்பிடத்துக்குத் திரும்பிப் பறந்தது. பொக்கத்தி-கரோஷிக் தன் நண்பர்களை மூவரையும் தேடிச் சென்றான்.

ஆனால் நண்பர்கள் மூவரும் அரசிளங் குமரியின் தந்தையுடைய அரண்மனைக்குப் போய் அங்கேயே வசித்து வந்தனர். ஆனால் அவர்களிடையே சண்டை மூண்டு விட்டது. ஒவ்வொருவரும் அரசிளங்குமரியைத் தானே மணந்து கொள்ள விரும்பி, அவளை வேறு யாரும் மணந்து கொள்ளக் கூடாதென்று சண்டை போட்டுக் கொண்டனர்.

பொக்கத்தி-கரோஷிக் இந்த அரண்மனைக்குப் போய்ச் சேர்ந்தான். அவனைப் பார்த்ததும் இம்மூவரும் கதி கலங்கிவிட்டனர். தம்மை அவன் கொன்று போட்டுவிடுவான் என்றே நினைத்தனர். ஆனால் பொக்கத்தி-கரோஷிக் "என் உடன்பிறந்த சகோதரர்களே! எனக்கு வஞ்சம் புரியத் தயங்காத போது உங்களிடமிருந்து அதிகமாய் நான் எதிர்பார்க்கலாமா? மன்னிப்பதைத் தவிர நான் வேறு எதுவும் செய்வதற்கில்லை" என்று கூறினான்.

அதேபோல அவர்களை அவன் மன்னித்தான். பிறகு அரசிளங்குமரியை மணம் புரிந்து கொண்டு அன்பும் இன்பமும் பொங்க அவளுடன் வாழ்ந்து வந்தான்.

♦

நல்லதும் கெட்டதும்

(உக்ரேனிய நாட்டுக்கதை)

முன்னொரு காலத்தில் இரு சகோதரர்கள் இருந்தார்கள். ஒருவன் பணக்காரன், இன்னொருவன் ஏழை. ஒரு நாள் இருவரும் சந்திக்க நேர்ந்தபோது ஏதோ பேசத் தொடங்கி விரைவில் பேச்சு வாக்குவாதமாய் வளர்ந்து விட்டது.

"வாழ்க்கைஎவ்வளவுதான் கொடுமையாய் இருப்பினும், எப்பொழுதும் நல்லது செய்வதுதான் மேல்" என்றான் ஏழைச் சகோதரன்.

"நீ சொல்வது வாழ்க்கைக்கு ஒவ்வாத கருத்து!" என்று பணக்காரச் சகோதரன் சொன்னான். "உலகில் தற்போது நல்லது எதுவும் இல்லை, எல்லாம் கெட்டதுதான். நல்லது செய்கிறவனுக்கு வாழ்வு இல்லை!" என்றான்.

ஆனால் ஏழைச் சகோதரன் தன் கருத்தையே தொடர்ந்து வற்புறுத்தினான்.

"சகோதரனே! நீ சொல்வது சரியல்ல, நல்லது செய்தால் எப்படியும் ஒருநாள் நன்மை விளையும் என்றே நினைக்கிறேன்" என்று ஏழைச் சகோதரன் கூறினான்.

"அப்படியானால், பந்தயம் கட்டுவோம் வா!" என்றான் பணக்காரச் சகோதரன். "வழியில் நாம் சந்திக்கும் முதல் மூவரும் என்ன நினைக்கிறார்கள் என்று கேட்டுப் பார்ப்போம். நீ சொல்வதே சரி என்பார்களானால், என்னிடம் உள்ளதெல்லாம் உனக்கு உரியதாகிவிடும். நான் சொல்வதே சரி என்பார்களானால், உன்னிடம் உள்ளதை எல்லாம் நான் எடுத்துக் கொண்டுவிடுவேன்" என்று சொன்னான்.

"சரி, பார்ப்போம்!" என்று ஏழைச் சகோதரன் ஒத்துக் கொண்டான்.

அவர்கள் சாலையிலே நடந்து சென்றனர். ஓயாமல் நடந்து கொண்டே இருந்தார்கள். பருவக் காலம் முழுதும் வேலை செய்து விட்டு சொந்த ஊருக்குத் திரும்பி வந்து கொண்டிருந்த ஓர் ஆளை அவர்கள் சந்தித்தனர்.

“நண்பனே, வந்தனம்!” என்று அவனை அணுகினர்.

“வந்தனம் உமக்கு!”

“நாங்கள் ஒன்று கேட்க விரும்புகிறோம்.”

“கேளுங்கள்!”

“வாழ்வதற்கு ஏற்ற வழி எது- நல்லது செய்வதா, கெட்டது செய்வதா?”

“நல்லவர்களே, இந்நாட்களில் நல்லது செய்கிறவனுக்கு வாழ்வு ஏது?” என்றான் அவன். “என்னைப் பாருங்களேன்! நெடு நாட்களாய் உழைத்தேன், பாடுபட்டு உழைத்தேன். ஆனால் எனக்குக் கிடைத்த ஊதியம் மிகச் சொற்பம், அதிலும் ஒரு பகுதியை என் எஜமானன் எதேதோ சொல்லிப் பிடுங்கிக் கொண்டுவிட்டான். நேர்மையாய் வாழ்கிறவன் பிழைக்க முடியாதவன். நல்லதை விடக் கெட்டது செய்வதே மேல்!” என்று அவன் வருத்தப்பட்டுக் கொண்டான்.

“பார்த்தாயா, நான் சொன்னதே சரி, நீ சொன்னது தப்பு!” என்றான் பணக்காரச் சகோதரன்.

ஏழைச் சகோதரனுக்கு உற்சாகம் குன்றிவிட்டது. ஆனால் என்ன செய்வது? பேசாமல் நடந்தான். பிறகு இருவரும் ஒரு வியாபாரியைச் சந்தித்தனர்.

“நாணயமான வியாபாரியே, வந்தனம்!” என்றனர் இருவரும்.

“வந்தனம் உமக்கு!” என்றான் வியாபாரி.

“நாங்கள் ஒன்று கேட்க விரும்புகிறோம்.”

“கேளுங்கள்!”

“வாழ்வதற்கு ஏற்ற வழி எது- நல்லது செய்வதா, கெட்டது செய்வதா?”

“அன்பர்களே, என்ன கேள்வி இது! நல்லது செய்தால் லாபம் ஏது? எதையும் விற்க வேண்டுமாயின் நூறு பொய் சொல்லி ஏமாற்றாமல் முடியுமா? முடியவே முடியாது!”

இப்படிச் சொல்லிவிட்டு அந்த வியாபாரி குதிரையிலே போய்ச் சேர்ந்தான்.

“பார்த்தாயா? இரண்டாம் தரமும் நானே வெற்றியாளன்!” என்றான் பணக்காரச் சகோதரன்.

ஏழைச் சகோதரன் முன்னிலும் அதிகமாய்ச் சோர்வடைந்தான். ஆனால் என்ன செய்வது? பேசாமல் நடந்தான். இருவரும் நெடுந்தூரம் சென்றதும் ஒரு பிரபுவைச் சந்தித்தனர்.

“பிரபுவே, வந்தனம்!” என்றனர்.

"வந்தனம் உமக்கு!"

"நாங்கள் ஒன்று கேட்க விரும்புகிறோம்,"

"கேளுங்களேன்!"

"வாழ்வதற்கு ஏற்ற வழி எது- நல்லது செய்வதா, கெட்டது செய்வதா?"

"அன்பர்களே, என்ன கேள்வி இது! உலகில் இந்தக் காலத்தில் நல்லது எதுவும் இல்லையே! நல்லவனாய் இருந்தால் வாழ முடியாது. நான் நேர்மையான வழிகளில்தான் செல்வதென்று ஆரம்பித்தால், பிறகு என் கதி..." என்று அந்தப் பிரபு தான் கூற வந்த வாக்கியத்தை முடிக்காமலே குதிரையை ஓட்டிச் சென்றுவிட்டார்.

"சரி, சகோதரனே, வா வீட்டுக்கு! உன்னிடம் உள்ளதை எல்லாம் என்னிடம் ஒப்படை!" என்றான் பணக்காரச் சகோதரன்.

ஏழைச் சகோதரன் வீட்டுக்கு வந்து சேர்ந்தான். அவனுக்குத் துயரம் தாள முடியவில்லை. அவனிடமிருந்த அற்ப சொற்ப உடைமைகள் யாவற்றையும் பணக்காரச் சகோதரன் எடுத்துக் கொண்டு விட்டான். வெறுங் குடிசையை மட்டும் அவனிடம் விட்டு வைத்தான்.

"தற்போதைக்கு நீ இங்கே இருந்து வா, இப்பொழுது எனக்கு இந்தக் குடிசை வேண்டியதில்லை. ஆனால் குடியிருக்க நீ விரைவில் வேறு இடம் தேடிக் கொண்டாக வேண்டும்."

ஏழைச் சகோதரன் தன் குடும்பத்தாருடன் குடிசையில் உட்கார்ந்திருந்தான். சாப்பிடுவதற்கு அவர்களிடம் ரொட்டியும் இல்லை, வேறு எதுவும் இல்லை. எங்கேயும் சென்று வேலை செய்து சம்பாதிப்பதற்கும் வழியில்லை. ஏனெனில் அவ்வருடம் பயிர்கள் விளைச்சலின்றி வீணாகி விட்டன. ஏழைச் சகோதரன் தனது அவல நிலைமையைப் பொறுத்துக் கொள்ள முயற்சி செய்தான், சிறிது காலத்துக்குப் பொறுத்துக் கொண்டும் இருந்து விட்டான். ஆனால் குழந்தைகள் பசி தாங்காமல் அழத் தொடங்கினர். முடிவில் அவன் கொஞ்சம் மாவு கேட்டு வாங்கி வரலாமென்று ஒரு சாக்கை எடுத்துக் கொண்டு பணக்காரச்சகோதரனிடம் சென்றான்.

"ஒரு படி மாவோ, தானியமோ உன்னிடம் எது இருக்கிறதோ அதைக்கொடு" என்று கேட்டான். "சாப்பிட வீட்டில் ஒன்றும் இல்லை, குழந்தைகள் பசி தாங்காமல் அலறுகின்றன! என்றான்.

"உனக்கு ஒரு படி மாவு தருகிறேன், ஆனால் உன் கண்களில் ஒன்றை அவிப்பதற்கு என்னை அனுமதிக்க வேண்டும்" என்று சொன்னான் பணக்காரச் சகோதரன்.

ஏழைச் சகோதரன் சற்று நேரம் ஆலோசனை செய்து பார்த்தான். ஆனால் ஒத்துக் கொள்வதைத் தவிர வேறு வழியில்லை.

"அப்படியே செய், கண்ணை அவி நீ. கடவுள் உன்னைக் காப்பாற்றட்டும்! ஆனால் ஏசுவுக்காக வேண்டியேனும் எனக்குக் கொஞ்சம் மாவு கொடு!" என்றான்.

ஆகவே பணக்காரச் சகோதரன் ஏழைச் சகோதரனின் கண்களில் ஒன்றை அவித்துவிட்டு, கட்டி பிடித்த மாவில் ஒரு படி அவனுக்குக் கொடுத்தான். ஏழைச் சகோதரன் அதை எடுத்துக் கொண்டு வீட்டுக்குத் திரும்பினான். அவனைப் பார்த்ததும் அவன் மனைவி அதிர்ச்சியுற்று "என்ன ஆயிற்று உனக்கு, உன் கண் எங்கே?" என்று கேட்டாள்.

"என் சகோதரன் அதை அவித்துவிட்டான்" என்று பதிலளித்தான்.

நடந்தது அனைத்தையும் அவளிடம் சொன்னான். எல்லோரும் அழுது புலம்பினர், சிறிது நேரம் வருந்தினர். ஆனால் சாப்பிடுவதற்கு மாவு கிடைத்தது.

ஒருவாரம் கழிந்தது, அல்லது இன்னும் சற்று அதிக காலம் கழிந்திருக்கலாம். மாவு தீர்ந்து போய்விட்டது. ஆகவே ஏழைச் சகோதரன் மீண்டும் சாக்கை எடுத்துக் கொண்டு பணக்காரச் சகோதரனிடம் சென்றான்.

"அருமைச் சகோதரனே, எனக்கு இன்னும் கொஞ்சம் மாவு கொடு, முன்பு நீ கொடுத்தது பூராவும் தீர்ந்து போய்விட்டது" என்றான்.

"உன்னுடைய இன்னொரு கண்ணையும் அவிப்பதற்கு என்னை அனுமதித்தாயானால், ஒரு படி மாவு தருகிறேன்" என்று பணக்காரச் சகோதரன் பதிலளித்தான்.

"சகோதரனே, இரு கண்களும் இல்லாமல் எப்படி நான் வாழ்வேன்! ஏற்கனவே ஒன்றை அவித்துவிட்டாய்! இரக்கம் கொண்டு இன்னொரு கண்ணையும் அவிக்காமல் மாவு கொடு."

"அதெல்லாம் முடியாது! இன்னொரு கண்ணையும் அவிக்க அனுமதித்தாலன்றி மாவு தர மாட்டேன்."

ஏழைச் சகோதரனுக்கு வேறு வழி ஏதும் இல்லை.

"சரி, இன்னொரு கண்ணையும் அவி, கடவுள் உன்னைக் காப்பற்றட்டும்" என்றான்.

உடனே பணக்காரச் சகோதரன் ஒரு கத்தியை எடுத்து தனது ஏழைச் சகோதரனுடைய இரண்டாவது கண்ணையும் அவித்து விட்டு அவன் சாக்கில் மாவை நிரப்பினான். கண்ணில்லாச் சகோதரன் அதை எடுத்துக் கொண்டு வீட்டுக்குத் திரும்பினான்.

கண் தெரியாமல் முட்டி மோதி ஒரு வேலியிலிருந்து இன்னொன்றுக்குத் தட்டுத் தடுமாறினான். மிகவும் சிரமப்பட்டு நடந்து முடிவில் மாவு சாக்குடன்

வீட்டுக்கு வந்து சேர்ந்தான். அவனைப் பார்த்ததும் அவனுடைய மனைவிக்கு இரத்தமே உறைந்துவிடும் போலாகிவிட்டது. "ஐயோ, என்ன அநியாயம் இது! இரண்டு கண்ணும் இல்லாமல் எப்படி நீ உயிர் வாழப் போகிறாய்! வேறு எங்காவது போய் நாம் கொஞ்சம் மாவு வாங்கி வந்திருக்கலாமே, இப்பொழுது நாம் என்ன செய்வோம்..."' என்று கத்தினாள்.

அதற்கு மேல் ஒரு வார்த்தை பேச முடியாமல் கதறி அழுதாள்.

"மனைவியே, அழாதே நீ! இந்த உலகில் கண் தெரியாதவன் நான் ஒருவன் மட்டுமல்ல; எத்தனையோ பேர் இருக்கிறார்கள். கண்ணில்லாமலே இவர்கள் சமாளித்துதான் வருகிறார்கள்" என்று கண் தெரியாதவன் அவளிடம் சொன்னான்.

ஒரு படி மாவு ஒரு குடும்பத்துக்கு எத்தனை நாளுக்கு வரும்? விரைவில் அது தீர்ந்துவிட்டது.

"இனி நான் என் சகோதரனிடம் போகப் போவதில்லை" என்று கண் தெரியாதவன் தன் மனைவியிடம் கூறினான். "கிராமத்துக்கு அப்பால் சாலையிலே இருக்கும் பெரிய நெட்டிலிங்க மரத்துக்கு அடியில் என்னைக் கொண்டு போய்விடு. பகற் பொழுதுக்கு அங்கே நான் உட்கார்ந்திருக்கிறேன். பிறகு அந்திப் பொழுதில் வந்து என்னை வீட்டுக்கு அழைத்து வா. அந்த வழியே நடந்து செல்வோரும் குதிரையில் போவோரும் பலர் உண்டு. நிச்சயம் யாராவது எனக்கு ஒரு ரொட்டி தருவார்" என்றான்.

ஆகவே கண் தெரியாதவனின் மனைவி அவனை அவ்விடத்துக்கு அழைத்துச் சென்று நெட்டிலிங்க மரத்துக்கு அடியில் உட்கார வைத்துவிட்டு வீட்டுக்குத் திரும்பினாள்.

கண் தெரியாதவன் அங்கே உட்கார்ந்திருந்தான். அவ்வழியே போனவர்களில் சிலர் அவனுக்குக் காசு கொடுத்துவிட்டுச் சென்றனர். அந்தி நேரம் ஆயிற்று. ஆனால் அவன் மனைவி வரவில்லை.

கண் தெரியாதவனுக்குக் களைத்துப் போய்விட்டதால் தானாவே வீட்டுக்குத் திரும்பி விடலாம் என்று முடிவு செய்து கொண்டு கிளம்பினான். ஆனால் வழியில் அவன் தவறான திசையில் திரும்பி விடவே வீட்டுக்கு வருவதற்குப் பதில், எங்கு செல்கிறோம் என்று தெரியாமலே நடந்து கொண்டே இருந்தான். திடுமெனச் சுற்றிலும் மரங்கள் சலசலக்கும் சப்தம் கேட்டது. காட்டுக்குள் வந்து விட்டோம், இனி இரவை இங்கேதான் கழித்தாக வேண்டும் என்பது தெரிந்தது. காட்டு விலங்குகளுக்குப் பயந்து மிகவும் பிரயாசைப்பட்டு மெதுவாய் ஒரு மரத்தில் ஏறி ஆடாமல் அசையாமல் உட்கார்ந்திருந்தான்.

நள்ளிரவு ஆயிற்று, திடுமென அதே இடத்துக்கு அதே மரத்தடியில் பிசாசுகள் பறந்து வந்து கூடின. அவற்றில் தலைமையான பிசாசு ஏனையவற்றை என்னென்னவெல்லாம் செய்தீர்களென்று விசாரித்தது.

“இரண்டு படி மாவுக்காக ஒருவன் தனது சகோதரனுடைய இரு கண்களையும் அவிக்கும்படி வைத்தேன்” என்று ஒரு பிசாசு கூறிற்று.

“நீ செய்தது நல்ல காரியம்தான். ஆனால் அதை நீ சரியாய்ச் செய்யவில்லை” என்று தலைமைப் பிசாசு அதனிடம் சொல்லிற்று.

“அது எப்படி?”

“எப்படியென்றால், கண்ணிழந்த சகோதரன் இந்த மரத்துக்கு அடியிலுள்ள பனி நீரை எடுத்துக் கண்ணில் தடவினால் போதும், இழந்த பார்வையை அவன் திரும்பப் பெற்றுவிடுவான்.”

“இது எவரும் அறிந்தோ, கேட்டோ இராத ஒன்று, ஆகவே என்றும் அவன் கண்ணில்லாதவனாகவே இருப்பான்.” தலைமைப் பிசாசு இப்பொழுது இன்னொரு பிசாசு பக்கம் திரும்பி “நீ என்ன செய்தாய், சொல்” என்றது.

“இங்கே ஒரு கிராமத்தில் தண்ணீர் ஒரு சொட்டுகூட இல்லாதபடி யாவற்றையும் வற்றச் செய்து விட்டேன். இப்பொழுது இக்கிராமத்தினர் நாற்பது கிலோமீட்டருக்கு அப்பால் சென்று தண்ணீர் கொண்டு வர வேண்டியதாகிவிட்டது. பலர் வழியில் மடிந்து விழுகிறார்கள்.”

“நீ செய்தது நல்ல காரியம்தான். ஆனால் அதை நீ சரியாய்ச் செய்யவில்லை.”

“அது எப்படி?”

“எப்படியென்றால் இந்தக் கிராமத்துக்கு அருகிலுள்ள நகரத்தில் இருக்கும் பெரிய பாறையை அகற்றி வைத்தால் போதும், எல்லோருக்கும் வேண்டிய அளவு தண்ணீர் அதற்கு அடியிலிருந்து பீறிட்டுப் பாயும்.”

“இது எவரும் அறிந்தோ, கேட்டோ இராத ஒன்று, ஆகவே பாறைக்கு அடியிலுள்ள தண்ணீர் யாருக்கும் தெரியாமல் அங்கேயேதான் இருக்கும்.”

“சரி நீ என்ன செய்தாய்” என்று தலைமைப் பிசாசு இன்னொன்றைக் கேட்டது.

“ஒரு ஜாரரசில் ஜாரின் ஒரே மகளுக்குக் கண் தெரியாதபடி செய்துவிட்டேன். வைத்தியர்களால் ஒன்றும் செய்வதற்கில்லை.”

“நீ செய்தது நல்ல காரியம்தான், ஆனால் அதை நீ சரியாய்ச் செய்யவில்லை.”

“அது எப்படி?”

“இந்த மரத்துக்கு அடியிலுள்ள பனி நீரை எடுத்துச் சென்று அவள் கண்களில் தடவினால் போதும், அவள் மீண்டும் பார்க்கத் தொடங்கிவிடுவாள்.

“இது எவரும் அறிந்தோ, கேட்டோ இராத ஒன்று. ஆகவே அவள் எந்நாளும் பார்க்கத் தொடங்கப் போவதில்லை.”

கண் தெரியாத ஏழைச் சகோதரன் இவை யாவற்றையும் கேட்டுக் கொண்டு மரத்தின் உச்சியில் உட்கார்ந்திருந்தான். பேய்கள் பறந்து சென்றபின் மரத்திலிருந்து கீழே இறங்கி அந்தப் பனிநீரை எடுத்துக் கண்களில் தடவிக் கொண்டான். உடனே அவனுக்குப் பார்வை திரும்பி விட்டது.

"இனி நான் ஏனையோர் பலருக்கும் உதவி புரியப் போகிறேன்" என்று தன்னுள் கூறிக் கொண்டான்.

தன்னிடமிருந்த ஒரு சிறு குடுவையில் இந்தப் பனி நீரை நிரப்பிக் கொண்டு அங்கிருந்து புறப்பட்டான்.

தண்ணீரே இல்லாத ஒரு கிராமத்தை வந்தடைந்தான். ஒரு கிழவி இரு வாளிகளில் நீர் நிரப்பிக் கம்பு நுனியில் கட்டித் தொங்க விட்டுக் காவடி போலக் கழுத்தில் வைத்துத் தூக்கி வருவதைக் கண்டான்.

கிழவிக்கு வணக்கம் தெரிவித்து, "பாட்டி, குடிப்பதற்கு எனக்குக் கொஞ்சம் தண்ணீர் கொடேன்" என்று கேட்டான்.

"மகனே, நாற்பது கிலோமீட்டர் தொலைவுக்கு அப்பாலிருந்து இந்தத் தண்ணீரை எடுத்து வருகிறேன். வழியில் ஒரு பாதியைச் சிந்தி வீணாக்கி விட்டேன். என் குடும்பமோ மிகப் பெரியது. தண்ணீர் இல்லாமல் அவர்கள் சாக வேண்டி வரும்" என்று கிழவி பதிலளித்தாள்.

"பாட்டி, நான் உன் கிராமத்துக்கு வந்ததும் எல்லோருக்கும் நிறைய தண்ணீர் கிடைக்கும்" என்றான் ஏழைச் சகோதரன்.

கிழவி இந்த நற்செய்தியைக் கேட்டு மகிழ்ச்சி கொண்டு அவனுக்குத் தண்ணீர் கொடுத்துவிட்டு தன் கிராமத்துக்கு விரைந்து சென்று அங்கு எல்லோருக்கும் அவனைப் பற்றி சொன்னாள். அவள் சொன்னதை நம்புவதா, இல்லையா என்று கிராமத்தவர்களுக்குப் புரியவில்லை. இருந்த போதிலும் அவர்கள் அவனிடம் ஓடி வந்து தலை குனிந்து வணக்கம் கூறிவிட்டு "அன்பனே, கொடுஞ்சாவிலிருந்து நீதான் எங்களைக் காப்பாற்ற வேண்டும்" என்றனர்.

"அப்படியே செய்கிறேன், ஆனால் உங்கள் கிராமத்துக்கு மிகவும் அருகிலுள்ள நகரத்துக்கு நீங்கள் என்னை அழைத்துச் செல்ல வேண்டும்" என்று அவர்களை அவன் கேட்டுக் கொண்டான்.

அநத் நகரத்துக்கு அவர்கள் அவனை அழைத்துச் சென்றனர். அவன் அங்கும் இங்கும் தேடிப் பார்த்தான். கடைசியில், அந்தப் பேய்கள் பேசிக் கொண்ட பெரிய பாறை இருக்கும் இடத்தைக் கண்டுபிடித்தான்.

அவனுடன் வந்தவர்கள் எல்லோருமாய்ச் சேர்ந்து வேலை செய்து அந்தப் பாறையை அங்கிருந்து நகர்த்தினர். அதே கணத்தில் அதற்கு அடியிலிருந்து தண்ணீர் பீறிட்டுப் பாய்ந்தது! பெரிய அருவியாய் ஓடி எல்லா ஊற்றுகளிலும் பாய்ந்தது, குளங்குட்டைகளிலும் ஆறுகளிலும் நீர் நிறைந்துவிட்டது.

மக்கள் அளவிலா ஆனந்தமடைந்தார்கள். அவனுக்கு நன்றி தெரிவித்து நிறைய பணமும் மிகப் பல சன்மானங்களும் தந்தார்கள்.

அவன் குதிரையில் ஏறிக் கொண்டு அங்கிருந்து சென்றான். பேய்கள் பேசிக் கொண்ட ஜாரரசுக்கு எப்படிப் போவதென்று ஆங்காங்கே விசாரித்தான்.

நெடு நேரம் சென்றானோ என்னமோ, யாருக்கும் தெரியாது. ஆனால் இறுதியில் அநத் ஜாரரசை வந்தடைந்து ஜாரின் அரண்மனைக்குச் சென்றான்.

"உங்கள் ஜாரின் மகளுக்கு கடும் நோய் என்பதாய்க் கேள்விப்பட்டேன்; நான் சிகிச்சை அளித்து அவளைக் குணப்படுத்தி விடுவேன்" என்று ஜாரின் சேவகர்களிடம் கூறினான்.

"உன்னால் ஒருநாளும் அவளைக் குணப்படுத்த முடியாது. சிறந்த வைத்தியர்கள் எல்லாம் எவ்வளவோ செய்து பார்த்துவிட்டனர். முடியவில்லை. ஆகவே நீ முயற்சிகூட செய்து பார்க்க வேண்டியதில்லை" என்று அவர்கள் கூறினர்.

"இருப்பினும் ஜாரிடம் போய் என்னைப் பற்றி நீங்கள் சொல்ல வேண்டும்."

அவர்களுக்கு விருப்பம் இல்லை, ஆயினும் அவன் விடாப்பிடியாய்க் கேட்டுக் கொண்டதால், முடிவில் அதற்கு இசைந்து, ஜாரிடம் போய்ச் சொன்னார்கள். உடனே ஜார் அவனை அரண்மனைக்கு வருமாறு அழைத்தார்.

"என் மகளை நீ மெய்யாகவே குணப்படுத்த முடியுமா?" என்று அவர் கேட்டார்.

"முடியும்" என்று அவன் பதிலளித்தான்.

"நீ அவளைக் குணப்படுத்திவிட்டால், நீ கேட்பதை எல்லாம் தருவேன்."

ஜரேவ்னா படுத்திருந்த அறைக்கு அவனை அழைத்துச் சென்றார்கள். தான் கொண்டு வந்திருந்த பனிநீரை எடுத்து அவள் கண்களில் தடவினான். என்ன அதிசயம்! இழந்த பார்வையை உடனே அவள் திரும்பவும் பெற்றுக் கொண்டுவிட்டாள்.

ஜாரின் மகிழ்ச்சிக்கு அளவே இல்லை. வரிசையாய்ப் பல வண்டிகளில் வைத்து அவன் எடுத்துச் செல்லும்படியான அளவுக்கு அவனுக்குப் பொன்னும் பொருளும் நிறைய தந்தார்.

இதற்கிடையில் அவன் மனைவி தன் கணவனைக் காணவில்லையே என்று வருந்திக் கொண்டிருந்தாள். கணவன் இறந்துவிட்டான் என்று அவள் நினைக்கத் தொடங்கிய நேரத்தில் திடுமெனச் சன்னலைத் தட்டி "மனைவியே, கதவைத் திற!" என்றான்.

கணவன் குரலைக் கேட்டு அவள் அளவிலா ஆனந்தமடைந்து கதவைத் திறந்தாள். கணவன் கண் தெரியாதவன் என்ற நினைப்பில் அவனை உள்ளே இட்டுச் செல்வதற்காக அவன் கைகளைப் பிடித்து அழைத்தாள்.

"தீப் பந்தத்தை எடுத்து வா!" என்று கணவன் கூறினான்.

தீப் பந்தத்தை எடுத்து வந்து அவனை அண்ணாந்து பார்த்ததும் அவள் வியப்புற்று மகிழ்ந்து கூவினாள். அவள் கணவன் இரண்டு கண்களும் பெற்றவனாய் அவள் எதிரே நின்று கொண்டிருந்தான்!

"தெய்வமே, நன்றி! நன்றி!" என்று போற்றி, "எப்படி நடந்தது இந்த அதிசயம்?" என்று கேட்டாள்.

"மனைவியே, இரு சொல்கிறேன். நான் கொண்டு வந்திருப்பவை யாவற்றையும் முதலில் உள்ளே எடுத்து வந்து வைப்போம்,"

யாவற்றையும் அவர்கள் உள்ளே கொண்டு வந்து சேர்த்தனர். அவனுடைய பணக்காரச் சகோதரனுடைய செல்வமும் ஒரு செல்வமா என்று சொல்லும்படி இப்பொழுது அவன் அவ்வளவு பெரிய செல்வந்தனாகிவிட்டான்.

அவர்களுடைய வீடு நிரம்பி வழிந்தது, அவர்கள் எந்தக் குறையுமின்றி பெரு வாழ்வு வாழ்ந்தனர். இதைப் பற்றி கேள்விப்பட்ட அவனுடைய பணக்காரச் சகோதரன் அவர்களிடம் ஓடோடி வந்தான்.

"சகோதரனே, எப்படி இதெல்லாம் நடைபெற்றது? இழந்த கண்களை எப்படிப் பெற்றாய் நீ? எப்படிச் செல்வந்தன் ஆனாய்?" என்று கேட்டான்.

இன்னொரு சகோதரன் எதையும் இரகசியமாய் வைத்துக் கொள்ளவில்லை, ஒளிக்காமல் யாவற்றையும் அவனிடம் சொன்னான்.

பணக்காரச்சகோதரனுக்கு இன்னும் பெரிய பணக்காரனாக வேண்டுமென்று ஆசையாய் இருந்தது. ஆகவே இரவு வந்ததும் யாருக்கும் தெரியாமல் காட்டுக்குச் சென்று அதே மரத்தில் ஏறி ஓசை செய்யாமல் உட்கார்ந்திருந்தான்.

நள்ளிரவு ஆனதும் திடுமெனப் பிசாசுகள் பறந்து வந்து அங்கே கூடின. தலைமைப் பிசாசு இக்கூட்டத்துக்குத் தலைமை வகித்தது.

"எப்படி இவ்வாறு நடைபெற முடிந்தது? யாருக்கும் எதுவும் தெரியாது, யாரும் எதையும் கேட்டிருக்க முடியாது, அப்படியும் கண்ணில்லாத சகோதரன் திரும்பவும் கண்களைப் பெற்றுக் கொண்டுவிட்டான். பாறைக்கு அடியிலிருந்து தண்ணீர் வெளியே விடப்பட்டுவிட்டது, ஜரேவ்னா குணமடைந்து விட்டாள், நாம் இங்கே கூடிப் பேசுவதை எவனோ ஒருவன் ஒளிந்திருந்து கேட்டு விவரங்களைத் தெரிந்து கொண்டிருக்க வேண்டும், சுற்றிலும் தேடிப் பார்ப்போம் வாங்க! என்று பிசாசுகள் பேசிக் கொண்டன.

உடனே அவை சுற்றிலும் தேடிப் பார்க்க ஆரம்பித்தன. மரத்தில் ஏறிப் பார்த்தன. திருடன் இதோ இருக்கிறான் என்று கூச்சலிட்டன! பணக்காரச் சகோதரன் அங்கே உட்கார்ந்திருந்தான்...... பிசாசுகள் அவன்மீது பாய்ந்து சுக்கு நூறாய் அவனைப் பிய்த்துக் குதறின.

♦

ஓநாயும் நாயும் பூனையும்

(உக்ரேனிய நாட்டுக்கதை)

முன்னொரு காலத்தில் ஒரு குடியானவன் இருந்தான். அவனிடம் ஒரு நாய் இருந்தது. இளம் வயதில் இந்த நாய் எஜமானன் வீட்டுக்குக் காவலாய் இருந்தது. ஆனால் கிழடாகியதும் எஜமானன் அதை வெளியே விரட்டியடித்து விட்டான். அது ஸ்தெப்பி வெளியில் அலைந்து சுண்டெலியையும் அங்கே கிடைத்த வேறு சிறு பிராணிகளையும் பிடித்துத் தின்று வந்தது.

ஒருநாள் இந்த நாய் தன்னிடம் ஒரு ஓநாய் வரக் கண்டது.

“நாயே, என்ன சேதி? என்று விசாரித்தது ஓநாய்.

நாய் தக்க மரியாதையுடன் பதிலளித்தது.

“எங்கே போகிறாய்?” என்று கேட்டது ஓநாய்.

“என்னுடைய இளம் வயதில் என் எஜமானன் என்னிடம் மிகவும் பிரியமாய் இருந்தான். ஏனெனில் அப்பொழுது அவன் வீட்டுக்குக் காவலாய் இருந்தேன். பிறகு நான் கிழடாகியதும் என்னை விரட்டியடித்துவிட்டான்” என்று நாய் விளக்கமாய்க் கூறிற்று.

“உனக்கு ரொம்ப பசியாய் இருக்குமே?” என்றது ஓநாய்.

“ஆம், பசியாய்த்தான் இருக்கிறது” என்று பதிலளித்து நாய்.

“அப்படியானால் நீ என்னுடன் வா, உனக்கு ஆகாரம் தேடித் தருகிறேன்.”

ஆகவே நாய் ஓநாயுடன் சென்றது. ஸ்தெப்பி வழியே இரண்டும் போய்க் கொண்டிருந்தன. அப்பொழுது ஆட்டு மந்தை ஒன்று மேய்வதைக் கண்ட ஓநாய்,

“அங்கே மேய்ந்து கொண்டிருப்பவை எப்படிப்பட்ட பிராணிகள் என்று பார்த்துவிட்டு வா.”

நாய் போய்ப் பார்த்துவிட்டு வேகமாய் ஓடி வந்தது.

“அவை ஆடுகள்” என்றது.

“நாசமாய்ப் போக! அவற்றைப் பிடித்துத் தின்றோமானால் பல் எல்லாம் ரோமம் ஒட்டிக் கொள்ளுமே தவிர, வயிறு நிறையவே நிறையாது. இவை வேண்டாம், இன்னும் போய்ப் பார்ப்போம் வா!”

ஆகவே இரண்டும் தொடர்ந்து நடந்தன. பிறகு ஓநாய் அங்கே ஸ்தெப்பியில் வாத்துக்கள் திரளாய் இருப்பதைக் கண்டது,

“அங்கே பசுந் தளிர்களுக்கிடையே மேயும் அவை என்னவென்று போய்ப் பார்த்துவிட்டு வா!” என்று அது நாயிடம் சொல்லிற்று.

நாய் அங்கே போய்ப் பார்த்துவிட்டுத் திரும்பி ஓடி வந்தது.

“அவை வாத்துக்கள்” என்றது.

“நாசமாய்ப் போக! அவற்றைப் பிடித்துத் தின்றோமானால் பல் எல்லாம் இறகுகள் ஒட்டிக் கொள்ளுமே தவிர, வயிறு நிறையவே நிறையாது. இவை வேண்டாம், இன்னும் போய்ப் பார்ப்போம் வா!” என்றது.

ஆகவே இரண்டும் தொடர்ந்து நடந்தன. அங்கு ஒரு குதிரை மேய்வதை ஓநாய் கண்டது.

“அங்கே புல் மேயும் அந்தப் பிராணி என்னவென்று போய்ப் பார்த்துவிட்டு வா” என்றது.

நாய் அங்கே போய்ப் பார்த்துவிட்டுத் திரும்பி ஓடி வந்தது.

“அது ஒரு குதிரை” என்றது.

“சரி, இது இனி நம்முடையதுதான்” என்றது ஓநாய்.

இரண்டும் குதிரையை நோக்கி ஓடின. ஓநாய் தரையைப் பிறாண்டியது, பற்களை நரநரவெனக் கடித்துக் கோபத்தை வரவழைத்துக் கொண்டது.

பிறகு நாயிடம் “எனக்கு வால் துடிக்கிறதா, பார்” என்று சொல்லிற்று.

நாய் பார்த்துவிட்டு, “மெய்தான், துடிக்கிறது” என்றது.

“இப்பொழுது என் கண்கள் பிதுங்கி வெளியே வந்திருக்கின்றனவா, பார்” என்று சொல்லிற்று.

"ஆம், பிதுங்கியிருக்கின்றன" என்றது நாய்.

பிறகு ஓநாய் தாவிப் பாய்ந்து அந்தக் குதிரையின் பிடரி முடிகளைக் கவ்வி அதைத் தரையிலே வீழ்த்திக் கடித்துக் குதறியது. ஓநாயும் நாயுமாய்ச் சேர்ந்து குதிரையின் இறைச்சியைத் தின்றன. ஓநாய் இளையது, விரைவில் அது வயிறு நிறைய உண்டுவிட்டது. ஆனால் நாயோ கிழடு, நெடுநேரம் கொறித்ததே அன்றி அதனால் தசையைக் கிழித்து அதிகம் தின்ன முடியவில்லை, அதற்குள் பிற நாய்கள் ஓடி வந்து அதை அங்கிருந்து விரட்டியடித்தன.

நாய் மீண்டும் சாலையிலே செல்லத் தொடங்கிற்று. பிறகு அது தன்னைப் போலவே கிழடாகி, சுண்டெலியைத் தேடி ஸ்தெப்பியில் அலைந்த ஒரு பூனை தன்னருகே வரக் கண்டது.

"பூனைச் சோதரனே, என்ன சேதி? எங்கே போகிறாய்?" என்று அதை விசாரித்தது.

"சாலை எங்கே செல்கிறதோ அங்கே போய்க் கெண்டிருக்கிறேன். இளம் வயதில் நான் நிறைய சுண்டெலிகள் பிடித்து என் எஜமானனுக்குப் பணி புரிந்து வந்தேன். பிறகு கிழடாகித் தளர்ந்து போய், கண் பார்வையும் மங்கியதும் என் எஜமானன் என்க்குச் சாப்பாடு போடுவதை நிறுத்தி, வீட்டிலிருந்தே விரட்டியடித்து விட்டான். ஆகவே இப்பொழுது நான் இப்படி அலைந்து திரிந்து காலம் ஓட்டி வருகிறேன்."

"பூனைச் சோதரனே, அப்படியானால் நீ என்னுடன் வா, நான் உனக்கு உணவு தேடித் தருகிறேன்" என்றது நாய். ஓநாய் செய்தது போலவே தானும் செய்து பார்ப்பதென்று நாய் தீர்மானித்துக் கொண்டது.

ஆகவே நாயும் பூனையும் சேர்ந்து சாலையில் போய்க் கொண்டிருந்தன.

பிறகு ஆட்டு மந்தை ஒன்று மேய்வதைக் கண்ட நாய், "அங்கே மேய்ந்து கொண்டிருப்பவை எப்படிப்பட்ட பிராணிகள் என்று பார்த்துவிட்டு வா" என்று பூனையிடம் சொல்லிற்று.

பூனை அங்கே போய்ப் பார்த்துவிட்டு வேகமாய் ஓடி வந்தது.

"அவை ஆடுகள்" என்றது.

"நாசமாய்ப் போக! அவற்றைப் பிடித்துத் தின்றோமானால் பல் எல்லாம் ரோமம் ஒட்டிக் கொள்ளுமே தவிர, வயிறு நிறையவே நிறையாது. இவை வேண்டாம், இன்னும் போய்ப் பார்ப்போம் வா!"

ஆகவே இரண்டும் தொடர்ந்து நடந்தன. பிறகு நாய் அங்கே வாத்துக்கள் திரளாய் இருப்பதைக் கண்டது.

“அங்கே பசுந் தளிர்களிடையே மேயும் அவை என்னவென்று ஓடிப் போய்ப் பார்த்துவிட்டு வா” என்று அது பூனையிடம் சொல்லிற்று.

பூனை அங்கே போய்ப் பார்த்துவிட்டுத் திரும்பி ஓடி வந்தது.

“அவை வாத்துக்கள்” என்றது.

“நாசமாய்ப் போக! அவற்றைப் பிடித்துத் தின்றோமானால் பல் எல்லாம் இறகுகள் ஒட்டி கொள்ளுமே தவிர, வயிறு நிறையவே நிறையாது. இவை வேண்டாம், இன்னும் போய்ப் பார்ப்போம் வா!”

ஆகவே இரண்டும் தொடர்ந்து நடந்தன. நெடுந்தூரம் நடந்தன, இறுதியில் நாய் அங்கே ஒரு குதிரை மேய்வதைக் கண்டது.

“அங்கே புல் மேயும் அந்தப் பிராணி என்னவென்று ஓடிப் போய்ப் பார்த்துவிட்டு வா” என்றது.

பூனை போய்ப் பார்த்துவிட்டுத் திரும்பி ஓடி வந்தது.

“அது ஒரு குதிரை” என்றது.

“சரி, இதைக் கொல்வோம், நமக்கு வேண்டியதற்கும் கூடுதலான உணவு கிடைக்கும்.”

உடனே நாய் தரையைப் பிறாண்டியது, பற்களை நரநரவெனக் கடித்துக் கோபத்தை வரவழைத்துக் கொள்ள முயன்றது.

”பூனைச் சகோதரனே, எனக்கு வால் துடிக்கிறதா, பார்” என்று அது பூனையிடம் சொல்லிற்று.

“இல்லையே, துடிக்கவில்லையே” என்றது பூனை.

கோபத்தை வரவழைத்துக் கொள்வதற்காக நாய் பலமாய் மீண்டும் தரையைப் பிறாண்டியது.

“இப்பொழுது எனக்கு வால் துடிக்கிறதா, பார். துடிக்கிறது என்று சொல்.”

பூனை பார்த்துவிட்டு ”ஆம்.. துளியளவு துடிக்கிறது” என்றுசொல்லிற்று.

“நீ பார்த்துக் கொண்டே இரு, விரைவில் அந்தக் குதிரையைச்சாகடிக்கிறேனா இல்லையா பார்!” என்றது நாய்.

மீண்டும் அது தரையைப் பலமாய்ப் பிறாண்டிற்று.

“பூனைச் சோதரனே, என் கண்கள் பிதுங்கி வெளியே வந்திருக்கின்றனவா, பார்!” என்று சிறிது நேரத்துக்கு எல்லாம் கூறிற்று நாய்.

“இல்லையே, அவை ஒன்றும் பிதுங்கி வெளியே வரவில்லையே” என்று பூனை பதிலளித்தது.

“பொய் சொல்கிறாய்! பிதுங்கி வெளியே வந்துவிட்டன என்றுதான் நீ பதிலளிக்க வேண்டும்,”

"அப்படியானால் சரி! நீ சொல்வது போலச் சொல்ல எனக்கு ஆட்சேபமில்லை. உன் கண்கள் பிதுங்கித்தான் வெளியே வந்துவிட்டன" என்றது பூனை.

உடனே நாய் கடுங்கோபங்கொண்டு குதிரை மீது பாய்ந்தது. ஆனால் குதிரை பின்னங்கால்களை உதறி நாயின் தலையில் ஒரு உதை விட்டது பார்க்கணுமே! நாய் தூக்கியெறியப்பட்டு தரையிலே போய் விழுந்தது, அதன் விழிகள் பிதுங்கி வெளியே வந்து விட்டன. பூனை அதனிடம் ஓடிச் சென்று பார்த்துவிட்டு-

"ஆகா, நாய்ச் சோதரனே! இப்பொழுது உன் கண்கள் மெய்யாகவே பிதுங்கி வெளியே வந்துவிட்டன!" என்றது.

♦

கர்வம் பிடித்த பிரபுவுடன் அமர்ந்து உணவு அருந்திய ஏழைக் குடியானவன்

(உக்ரேனிய நாட்டுக்கதை)

பெரிய செல்வந்தரும் கர்வம் பிடித்தவருமான பிரபு ஒருவர் முன்னொரு காலத்தில் இருந்து வந்தார். மிச் சிலரை மட்டுமே அவர் நேரில் பார்த்துப் பேசுவதற்குச் சம்மதிப்பார். குடியானவர்களைப் பொறுத்தவரை அவர்களை அவர் மனிதப் பிறவிகளாகவே மதிக்க மறுத்துவிட்டார். அவர்களிடமிருந்து துர்நாற்றம் வீசுவதாய், மண்ணின் வீச்சம் எழுவதாய்ச் சொல்லி, அவர்களில் யாரும் நெருங்கி வரத் துணிந்தால் உடனே விரட்டியடிக்குமாறு தமது வேலைக்காரர்களுக்கு உத்தரவிட்டிருந்தார்.

ஒருநாள் குடியானவர்கள் சிலர் இந்தப் பிரபுவைப் பற்றி பேசிக் கொண்டிருந்தனர்.

“அருகாமையில் நின்று பிரபுவை நான் பார்த்தேன். வயலுக்கு அருகே சந்தித்தேன்” என்று ஒரு குடியானவன் சொன்னான்.

“நேற்று நான் வேலிக்கு அப்பாலிருந்து எட்டிப் பார்த்தபோது உப்பரிகையில் பிரபு காப்பி சாப்பிடுவதைக் கண்ணுற்றேன்” என்றான் இன்னொருவன்.

அப்பொழுது அங்கு வந்த ஏழையிலும் ஏழையான மூன்றாவது குடியானவன், இதைக் கேட்டதும் சிரித்துவிட்டான்.

“பூ. இதைப் போய்ப் பெரிதாய்ச் சொல்கிறாயே” என்று கேலி செய்தான். “வேலிக்கு அப்பாலிருந்து யார்தான் பிரபுவை எட்டிப் பார்க்க முடியாது? நான் நினைத்தேன் என்றால் பிரபுவுடன் அமர்ந்து உணவு அருந்துவேனே!” என்றான்.

"என்ன சொன்னாய்? அவருடன் அமர்ந்து உணவு அருந்துவாயா? அருந்துவாய், அருந்துவாய்!" என்று முதல் இரு குடியானவர்களும் வாய்விட்டுச் சிரித்தனர், "உன்னைப் பார்த்ததுமே வெளியே விரட்டியடித்துவிடுவாரே, நீ அவருடைய வீட்டை நெருங்கவே விட மாட்டாரே!" என்றனர்.

இரு குடியானவர்களுமாய்ச் சேர்ந்து மூன்றாவது குடியானவனை ஏளனம் செய்தனர்.

"நீ ஒரு பொய்யன், வாய்வீச்சுக்காரன்!" என்று ஏசினர்.

"அதெல்லாம் இல்லை!"

"வா, பந்தயம் கட்டுவோம்! பிரபுவுடன் அமர்ந்து நீ உணவு அருந்தினால் நாங்கள் உனக்கு மூன்று மூட்டை மாவும் இரண்டு காளைகளும் தருகிறோம், ஆனால் நீ அப்படிச் செய்யாவிட்டால் நாங்கள் சொல்வதை எல்லாம் செய்ய வேண்டும்."

"சரி, அப்படியே செய்வோம்" என்று மூன்றாவது குடியானவன் பதிலளித்தான்.

அவன் பிரபு வீட்டின் வெளிமுற்றத்துக்குச் சென்றான். அவனைப் பார்த்ததுமே பிரபுவின் வேலைக்காரர்கள் அவனை விரட்டியடிப்பதற்காக வீட்டிலிருந்து வெளியே ஓடி வந்தார்கள். "இருங்கள், இருங்கள்! பிரபுவுக்கு நான் நல்ல செய்தி கொண்டு வந்திருக்கிறேன்" என்றான் அந்தக் குடியானவன்.

"என்ன செய்தி அது?"

"பிரபு ஒருவரிடம் அன்றி வேறு யாரிடமும் நான் அதைச் சொல்ல மாட்டேன்."

உடனே வேலைக்காரர்கள் பிரபுவிடம் ஓடி குடியானவன் சொன்னதை அவரிடம் கூறினர்.

அது என்ன செய்தி என்று கேட்டுத் தெரிந்து கொள்ள வேண்டுமெனப் பிரபு ஆவல் கொண்டார். இந்தக் குடியானவன் என்னிடம் எதுவும் கேட்டு வாங்க வந்தவன் அல்லவே, செய்தியல்லவா கொண்டு வந்திருக்கிறான். எனக்கு பயன்படக் கூடிய முக்கிய தகவலாய் இருந்தாலும் இருக்கும்...... "குடியானவனை உள்ளே அழைத்து வாங்க" என்று வேலைக்காரர்களிடம் கூறினார்.

வேலைக்காரர்கள் குடியானவனை உள்ளே அழைத்து வந்தனர். அவனைச் சந்திப்பதற்காகப் பிரபு வெளியே வந்தார்.

"நீ கொண்டு வந்திருக்கும் செய்தி என்ன?" என்று பிரபு அவனைக் கேட்டார்.

குடியானவன் வேலைக்காரர்கள் பக்கம் திரும்பிப் பார்த்தான்.

“பிரபுவே, உங்களுடன் தனிமையில் பேச பிரும்புகிறேன்” என்றான்.

இப்பொழுது பிரபு முன்னிலும் அதிக ஆவல் கொண்டவராகி விட்டார். (இந்தக் குடியானவன் எதோ இரகசியம் அல்லவா சொல்ல விரும்புகிறான்?). வேலைக்காரர்களை அவர் விலகிச் செல்லும்படி உத்தரவிட்டார்.

பிரபுவுடன் தனியே விடப்பட்டதும் குடியானவன் இரகசியக் குரலில் “பிரபுவே, ஒரு குதிரைத் தலை அளவு இருக்கும் தங்கக்கட்டியின் விலை எவ்வளவு இருக்குமெனச் சொல்லுங்களேன்” என்று கேட்டான்.

“நீ ஏன் அதைத் தெரிந்து கொள்ள விரும்புகிறாய்?” என்று பிரபு அவனைத் திருப்பிக் கேட்டார்.

“காரணம் இல்லாமல் நான் இதைக் கேட்கவில்லை.”

பிரபுவின் கண்கள் பளிச்சிட்டன, அவர் கைகள் நடுங்க ஆரம்பித்தன.

“குடியானவன் காரணமின்றி சும்மா இப்படி ஒரு கேள்வி கேட்க மாட்டான், அவனுக்கு ஏதோ புதையல் கிடைத்திருக்க வேண்டும்!” என்று தம்முள் கூறிக் கொண்டார்.

குடியானவனைத் தந்திரமாய் விசாரித்துச் சிறிது சிறிதாய்த் தகவலைத் தெரிந்து கொள்ள முயன்றார்.

“நல்ல ஆள் அப்பா நீ! இது பற்றி நீ ஏன் தெரிந்து கொள்ள விரும்புகிறாய்? அதைச் சொல்லு” என்று திரும்பவும் கேட்டார்.

குடியானவன் பெருமூச்செறிந்து கொண்டான்.

“சரி, சொல்வதற்கு உங்களுக்கு விருப்பமில்லையானால், சொல்ல வேண்டாம். நேரமாகிவிட்டது, போக வேண்டும், என்னுடைய சாப்பாடு எனக்காகக் காத்துக் கொண்டிருக்கிறது.” பிரபுவின் கர்வம் எல்லாம் பறந்தோடிவிட்டது. பேராசையால் அவருக்கு உடம்பு நடுங்கிற்று.

“இந்தக் குடியானவனை எப்படியாவது சரிக்கட்டித் தங்கக்கட்டியை அவனிடமிருந்து பெற்றுக் கொண்டுவிட வேண்டும்” என்று தம்முள் கூறிக் கொண்டார். பிறகு குடியானவன் பக்கம் திரும்பி ..நீ நல்லவனாய் இருக்கிறாய், நான் சொல்வதைக் கேள்! அவசரமாய் இப்பொழுது நீ வீட்டுக்குப் போக வேண்டாம். உனக்குப் பசித்தால் என்னுடன் அமர்ந்து உணவு அருந்தலாம்” என்றார்.

வேலைக்காரர்களைக் கூப்பிட்டு “சீக்கிரமாய் சாப்பாட்டு மேஜையில் உண்டிகளை எடுத்து வையுங்கள், வோத்காவை மறந்து விடாதீர்கள்!” என்று உத்திரவிட்டார்.

உடனே வேலைக்காரர்கள் சாப்பாட்டு மேஜையில் யாவற்றையும் வைத்துத் தயார் செய்தனர். வோத்காவையும் எடுத்து வைத்தனர். பிரபு குடியானவனை உட்காரச் சொல்லி ஒவ்வொன்றாய் உண்டி வகைகளையும் பானத்தையும் அவனுக்கு அளித்து உபசரித்தார்.

“நல்லாச் சாப்பிடு அப்பா! நிறைய குடி! கூச்சப்படாதே!” என்றார்.

குடியானவன் எதையும் வேண்டாமெனச் சொல்லாமல் வேண்டிய மட்டும் யாவற்றையும் உண்டான், பானம் அருந்தினான். பிரபு மீண்டும் மீண்டும் அவன் தட்டை நிரப்பிக் கொண்டும், அவன் கிண்ணத்தில் வோத்காவை ஊற்றிக் கொண்டும் உட்கார்ந்திருந்தார்.

இதற்குமேல் ஒரு வாயளவுகூட சாப்பிட முடியாது என்னும் அளவுக்குக் குடியானவன் சாப்பிட்டதும் பிரபு அவனிடம்-

“இப்பொழுது நீ சீக்கிரமாய்ச் சென்று குதிரையின் தலையளவுள்ள உன்னுடைய தங்கக் கட்டியை எடுத்து வா! அதை என்ன செய்வதென்று

உன்னைவிட எனக்குத்தான் நன்றாய்த் தெரியும். அதைக் கொண்டு வந்து கொடு, உனக்கு ஒரு ரூபிள் சன்மானம் தருகிறேன்'' என்று சொன்னார்.

''பிரபுவே, தங்கக் கட்டியைக் கொண்டு வந்து கொடுக்க முடியாதே'' என்றான் குடியானவன்.

''ஏன் முடியாது?''

''ஏனென்றால் என்னிடம் தங்கக் கட்டி எதுவும் இல்லையே!''

''இல்லையா!? பிறகு ஏன் அதன் விலையைத் தெரிந்து கொள்ள விரும்பினாய்?''

''சும்மா அப்படி ஒரு ஆவல் உண்டாயிற்று!''

பிரபுவுக்கு ஆத்திரம் பொங்கிக் கொண்டு வந்தது. அவர் முகம் செக்கச் சிவந்துவிட்டது. காலால் பலமாய்த் தரையைத் தட்டினார்.

''முட்டாள்! போ வெளியே!'' என்று கூச்சலிட்டார்.

''மாண்பு மிக்க பிரபுவே! நீங்கள் நினைப்பது போல நான் ஒன்றும் முட்டாளல்ல!'' என்று பதிலளித்தான் குடியானவன். ''உங்கள் செலவில் ஒரு கூத்து நடத்தி உண்டு களிப்புற்றேன், அதோடு பந்தயத்தில் மூன்று மூட்டை கோதுமையும் இரண்டு காளைகளும் வென்று கொண்டேன். முட்டாள் செய்கிற காரியமல்லவே இது!'' என்றான்.

இதைச் சொல்லிவிட்டு அங்கிருந்து நடையைக் கட்டினான்.

♦

மந்திர இசை

(பேலோருஷ்ய நாட்டுக்கதை)

முன்னொரு காலத்தில் ஒரு சிறுவன் இருந்தான். பிள்ளைப் பிராயத்திலேயே அவன் குழல் ஊதக் கற்றுக் கொண்டுவிட்டான். மாடு மேய்க்கையில் நாணலை வெட்டித் தனக்கு ஒரு குழலைத் தயாரித்துக் கொண்டு ஊதத் தொடங்குவான். புல் மேயும் மாடுகள் உடனே காதுகளை நிமிர்த்தி அசையாமல் நின்று கேட்கும். அவனுடைய குழல் இசை கேட்டதும் காட்டிலுள்ள புள்ளினங்கள் திடுமென அமைதியாகிவிடும், சதுப்புகளிலுள்ள தவளைகளுங்கூட கத்தாமல் அடங்கிவிடும்.

இரவில் சிறுவன் குதிரை மேய்க்கப் போவான். புல்வெளிகளில் ஒரே கூத்தும் கும்மாளமுமாய் இருக்கும். இளைஞர்களும் மகளிரும் ஆடிப்பாடி அகமகிழ்வார்கள். இளமைப் பருவத்தினர் இப்படித்தானே ஆனந்தப்பட வேண்டும்! இரவு எழில் மிகுந்து கதகதப்பாய் இருக்கும், தரையிலிருந்து ஆவி எழும்பும்.

அப்பொழுது சிறுவன்தன் குழலை எடுத்து இசைபொழியத் தொடங்குவான், இளைஞர்களும் மகளிரும் உடனே தமது பாட்டையும் கூச்சலையும் நிறுத்தி மௌனமாகி விடுவார்கள். ஏதோ இன்னமுதம் உண்டு இதயத்தின் ஏக்கமெலாம் நீங்கி இதம் பெறுவது போலவும், அறியாத அதிசய சக்தி ஒன்று தம்மைக் கருநீல வானத்தில் மினுமினுக்கும் விண்மீன்களை நோக்கி உயரத் தூக்கிச் செல்வது போலவும் ஒவ்வொருவருக்கும் இருக்கும்.

இரவு நேர மேய்ப்பாளர்கள் களைத்து ஓய்ந்து போன தமது உடலின் வருத்தத்தையும் பசியால் வாடும் தமது வயிற்றின் நமைச்சலையும் மறந்து ஆடாமல் அசையாமல் அமர்ந்திருப்பார்கள்.

அப்படியே அமர்ந்திருந்து எல்லோரும் இசையைக் கேட்டுக் கொண்டிருப்பார்கள்.

தம் வாழ்நாள் முழுதுமே அப்படியே அசையாமல் அமர்ந்து இந்த மயக்கம் தரும் இசையைக் கேட்டுக் கொண்டிருக்கலாமென்று ஒவ்வொருவரும் நினைப்பர்.

இசை நின்றுவிடும், அப்பொழுதும் எல்லோரும் அசங்காது அமர்ந்திருப்பார்கள். தோப்புகளும் வனங்களும் விண்ணின் நெடுந்தொலைவுகளும் நிரம்பும்படி குயில் போல் கான மழை பொழியும் மந்திரக் குரலை மிரள வைத்து மறையச் செய்துவிடுவோமோ என்று பயந்து அசையாமல் அமர்ந்திருப்பார்கள்.

பிறகு கழல் மீண்டும் ஒலிக்கத் தொடங்கும், இப்பொழுது அது துயரம் தரும் ஒரு பண்ணை இசைக்கும். அனைவரும் துயரச் சோகத்தால் ஆட்கொள்ளப்பட்டு விடுவார்கள்.........தமது எஜமானர்களது வயல்களில் வேலை முடிந்து, இரவில் நேரம் கழித்துத் திரும்பும் விவசாயி ஆடவர்களும் பெண்டிரும் இந்தப் பண்ணைக் கேட்டவாறு ஆங்காங்கே அப்படியே நிற்பார்கள். எவ்வளவு நேரம் வேண்டுமானாலும் கேட்டுக் கொண்டே நிற்கலாம் போலிருக்கும். அவர்களுடைய வாழ்க்கையே அவர்கள் கண்ணெதிரே எழும். தமது வறுமையையும் துன்பத்தையும் கொடிய பிரபுவையும் நீதிபதியையும் தலையாரிகளையும் மனத் திரையிலே காண்பார்கள். அவர்களுடைய இதயம் கனத்துப் போய்க் குமுறும், உயிருக்கு உயிரான உற்றார் உறவினர் இறந்துவிடும் போதோ, பெற்ற மகனைப் போருக்கு அனுப்பி வைக்கும் போதோ செய்வது போல வாய்விட்டுக் கதறி அவர்கள் தமது ஆற்றாத் துயரை வெளியிட வேண்டுமென நினைப்பார்கள்.

ஆனால் துயரப் பண் குதூகல இசைப் பெருக்காய் மாறிவிடும். அதைக் கேட்போர் கவைக்கோலையும் அரிவாளையும் போட்டுவிட்டு கையை இடுப்பில் வைத்து நடனமாட ஆரம்பித்துவிடுவார்கள்.

ஆடவர், பெண்டிர், குதிரைகள், மரங்கள், விண்மீன்கள், வானத்திலே மிதக்கும் மேகங்கள்-அனைத்து உலகமே நடனமாடிக் குதூகலிக்கும்.

குழல் ஊதும் சிறுவன் தன் குழலிசையைக் கேட்போரது இதயத்தைத் தன் விருப்பம் போல் ஆட்டி வைக்க முடிந்தது, அவனுடைய இசை அப்படிப்பட்ட மந்திர சக்தி வாய்ந்ததாய் இருந்தது.

சிறுவன் பெரியவனாகியதும் தனக்கு ஒரு பிடில் தயாரித்துக் கொண்டு ஊர் ஊராய் அலைந்தான். செல்லும் இடம் தோறும் இந்தப் பிடிலை இசைத்து

உண்டும் பானம் அருந்தியும் வந்தான். மிகவும் பிடித்தமான விருந்தினனாய் ஆங்காங்கும் வரவேற்கப்பட்டான். விடைபெற்றுப் புறப்படுகையில் அவனுக்குச் சன்மானங்கள் பலவும் கொடுத்து வழியனுப்பி வைத்தனர்.

பிடில் வாசித்துக் கொண்டு இப்படி நெடுநாட்களாய் நாடெங்கும் சுற்றிச்சென்று, நல்லவர்களுக்கு மகிழ்ச்சியளிப்போனாகவும் கொடிய பிரபுக்களுக்குச் சிம்ம சொப்பனமாகவும் இருந்து வந்தான். இவன் வருகை தரும் இடங்களில் எல்லாம் பண்ணையடிமைகள் அவர்களுடைய பிரபுக்களுக்கு அடங்கி அடிமைகளாய் இருக்க மறுத்ததால் எஜமானர்கள் இவனைத் தம் பகைவனாய்க் கருதினர்.

எப்படியாவது இந்தப் பிடில்காரனை ஒழித்துக் கட்ட வேண்டுமென்று பிரபுக்கள் முடிவு செய்தனர். இவனைக் கொலை புரிந்தோ, நீரில் மூழ்க்கடித்தோ ஒழித்துவிட்டு வரும்படி அவர்கள் முதலில் ஒருவனையும் பிறகு இன்னொருவனையும் அனுப்பிப் பார்த்தனர். ஆனால் விவசாயிகள் இவனைத் தம் உயிருக்கு உயிரானவனாய் நேசித்ததாலும், தலையாரிகள் இவனை மந்திரவாதியாய்க் கருதி அஞ்சி வந்ததாலும் யாரும் இவனைக் கொல்லத் துணியவில்லை.

பிறகு பிரபுக்கள் பாதாள உலகத்துப் பேய்களைத் துணைக்கு அழைத்து எல்லோருமாய்ச் சேர்ந்து சதி செய்தனர். பிரபுக்களும் பேய்களும் ஒரே விதமானவர்கள் என்பது தெரிந்ததுதானே.

ஒரு நாள் பிடில்காரன் காட்டிலே போய்க் கொண்டிருக்கையில் பேய்கள் பசி வெறி கொண்ட பன்னிரண்டு ஓநாய்களை அவனுக்கு எதிராய் அனுப்பி வைத்தன. பிடில்காரனை வழி மறித்து நின்று இந்த ஓநாய்கள் பற்களை நரநரவெனக் கடித்தன. அவற்றின் விழிகள் நெருப்பாய்க் கனன்றன. பிடிலை வைத்து எடுத்துச் சென்ற பையைத் தவிர பிடில்காரனிடம் எந்த ஆயுதமும் இல்லை.

"எனது முடிவு நெருங்கிவிட்டது" என்பதாகவே அவன் நினைத்தான்.

சாகுமுன் கடைசியாய் ஒரு தரம் இசை பொழிய விரும்பி பையிலிருந்து பிடிலை வெளியே எடுத்தான். ஒரு மரத்தில் சாய்ந்து கொண்டு இசைக் கம்பிகளின் மீது வில்லை வைத்து இழுத்தான்.

உயிருள்ள ஜீவனைப் போல பிடில் பேசத் தொடங்கிற்று. இசை வெள்ளம் காட்டில் புரண்டெழுந்து பரவிற்று. புதர்களும் மரங்களும் திடுமெனக் கல்லாய்ச் சமைந்து நின்றன, ஒரு இலைகூட அசையவில்லை. ஓநாய்கள் வாயை விரியத் திறந்து கொண்டு பசியை மறந்து கவனமாய்க் கேட்டவாறு சிலை போல அப்படியே நின்றன.

இசை ஓய்ந்து அடங்கியதும் ஓநாய்கள் கனவிலே நடப்பது போல நடந்து அங்கிருந்து காட்டிற்குள் மறைந்துவிட்டன.

பிடில்காரன் மீண்டும் நடக்கலானான். காட்டுக்கு அப்பால் கதிரவன் அஸ்தமித்துக் கொண்டிருந்தான், அவனுடைய பொற்கிரணங்கள் மரங்களின் உச்சியில் பளிச்சிட்டன. ஓசை என்பதே இல்லாமல் எங்கும் நிசப்தம் குடி கொண்டிருந்தது.

ஆற்றங்கரையில் அமர்ந்து பிடில்காரன் தனது பிடிலை வெளியே எடுத்து வாசிக்கத் தொடங்கினான். மண்ணுலகும் விண்ணுலகும் அவனுடைய இசைக்குச் செவி காய்க்கும்படி, காலமெலாம் கேட்டுக் கொண்டிருக்கத் தயாராயிருக்கும்படி அவ்வளவு நன்றாய் வாசித்தான். பிறகு அவன் குதூகலமான போல்கா நாட்டிய இசையைப் பிரவாகமெடுக்கச் செய்தான். உடனே அவனைச் சுற்றிலும் யாவும் நடனமாட ஆரம்பித்துவிட்டன. விண்மீன்கள் குளிர்காலப் புயலில் சுழலும் வெண்பனி போல சுற்றிச் சுழன்றாடின. மேகங்கள் வானத்தின் குறுக்கே மிதந்து சென்றன. மீன்கள் தாவிக் குதித்து மோதியதால் கொதிக்கும் நீரைப் போல ஆற்று வெள்ளம் தளபுளவெனப் பொங்கியெழுந்தது.

நீர்த் தெய்வங்களது அரசனும் தன்னைக் கட்டுப்படுத்திக் கொள்ள முடியாதவனாகி இந்த நடனத்தில் சேர்ந்து ஆடினான். ஆறு கரை புரண்டோடும்படி அப்படி அவன் தாவிக் குதித்து ஆடினான்.

பேய்கள் அரண்டு போய்த் தமது ஆற்றோரக் குட்டைகளிலிருந்து விழுந்தடித்து ஓடின. ஆத்திரமாய் அவை பற்களை நரநரத்தன, ஆனால் பிடில்காரனை அவற்றால் ஒன்றும் செய்ய முடியவில்லை.

நீர்த் தெய்வங்களது அரசன் மக்களுடைய பயிர் நிலங்களையும் தோட்டங்களையும் வெள்ளக் காடாக்குவதைக் கண்டதும் பிடில்காரன் தனது இசையை நிறுத்தி பிடிலைப் பைக்குள் வைத்துக் கொண்டு மீண்டும் நடக்கலானான்.

அவன் நடந்து கொண்டே இருந்தான். பிறகு திடுமென இரு இளம் பிரபுக்கள் அவனிடம் ஓடி வந்தனர்.

"இன்று நாங்கள் ஒரு நடன விருந்து அளிக்கிறோம், நீ வந்து வாசிக்க வேண்டும், உனக்கு நிறைய பணம் தருவோம்" என்று அவர்கள் கூறினர்.

பிடில்காரன் ஆலோசித்துப் பார்த்தான். அவன் என்ன செய்ய முடியும்! இரவு ஒரே இருட்டாய் இருந்தது, தூங்குவதற்கு இடம் தேடிக் கொண்டாக வேண்டும், ஆனால் அவன் கையில் காசு இல்லை.

"சரி, வந்து வாசிக்கிறேன்" என்றான்.

இனம் பிரபுக்கள் பிடில்காரனை ஒரு அரண்மனைக்கு அழைத்து வந்தனர். எண்ணிக் கணக்கிட முடியாதபடி இளம் பிரபுக்களும் சீமாட்டிகளும் ஏராளமாய்க் கூடியிருந்தனர். அங்கே மேஜையின் மீது ஒரு பெரிய கிண்ணம் இருந்தது. பிரபுக்களும் சீமாட்டிகளும் ஓயாமல் ஒவ்வொருவராய் அதனிடம் ஓடிக் கொண்டிருந்தனர். ஒவ்வொருவராய் அந்தக் கிண்ணத்தில் விரலை நனைத்து, பிறகு அந்த விரலை தம் கண்களில் வைத்தெடுத்துக் கொண்டிருந்தனர்.

பிடில்காரனும் அந்தக் கிண்ணத்தில் விரலை நனைத்துக் கண்களில் வைத்தெடுத்தான். அவன் இப்படிச் செய்ததும், இது அரண்மனை அல்ல, பாதாள உலகம் என்பதையும், இங்கு இருப்போர் பிரபுக்களும் சீமாட்டிகளும் அல்ல, பேய்களும் சூனியக்காரிகளும் ஆவர் என்பதையும் கண்டு கொண்டான்.

"ஓகோ, இப்படிப்பட்ட நடன விருந்தா இது! சரி, இருக்கட்டும், அரியதோர் பண்ணாய்ப் பார்த்து வாசிக்கிறேன்!" என்று பிடில்காரன் தன்னுள் கூறிக் கொண்டான்.

பிடிலை வெளியே எடுத்து உயிருள்ள அதன் கம்பிகளின் மீது வில்லை வைத்து இழுத்தான். உடனே அவனைச் சுற்றிலும் யாவும் தகர்ந்து தவிடுபொடியாகின. பேய்களும் சூனியக்காரிகளும் சிதறுண்டு எங்கெங்கோ நெடுந் தொலைவு ஓடி மறைந்தனர். அதன் பின் அவர்கள் காணப்படவே இல்லை!

♦

வளைக்கரடியும் நரியும் ஏன் பொந்துகளில் வசிக்கின்றன

(பேலோருஷ்ய நாட்டுக்கதை)

முற்காலத்தில் காட்டு விலங்குகளுக்கும் சரி, வீட்டுப் பிராணிகளுக்கும் சரி, வால் இருக்கவில்லை என்பதாய்க் கூறப்படுகிறது. விலங்குகளின் ஜாரான சிங்கம் ஒன்றுக்கு மட்டும்தான் வால் இருந்ததாம்.

வால் இல்லாமல் விலங்குகளின் வாழ்க்கை பரிதாபகரமாய் இருந்தது. குளிர் காலத்தில் எப்படியோ அவை காலம் தள்ளின, ஆனால் கோடை ஆரம்பமானதும் ஈயும் கொசுவும் அவற்றைப் பாடாய்ப் படுத்தி வைத்தன. வாலில்லாமல் விலங்குகள் எதைக் கொண்டு அவற்றை விரட்டுவது? உண்ணிகளாலும் இரத்த ஈக்களாலும் கடிபட்டு பல விலங்குகள் சாக நேர்ந்தது. திரளாய் வந்து அவை கடிக்கும்போது தற்காத்துக் கொள்ள வழி ஏதும் இல்லை.

விலங்குகளின் ஜாரான சிங்கத்துக்கு இந்த நிலைமை தெரிய வந்ததும், அது அல்லலுறும் விலங்குகளுக்கு உதவ விரும்பிற்று. எல்லா விலங்குகளும் தன்னிடம் வந்து வால் வாங்கிச் செல்லுமாறு அது உத்தரவிட்டது.

ஜாரின் தூதர்கள் அரசின் மூலை முடுக்குகளுக்கு எல்லாம் ஓடி இத்தகவலை விலங்குகளுக்கு அறிவித்தனர். காற்றாய்ப் பறந்து தாரை ஊதியும் பறை அறைந்தும் அறிவித்தனர்! ஓநாயிடம் சென்று ஜாரின் உத்தரவை அதற்குத் தெரிவித்தனர். எருதுவையும் வளைக்கரடியையும் சந்தித்து அவற்றிடமும் தகவலைக் கூறினர். நரி, மென்முடிக் கீரி, முயல், மான், காட்டுப் பன்றி-இவ்வாறு

எல்லா விலங்குகளையும் அவர்கள் சந்தித்துவிட்டனர், கரடி ஒன்றுதான் பாக்கியிருந்தது. எங்கெங்கெல்லாமோ சென்று அதைத் தேடினர். நெடுநேரம் தேடியபின் முடிவில் ஒரு மூலையில் கரடி தன் உறைவிடத்தில் உறங்கிக் கொண்டிருப்பதைக் கண்டனர், அதைக் குலுக்கி எழுப்பி சீக்கிரமாய்ப் புறப்படும்படி, போய் வால் வாங்கிக் கொள்ளும்படி அதனிடம் சொன்னார்கள்.

ஆனால் கரடி அவசரப்பட்டு யாரும் கண்டது உண்டா!.... அடி மேல் அடி வைத்து மெள்ள நடந்தது, சுற்றிலும் உற்று நோக்கி, எங்கிருந்தேனும் காற்றில் தேனின் மணம் வீசுகிறதா என்று மூக்கால் உறிஞ்சி மோப்பம் பிடித்தவாறு சென்றது. திடுமென அப்படியே நின்றுவிட்டது, அதன் கண்ணெதிரே அங்கு ஒரு மரத்தின் பொந்தில் தேனடை இருப்பதைக் கண்டது.

“ஜாரின் அரண்மனைக்கு நெடுந்தூரம் போயாக வேண்டும், எதாவது சாப்பிடாமல் அவ்வளவு தூரம் என்னால் நடக்க முடியாது” என்று கரடி கூறிக் கொண்டது.

மரத்தில் ஏறிப் பார்த்தது. பொந்து நிறைய தேன் இருந்தது! களிப்புற்று உறுமிக் கனைத்துக் கொண்டு பொந்திலிருந்து அடையைச் சுரண்டியெடுத்து வயிறு புடைக்கத் தேனை அள்ளியள்ளிப் பருகிற்று. இனி வயிற்றில் இடமில்லை என்றாகியதும் தன் மேலெங்கும் பார்த்தது. உடம்பெல்லாம் தேனும் மெழுகுமாய்ப் பிசுபிசுவென்றிருக்கக் கண்டது.

“இந்த நிலையில் நான் ஜாரின் முன்னால் போய் நிற்கலாமா?”

என்று கரடி தன்னைத் தானே கேட்டுக் கொண்டது.

ஆற்றுக்குப் போய் உடம்பைத் தேய்த்துக் கழுவிக்கொண்டது. பிறகு முடிகளை உலர்த்திக் கொள்ளலாமென்று குன்றுச்சரிவில் படுத்துக் கொண்டது. வெய்யில் கதகதப்பாய் இருந்தது. சிறிது நேரத்துக்கு எல்லாம் கரடி தன்னையும் அறியாமல் தூங்க ஆரம்பித்துக் குறட்டை விட்டது.

இதற்கிடையில் எல்லா விலங்குகளும் ஜாரின் அரண்மனைக்கு முன்னால் கூடத் தொடங்கின. யாவற்றுக்கும் முதலாய் நரி அங்கே வந்து சுற்றிலும் பார்த்தது. அரண்மனைக்கு எதிரே மலை போல வால்கள் குவித்து வைக்கப்பட்டிருந்தன: நீண்ட வால்கள், குட்டை வால்கள், முடிகள் அடர்ந்தவை, மொட்டையானவை முதலான யாவும் இருந்தன. ஜாரின் முன்னால் சென்று தலை குனிந்து வணங்கிற்று நரி.

“மேன்மை தங்கிய மன்னனே!” என்றது அது. ”வேந்தனின் உத்தரவைக் கேட்டு யாவற்றுக்கும் முதலாய் ஓடோடி வந்திருக்கிறேன். ஆகவே எனக்குப் பிடித்தமான வாலாய் நான் தேடியெடுத்துக் கொள்ள அனுமதிக்க வேண்டுகிறேன்” என்றது.

நரி தனக்கு எப்படிப்பட்ட வாலைப் பொறுக்கி எடுத்துக் கொள்கிறது என்று ஜார் கிஞ்சித்தும் கவலைப்படவில்லை.

“நல்லது, உனக்குப் பிடித்தமானதை எடுத்துக் கொள்” என்று அது உத்தரவிட்டது.

தந்திரக்கார நரி மலை போல் குவிந்திருந்த வால்களை எல்லாம் எடுத்துப் பார்த்து மிகவும் அழகானதாய், நீளமாகவும் பொசபொசப்பாகவும் இருப்பதாய்த் தேடியெடுத்துக் கொண்டது. ஜாருடைய தயாள சிந்தை மறையுமுன் அங்கிருந்து சென்றுவிட வேண்டுமென அவசரமாய் ஓடிற்று.

நரிக்குப் பிறகு அணில் அங்கே தாவிக் குதித்து வந்தது. நரியினுடையதைப் போலவே அழகான, ஆனால் சற்றுச் சிறிதான ஒரு வாலை அது தேடியெடுத்துக் கொண்டது. அடுத்தபடி மென்முடிக் கீரி வந்தது, கண்ணுக்கு இனிய பொசபொசப்பான ஒரு வாலை அதுவும் எடுத்துச் சென்றது.

காட்டு மான் யாவற்றிலும் நீளமான வாலாய்த் தேர்ந்தெடுத்துக் கொண்டது. உண்ணிகளையும் இரத்த ஈக்களையும் ஓட்ட அதன் நுனியில் தடித்த தூரிகை ஒன்று இருந்தது. வளைக்கரடி அகலமான தடித்த வாலை எடுத்துக் கொண்டு ஓடிற்று.

முற்றிலும் முடியைத் தவிர வேறு அதிகமாய் எதுவும் இல்லாத ஒரு வாலை குதிரை எடுத்துக் கொண்டது. அதைப் பின்னால் ஒட்டிக் கொண்டு சுழற்றி வலப்புற விலாவிலும் பிறகு இடப்புற விலாவிலும் வீசித் தட்டிப் பார்த்தது. இனி ஈக்களை எளிதில் அடித்து விடலாம் என்பது தெரிந்ததும் மனம் மகிழ்ந்து கனைத்துக் கொண்டது.

“இனி ஈக்கள் என்னிடம் வந்தால் அதோகதிதான்!” என்று கூறிவிட்டு தனது புல்வெளியை நோக்கிப் பாய்ந்தோடிற்று.

முயல்தான் யாவற்றுக்கும் கடைசியில் வந்தது.

“நீ ஏன் இவ்வளவு நேரம் கழித்து வந்திருக்கிறாய்? அந்தச் சின்னஞ்சிறு வால்தான் என்னிடம் எஞ்சியிருக்கிறது“ என்று ஜார் அதனிடம் சொல்லிற்று.

“இது போதும் எனக்கு! வேந்தனே, நன்றி உனக்கு!” என்று மகிழ்ந்து கூவிற்று முயல். “சிறிய வால்தான் எனக்கு வேண்டும், ஓநாய் அல்லது நாயிடமிருந்து நான் ஓடும்போது இது எனக்குத் தடையாய் இராது!” என்றது.

சிறு குமிழ் போன்ற அந்த வாலை அதற்குரிய இடத்தில் ஒட்டிக் கொண்ட முயல் அங்கிருந்து ஒரு தாவு தாவிற்று, பிறகு இன்னொரு தாவு தாவி மட்டற்ற மகிழ்ச்சி கொண்டு வீட்டுக்கு ஓடிற்று.

சிங்கம் எல்லா வால்களையும் கொடுத்து முடித்துவிட்டுப் போய்ப் படுத்து உறங்கிற்று.

அந்தி நெருங்கிய பிறகே கரடி விழித்தெழுந்தது. வால் வாங்கி வருவதற்காக ஜாரின் அரண்மனைக்கு விரைந்தோட வேண்டுமென்று அப்பொழுதுதான் அதற்கு நினைவு வந்தது. நிமிர்ந்து பார்த்தபோது, காட்டுக்கு அப்பால் கதிரவன் விண்ணிலே சரிந்து சென்று கொண்டிருந்தான். உடனே நாலு கால் பாய்ச்சலில் ஓடிற்று. பாவம், அடித்து மோதிக் கொண்டு ஓடியதில் விரைவில் அதற்கு வியர்த்து வழிந்தது. ஜாரின் அரண்மனைக்கு ஓடிச் சென்று சுற்றிலும் பார்த்தது. ஐயோ, அங்கே ஒரு வால்கூட இல்லை, ஒரு விலங்கையும் காண முடியவில்லை.

"இனி நான் என்ன செய்வேன்? எல்லோருக்கும் வால், ஆனால் எனக்கு மட்டும் ஒன்றும் இல்லை!" என்று அது பொறுமிக் கொண்டது.

அங்கிருந்து திரும்பி கோபமாய்க் கரடி தனது காட்டை நோக்கி நடந்தது. மெள்ள அது நடந்து வரும்போது வளைக்கரடி அங்கே ஒரு மரக் கட்டை மீது உட்கார்ந்து, கண்ணுக்கு இனிய தனது வாலைச் சுருட்டியும் முறுக்கியும் பார்த்து மகிழ்ந்து கொண்டிருந்ததைக் கண்டது.

"வளைக்கரடியே, நான் சொல்வதைக் கேள்! உனக்கு ஏன் வால்? அதை எனக்குத் தந்துவிடு!" என்றது கரடி.

"கரடியாரே, வேடிக்கைதான்! எவ்வளவு அழகான வால், இதைப் போய் நான் யாருக்கும் தருவேன் என்றா நினைக்கிறீர்?" என்றது, திடுக்குற்றுவிட்ட வளைக்கரடி.

"நீயாகவே தராவிட்டால் நான் உதைத்துப் பிடுங்கிக் கொள்வேன்!" என்று உறுமியவாறு கரடி தனது கனத்த பாதத்தை வளைக்கரடியின் வாலின் மேல் வைத்து அழுத்திற்று. "உனக்குக் கிடைக்காது இது!" என்று கூச்சலிட்டு, வளைக்கரடி தன் முழு பலத்தையும் கொண்டு வாலைக் கரடியின் பிடியிலிருந்து இழுத்துத் தப்பித்துக் கொண்டு ஓட்டமாய் ஓடிவிட்டது.

கரடி தன் பாதத்தைப் பார்த்தது, நகங்களில் வளைக்கரடியின் மென்முடித் தோலில் ஒரு சிறு துண்டும் வாலின் நுனியும் மட்டும் ஒட்டிக் கொண்டிருந்தன. தோலைத் தூர எறிந்துவிட்டு வளைக்கரடியின் வால் நுனியைத் தன் பின்னால் அழுத்தி ஒட்டிக் கொண்டு மரப்பொந்தில் எஞ்சியிருந்த தேனைச் சாப்பிடலாமென்று போய்ச் சேர்ந்தது.

ஆனால் தப்பி ஓடிய வளைக்கரடி கலவரமுற்றுவிட்டது, இனி என்ன செய்வது என்று புரியாமல் தவித்தது. எங்கே ஒளிந்து கொண்டாலும் கரடி எக்கணமும் திரும்பி வந்துவிடும், எஞ்சியுள்ள தனது வாலையும் பிய்த்துக் கொண்டு போய்விடும் என்று அது பயந்தது. ஆகவே தரையில் பெரிய வளை தோண்டி அதைத் தனது உறைவிடமாக்கிக் கொண்டு, அங்கே பதுங்கியிருந்தது. அதன் பின்புறத்தில் காயம் ஆறி நீளமான கறுப்புப் பட்டை கோடாய் மாறியது. அதன்பின் இந்தக் கறுப்புக் குறி மங்கவே இல்லை,

ஒருநாள் அப்பக்கமாய் வந்த நரி தரையில் வளை இருப்பதைப் பார்த்துவிட்டு அருகே வந்தது. அளவுமீறிக் குடித்துவிட்டு யாரோ அதனுள் படுத்து உறங்குவது போல பலத்த குறட்டைச் சப்தம் வெளியே வந்தது. உடனே நரி வளையினுள் புகுந்து பார்த்தபோது வளைக்கரடி அங்கே தூங்கிக் கொண்டிருப்பது தெரிந்தது.

"நண்பனே, மேலே உனக்கு இடமா இல்லை, இப்படித் தரைக்கடியில் வந்து பதுங்கிக் கொண்டுவிட்டாய்?'' என்று கேட்டது, வியப்புற்றுவிட்ட நரி.

"நரியாரே, மேலே எனக்கு இடம் இல்லை" என்று வளைக்கரடி வருத்தப்பட்டுக் கொண்டது. "இரை தேடி வெளியே வராமல் இருக்க முடிந்தால், இரவிலுங்கூட நான் இந்தப் பொந்தை விட்டு வெளியே தலை காட்டாமல் பதுங்கிக் கொண்டு இருந்து விடுவேன்" என்றது.

தரைக்கு மேலே ஏன் தனக்கு வாழ இடமில்லாமற் போயிற்று என்பதை வளைக்கரடி விவரமாய் நரியிடம் சொல்லிற்று.

"ஐயோ, அப்படியா சேதி! வளைக்கரடியின் வாலை அபகரித்துக் கொள்ள கரடி முயன்றதென்றால், என்னுடைய வாலுக்கும் பெரிய அபாயம் அல்லவா காத்திருக்கிறது? என்னுடைய வால் நூறு மடங்கு அழகானதாயிற்றே!" என்று நரி தன்னுள் கூறிக் கொண்டது.

உடனே அது கரடியின் கண்ணில் படாமல் ஒளிந்து கொள்ள தனக்கும் ஒரு மறைவிடம் தேடிக் கொள்வதற்காக ஓடிற்று. இரவு முழுதும் தேடியும் நரிக்குத் தக்க இடம் கிடைக்கவில்லை. முடிவில் பொழுது விடியும் நேரத்தில் வளைக்கரடியின் பொந்து போல தனக்கும் ஒரு பொந்து தோண்டிக் கொண்டு, அதனுள் புகுந்து கொண்டு நிம்மதியாய் உறங்கத் தொடங்கிற்று.

அது முதலாய் வளைக்கரடியும் நரியும் பொந்துகளில் வசித்து வருகின்றன. கரடியானது இது நாள் வரை சிறு குமிழ் போன்றதையன்றி வேறு வால் இல்லாமலே வாழ்ந்து வருகிறது.

♦

பூதத்தை வெற்றி கொண்ட வசீல்

(பேலோருஷ்ய நாட்டுக்கதை)

அப்படி நடந்ததோ என்னமோ, அது மெய்யோ பொய்யோ? ஆயினும் கதை என்ன சொல்கிறதென்று கேட்போம்.

முன்னொரு காலத்தில் அச்சம் தரும் ஒரு பயங்கர விலங்கு பூதம் ஒரு மாநிலத்துள் வந்தது. காட்டில் ஒரு மலையருகே அது ஆழக் குழி தோண்டி அதில் படுத்துறங்கிற்று.

நெடுநாட்களுக்கு தூங்கிற்றோ என்னமோ இப்பொழுது யாருக்கும் நினைவில் இல்லை. ஆனால் அது விழித்தெழுந்த மறுகணமே எல்லோர் காதிலும் விழும்படி பலக்கக் கத்தி அறிவித்தது:

"மாந்தர்களே, ஆடவர் பெண்டிர் அடங்கலாய், முதியோர் இளைஞர்கள் அடங்கலாய் நீங்கள் ஒல்வொருவரும் எனக்குக் கப்பம் கொண்டு வந்து கட்ட வேண்டும்! ஒருவர் ஒரு பசுவையும் இன்னொருவர் ஒரு ஆட்டையும் மூன்றாவது ஒருவர் ஒரு பன்றியையுமாய் அன்றாடம் எனக்கு எதாவது கொண்டு வந்து தரவேண்டும்! இப்படிச் செய்கிறவர்கள் மட்டுமே உயிர் வாழ முடியும். செய்யாதவர் எவரும் மாளவே வேண்டும், அவரை நான் பிடித்து விழுங்கி விடுவேன்!"

இதைக் கேட்டு மக்கள் அரண்டு போய் பூதம் அறிவித்தபடி நாள் தவறாமல் அதற்குக் கப்பம் செலுத்தத் தொடங்கினர். நெடுங்காலமாய் இப்படிக் கப்பம் செலுத்தி வந்தார்கள். மக்கள் யாவற்றையும் இழந்து, பூதத்துக்கு எடுத்துச் செல்ல எதுவும் கையில் இல்லாத ஒரு நாள் வந்தது. ஆனால் பூதம் தினமும் வயிறு புடைக்க விழுங்கிக் கொண்டிருக்கும் கொடூர விலங்கு. ஆகவே கப்பம் வராமற் போனதும் அது கிராமம் கிராமமாய் ஓடிச் சென்று அகப்பட்டோரைப் பிடித்துத் தனது உறைவிடத்துக்குத் தூக்கி வர ஆரம்பித்தது.

மக்கள் கதி கலங்கிப் போய் அழுது புலம்பினர்; இந்தக் கொடூர பூதத்திடமிருந்து தம்மை விடுவித்துக் கொள்ளும் வழி புரியாமல் தவித்தனர்.

அப்பொழுது வசீல் என்றொருவன் அப்பகுதிக்கு வந்து சேர்ந்தான். மக்கள் எல்லோரும் கலங்கித் தவிப்பதையும் கையைப் பிசைந்து கொண்டு அழுது புலம்புவதையும் அவன் கண்ணுற்றான்.

“என்ன ஆயிற்று, ஏன் இப்படி நீங்கள் கலங்கிக் கண்ணீர் விடுகிறீர்கள்?” என்று அவன் கேட்டான்.

மக்கள் அவனிடம் தமது இன்னலைச் சொன்னார்கள். வசீல் அவர்களுக்கு ஆறுதல் கூறினான்.

”நீங்கள் அஞ்ச வேண்டாம், இந்தப் பூதத்திடமிருந்து நான் உங்களைக் காப்பாற்ற முயலுகிறேன்” என்றான்.

கனமான குறுந்தடி ஒன்றை எடுத்துக் கொண்டு அவன் அந்தப் பூதம் வசித்து வந்த காட்டுக்குச் சென்றான்.

அவனைப் பார்த்ததும் பூதம் தனது பச்சை நிறக் குண்டு விழிகளை உருட்டியவாறு “குறுந் தடியை எடுத்துக் கொண்டு இங்கு ஏன் வந்திருக்கிறாய்?” என்று கேட்டது.

“உன்னை நையப் புடைப்பதற்காக வந்திருக்கிறேன்!” என்று வசீல் பதிலளித்தான். ‘

“ஓகோ, பெரிய தைரியசாலிதான்!” என்று பூதம் அவனை ஏளனம் செய்தது. ”உன்னால் ஓட முடிகிறபோதே இங்கிருந்து ஓட்டமாய் ஓடி விடு! நான் ‘ஊ’ என்று ஒரு தரம் ஊதினால் இங்கிருந்து மூன்று கிலோமீட்டருக்கு அப்பால் போய் விழுவாய் நீ!” என்றது.

வசீல் சிரித்துக் கொண்டான்.

“கிழட்டுப் பிணமே, போதும் நிறுத்து! யாரிடம் பூச்சாண்டி காட்டுகிறாய்? உன்னைவிட எத்தனையோ பெரிய பூதங்களை எல்லாம் பார்த்திருக்கிறேன் நான்! யாரால் பலமாய் ஊத முடிகிறது, பார்ப்போம் வா. நீ முதலில் ஊது!” என்று அவன் சவால் விட்டான்.

உடனே பூதம் பலமாய் ஊதிற்று, மரங்களிலிருந்து இலைகள் பொலபொலவென உதிர்ந்து விடும்படி, வசீல் தடுமாறி முழங்காலை ஊன்றிக் கொள்ளும்படி ஊதிற்று.

“ஓ. என்ன பெரிதாய் ஊதிவிட்டாய் நீ! பூனையுங்கூட விழுந்து விழுந்து சிரிக்குமே!” என்று கூவியவாறு வசீல் துள்ளி எழுந்து நின்றான். “ இப்பொழுது நான் ஊதுகிறேன் பார்! கைக்குட்டையை எடுத்து கண்களைக் கட்டிக் கொள், இல்லையேல் உன் விழிகள் இரண்டும் பிதுங்கி வெளியே விழுந்துவிடும்” என்றான்,

பூதம் கைக்குட்டையை எடுத்துத் தன் கண்களைக் கட்டிக் கொண்டது. உடனே வசீல் அதன் முன்னால் சென்று தன் குறுந் தடியால் அதன் தலையில் ஓங்கி அடித்தான். பூதத்துக்குப் பொறி கலங்கி விட்டது, அதன் கண்களிலிருந்த தீப்பொறிகள் சிதறி விழுந்தன.

“என்னைவிட பலமானவனா நீ? மீண்டும் முயன்று பார்ப்போம், சீக்கிரமாய் யார் பாறையை நொறுக்குகிறோமென்று பார்க்கலாம்” என்றது பூதம்.

பிறகு நூறு பூடு எடையிருக்கும்படியான ஒரு பாறையைப் பூதம் தனது பாதங்களால் பலமாய் அழுத்திப் பிசைந்ததும் மேகங்களை நோக்கிப் புழுதி உயர்ந்தெழுந்தது.

“இது ஒரு பெரிய காரியமாக்கும்!” என்று சிரித்துவிட்டு, “பாறையிலிருந்து நீர் வழிந்தோடும்படி அதை உன்னால் அழுத்திப் பிசைய முடிகிறதா பார்ப்போம் வா!” என்றான்

இதைக் கேட்டதும் பூதம் பயந்து போய்விட்டது. தன்னைக் காட்டிலும் வசீல்தான் பலசாலி என்பதாய் அது நினைக்கத் தொடங்கிற்று. வசீலின் குறுந்தடியை ஓரக் கண்ணால் பார்த்தபடி, “நீ எது வேண்டுமானால் கேள், அதைத் தருகிறேன்” என்று கூறிற்று.

“எனக்கு வேண்டியது ஒன்றுமில்லை, ஏனென்றால் என் வீட்டில் எனக்கு வேண்டியவை யாவும் இருக்கின்றன. உன்னிடம் இருக்கக் கூடியதைக் காட்டிலும் அதிகமானவை என்னிடம் இருக்கின்றன” என்றான் வசீல்.

“நீ சொல்வது மெய்தானா?” என்று சந்தேகம் தொனிக்கக் கேட்டது பூதம்.

“உனக்குச் சந்தேகமாய் இருந்தால் நேரில் என் வீட்டுக்கு வந்து பாரேன்!”

ஆகவே அவர்கள் ஒரு வண்டியில் ஏறிக் கொண்டனர். வசீல் ஓட்டிச் சென்றான்.

பூதத்துக்கு பசி வந்துவிட்டது. காட்டின் ஓரத்தில் மந்தையாய்க் காளைகள் மேய்ந்து கொண்டிருப்பதைப் பார்த்த பூதம், ”நீ போய் ஒரு காளையைப் பிடித்து வா, இருவரும் கொஞ்சம் சாப்பிட்டுவிட்டு வீட்டுக்குப் போகலாம்” என்று வசீலிடம் சொல்லிற்று.

வசீல் காட்டுக்குச் சென்று அங்கே மரங்களிலிருந்து பட்டையை நீக்கி நார் உறிக்க முற்பட்டான். பூதம் நெடுநேரம் காத்திருந்து பார்த்துவிட்டு வசீலைத் தேடிக் கொண்டு வந்தது.

“இவ்வளவு நேரமாய் என்ன செய்கிறாய்?” என்று அவனைக் கேட்டது.

“மரங்களிலிருந்து நார் உறிக்கிறேன், தெரியவில்லையா?” என்றான் வசீல்.

“நார் எதற்காக?”

நாம் சாப்பிட ஐந்து காளைகளைப் பிடித்து வருவதற்காகக் கயிறு தயாரித்தாக வேண்டும்.”

“நமக்கு ஏன் ஐந்து காளைகள்? ஒன்றே போதும்.”

இவ்வாறு கூறி பூதம் ஒரு காளையின் கழுத்தைப் பிடித்து அதை வண்டியிடம் இழுத்துச் சென்றது.

“காளையை வேக வைக்க நீ போய் ஒரு மரத்தை முறித்து எடுத்து வா” என்று வசீலிடம் கூறிற்று பூதம்.

உடனே வசீல் காட்டுக்குப் போய் ஒரு ஓக் மரத்தின் அடியில் உட்கார்ந்து புகையிலையைக் காகிதத்தில் வைத்துச் சுருட்டிப் புகைப் பிடிக்கத் தொடங்கினான்.

பூதம் நெடுநேரம் காத்திருந்தது. பிறகு பொறுமையிழந்து அவனைத் தேடிக் கொண்டு வந்தது.

“இவ்வளவு நேரமாய் என்ன செய்கிறாய்?” என்று அவனைக் கேட்டது.

“பத்துப் பன்னிரண்டு ஓக் மரங்களைப் பெயர்த்தெடுத்து வர விரும்புகிறேன், எவை யாவற்றிலும் தடித்தவை என்று பரிசீலனை செய்து கொண்டிருக்கிறேன்.”

"நமக்கு ஏன் பத்துப் பன்னிரண்டு ஓக் மரங்கள்? ஒன்றே போதும்" என்று சொல்லி பூதம் தடித்த ஓக் மரத்தைப் பிடித்து உலுக்கிப் பெயர்த்தெடுத்துச் சென்றது.

காளையைத் தீயிலிட்டு வேக வைத்ததும் வசீலையும் வந்து சாப்பிடும்படி அது அழைத்தது.

"எனக்கு வேண்டாம், நீயே சாப்பிடு. வீட்டுக்குப் போய் நான் வேண்டிய மட்டும் சாப்பிடுவேன். ஒரேயொரு காளை எந்த மூலைக்கு எனக்கு!" என்றான் வசீல்

பூதம் அந்தக் காளையைத் தின்றுவிட்டு நாக்கால் உதடுகளைத் துடைத்துக் கொண்டது. இருவரும் வண்டியில் ஏறிச் சென்றனர். விரைவில் வசீலின் வீட்டருகே வந்தனர். தந்தை திரும்பி வருவதைத் தொலைவிலிருந்து கண்ணுற்ற குழந்தைகள் "அப்பா வருகிறார்! அப்பா வருகிறார்!" என்று ஆனந்தமாய்க் கூச்சலிட்டனர்.

ஆனால் அவர்கள் கூவியது பூதத்துக்குப் புரியவில்லை. "குழந்தைகள் கத்துகிறார்களே, ஏன்?" என்று அது கேட்டது.

"அவர்களுக்குப் பசி! அடித்துச் சாப்பிட உன்னை வீட்டுக்குக் கொண்டு வருகிறேன் என்பதைக் கண்டதும் மகிழ்ச்சி கொண்டு கூச்சலிடுகின்றனர்."

பூதம் இப்பொழுது சந்தேகத்துக்கு இடமின்றி பீதியடைந்து விட்டது. வண்டியிலிருந்து தாவிக் குதித்து ஓட்டமாய் ஓடிற்று. சாலையை விட்டு ஓடி ஒரு பெரிய சதுப்புக்குள் போய் சிக்கிக் கொண்டுவிட்டது. அந்தச் சதுப்பு ஆழமானது. அடி மட்டத்தை அடைய முடியாதபடி அவ்வளவு ஆழமானது. பூதம் அந்தச் சதுப்பில் மூழ்கி மடியவே அதன் கதை அதோடு முடிவடைந்தது.

♦

பிலிப்கா

(பேலோருஷ்ய நாட்டுக்கதை)

ஒரு காலத்தில் ஒரு கணவனும் மனைவியும் இருந்து வந்தனர். அவர்களுக்குப் புத்திர பாக்கியம் இல்லை. தொட்டிலில் இட்டு ஆட்டவும் முத்தமிட்டு அள்ளி அணைத்திடவும் பிள்ளை இல்லையே என்று மனைவி எந்நேரமும் துயருற்று வருந்தினாள்.

ஒருநாள் கணவன் காட்டுக்குச் சென்று பூவரச மரத்திலிருந்து ஒரு துண்டுக் கட்டையை வெட்டிச் சீவி வீட்டுக்கு எடுத்துவந்து மனைவியிடம் தந்தான்.

"இந்தா, இதைத் தொட்டிலில் இட்டு ஆட்டு" என்றான்.

அதே போல மனைவி அந்த மரக்கட்டையைத் தொட்டிலில் இட்டு ஆட்டினாள்.

"பிள்ளைக் கனியமுதே, கண்ணுறங்கு! வெளுத்த மேனியும் கறுத்த கண்ணும் கொண்ட என் கண்மணியே, கண்ணுறங்கு!" என்று தாலாட்டு பாடினாள்.

முதல் நாளும் ஆட்டினாள், இரண்டாம் நாளும் ஆட்டினாள், பிறகு மூன்றாம் நாளன்று தொட்டிலினுள் பார்த்தபோது, பச்சிளம் பாலகன் படுத்துறங்குவதைக் கண்டாள்!

கணவனும் மனைவியும் மட்டிலா ஆனந்தமடைந்தனர். தமது செல்வ மகனுக்கு பிலிப்கா என்று பெயரிட்டு அவனைக் கண்ணும் கருத்துமாய்க் கவனித்து வந்தனர்.

பிலிப்கா வளர்ந்து பெரியவனானதும் தன் தந்தையிடம் "அப்பா, எனக்கு ஒரு தங்கப் படகும் வெள்ளித் துடுப்பும் செய்து கொடு, நான் ஏரியில் சென்று மீன் பிடிக்க விரும்புகிறேன்" என்று வேண்டனான்.

தந்தை அவனுக்குத் தங்கப் படகும் வெள்ளித் துடுப்பும் செய்து கொடுத்ததும் மீன் பிடிப்பதற்காக ஏரிக்குச் சென்றான்,

பிலிப்கா மிக மும்முரமாய் மீன் பிடித்தான், இரவு பகலாய் ஏரியிலே படகோட்டிச் சென்று மீன் பிடித்தான். மீன்கள் நிறைய கிடைத்ததால் வீட்டுக்குப் போகாமலே அவன் ஏரியிலேயே தங்கி விடுவான். தினமும் தாய் அவனுக்குச் சாப்பாடு கொண்டு வந்து கொடுத்து வந்தாள்.

தாய் ஏரிக் கரையிலே வந்து நின்று "பிலிப்கா, என் மகனே! பாதிப் பகல் வந்து விட்டது, உனக்கு அப்பம் சுட்டுக் கொண்டு வந்திருக்கிறேன், வந்து சாப்பிட்டுப் பாரேன்!" என்று குரல் கொடுப்பாள்.

உடனே பிலிப்கா கரைக்கு வந்து தான் பிடித்து வைத்திருந்த மீன்களை அள்ளிக் கொடுத்துவிட்டு அம்மாவிடமிருந்து அப்பத்தை வாங்கிச்சாப்பிடுவான். பிறகு திரும்பவும் படகில் ஏரியின் நடு மையத்துக்குச் சென்றுவிடுவான்.

சூன்யக்காரி பாபா-யாகா ஒருநாள் பிலிப்காவை அவன் தாய் கரைக்கு வரும்படி எப்படிக் கூப்பிடுகிறாள் என்பதைக் கேட்டுக் கொண்டிருந்தாள். தானும் அதே போலக் கூப்பிட்டுச் சிறுவனைக் கொன்றுவிடுவதென்று அவள் முடிவு செய்து கொண்டாள்.

ஒரு சாக்கையும் நெருப்பு கிளறும் கோலையும் எடுத்துக் கொண்டு அவள் ஏரிக் கரைக்கு வந்தாள்.

"பிலிப்கா, மகனே! பாதிப் பகல் கழிந்துவிட்டது, நான் கொண்டு வந்திருக்கும் அப்பத்தைச் சாப்பிட வாயேன்!" என்று அவள் கூவினாள்.

தாய்தான் கூப்பிடுகிறாள் என்று பிலிப்கா தன் படகைக் கரைக்கு ஓட்டி வந்தான். பாபா-யாகா நெருப்பு கிளறும் கோலைப் படகில் மாட்டி இழுத்து பிலிப்காவைப் பிடித்து சாக்கில் போட்டுக் கொண்டாள்.

"ஆகா! இனி நீ மீன் பிடிப்பதைப் பார்ப்போம்!" என்று கூவினாள்.

சாக்கைத் தூக்கித் தோளில் போட்டுக் கொண்டு காட்டுக்குள் சென்றாள். அவள் வீட்டுக்கு நெடுந் தூரம் நடக்க வேண்டியிருந்தது. அவளுக்குக் களைத்துவிட்டது. களைப்பாறலாமென்று உட்கார்ந்தவள் அப்படியே தூங்கி விட்டாள். சாக்கிலிருந்து பிலிப்கா மெள்ள வெளியே வந்து கனமான கற்களை எடுத்துச் சாக்கில் நிரப்பி வைத்துவிட்டு ஏரிக்குத் திரும்பிச் சென்றுவிட்டான்.

பாபா-யாகா விழித்துக் கொண்டதும் சாக்கு மூட்டையைத் தூக்கிக் கொண்டு முக்கி முனகியவாறு வீட்டுக்குப் போய்ச் சேர்ந்தாள்.

வீட்டுக்கு வந்ததும் தன் மகளிடம் “இந்த மீனவனை நெருப்பிலிட்டு எனக்குச் சாப்பாடு தயாரி” என்றாள்.

சாக்கைத் தரையில் கவிழ்த்து உலுக்கினாள். அதிலிருந்து வெறும் கற்கள்தான் வெளியே கொட்டின.

பாபா-யாகாவுக்குக் கொடுங் கோபம் வந்தது.

“என்னையா நீ ஏமாற்றுகிறாய்? உனக்குப் பாடம் கற்பிக்கிறேன் பார்!” என்று உச்சக் குரலில் கத்திவிட்டு மீண்டும் ஏரிக் கரைக்கு ஓடினாள்.

“பிலிப்கா, என் மகனே! பாதிப் பகல் கழிந்து விட்டது, நான் கொண்டு வந்திருக்கும் அப்பத்தைச் சாப்பிட வாயேன்!” என்று மறுபடியும் அவள் குரல் கொடுத்து பிலிப்காவைக் கூப்பிட்டாள்.

அவளுடைய குரல் பிலிப்காவுக்குக் கேட்டதும், “உன்னை எனக்குத் தெரியும்! நீ பாபா-யாகா! நீ என் அம்மா இல்லை, என் அம்மாவின் குரல் மெல்லியதாய் இருக்கும்” என்று பதிலளித்தான்.

பாபா-யாகா பன்முறை குரல் கொடுத்துப் பார்த்தாள், ஆனால் பிலிப்கா கரைக்கு வரவில்லை.

“இரு நீ இதோ வந்துவிட்டேன்! என்னுடைய குரலை மெல்லியதாக்கிக் கொண்டு வருகிறேன், பார்!” என்று அவள் தன்னுள் கூறிக் கொண்டு நேரே கொல்லனிடம் ஓடினாள்.

“கொல்லனே, கொல்லனே, என்னுடைய நாக்கைத்தட்டி மெல்லியதாக்கேன்” என்றாள்.

பாபா-யாகா தனது நீண்ட நாக்கை வெளியே நீட்டிப் பட்டடைக் கல்லின் மேல் வைத்தாள். கொல்லன் தனது சம்மட்டியை எடுத்து அடியடி என்று அடித்து அதை நன்றாய் மெல்லியதாக்கினான்.

பாபா-யாகா திரும்பவும் ஏரிக் கரைக்கு ஓடி வந்து மெல்லிய குரலில் “பிலிப்கா, என் மகனே! பாதிப் பகல் கழிந்துவிட்டது, நான் கொண்டு வந்திருக்கும் அப்பத்தைச் சாப்பிட வாயேன்!” என்று கூவினாள்.

அவளுடைய மெல்லிய குரல் காதில் விழுந்ததும் தன் தாய்தான் கூப்பிடுகிறாள் என்று பிலிப்கா நினைத்தான். படகை ஓட்டிக் கொண்டு கரைக்கு வந்தான். பாபா-யாகா உடனே அவனைப் பிடித்துச் சாக்கில் போட்டுக் கொண்டாள்.

“இனி நீ என்னை ஏமாற்ற முடியாது!” என்று அவள் ஆனந்தப்பட்டுக் கொண்டாள். இம்முறை இடை வழியில் களைப்பாறாமலே சிறுவனை நேரே வீட்டுக்குத் தூக்கி சென்றாள். சாக்கை உதறி அவனை வெளியே தள்ளி, தன் மகளிடம்-

“திருட்டுப் பயல், இதோ திரும்பவும் பிடித்து வந்திருக்கிறேன்! கணப்பு அடுப்பை மூட்டி இவனைப் போட்டு வாட்டி வதக்கி எனக்குச் சாப்பாடு தயார் செய்!” என்றாள்.

இதைச் சொல்லிவிட்டு அவள் வீட்டை விட்டு வெளியே போனாள்.

அவளுடைய மகள் கணப்பு அடுப்பை மூட்டியபின் ஒரு மண் வெட்டியை எடுத்து வந்து, “இதில் படுத்துக் கொள், உன்னை நான் அடுப்புக்குள் போட வேண்டும்” என்று பிலிப்காவிடம் கூறினாள்.

பிலிப்கா கால்களை உயரத் தூக்கியவாறு மண்வெட்டியில் படுத்துக் கொண்டான்.

“அப்படி அல்ல!” என்று பாபா-யாகாவின் மகள் கத்தினாள்.

“காலை மேலே தூக்கிக் கொண்டு படுத்திருந்தால் எப்படி உன்னை அடுப்புக்குள் போடுவேன்!” என்றாள்.

பிலிப்கா உடனே கால்களைக் கீழே தொங்குமாறு விட்டுக் கொண்டான்.

“இப்படியும் அல்ல!” என்று பாபா-யாகாவின் மகள் மீண்டும் கத்தினாள்.

“பிறகு எப்படியாம்? நீ படுத்துக் காட்டேன்!” என்றான் பிலிப்கா.

“முட்டாள் பையனாய் இருக்கிறாயே! இதோ பார், இப்படிப் படுத்துக் கொள்!” என்று அவள் மண்வெட்டியில் சுருட்டி மடக்கிப் படுத்துக் கொண்டாள்.

உடனே பிலிப்கா மண்வெட்டியைத் தூக்கி, பாபா-யாகாவின் மகளை எரியும் அடுப்பினுள் வீசினான். பிறகு அடுப்புக் கதவை மூடி, அவள் வெளியே குதித்துவிடாதபடி பாபா-யாகாவின் நெருப்பு கிளறும் கோலை அதில் வைத்து அழுத்தினான்.

உடனே குடிசையிலிருந்து வெளியே ஓடினான். சரியாக அதே நேரத்தில் பாபா-யாகா குடிசையை நோக்கி நடந்து வருவதைப் பார்த்தான். இலைகள் அடர்ந்த உயரமான ஒரு அத்திமரத்தின் மீது தாவியேறி உச்சியில் அதன் கிளைகளிடையே ஒளிந்து கொண்டான்.

பாபா-யாகா குடிசைக்குள் சென்றதும் வறுபடும் இறைச்சியின் வீச்சம் அவள் மூக்கைத் துளைத்தது. அவசரமாய் அடுப்பைத் திறந்து இறைச்சியை வெளியே எடுத்து உண்டுவிட்டு எலும்புகளை வெளிமுற்றத்தில் எறிந்தாள். ஓடி வந்து அந்த எலும்புகள் மீது விழுந்து புரண்டு-

“இந்த எலும்புகள் மீது வந்து விழுந்தேனே, உருண்டு புரளுகிறேனே! பிலிப்காவின் ஊனை உண்டேனே, அவன் இரத்தத்தைக் குடித்தேனே!” என்று கூவினாள்.

பிலிப்கா அவனுடைய மறைவிடத்தில் இருந்தபடி அவளுக்குப் பதில் குரல் கொடுத்து-

"இந்த எலும்புகள்மீது வந்து விழுவாயே, உருண்டு புரளுவாயே! உன் மகளின் ஊனை உண்டாயே, அவள் இரத்தத்தைக் குடித்தாயே!" என்றான்.

அவன் சொன்னதைக் கேட்டதும் பாபா-யாகா ஆத்திரம் தாங்காமல் ஆடிக் குதித்துவிட்டு அந்த அத்திமரத்திடம் ஓடினாள். பற்களால் அதைக் கடித்து அரிக்கத் தொடங்கினாள். நெடுநேரம் ஆத்திரமாய் அரித்துக் கொண்டே இருந்தாள். ஆனால் அவள் பற்கள் உடைந்தனவே அன்றி மரம் சிறிதும் அசையவில்லை.

பிறகு அவள் கொல்லனிடம் ஓடினாள்.

"கொல்லனே, கொல்லனே, சீக்கிரமாய் எனக்கு உருக்குக் கோடரி செய்து கொடு! இல்லையேல் உன் குழந்தைகளைக் கொன்று தின்று விடுவேன்!" என்று கத்தினாள்.

பயந்து போன கொல்லன் அவளுக்கு உருக்குக் கோடரி செய்து தந்தான்.

கோடரியை எடுத்துக் கொண்டு பாபா-யாகா அத்திமரத்திடம் ஓடி வந்து வேகம் வேகமாய் அதன் அடியை வெட்ட ஆரம்பித்தாள்.

"மரத்தை விட்டுப் பாறையை வெட்டு!" என்று பிலிப்கா கூறினான்.

"பாறையை அல்ல, மரத்தை வெட்டு!" என்றாள் பாபா-யாகா.

மீண்டும் பிலிப்கா "மரத்தை விட்டுப் பாறையை வெட்டு நீ!" என்றான்.

உடனே கோடரி ஒரு பாறையில் அடிபட்டு கூர்முனை தெறித்து மழுங்கிவிட்டது.

பாபா-யாகா வெறி கொண்டு கூச்சலிட்டாள். பிறகு கோடரியைக் கூர்மையாக்குவதற்காக அதைக் கொல்லனிடம் எடுத்துக் கொண்டு ஓடினாள்.

பிலிப்கா எட்டிப் பார்த்தான். அத்திமரம் ஒரு பக்கமாய்ச் சாய்ந்து நிற்பதைக் கண்டான். பாபா-யாகா அதன் அடிப்பகுதியைப் பெருமளவுக்கு வெட்டித் தள்ளிவிட்டாள். அவள் திரும்புவதற்குள் பிலிப்கா இங்கிருந்து தப்பியோடிவிட வேண்டும்.

அப்பொழுது திரளாய்க் காட்டு வாத்துக்கள் பறந்து வந்தன.

"வாத்துக்களே, வாத்துக்களே, கூச்சல் வேண்டாம்! தலைக்கொரு இறகு போட்டுச் செல்லுங்கள்" என்று அவன் அவற்றிடம் கேட்டான். "உங்களுடன் சேர்ந்து நான் என் தாய் தந்தையிடம் பறந்து செல்வேன்; உங்களுக்குச் சன்மானம் தருவேன்!" என்று வாக்களித்தான்.

ஒவ்வொரு வாத்தும் அவனுக்கு ஓர் இறகு அளித்துச் சென்றது. இந்த இறகுகளைச் சேர்த்து பிலிப்கா தனக்குப் பாதி இறக்கை செய்து கொண்டான்.

காட்டு வாத்துக்களின் இரண்டாவது திரள் பறந்து சென்றது. இந்த வாத்துக்களிடமும் பிலிப்கா-

"வாத்துக்களே, வாத்துக்களே, கூச்சல் வேண்டாம்! தலைக்கொரு இறகு போட்டுச் செல்லுங்கள்; உங்களுடன் சேர்ந்து நான் என் தாய் தந்தையிடம் பறந்து செல்வேன்; உங்களுக்குச் சன்மானம் தருவேன்!" என்று சொன்னான்.

இரண்டாவது திரளைச் சேர்ந்த வாத்துக்களும் தலைக்கொரு இறகு தந்தன.

பிறகு மூன்றாவது, நான்காவது திரள்களும் சென்றன, இவற்றைச் சேர்ந்த வாத்துக்களும் பிலிப்காவுக்குத் தலைக்கொரு இறகு கொடுத்தன.

பிலிப்கா தனக்கு ஒரு ஜோடி இறக்கைகள் செய்து கொண்டு வாத்துக்களைப் பின் தொடர்ந்து பறந்து சென்றான். கொல்லன் பட்டறையிலிருந்து அப்பொழுதுதான் பாபா-யாகா ஓடி வந்து வேகம் வேகமாய் மீண்டும் அத்திமரத்தை வெட்ட முற்பட்டாள். அவள் வெட்டிய வேகத்தில் சிராய்த் தூள்கள் சிதறி நாற்றிசையிலும் பறந்தோடின.

ஓயாமல் இப்படி அவள் வெட்டிச் சென்றாள். அத்தி மரம் சடசடத்துச் சாய்ந்து அவள்மீதே விழுந்து அவளைக் கொன்றுவிட்டது.

காட்டு வாத்துக்களுடன் சேர்ந்து பிலிப்கா வீட்டுக்குப் பறந்து வந்தான். அவனைக் கண்டதும் அவன் தாயும் தந்தையும் அளவிலா ஆனந்தமடைந்தார்கள். மேஜை முன்னால் உட்கார வைத்து அவனுக்கு இன்சுவை உண்டி வகைகள் எல்லாம் அளித்து மகிழ்ந்தனர்.

காட்டு வாத்துக்களுக்கு ஓட்சும் தானியத் தேறலும் தந்து உபசரித்தனர். இந்த நீண்ட-குறுங் கதையும் இதோடு முடிவடைகிறது.

♦

முதிய உறைபனியும் இளம் உறைபனியும்

(லித்துவேனிய நாட்டுக்கதை)

முன்னொரு காலத்தில் உறைபனிக் கிழவரும் அவருடைய இளம் மகனான உறைபனி இளைஞனும் இருந்து வந்தனர். உறைபனி இளைஞன் ஆணவமும் அகம்பாவமும் மிக்கவன். அவன் பேசுவதைக் கேட்டால் அவனைப் போல் சாமர்த்தியமும் வல்லமையும் வாய்ந்தவன் உலகில் வேறு யாருமே இல்லை என்பதாய்த் தோன்றும்.

ஒருநாள் உறைபனி இளைஞன் தன்னுள் கூறிக் கொண்டான்:

“என் தந்தை தள்ளாத கிழவராகி விட்டார், அவரால் சரிவர வேலை செய்ய முடியவில்லை. ஆனால் நான் இளைஞன், வலிமை மிக்கவன்! அவரைக் காட்டிலும் சடுதியில் நான் எவரையும் கடுங்குளிரால் விறைக்கச் செய்துவிடுவேன். யாராலும் என்னிடமிருந்து தப்ப முடியாது, யாராலும் என்னை ஏய்க்க முடியாது. யாராய் இருந்தாலும் வீழ்த்திவிடும் பலம் எனக்கு உண்டு!”

குளிரால் யாரை விறைக்க வைக்கலாம் என்று தேடிக் கொண்டு உறைபனி இளைஞன் புறப்பட்டான். ஒரு சாலைக்குப் பறந்தோடி வந்தான். நன்றாய்த் தீனி தின்று திடகாத்திரமாகவும் நேர்த்தியாகவும் இருந்த குதிரை பூட்டிய கோச் வண்டியில் ஒரு பிரபு செல்வதைக் கண்ணுற்றான். இந்தப் பிரபு ஊதிப் பருத்தவராய் இருந்தார். கதகதப்பான மென்முடிக் கோட்டு போட்டிருந்தார், கம்பளத்தால் கால்களை மூடிக் கொண்டு வண்டிக்குள் அமர்ந்திருந்தார்.

இந்தப் பிரபுவைப் பார்த்துவிட்டு உறைபனி இளைஞன் சிரித்துக் கொண்டான்.

“ஹ—ஹா! மென்முடியும் கம்பளமும் எவ்வளவு வேண்டுமானலும் நீர் போட்டுக் கொள்ளலாம், ஆனால் என்னிடமிருந்து அவை உமக்குப் பாதுகாப்பு அளிக்கப் போவதில்லை” என்று இளைஞன் கூறிக் கொண்டான். “என் தந்தையான கிழவரால் வேண்டுமானால் உம்மைச் சமாளிக்க முடியாமற் போகலாம். ஆனால் நான் அப்படியல்ல, உம்மை நான் குளிர வைத்து உறையச் செய்துவிடுவேன். என்ன வேண்டுமானாலும் செய்து பாரும்! உம்முடைய மென்முடிக் கோட்டோ, கம்பளியோ உம்மைப் பாதுகாக்கப் போவதில்லை!”

உடனே உறைபனி இளைஞன் அந்தப் பிரபுவிடம் பறந்து சென்று அவரைத் தொல்லை செய்ய முற்பட்டான். கம்பளிக்கடியில் புகுந்தும் கோட்டுக் கைகளினுள் நுழைந்தும் காலருக்குள் ஊர்ந்தும் மூக்கை ஜில்லிடச் செய்தும் அவரைப் பாடாய்ப் படுத்தினான்.

குளிரின் தொல்லை தாங்க முடியாமல் அந்தப் பிரபு குதிரையைப் பாய்ந்தோடச் செய்யுமாறு வண்டிக்காரனுக்கு உத்தரவிட்டார்.

“குளிர் தாங்க முடியவில்லை, உறைந்து விடுவேன் போலிருக்கிறது!” என்று கூச்சலிட்டார்.

உறைபனி இளைஞன் அவரைத் திண்டாட வைத்தான். அவருடைய மூக்கைக் குளிர வைத்துக் கடுகடுக்கச் செய்தான், கைகளையும் பாதங்களையும் நடுங்க வைத்தான், மூச்சு விட முடியாமல் அவரைத் திணற வைத்தான்.

குளிர் பொறுக்க மாட்டாமல் பிரபு இங்குமங்கும் நகர்ந்து உட்கார்ந்து பார்த்தார், இருப்புக் கொள்ளாமல் துடித்தார், வெடவெடத்து நடுங்கினார்.

“இன்னும் வேகமாய் ஓட்டு! போதாது, போதாது, விரட்டி ஓட்டு!” என்று வண்டிக்காரனைப் பார்த்துக் கத்திக் கொண்டிருந்தார்.

ஆனால் சற்று நேரத்துக்கெல்லாம் அவருடைய கத்தல் நின்று விட்டது, அவருக்கு வாயடைத்துப் போய்விட்டது,

வீட்டை வந்தடைந்தபோது பாதி உயிர் போன நிலையில் அவரை வண்டியிலிருந்து இறக்கி உள்ளே தூக்கிச் செல்ல வேண்டியதாயிற்று.

உறைபனி இளைஞன் தன் தந்தையான உறைபனிக் கிழவரிடம் ஓடி தனது வீரப் பிரதாபங்களைச் சொல்லிப் பெருமையடித்துக் கொண்டான்.

“அப்பா, என்னைப் பார்!” என்று மார் தட்டிக் கொண்டான். “இதோ பார் என்னை! எவ்வளவு பெரிய பலசாலியாய் இருக்கிறேன், பார்! இனி உன்னால் என்னுடன் போட்டி போட முடியாது! எவ்வளவு பெரிய, பருத்த பிரபுவை நான் குளிரால் விறைக்கச் செய்தேன், தெரியுமா? எவ்வளவு கதகதப்பான

கோட்டுக்குள் புகுந்து அவரைத் திக்குமுக்காடச் செய்தேன், தெரியுமா? உன்னால் ஒருபோதும் அப்படிச் செய்ய முடியாது! உன்னால் அவ்வளவு பெரியவரான, வலுமிக்கவரான ஒருவரை குளிரால் விறைக்க வைக்க முடிந்திருக்காது!'' என்றான்.

உறைபனிக் கிழவர் மெள்ளச் சிரித்துக் கொண்டார்.

"இளைஞனே, இந்த வீண் பெருமை எல்லாம் வேண்டாம்! உன் பலத்தையும் தீரத்தையும் அவசரப்பட்டுப் புகழ்ந்து கொள்ளாதே! ஊதிப் பருத்த பிரபு ஒருவரின் கதகதப்பான கோட்டுக்குள் புகுந்து அவரை நீ நடுங்க வைத்ததும் விறைக்கச் செய்ததும் மெய்தான். ஆனால் அது ஒரு பெரிய காரியமல்ல. அதோ பார் அங்கே! நைந்த சட்டை போட்டுக் கொண்டு, நோஞ்சைக் குதிரை இழுத்துச் செல்லும் வண்டியில் போகிறானே எலும்பும் தோலுமான குடியானவன் தெரிகிறதா?''

"தெரிகிறது, அதோ போகிறான்.''

"விறகு வெட்டி வருவதற்காகக் காட்டுக்குப் போகிறான். அவனிடம் போய் உன் கைவரிசையைக் காட்டிப் பார். அவனை நீ குளிரால் நடுங்க வைப்பதில் வெற்றி பெறுவாயானால் மெய்யாகவே நீ பலசாலிதான் என்று ஒத்துக் கொள்வேன்!''

"பூ! இது ஒரு பெரிய காரியமா எனக்கு! நொடிப் பொழுதில் நடுங்கி விறைக்கச் செய்துவிடுவேன்!'' என்று உறைபனி இளைஞன் கூவினான்.

இவ்வாறு சொல்லி மேலே காற்றில் உயர்ந்தெழுந்து அந்தக் குடியானவனை நோக்கிப் பறந்தான். அவனை எட்டிப்பிடித்து அவன் மீது விழுந்து பிடுங்கி உபத்திரவம் செய்தான். இப்பொழுது ஒரு புறத்திலிருந்தும் மறுப்பு இன்னொரு புறத்திலிருந்தும் அவன் மீது பாய்ந்து படுத்தி வைத்தான். ஆனால் குடியானவன் எதையும் பொருட்படுத்தாமலே வண்டியை ஓட்டிச் சென்றான். பிறகு உறைபனி இளைஞன் குடியானவனுடைய காலைத் தாக்கி ஜில்லிடச் செய்தான். ஆனால் குடியானவன் சறுக்கு வண்டியிலிருந்து குதித்து குதிரையுடன் கூட நடந்து சென்றான்.

"இரு இரு! காட்டுக்குப் போய்ச் சேரு நீ, அங்கே உன்னை விறைக்க வைக்கிறேன்!'' என்று உறைபனி இளைஞன் தன்னுள் கூறிக் கொண்டான்.

குடியானவன் காட்டுக்குச் சென்றான், கோடரியை எடுத்து பிர்ச் மரங்களையும் ஊசியிலை மரங்களையும் வெட்டத் தொடங்கினான். சிராய்த் தூள் நாற்புறமும் பறக்கும்படி வெட்டிச் சென்றான்!

உறைபனி இளைஞன் ஓயாமல் அவனைத் தொல்லை செய்தான். கைகளிலும் கால்களிலும் தாக்கித் துன்புறுத்தினான், காலருக்குள் புகுந்து கொண்டு படுத்தினான்.....

ஆனால் உறைபனி இளைஞன் எவ்வளவுக்கு எவ்வளவு அதிகமாய் அவனைக் குளிரால் வருத்தி விறைக்க வைக்க முயன்றானோ, அவ்வளவுக்கு அவ்வளவு வேகமாய்க் குடியானவன் கோடரியை வீசி, மேலும் மேலும் அதிகமான மரங்களை வெட்டி வீழ்த்தினான். முடிவில் அவன் தனது கையுறைகளையும் கழற்றி எறிந்துவிடும் அளவுக்கு கதகதப்படைந்து விட்டான்.

உறைபனி இளைஞன் களைப்புற்று ஓய்ந்து போகும் வரை தொடர்ந்து குடியானவனை இம்சை செய்து பார்த்தான்.

"இருக்கட்டும், எப்படியும் உன்னை நான் தோற்கடிக்கிறேனா இல்லையா, பார்" என்று தனக்குள் உறுமிக் கொண்டான். "நீ வீட்டுக்குத் திரும்புவாய் அல்லவா, அப்பொழுது உன்னைக் குளிர வைத்து வாட்டுகிறேன்" என்று சறுக்கு வண்டியிடம் ஓடினான்.

அங்கே குடியானவனுடைய கையுறைகள் கிடப்பதைக் கண்டதும் அவற்றினுள் புகுந்து கொண்டான். உள்ளே உட்கார்ந்து சிரித்தவாறு, "குடியானவனே, உன் கையுறைகளை எப்படி நீ போட்டுக் கொள்கிறாய், பார்ப்போம்! விரல்களை உள்ளே விட முடியாதபடி நான் அவற்றைக் குளிரச் செய்து விறைக்கச் செய்திருக்கிறேன்!" என்று கூறிக் கொண்டான்.

"இனி நான் வீட்டுக்குத் திரும்பலாம்" என்று குடியானவன் கூறிக் கொண்டான்.

தனது கையுறைகளை எடுத்துப் போடுக் கொள்ள முயன்றான். ஆனால் அவை விறைத்துப் போய், கல் போலக் கெட்டியாய் இருந்தன.

"ஆகா, இப்பொழுது என்ன செய்யப் போகிறாய், பார்க்கலாம்!" என்று உறைபனி இளைஞன் உள்ளுக்குள் சிரித்துக் கொண்டான்.

ஆனால் குடியானவன்தன் கையுறைகளைப் போட்டுக்கொள்ள முடியாதபடி விறைத்துப் போயிருந்ததைக் கண்டதும் கோடரியை எடுத்து அவற்றின் மீது மொத்த ஆரம்பித்தான்.

கையுறைகள் மீது படார்-படார் என்று அடித்தான், அவற்றினுள் இருந்த உறைபனி இளைஞன் ஓவென அலறினான்.

குடியானவன் மொத்து மொத்தென மொத்தியதும் தப்பித்தோம் பிழைத்தோமென உறைபனி இளைஞன் அவற்றிடமிருந்து குதித்து ஓடினான்.

பிறகு குடியானவன் விறகுகள் நிரப்பப்பட்ட வண்டியை ஓட்டிக் கொண்டு வீட்டுக்குப் புறப்பட்டான். பலமாய்க் கூச்சலிட்டுக் குதிரையை வேகமாய்ப் போக செய்தான், உறைபனி இளைஞன் முக்கி முனகி நொண்டிக் கொண்டு தன் தந்தையிடம் சென்றான்.

உறைபனிக் கிழவர் உறைபனி இளைஞனின் அவல நிலையைக் கண்டதும் வாய்விட்டுப் பலக்கச் சிரித்துவிட்டார்.

"மகனே என்ன ஆயிற்று? ஏன் நொண்டிக் கொண்டு வருகிறாய்?" என்று அவர் கேட்டார்.

"குடியானவனைக் குளிரால் விறைக்க வைக்கப் போய் நான் செம்மையாய் மொத்து பட வேண்டியதாயிற்று."

"அட பாவமே, ஏன் இப்படி முனகுகிறாய்?"

"முனகாமல் என்ன செய்வேன்! வலி தாங்க முடியவில்லையே, குடியானவன் என்னை அப்படியல்லவா நையப் புடைத்து விட்டான்!"

"மகனே, உனக்கு இது படிப்பினையாய் இருக்கட்டும். வீணில் உண்டு களிக்கும் பிரபுக்களை குளிரால் விறைக்கச் செய்வது சுலபம்தான், ஆனால் குடியானவனிடம் உன் கைவரிசை பலிக்காது. எந்நாளும் இதை நீ மறக்கலாகாது!"

♦

பிரபு குதிரையான கதை

(லாத்விய நாட்டுக்கதை)

பழங் காலத்தில் கொடிய பிரபு ஒருவர் இருந்தார். வேலையாட்களை அவர் விரட்டி விரட்டி வேலை வாங்கி வந்தார், பாதி உயிர் போகும் வரை ஓயாது உழைக்கும்படி அவர்களைப் பலவந்தம் செய்தார். விழா நாட்களிலுங்கூட அவர்களுக்கு ஓய்வில்லாதபடி வதைத்து வந்தார்.

ஒரு முக்கிய விழாவன்று பெரும்பாலோரும் ஓய்வெடுத்துக் கொண்ட காலைப் பொழுதில் இந்தப் பிரபு தமது வேலையாட்களை மீண்டும் போரடிக்குமாறு களத்துக்கு அனுப்பி வைத்தார்.

முந்திய நாள் பகலும் இரவும் தொடர்ந்து போரடிக் களத்தில் வேலை செய்து களைத்துப் போயிருந்த இந்த வேலையாட்களால் நிற்கக்கூட முடியவில்லை.

அவர்கள் வேலை ஆரம்பித்த சிறிது நேரத்துக்கு எல்லாம் நேரில் பிரபுவே கைத்தடியையும் எடுத்துக் கொண்டு களத்துக்கு ஓடி வந்தார். தனது வேலையாட்கள் வேகமாய் வேலை செய்யவில்லை என்பதாய்க் கைத்தடியை ஓங்கியவாறு சீறிப் பாய்ந்து அவர்களை மிரட்டினார், வாயில் வந்தபடி ஏசினார்.

"தடியன்கள்! போரடி வேலைகள் பூராவையும் முடிக்கும் வரை உங்களைக் களத்தைவிட்டுப் போக விட மாட்டேன்!" என்று கத்தினார்.

போரடிப் பொறியில் குதிரையைக் கட்டி ஓட்டினால் வேலை சீக்கிரம் முடிந்துவிடும் என்று சொல்லி வேலையாட்கள் குதிரை வேண்டுமென்று கேட்டனர்.

"என்ன? குதிரையா வேண்டும், குதிரை!.." என்று அவர் கூச்சலிட்டார். "தடியன்களே, இன்னொரு தரம் குதிரை வேண்டுமென்று பேசினால் கழுத்தை நெரித்து உங்களைக் கொன்று விடுவேன்! உங்களுக்கு ஒன்றும் குதிரை கிடைக்காது! குதிரைக்கு ஓய்வு வேண்டும்! நீங்களேதான் இந்த வேலையைச் செய்து முடித்தாக வேண்டும்!" என்று கத்தினார்.

தொண்டை கிழியக் கத்திவிட்டு, அவசரமாய்ப் போரடிக் களத்திலிருந்து வெளியே சென்றார். களத்தில் எழுந்த புழுதியை மூக்காலும் வாயாலும் உள்ளுக்கு இழுக்க விரும்பவில்லை அவர்.

அவர் வெளியேறியதும் யாரோ கூச்சல் போடுவதும் குதிரை களைப்பதும் கேட்டன. பிறகு கடிவாளம் குலுங்கிற்று. குதிரைக்கு யாரோ சேணமிடுகிறார் என்பது தெரிந்தது.

யாராய் இருக்கும்?

திடுமென ஒரு கிழவர் போரடிக்களத்துக்குள் வந்தார். தொண்டுக்கிழவரான அவருடைய வெள்ளைத்தாடி நீளமாய் இருந்தது, மின்வெட்டுப் போல அவருடைய கண்கள் பளிச்சிட்டன. லகானைக் கெட்டியாய் பிடித்துக் கழுக்கு முழுக்கென்றிருந்த கருஞ்சிவப்புப் பொலிக் குதிரை ஒன்றை அவர் இழுத்து வந்தார்.

அந்தக் கிழவர் வேலையாட்களிடம் கூறினார்

"உங்களுக்கு இதோ ஒரு குதிரை இருக்கிறது. போரடிப் பொறியில் பூட்டியடியுங்கள். கடினமான எந்த வேலையானாலும் இதை நீங்கள் உபயோகித்துக் கொள்ளலாம். காட்டுக்குப் போய் மரம் வெட்டுவீர்களானால், மரத்தைத் துண்டாடி வண்டியில் ஏற்ற வேண்டாம், வெட்டிச் சாய்த்த மரத்தின் கொம்புகளுடன் குதிரையைச் சேர்த்துக் கட்டுங்கள், அப்படியே அது மரம், கிளை, குச்சி, தழை எல்லாவற்றையும் சேர்த்துப் பிரபுவின் வீட்டுக்கு இழுத்துச் செல்லட்டும். குதிரை மக்காறு செய்து அடம் பிடித்தால் ஈவிரக்கம் காட்ட வேண்டாம், சவுக்கை எடுத்து விளாசி நையப் புடையுங்கள்! விலாப்புறம், முதுகு எங்கு வேண்டுமானாலும் அடியுங்கள், ஆனால் தலையிலே மட்டும் அடிக்கவே அடிக்காதீர்கள். குதிரைக்குத் தீனி ஒன்றும் போட வேண்டாம். அந்திப் பொழுதானதும் லாயத்துக்கு இழுத்துச் சென்று வார்களைக் கூரையில் மாட்டிக் கட்டுங்கள், பகற்பொழுது வேலைக்குப் பிற்பாடு இரவை அது அப்படியே தொங்கி நின்றவாறு கழிக்கட்டும், இந்தக் குதிரைக்கு இதுவும் வேண்டும், இன்னமும் வேண்டும்!"

இவ்வாறு சொல்லிவிட்டுக் கிழவர் மறைந்துவிட்டார்.

குதிரை பலமாய்க் கனைத்தது. அதன் குரல் அப்படியே பிரபுவின் குரலை ஒத்திருந்தது. வேலையாட்கள் உடனே இது எப்படிப்பட்ட குதிரை என்பதை ஊகித்துக் கொண்டுவிட்டனர்.

“இடியின், மின்னலின் தேவனாகிய பெரியவர் பெர்க்கன்தான் இந்தக் குதிரையை நம்மிடம் கொண்டுவந்து தந்திருக்க வேண்டும்!” என்று அவர்கள் கூறிக் கொண்டனர், “பெர்க்கனுடைய கட்டளையை நாம் தவறாமல் நிறைவேற்ற வேண்டும், குதிரையை அவர் என்னவெல்லாம் செய்யச் சொன்னாரோ அவ்வளவையும் நாம் செய்தாக வேண்டும்” என்று தீர்மானித்துக் கொண்டனர்.

கருஞ்சிவப்புப் பொலிக் குதிரையை உடனே அவர்கள் போரடிப் பொறியில் பூட்டி வேலையை ஆரம்பித்தனர். ஆனால் கனைத்துக் கொண்டு குதிரை எகிறி குதித்தது, பிடிவாதம் செய்தது, குளம்புகளைத் தரையில் படபடவெனத் தட்டித் தலையைத் திருப்பிக் கொண்டு முண்டிற்று. குதிரை வேலை செய்ய விரும்பவில்லை என்பது தெளிவாய்த் தெரிந்தது. ஆனால் அவர்கள் அதைச் சும்மா விடவில்லை, சண்டித்தனம் செய்யாதே என்று நையப் புடைத்தனர்.

நாள் தவறாமல் இவ்வாறே நடைபெற்று வந்தது. கடுமையான வேலை எதுவாயினும் உடனே அவர்கள் இந்தக் கருஞ்சிவப்புப் பொலிக் குதிரையை இழுத்துவந்து பூட்டிவிடுவார்கள். குதிரை சண்டித்தனம் செய்யுமாயின் சவுக்குகளாலும் இரும்புக் கம்பிகளாலும் ஈவிரக்கமின்றி அடித்து நொறுக்குவார்கள்.

பகற் பொழுது பூராவும் அதை ஓய்ச்சல் ஒழிவின்றி வேலை வாங்கினர். பிறகு இரவு வந்ததும் லாயத்துக்கு இழுத்துச் சென்று வார்களை இழுத்துக் கூரையிலே கட்டிப் பொழுது விடியும் வரை அப்படியே அது தொங்கிக் கொண்டு நிற்கும்படிச் செய்தனர்.

குதிரைக்கு அவர்கள் தீனி போடவில்லை. அது வேலை செய்த காலம் முழுவதிலும் குளிர்காலத்தில் எப்பொழுதாவது உலர் புல்லில் ஒரு வாய் திருடித் தின்றதையும், கோடையில் எங்காவது வேலியோரத்தில் முட்செடிகளின் தழைகளைக் கொறித்ததையும் தவிர, அதற்கு வேறு ஆகாரம் கிடைக்கவில்லை.

கருஞ்சிவப்புப் பொலிக் குதிரை இவர்களிடம் வந்து சேர்ந்த அதே நாளன்று இவர்களுடைய கொடிய பிரபு எங்கோ மாயமாய் மறைந்துவிட்டார். அவருடைய மனைவி எங்கெங்கெல்லாமோ தேடிப் பார்த்தாள், அவர் கிடைக்கவே இல்லை.

ஓராண்டு ஓடி மறைந்தது. ஆரம்பத்தில் கண்ணுக்கு இனியதாய்க் கழுக்கு முழுக்கென்று வலுமிக்கதாகவும் கம்பீரமாகவும் இருந்த குதிரை ஆண்டின் முடிவில் எலும்பும் தோலுமாய் இளைத்து ஒடுங்கிவிட்டது. அதன் கண்கள் புதைந்து போய்விட்டன, வாய் தளர்ந்து தொங்கிற்று, விலா எலும்புகள் துருத்திக் கொண்டிருந்தன. முதுகு குழி விழுந்து வளைந்துவிட்டது, பிடரி முடிகள் சிக்குண்டு உயிரற்றனவாய்த் தொங்கின.

ஒருநாள் இந்தக் குதிரை வெளிமுற்றத்தில் நிற்கக் கண்ட சீமாட்டி, “இந்தக் கிழட்டுச்சனியனை எனக்குப் பார்க்கச்சகிக்கவில்லை, குடலைப் பிடுங்குகிறது!

காட்டுக்கு இழுத்துச் சென்று இதைச் சுட்டுக் கொன்று விடலாம்” என்று லாயக்காரனிடம் சொன்னாள்.

ஆனால் அது எப்படிப்பட்ட குதிரை என்பதை லாயக்காரனும் ஊகித்து அறிந்திருந்திருக்க வேண்டும். அவன் அதைச் சுட்டுக் கொல்லவில்லை.

ஒரு முக்கிய விழா நாளன்று காலையில் எல்லோரும் ஓய்வெடுத்துக் கொண்டிருக்கையில் கருஞ்சிவப்புப் பொலிக் குதிரை லாயத்திலிருந்து அவிழ்த்துக் கொண்டு வெளியே வந்துவிட்டது. பிரபுவின் காய்கறிக் கொல்லைக்குள் புகுந்து அங்கிருந்த முட்டைக்கோசைத் தின்னத் தொடங்கிற்று.

அப்பொழுது வெளியே சென்று உலாத்திக் கொண்டிருந்த சீமாட்டி காய்கறித் தோட்டத்திற்குள் வந்தாள். பார்க்கச் சகியாத கிழட்டுச் சனியன் அவசர அவசரமாய் முட்டைக்கோஸ் மடல்களைப் பிய்த்து விழுங்கிக் கொண்டு நிற்பதைக் கண்டாள்.

சீமாட்டிக்குப் பொல்லாத கோபம் வந்தது.

“அசட்டுப் பிராணியே! உருப்படாச் சனியனே! உனக்கு நல்லாய்ப் பாடம் கற்பிக்கிறேன், பார்!” என்று கூச்சலிட்டாள்.

தடியை எடுத்து வந்து குதிரையின் தலையிலே மொத்தினாள்! என்னென்பது விந்தையை! உடனே அவள் எதிரே கூனிக் குறுகிக் கொண்டு நடுங்கியவாறு அவளுடைய கணவனான பிரபு நிற்கக் கண்டாள்.

மெலிந்து தளர்ந்து போன பரிதாபக் குரலில் பிரபு முறையிட்டார்,

“மனைவியே, என்னை ஏன் மொத்துகிறாய்? முட்டைக்கோஸ் மடல்களில் இரண்டைப் பிய்த்துத் தின்றேன்- அதுகூடவா பொறுக்கவில்லை உனக்கு?... ஓராண்டாய்ப் பட்டினி கிடந்தபின் இந்த மடல்கள் முன்பு நான் அருந்திய அருஞ்சுவை உண்டிகளையெல்லாம்விட இனிமையாய் இருக்கின்றன!”

அவரை அடையாளம் தெரிந்ததும் சீமாட்டி பதறிப் போய் விட்டாள். பிரபு அடியோடு மாறிப் போய்ப் பார்க்கப் பரிதாபமாய் இருந்தார். குச்சியாய் மெலிந்து முகமெல்லாம் கறுத்துப் போயிருந்தார், தாடியும் நகங்களும் நீளமாய் வளர்ந்திருந்தன. உடம்பெல்லாம் காயமும் வெட்டுமாய் இருந்தன, உடைகள் கந்தலாய்க் கிழிந்து தொங்கின.

இந்த நிலையில் அவர் வேறு யார் கண்ணிலும் படக் கூடாதென்று சீமாட்டி அவர் கையைப் பிடித்து அவசரமாய் வீட்டுக்குள் அழைத்துச் சென்றாள்.

அது முதல் நமது பிரபு அடக்கவொடுக்கமாய் மரியாதையாய் நடந்து கொண்டார்.

♦

சிறுமையும் பெருமையும்

(எஸ்தோனிய நாட்டுக்கதை)

வயது முதிர்ந்த ஏழை வழிப்போக்கர் ஒருவர் சாலையிலே போய்க் கொண்டிருந்தார். அந்திப் பொழுதாகி இரவு நெருங்கிக் கொண்டிருந்தது.

எங்காவது தங்க இடம் கேட்கலாமென்று கிழவர் ஒரு பெரிய வீட்டின் சன்னல் கதவில் தட்டினார்.

"தாயே, இராப் பொழுதைக் கழிக்க இடம் தாருங்கள்!" என்று வேண்டினார்.

பணக்காரியான அந்த வீட்டுக்காரி கிழவரின் குரல் கேட்டு வெளியே வந்தாள். கூச்சலிட்டுக் கிழவரை அவள் ஏசத் தொடங்கினாள்,

"நாய்களை அவிழ்த்துவிட்டு உன்னை விரட்டியடிக்கச் சொல்வேன்! இரவில் தங்க இடம் கேட்டு இங்கே வராதே நீ, ஓடிவிடு!" என்று கத்தினாள்.

கிழவர் அங்கிருந்து விலகி நடந்தார். அடுத்தாற் போல் ஓர் ஏழையின் சிறு குடிசை இருப்பதைக் கண்டு அங்கே சென்று சன்னலில் தட்டினார்.

"தாயே, இராப் பொழுதைக் கழிக்க இடம் தாருங்கள்!" என்று வேண்டினார்.

"பெரியவரே, வாங்க உள்ளே!" என்று அந்த வீட்டுக்காரி கிழவரை உள்ளே அழைத்தாள். "இரவில் நீங்கள் எங்களுடன் தங்கலாம். ஆனால் இங்கே சப்தமாய் இருக்கும், இடமும் அதிகமில்லை, இதை நீங்கள் பொருட்படுத்த மாட்டீர்களென நினைக்கிறேன்" என்றாள்.

கிழவர் குடிசைக்குள் வந்தார். பரம ஏழைக் குடும்பம் என்பது தெரிந்தது. குழந்தைகள் நிறைய இருந்தனர், கந்தலாய்க் கிழிந்த பழைய சட்டைகள் போட்டிருந்தனர்.

“குழந்தைகள் ஏன் இப்படிக் கந்தலாய் உடுத்தியிருக்கிறார்கள்? புதிய சட்டைகள் தைத்துத் தரக் கூடாதா?” என்று கிழவர் கேட்டார்,

“எங்கே போவேன் நான்?” என்று அவள் பதிலளித்தாள். “என் கணவர் இறந்துவிட்டார், தன்னந் தனியளாய் இருந்து இந்தக் குழந்தைகளை வளர்க்க வேண்டியிருக்கிறது..... அன்றாடம் ரொட்டிக்குக்கூட கையில் காசு இல்லை, துணிமணிகளுக்கு எங்கே போவேன்?” என்றாள்.

இதைக் கேட்ட கிழவர் மேற்கொண்டு பேசாமல் மௌனமாகி விட்டார். பிறகு வீட்டுக்காரி சாப்பாட்டை எடுத்து மேஜைமீது வைத்துக் கிழவரையும் தம்முடன் சேர்ந்து சாப்பிடுமாறு அழைத்தாள்.

“பெரியவரே, வந்து உட்காருங்கள், சாப்பிடுவோம்” என்றாள்.

“தாயே, நன்றி! எனக்குப் பசிக்கவில்லை, சற்று முன்புதான் நான் சாப்பிட்டேன்” என்றார் கிழவர்.

பிறகு தமது மூட்டையை அவிழ்த்து அதிலிருந்தவை யாவற்றையும் எடுத்துக் குழந்தைகளிடம் கொடுத்துச் சாப்பிடச் சொன்னார். அதன்பின் படுத்துக் கொண்டார், உடனே தூங்கிவிட்டார்.

பொழுது விடிந்ததும் கிழவர் எழுந்து, தமக்குக் காட்டிய அன்புக்காக வீட்டுக்காரிக்கு நன்றி தெரிவித்தார்.

“அம்மையே, காலையில் செய்வதை அந்தியாகி இருட்டும் வரை செய்து கொண்டே இருப்பாய் நீ!” என்று சொல்லி வாழ்த்திவிட்டு அவளிடம் விடைபெற்றுக் கொண்டார்.

கிழவர் சொன்னதின் பொருள் அவளுக்குப் புரியவில்லை, ஆனால் அதைப் பற்றி அவள் கவலைப்பட்டுக் கொள்ளவில்லை. கிழவரை வழியனுப்பி வைத்துவிட்டுக் குடிசைக்குள் திரும்பி வந்தாள்.

“என் குழந்தைகள் கந்தலை உடுத்தியிருப்பதாய் இந்த ஏழைக் கிழவரே சொன்னால், ஏனையோர் என்னவெல்லாம் சொல்வார்கள்!” என்று நினைத்துக் கொண்டாள்.

அவளிடம் கடைசியாய் எஞ்சியிருந்த சொற்ப அளவு துணியிலிருந்து ஒரேயொரு சட்டையாவது தைப்பதென்று முடிவு செய்து கொண்டாள். இந்தத் துணியை அளந்து ஒரு சட்டைக்காவது போதிய அளவு இருக்குமா என்று பார்ப்பதற்காகப் பணக்காரியான பக்கத்து வீட்டுக்காரியிடம் கஜக்கோல் கேட்டு வாங்கி வரச் சென்றாள்,

கஜக்கோலை வாங்கி வந்ததும் அவள் நேரே உக்கிராண அறைக்குச் சென்று அலமாரியிலிருந்து துணியை எடுத்து அளக்க ஆரம்பித்தாள். அவள் அளந்து செல்லச் செல்ல அந்தத் துணி நீளமாய் மேலும் மேலும் நீண்டு சென்றது.

முடிவின்றி நீண்டு சென்றது! பகற்பொழுது பூராவும் அளந்து சென்றாள், அந்திப் பொழுதாகி இருட்டியதும்தான் முடிவடைந்தது. தனக்கும் தன் குழந்தைகளுக்கும் தம் வாழ்நாள் முழுதுக்கும் போதுமான துணி தன்னிடம் இருக்கிறதென்று மகிழ்ந்து கொண்டாள்.

"வயதான பெரியவர் இதைத்தான் கூறிச் சென்றிருக்கிறார்!" என்று இப்பொழுது கிழவருடைய வாழ்த்தின் உட்பொருளைப் புரிந்து கொண்டாள்.

அன்று அந்திப் பொழுதிலேயே கஜக்கோலை அவள் பணக்காரப் பக்கத்து வீட்டுக்காரியிடம் கொண்டு போய்க் கொடுத்தாள். வயதான பெரியவர் கூறிச் சென்ற வாழ்த்தின் விளைவாய்த் தனக்கு உக்கிராண அறை நிறைய துணி கிடைத்து விட்டதென்று நடந்தது எதையும் மறைக்காமல் அவளிடம் சொல்விவிட்டு வந்தாள்.

"அடாடா! அந்தப் பிச்சைக்காரக் கிழவனை இரவில் என் வீட்டில் தங்கச் சொல்லாமல் விரட்டியடித்தேனே!" என்று நினைத்து வருந்தியவாறு அவசரமாய்த் தனது வேலைக்காரனைக் கூப்பிட்டாள்.

"சீக்கிரமாய் வண்டியைப் பூட்டி அந்தப் பிச்சைக்காரனிடம் வேகமாய் ஓட்டிச் செல். எப்படியாவது அந்தக் கிழவனைத் தேடிப் பிடித்து என்னிடம் அழைத்து வா! ஏழைகளுக்குத் தாராளமாய் உதவ வேண்டும், எப்பொழுதுமே நான் கூறி வரும் ஒன்று இது" என்று சொல்லி அவனை அனுப்பி வைத்தாள்.

வேலைக்காரன் உடனே புறப்பட்டு வண்டியை விரட்டிக் கொண்டு கிழவரைத் தேடிச் சென்றான். மறு நாளன்றுதான் அவன் கிழவரைத் தேடிப் பிடிக்க முடிந்தது. ஆனால் கிழவர் திரும்பி வர மறுத்துவிட்டார்.

"ஐயோ, நான் என்ன பாவம் செய்தேனோ!" என்று வேலைக்காரன் புலம்பினான். "கிழவரே, உம்மை நான் அழைத்துச் செல்லாமல் திரும்பினால் என் எஜமானி சம்பளம் இல்லாமலே என்னை வேலையிலிருந்து விரட்டி விடுவாள்" என்று வருந்தினான்.

"தம்பி, நீ வருந்தாதே! உன் விருப்பப்படியே உன்னுடன் வருகிறேன்!" என்று கிழவர் அவனிடம் சொன்னார்.

பிறகு வண்டியில் ஏறி அந்தப் பணக்காரியின் வீட்டுக்குத் திரும்பிச் சென்றார். பணக்கார வீட்டுக்காரி பொறுமை இழந்தவளாய் வெளி வாயிலில் நின்று கொண்டிருந்தாள். கிழவர் வந்து சேர்ந்ததும் தலை குனிந்து வணங்கியும் இனிமையாய்ச் சிரித்தும் அவரை வரவேற்று உள்ளே அழைத்துச் சென்றாள். உணவும் பானமும் அளித்து உபசரித்தாள். பிறகு மிருதுவான படுக்கை போட்டுக் கொடுத்தாள்.

"ஐயா, பெரியவரே, வசதியாய்ப் படுத்து உறங்க வேண்டும்!" என்றாள்.

கிழவர் அந்தப் பணக்காரியின் வீட்டில் ஒருநாள் முழுதும், பிறகு இரண்டாம் நாளும், பிறகு மூன்றாம் நாளும் தங்கியிருந்தார். சாப்பிட்டும் புகை பிடித்தும் வந்தார். பணக்கார வீட்டுக்காரி அவருக்கு வேண்டிய உணவும் பானமும் அளித்தாள், தேனொழுகப் பேசினாள். ஆனால் உள்ளுக்குள் புகைந்து கொண்டிருந்தாள்.

"இந்தக் கிழட்டுச் சனியன் எப்பொழுது என் வீட்டை விட்டுப் போய்த் தொலையப் போகிறதோ!" என்று தன்னுள் கூறிக் கொண்டிருந்தாள்.

கிழவரைப் போகச் சொல்வதற்கு அவளுக்கு தைரியம் வரவில்லை. அவருக்காக செய்த இவ்வளவும் விரயமாகிவிடக்கூடாதே என்று பொறுமையாய் இருந்தாள்.

பிறகு அவள் பெரு மகிழ்ச்சி அடையும் வண்ணம் நான்காம் நாள் அதிகாலையில் கிழவர் அங்கிருந்து புறப்படத் தயாரானார். பணக்கார வீட்டுக்காரி வெளியே வந்து கிழவரை வழி அனுப்பி வைத்தாள். கிழவர் வாயைத் திறக்கவில்லை, மௌனமாகவே வெளிவாயிலை வந்தடைந்தார், பிறகு மௌனமாகவே அதைக் கடந்து தெருவுக்கும் சென்றுவிட்டார். பணக்கார வீட்டுக்காரியால் அதற்கு மேல் தன்னைக் கட்டுப்படுத்திக் கொள்ள முடியவில்லை.

"இன்று நான் என்ன செய்ய வேண்டும்? அதைச் சொல்லவில்லையே!" என்று கேட்டாள்.

கிழவர் அவளைத் திரும்பிப் பார்த்தார்.

"அம்மையே, காலையில் செய்வதை அந்தியாகி இருட்டும் வரை செய்து கொண்டே இருப்பாய் நீ!" என்று அவளிடம் கூறி விட்டுச் சென்றார்.

பணக்கார வீட்டுக்காரி உடனே வீட்டுக்குள் ஓடி வந்து தன்னிடமிருந்த துணியை அளப்பதற்காக கஜக்கோலை அவசரமாய்க் கையில் எடுத்தாள்.

ஆனால் அத்தருணத்தில் பலமாய்த் தும்மினாள். வெளியே முற்றத்திலிருந்த கோழிக் குஞ்சுகள் பயந்து போய்ப் படபடத்துப் பறந்து நாற்றிசையிலும் ஓடும்படி அவ்வளவு பலமாய்த் தும்மினாள்.

அன்று பகற்பொழுது பூராவும் ஓயாது தும்மிக் கொண்டே இருந்தாள்: "உ-உச்-ச்சு! உ-உச்-ச்சு!"

பொழுது சாய்ந்து இருட்டியதும்தான் அவளுக்குத் தும்மல் நின்றது.

♦

ஹீசியின் ஏந்திரக் கல்

(கரேலிய நாட்டுக் கதை)

முன்னொரு காலத்தில் இரு சகோதரர்கள் இருந்தார்கள், ஒருவன் ஏழை, இன்னொருவன் பணக்காரன். பணக்காரச்சகோதரன் அக்கம் பக்கத்தவர்களுடன் நேசப்பான்மையொடு, மனத்துக்கு இனியவனாய் நடந்து கொண்டான். ஆனால் தன் உடன் பிறந்த சகோதரனிடம், அவனை யாரென்றே தெரியாதவன் போல், பாராமுகமாய் இருந்து வந்தான். ஏழைச் சகோதரன் தன்னிடம் தானம் கேட்க வந்துவிடுவானோ என்று பயந்து அவனைக் கண்டு கொள்ளாமலே விலகி இருந்தான்.

இத்தனைக்கும் ஏழைச் சகோதரன் இதுவரை ஒரு தரம்கூட பணக்காரச் சகோதரனிடம் எதுவும் கேட்டவனும் அல்ல, முடியுமாயின் இனி கேட்கக் கூடியவனும் அல்ல.

ஆனால் ஒரு விழாநாள் வந்தது. ஏழைச்சகோதரனுடைய வீட்டில் சாப்பிட ஒன்றும் இல்லை.

"வீட்டில் ஒன்றும் இல்லாமல் எப்படி நாம் விழா கொண்டாடுவது?" என்று அவன் மனைவி அவனிடம் கேட்டாள். "உன்சகோதரனிடம் போய்க் கொஞ்சம் இறைச்சி கேட்டு வாங்கி வா. நேற்று உன் சகோதரன் விழாவுக்காக மாடு அடித்ததைப் பார்த்தேன்" என்று கூறினாள்.

ஏழைச் சகோதரன் தன் சகோதரனிடம் போய்க் கேட்க விரும்பவில்லை, மனைவியிடம் அவ்வாறே சொன்னான். ஆயினும் அவனுக்குக் கடன் கொடுப்பார் வேறு யாருமில்லை.

ஆகவே முடிவில் அவன் தனது பணக்காரச் சகோதரனிடம் சென்று, "சகோதரனே, எனக்குக் கடனாய்க் கொஞ்சம் இறைச்சி தர வேண்டும், விழா கொண்டாட வீட்டில் எங்களிடம் ஒன்றும் இல்லை" என்றான்.

பணக்காரச் சகோதரன் அவனிடம் மாட்டுக் குளம்பு ஒன்றை எறிந்து "இந்தா, எடுத்துக் கொண்டு காட்டைப் பார்க்க ஹீசியிடம் போய்த் தொலை!" என்றான்.

ஏழைச் சகோதரன் பணக்காரச் சகோதரனுடைய வீட்டை விட்டு வெளியே வந்தான். "மாட்டுக் குளம்பை எனக்குத் தரவில்லை, காட்டுத் தேவனான ஹீசிக்கு அல்லவா தந்திருக்கிறான்? ஆகவே இதை நான் ஹீசியிடமே எடுத்துச் செல்கிறேன், அதுதான் நல்லது" என்று தன்னுள் கூறிக் கொண்டு காட்டை நோக்கிச் சென்றான்.

காட்டில் நெடுநேரம் நடந்தானோ, என்னமோ-தெரியாது. முடிவில் அவன் மரம் வெட்டுவோர் சிலரைச் சந்தித்தான்,

"இங்கு எங்கே போகிறாய்?" என்று அவர்கள் விசாரித்தனர்.

காட்டுத் தேவன் ஹீசியிடம் இந்தக் குளம்பைக் கொண்டு போய்க் கொடுப்பதற்காகப் போகிறேன். ஹீசியின் குடிசைக்கு எப்படிப் போவது, தெரியுமா உங்களுக்கு?" என்று ஏழைச் சகோதரன் கேட்டான்.

"இந்தப் பாதையை விட்டு விலகாமல் நேரே போனால் ஹீசியின் குடிசை வந்துவிடும்" என்று அவர்கள் பதிலளித்தனர். "ஆனால் நாங்கள் சொல்வதைக் கேள். மாட்டுக் குளம்புக்காக ஹீசி உனக்கு வெள்ளி தந்தால் நீ அதை ஏற்றுக் கொள்ளாதே. பொன் தந்தால் அதையும் ஏற்றுக் கொள்ளாதே. ஹீசியின் ஏந்திரக் கல்லைக் கேட்டு வாங்கிக் கொள்! வேறு எதுவும் வேண்டாமென்று சொல்லிவிடு!" என்றனர்.

அவர்களுக்கு நன்றி கூறிவிட்டு ஏழைச் சகோதரன் தொடர்ந்து நடந்தான்.

நெடுந்தூரம் நடந்தானோ, என்னமோ-தெரியாது. இறுதியில் ஒரு குடிசையை வந்தடைந்தான். குடிசையினுள் அவன் கண்டது வேறு யாருமல்ல, காட்டுத்தேவன் ஹீசியையே அங்கே நேரில் கண்டான்!

காட்டுத் தேவன் அவனைப் பார்த்ததும் "பலரும் எனக்குப் பல சன்மானங்கள் தருவதாய் அடிக்கடி வாக்களிக்கிறார்களே தவிர, எனக்கு எதுவும் கொண்டு வருவோரைக் காண்பது அரிதாய் இருக்கிறது; நீ எனக்கு என்ன கொண்டு வந்திருக்கிறாய்?" என்று கேட்டான்.

"மாட்டுக் குளம்பு கொண்டு வந்திருக்கிறேன்."

ஹீசி மட்டற்ற மகிழ்ச்சி கொண்டு "முப்பது ஆண்டுகளாகின்றன நான் இறைச்சி சாப்பிட்டு, சீக்கிரம் தா மாட்டுக் குளம்பை!" என்றான்.

மாட்டுக் குளம்பை வாங்கிச் சாப்பிட்டான்.

"இதற்குப் பதில் உனக்கு நான் எதாவது அளிக்க விரும்புகிறேன்" என்று சொன்னான். "அதிகமாய்க் கேட்க மாட்டாயே நீ? இரண்டு பிடி வெள்ளிக் காசு தருகிறேன், இந்தா! வாங்கிக் கொள்!" என்றான்.

“எனக்கு வெள்ளி வேண்டாம்” என்று கூறினான் ஏழைச் சகோதரன்.

பிறகு ஹீசி பொற்காசுகளை அள்ளி, இரண்டு பிடி எடுத்துக் கொள் என்று ஏழைச் சகோதரனிடம் சொன்னான்.

“எனக்குப் பொன்னும் வேண்டாம்” என்று கூறிவிட்டான் ஏழைச்சகோதரன்.

“பிறகு உனக்கு என்னதான் வேண்டும்?”

“உன்னுடைய எந்திரக் கல்லைக் கொடு!”

“ஐயோ, அதை நான் தர மாட்டேன்! பணம் எவ்வளவு வேண்டுமானாலும் கேள், தருகிறேன்.”

ஆனால் ஏழைச் சகோதரன் சம்மதிக்கவில்லை, எந்திரக் கல்தான் வேண்டுமென்று திரும்பத் திரும்பக் கேட்டுக் கொண்டிருந்தான்.

“மாட்டுக் குளம்பைச் சாப்பிட்டு விட்டேன், அதற்குப் பதில் நீ கேட்பதைத் தருவதையன்றி இனி ஒன்றும் செய்வதற்கில்லை” என்று காட்டுத் தேவன் கொன்னான். “இந்தா, என்னுடைய எந்திரக் கல்லை எடுத்துக்கொள், ஆனால் இதை வைத்துக் கொண்டு என்ன செய்வதென்று தெரியுமா?” என்று கேட்டான்.

“தெரியாதே! நீதான் சொல்லித் தர வேண்டும்.”

“சரி, இது சாதாரண எந்திரக் கல் அல்ல! நீ கேட்பதை எல்லாம் இது உனக்குத் தரும்.” அதை நிறுத்த விரும்பும்போது ‘அரைத்தது போதும், நிறுத்து!’ என்று சொல், உடனே நின்று விடும், சரி, போய் வா!”

ஏழைச் சகோதரன் ஹீசிக்கு நன்றி தெரிவித்துவிட்டு வீட்டுக்குப் புறப்பட்டான்.

நெடுநேரம் காட்டிலே நடந்தான். இருட்டாகிவிட்டது, தாரையாய் மழை கொட்டிற்று, காற்று ஊளையிட்டது, மரங்களுடைய கிளைகள் அவன் முகத்தில் மோதின. அவன் வீட்டுக்கு வந்து சேர்வதற்குள் பொழுது விடிந்துவிட்டது.

“பகலும் இரவுமாய் எங்கே போய்ச் சுற்றிவிட்டு வருகிறாய்?” என்று அவன் மனைவி கேட்டாள். “இனி உன்னை பார்க்கவே முடியாதென்றல்லவா கலங்கினேன்” என்றாள்.

“காட்டுத் தேவன் ஹீசியின் குடிசைக்குப் போயிருந்தேன், எனக்குத் தேவன் என்ன தந்திருக்கிறான், பார்!” என்று சொல்லி அவன் தன் பைக்குள்ளிருந்து ஏந்திரக் கல்லை எடுத்துக் காட்டினான்.

“என் எந்திரக் கல்லே, அரை நீ! நாங்கள் உண்டு விழா கொண்டாட சுவையான பண்டங்களைத் தா!” என்றான்.

உடனே எந்திரக் கல் தானாகவே சுழல ஆரம்பித்தது; மாவும் தானியமும் சர்க்கரையும் இறைச்சியும் மீனும் மற்றும் விரும்பக் கூடியவை யாவும்

மேஜையின் மேல் வரிசையாய் வந்து விழுந்தன. ஏழைச் சகோதரனின் மனைவி சாக்குகளையும் பாத்திரங்களையும் எடுத்து வந்து யாவற்றையும் நிரப்பிக் கொண்டாள். பிறகு ஏழைச் சகோதரன் விரலால் ஏந்திரக் கல்லைத் தட்டி, "அரைத்தது போதும், நிறுத்து!" என்றான். உடனே எந்திரக் கல் சுழற்சியை நிறுத்திக் கொண்டுவிட்டது.

ஏழைச் சகோதரனின் குடும்பத்தினர் கிராமத்தில் வேறு எவரையும் விட சிறப்பாய் விழா கொண்டாடினர். அது முதல் அவர்களுடைய வாழ்க்கை வளமடைந்தது. வீட்டில் யாவும் குறைவின்றி இருந்தன. மனைவிக்கும் குழந்தைகளுக்கும் நல்ல புத்தாடைகளும் பாத அணிகளும் கிடைத்தன, அவர்களுக்கு வேண்டியது எதுவும் இல்லாமற் போகவில்லை.

ஒருநாள் ஏழைச் சகோதரன் தனது குதிரைக்கு ஓட்ஸ் வேண்டுமென்று ஏந்திரக் கல்லை அரைக்கச் சொன்னான். அவ்வாறே எந்திரக் கல் வேண்டிய மட்டும் ஓட்ஸ் தானியத்தைப் பொழிந்தது. அவன் குதிரை வீட்டருகே அதைத் தின்று கொண்டு நின்றது.

அந்த நேரத்தில் பணக்காரச் சகோதரன் தனது வேலையாளிடம் குதிரைகளை ஏரிக்கு ஓட்டிச் சென்று தண்ணீர் காட்டும்படிச் சொன்னான்.

வேலைக்காரன் இந்தக் குதிரைகளை ஏரிக்கு ஓட்டிச் சென்றபோது அவை ஏழைச் சகோதரனுடைய வீட்டருகே நின்று அவனுடைய குதிரையுடன் சேர்ந்து ஓட்ஸ் தின்னத் தொடங்கின.

பணக்காரச் சகோதரன் தன் வீட்டிலிருந்து இதைப் பார்த்ததும் வெளிவாயிலுக்கு வந்தான்.

"ஏய்! குதிரைகளை உடனே அங்கிருந்து ஓட்டிச் செல்! அவை குப்பைக் கூளங்களைத் தின்பது தெரியவில்லையா உனக்கு!" என்று வேலையாளைப் பார்த்து இரைந்தான்.

"எஜமானே, அவை குப்பையுமல்ல, கூளமுமல்ல, சிறந்த ஓட்ஸ் தானியம்! உங்கள் சகோதரர் வீட்டில் ஓட்சும் ஏனைய யாவும் நிறைய இருக்கின்றன" என்று வேலையாள் கூறினான்.

பணக்காரச் சகோதரன் எப்படித் திடுமெனப் பணக்காரன் ஆனான்? இந்த அதிசயம் எப்படி நடைபெற முடிந்தது என்பதை நான் நேரில் போய்த் தெரிந்து கொள்ள வேண்டும்" என்று கூறிக் கொண்டான்.

ஆகவே அவன் தன் சகோதரனைப் பார்ப்பதற்காகச் சென்றான்.

"எப்படித் திடுமென நீ பணக்காரன் ஆனாய்? நல்ல பொருள்கள் எல்லாம் நிறைய வைத்திருக்கிறாயே, இவை எங்கிருந்து கிடைத்தன?" என்று அவனைக் கேட்டான்.

ஏழைச் சகோதரன் எதையும் மறைக்கவில்லை.

"ஹீசி எனக்கு உதவினான்" என்று பதிலளித்தான்.

"அது எப்படி?" என்று கேட்டான் பணக்காரச் சகோதரன். குளம்பைத் தந்து காட்டைப் பார்க்க ஹீசியிடம் போய்த் தொலை என்று சொன்னாய். அதே போலச் செய்தேன். மாட்டுக் குளம்பை ஹீசியிடம் கொண்டு போய்க் கொடுத்தேன். அதற்குப் பதில் எனக்கு அவன் இந்த அதிசய எந்திரக் கல்லை அன்பளித்தான். இந்த எந்திரக் கல்தான் நான் கேட்பதை எல்லாம் எனக்கு அளிக்கிறது."

"அது எப்படித் தருகிறது, அதை எனக்குக் காட்டேன்!"

"இதோ பார்!" என்று சொல்லி விதம் விதமான தின்பண்டங்களைத் தருமாறு ஏழைச் சகோதரன் தனது எந்திரக் கல்லுக்கு உத்தரவிட்டான். உடனே எந்திரக் கல் சுழல ஆரம்பித்து அப்பங்களையும் வறுத்த இறைச்சியையும் ஏனைய பல நல்ல உண்டி வகைகளையும் மேஜை நிறையும்படி பொழிந்தது.

பணக்காரச் சகோதரனுக்கு ஏற்பட்ட ஆச்சரியத்தில் அவனுடைய விழிகள் இரண்டும் வெளியே துருத்திக் கொண்டு வந்துவிட்டன.

"இந்த எந்திரக் கல்லை எனக்கு விற்றுவிடேன்" என்று அவன் கெஞ்சினான்.

"ஐயோ, முடியாது! எனக்கு வேண்டும்!" என்றான் ஏழைச் சகோதரன்.

"எவ்வளவு விலை வேண்டுமானாலும் கேள், ஆனால் எனக்கு இதை விற்றுவிடு!" என்று பணக்காரச் சகோதரன் வற்புறுத்தினான்.

"விற்பனைச் சரக்கல்ல இது!"

எவ்வளவு வேண்டினாலும் எந்திரக் கல் தனக்குக் கிடைக்காது என்பதைக் கண்ட பணக்காரச் சகோதரன் வேறொரு வழியை அனுசரித்துப் பார்க்கலாம் என்று முடிவு செய்தான்.

"உன்னைப் போல நன்றி கெட்டவன் யாராவது உண்டா? நான் தானே உனக்கு மாட்டுக் குளம்பைத் தந்தேன்?" என்று கூவினான்.

"நீதான் தந்தாய்."

"பார்த்தாயா? ஆனால் நீ இந்த எந்திரக் கல்லை எனக்குத் தர மாட்டேன் என்கிறாயே! சரி, விற்க உனக்கு விருப்பமில்லை என்றால், சிறிது காலத்துக்கு இதை எனக்கு இரவலாவது தரக் கூடாதா?"

ஏழைச் சகோதரன் இது பற்றி தன்னுள் சிந்தித்துப் பார்த்தான்.

"சரி,தருகிறேன்; சிறிது காலத்துக்கு இது உன்னிடம் இருக்கட்டும்" என்றான்.

பணக்காரச் சகோதரன் ஆனந்தமடைந்து, உடனே எந்திரக் கல்லை எடுத்துக் கொண்டு வீட்டுக்கு ஓடினான். வேண்டும்போது எந்திரக் கல்லைச் சுழலாமல் நிற்கச் செய்வதற்கு என்ன செய்ய வேண்டும் என்பதைக் கேட்டும் தெரிந்து கொள்ளாமலே ஓடினான்.

மறுநாள் காலையில் அவன் எந்திரக் கல்லை எடுத்துக் கொண்டு ஓடத்திலே கடலில் சென்றான்.

“எல்லோரும் மீனை உப்பிலிட்டுப் பக்குவம் செய்யும் பருவம் இது, உப்பின் விலை ஏறிவிட்டது, ஆகவே நான் உப்பு விற்பனை செய்யப் போகிறேன்” என்று கூறிக் கொண்டான்.

கடலினுள் நெடுந்தொலைவு சென்ற பின் எந்திரக் கல்லிடம் “என் எந்திரக் கல்லே! அரை நீ! எனக்கு உப்பு வேண்டும், எவ்வளவுக்கு எவ்வளவு அதிகமாய்த் தருகிறாயோ, அவ்வளவுக்கு அவ்வளவு நல்லது!” என்றான்.

எந்திரக் கல் சுழலத் தொடங்கிற்று, சுத்தமான வெண்ணிற உப்பை அது பொழிந்தது.

அதைக் களிப்புற்றுப் பார்த்துக் கொண்டு தனக்குக் கிடைக்கப் போகும் லாபத்தைப் பணக்காரச் சகோதரன் கணக்கிட்டவாறு உட்கார்ந்திருந்தான். எந்திரக் கல்லைச் சுழலாமல் நிற்கச் சொல்ல வேண்டிய நேரம் வந்துவிட்டது. அப்பொழுதும் அவன்-

“என் ஏந்திரக் கல்லே, அரை நீ! நிற்காமல் அரை நீ!’ என்று மீண்டும் மீண்டும் சொல்லிக் கொண்டிருந்தான்.

உப்பு நிறையக் குவிந்து எடை அதிகமாகி ஓடம் மேலும் மேலும் நீருக்குள் அமிழ்ந்து சென்றது. ஆனால் பணக்காரச் சகோதரன் பித்துப் பிடித்தவனைப் போல மீண்டும் மீண்டும் “என் ஏந்திரக் கல்லே! அரை நீ!” என்று சொல்லிக் கொண்டிருந்தான்.

நீர் இப்பொழுது ஓடத்துக்குள் இரு புறத்திலுமிருந்து பாய ஆரம்பித்து ஓடம் மூழ்கும் நிலையை அடைந்துவிட்டது. இதைக் கண்டதும்தான் பணக்காரச் சகோதரன் சித்த சுவாதீனம் பெற்றான்.

“எந்திரக் கல்லே, அரைப்பதை நிறுத்து!” என்று கத்தினான்.

ஆனால் எந்திரக் கல் நிற்காமல் எப்பொழுதும் போல் அரைத்துச் சென்றது.

“நிறுத்து! எந்திரக் கல்லே, அரைப்பதை நிறுத்து!” என்று பணக்காரச் சகோதரன் மீண்டும் கத்தினான். ஆனால் முடிவின்றி எந்திரக் கல் அரைத்துக் கொண்டே இருந்தது.

பணக்காரச் சகோதரன் எந்திரக் கல்லைத் தூக்கிக் கடலுக்குள் போடலாமென்று முயன்று பார்த்தான். ஆனால் அது ஓடத்துடன் ஒட்டிக் கொண்டது போலாகிவிட்டது. அதை அசைக்கவே முடியவில்லை.

"ஐயோ, என்னைக் காப்பாற்றுங்கள்!" என்று கூச்சலிட்டான் பணக்காரச் சகோதரன்.

ஆனால் அவனைக் காப்பாற்றவோ அவனுக்கு உதவவோ அங்கு யாரும் இல்லை.

ஓடம் நீருக்குள் மூழ்கிப் பணக்காரச் சகோதரனையும் தன்னுடன் ஆழ் கடலினுள் எடுத்துச் சென்றது.

எந்திரக் கல் என்ன ஆயிற்று? கடலின் அடி மட்டத்துக்குச் சென்ற பிறகும் அது தொடர்ந்து அரைத்து மேலும் மேலும் உப்பைப் பொழிந்ததாய்ச் சொல்கிறார்கள். நம்பினால் நம்புங்கள், இல்லாவிட்டால் போங்கள்! கடல் நீர் உப்பு கரிப்பதற்கு இதுதான் காரணமாம்!

♦

மூன்று சகோதரர்களும் தந்தையின் புதையலும்

(மல்தாவிய நாட்டுக்கதை)

முன்னொரு காலத்தில் ஒருவர் இருந்தார், அவருக்கு மூன்று புதல்வர்கள். அவர் நல்ல உழைப்பாளி. உட்காரவே மாட்டார், அதிகாலையிலிருந்து இரவு நெடுநேரம் வரை வேலை செய்து கொண்டிருப்பார். அலுப்பே அறியாதவராய்த் தோன்றினார், யாவற்றையும் காலம் தவறாமல் செவ்வனே செய்து வந்தார்.

அவருடைய புதல்வர்கள் மூவரும் உயரமாகவும் வலிவும் வனப்புமுடையோராகவும் இருந்தனர், ஆனால் அவர்களுக்கு வேலை செய்யப் பிடிக்கவே பிடிக்காது.

தந்தை வயலிலும் தோட்டத்திலும் வீட்டிலும் வேலை செய்து கொண்டிருக்க, புதல்வர்கள் மரங்களுக்கு அடியில் நிழலில் உட்கார்ந்து அரட்டையடிப்பார்கள், அல்லது தினேஸ்தர் ஆற்றில் மீன் பிடிக்கச் செல்வார்கள்.

"நீங்கள் ஏன் வேலை செய்வதில்லை? தந்தைக்கு உதவக் கூடாதா?" என்று அக்கம்பக்கத்தவர்கள் அவர்களைக் கேட்பார்கள்.

"நாங்கள் ஏன் வேலை செய்ய வேண்டும்? தந்தை எங்களை நன்றாய்க் கவனித்துக் கொள்கிறார், எல்லா வேலைகளையும் அவரே செய்துவிடுகிறார்" என்று அவர்கள் பதிலளிப்பார்கள்.

ஆண்டு தவறாமல் இப்படியே நடந்து வந்தது.

புதல்வர்கள் வளர்ந்து ஆளாயினர், தந்தை கிழவராகிப் பலமிழந்து முன்பு போல் வேலை செய்ய முடியாதவரானார். வீட்டுத் தோட்டம் கவனியாது விடப்பட்டு, புதர் மண்டிப் போய் வீணாகி வந்தது. வயலில் களைகள் தழைத்துப் பெருகின. புதல்வர்கள் இதை எல்லாம் பார்த்துக் கொண்டு சும்மாயிருந்தார்கள், வேலை செய்ய அப்படி அவர்களுக்குக் கசப்பாய் இருந்தது.

"மகன்களே, நீங்கள் ஏன் இப்படி வீண் பொழுது போக்குகிறீர்கள்?" என்று தந்தை அவர்களைக் கேட்பார். "தெம்பு இருக்கும் வரை நான் வேலை செய்து வந்தேன், இனி நீங்கள்தான் பாடுபட்டு யாவற்றையும் கவனித்துக் கொள்ள வேண்டும்" என்பார்.

"ஒன்றும் அவசரமில்லை, நிறைய காலம் இருக்கிறது" என்று சொல்லி மூன்று புதல்வர்களும் சும்மாயிருப்பார்கள்.

புதல்வர்கள் இப்படிச் சோம்பேறிகளாய் இருக்கிறார்களே என்று கவலை கொண்டு கிழவர் வருந்தினார். இந்த வருத்தத்தாலேயே அவர் நோயுற்றுப் படுத்த படுக்கையாகி விட்டார்.

இதற்குள் குடும்பத்தின் நிலை மிகவும் மோசமாகிவிட்டது. வீடே வெளியே தெரியாதபடி சுற்றிலும் தோட்டத்தில் அவ்வளவு உயரமாய் முட்புதர்களும் பூண்டுகளும் வளர்ந்துவிட்டன.

ஒருநாள் கிழவர் தமது புதல்வர்களைத் தம் படுக்கையருகே அழைத்தார்.

"மகன்களே, எனக்கு முடிவு நெருங்கிவிட்டது. நான் இல்லாமல் நீங்கள் எப்படி வாழப் போகிறீர்கள்? உங்களுக்கு வேலை செய்யப் பிடிக்கவும் இல்லை, செய்யத் தெரியவும் இல்லை." என்று அவர்களிடம் கூறினார்.

புதல்வர்கள் துயரம் தாங்காமல் அழுது புலம்பினர்.

"தந்தையே, எங்களுக்கு உங்களுடைய இறுதிப் புத்திமதியைக் கூறுங்கள்!" என்று மூத்த புதல்வன் மன்றாடினான்.

"சரி, உங்களுக்கு ஒரு இரகசியம் சொல்கிறேன்" என்று தந்தை பதிலளித்தார். "உங்களுடைய தாயும் நானும் ஓயாது ஒழியாது வேலை செய்தது உங்களுக்குத் தெரியும். பல ஆண்டுகளாய் அரும்பாடுபட்டுச் சிறிது சிறிதாய் மீத்து உங்களுக்கு ஒரு சட்டி நிறைய பொன் சேர்த்து வைத்தோம். இந்தச் சட்டியை நம் வீட்டுக்கு அருகே புதைத்து வைத்தேன், எவ்விடத்தில் புதைத்தேன் என்று எனக்கு நினைவில்லை. இந்தப் புதையலைத் தேடியெடுத்தீர்களானால் நீங்கள் வறுமையால் துன்புறாமல் நல்லபடியாய் வாழலாம்" என்றார்.

இதைச் சொல்லியதும் அவர் தமது புதல்வர்களிடம் விடை பெற்றுக் கொண்டு உயிர் நீத்தார்.

புதல்வர்கள் வயது முதிர்ந்த தம் தந்தையின் மறைவுக்காக வருந்தினர், அவரை அடக்கம் செய்தனர்.

பிறகு மூத்த சகோதரன் ஒருநாள் தன் தம்பிகளிடம் “சகோதரர்களே, நாம் பரம ஏழைகளாகிவிட்டோம், ரொட்டி வாங்குவதற்குக் கூட காசு இல்லை” என்று சொன்னான். “நம் தந்தை இறக்குமுன் நம்மிடம் கூறியது உங்களுக்கு நினைவிருக்கும். பானையில் அவர் புதைத்து வைத்த பொன்னைத் தேடியெடுப்போம்” என்று அவர்களை அழைத்தான்.

மூவரும் மண்வெட்டிகளை எடுத்து வீட்டுக்கு அருகே சிறு குழிகள் தோண்டினர். பல குழிகள் தோண்டிப் பார்த்தனர், ஆனால் தந்தையின் புதையல் கிடைக்கவில்லை.

“இம்மாதிரி தோண்டினால் தந்தையின் புதையல் கிடைக்காது, வீட்டைச் சுற்றிலும் தோட்டம் பூராவையும் தோண்டிப் பார்ப்போம்!” என்று நடுச் சகோதரன் கூறினான்.

சகோதரர்கள் ஒத்துக் கொண்டனர். மீண்டும் மண்வெட்டிகளை எடுத்து வீட்டைச்சுற்றிலும் தோட்டத்தில் ஒரு சிறு இடம் விடாமல் மண்ணை வெட்டிப் புரட்டிப் போட்டனர். அப்பொழுதும் புதையல் அகப்படவில்லை.

“திரும்பவும் ஒரு தரம் இன்னும் ஆழமாய் வெட்டிப் பார்ப்போம், பானையை நம் தந்தை ஆழமாய்ப் புதைத்து வைத்திருக்கக் கூடும்” என்று கடைசிச் சகோதரன் கூறினான்.

தந்தையின் புதையலை எப்படியாவது தேடியெடுக்க வேண்டுமென்று விரும்பிய சகோதரர்கள் மீண்டும் ஒத்துக் கொண்டனர்.

மறுபடியும் வேலை செய்தனர். நெடுநேரம் வெட்டியபின் மூத்த சகோதரன் திடுமெனத் தன் மண்வெட்டி கெட்டியான ஏதோ நெஞ்சு படபடத்தது.

“தந்தையின் புதையலைக் கண்டுபிடித்துவிட்டேன்! சீக்கிரமாய் வாங்க இங்கே!” என்று கூவினான்.

நடுச் சகோதரனும் கடைசிச் சகோதரனும் ஓடி வந்து மூத்த சகோதரனுக்கு உதவினர்.

மூவரும் மும்முரமாய் வேலை செய்தனர். ஆனால் அவர்கள் மண்ணுக்கு அடியிலிருந்து தோண்டி எடுத்தது தந்தையின் புதையல் அல்ல, ஒரு பெரிய பாறையை வெளியே எடுத்தனர்.

சகோதரர்களுக்குப் பெரிய ஏமாற்றமாய் இருந்தது.

“இந்தப் பாறையை என்ன செய்யலாம்? இங்கேயே கிடக்கட்டுமென விட்டு வைப்பது சரியல்ல, தூக்கிச் சென்று வெளியே எறிவோம்” என்று கூறிக் கொண்டனர்.

அவ்வாறே கல்லைக் கொண்டு போய் எறிந்துவிட்டு மீண்டும் தோண்ட முற்பட்டனர். அவர்கள் சாப்பிடவில்லை, ஓய்வெடுத்துக் கொள்ளவில்லை, நாள் முழுதும் ஓயாது வேலை செய்தனர். தோட்டம் முழுதும் ஆழமாய்த் தோண்டிவிட்டனர், மண்வெட்டிகளுக்கு அடியில் மண் பொலபொலப்பாகிவிட்டது, ஆயினும் புதையல் எதுவும் கிடைக்கவில்லை.

“சரி, ஆழமாய் வெட்டித் தோட்டம் பூராவையும் பண்படுத்தி விட்டோம், இனித் தரிசாய்ப் போட்டு வைக்கக் கூடாது, திராட்சை பயிரிடுவோம்!” என்று மூத்த சகோதரன் கூறினான்.

“நல்ல ஆலோசனை, அப்படியே செய்வோம்!” என்று இளைய சகோதரர்கள் இருவரும் உடன்பாடு தெரிவித்தனர். “இவ்வளவு பாடுபட்டு நாம் செய்த வேலை விரயமாகிவிடக் கூடாது” என்றனர்.

ஆகவே திராட்சை பயிரிட்டு அதைக் கண்ணும் கருத்துமாய்ப் பேணிக் காத்தனர்.

சிறிது காலத்துக்குள் திராட்சைக் கொடிகள் வளர்ந்து படர்ந்து அவர்களுடைய வீட்டைச் சுற்றிலும் செழிப்பான ஒரு பெரிய திராட்சைத் தோட்டம் உருவாகிவிட்டது. சாறு நிறைந்த இனிய திராட்சை அதில் குலை குலையாய்க் காய்த்துத் தொங்கிற்று.

சகோதரர்களுக்கு அமோக அறுவடை கிடைத்து. தமக்கு வேண்டியதை எடுத்து வைத்துக் கொண்டு மீதி திராட்சையை லாபகரமான விலைக்கு விற்றனர்.

“நமது தோட்டத்தை நாம் தோண்டி வேலை செய்தது வீணாகி விடவில்லை” என்று மூத்த சகோதரன் கூறினான். “நம் தந்தை இறக்குமுன் நம்மிடம் கூறிய அந்த புதையலை நாம் தோண்டியெடுத்து விட்டோம்” என்று மகிழ்ந்து கொண்டான்.

♦

இளைஞன் பாசிலீக் பெத்-புரூமசும் கதிரவன் தங்கை இல்யானா கொசின்சியானாவும்

மல்தாவிய நாட்டுக்கதை

கதை கதையேதான் என்றாலும்
விதை இல்லாமல் விளைவதுண்டோ?
பாதம் படாமல் பதியுமோ தடம்?
ஏதும் இன்றி பரவுமா வதந்தி?

முன்னொரு காலத்தில் வாழ்ந்த தம்பதியருக்கு மகள் ஒருத்தி இருந்தாள். அவள் உதயத்தின் ஒளி போலப் பளிச்சிடும் எழில் வாய்ந்தவள். ஓய்ந்திராது எந்நேரமும் சுறுசுறுப்பாய் இருந்தாள். எதையும் திறம்படச் செய்யும் தேர்ச்சி மிக்கவை அவளுடைய கரங்கள். வசந்தத்தின் காற்று போல ஆட்டமும் பாட்டமுமாய் அளவிலா ஆர்வம் கொண்டவள். துறுதுறுக்கும் அவள் விரல்களையும் பளிச்சிட்டு ஒளிரும் அவள் கண்களையும் செவ்வொளி துள்ளி விளையாடும் அவள் கன்னங்களையும் காண்பவர் எவரும் எந்நாளும் அவளை மறக்கவே மாட்டார். அவளைப் பார்த்ததும் இளைஞர்களின் நெஞ்சினுள் இதயம் படபடத்து அடித்துக் கொள்ளும்.

இவ்வெழில் நங்கை ஓர் இனிய நாளன்று தண்ணீர் மொண்டு வருவதற்காக இரு தோண்டிகளை எடுத்துக் கொண்டு கிணற்றுக்குச் சென்றாள். தோண்டிகளை நிரப்பிக் கொண்டதும் மனம் மகிழ்ந்து சற்று நேரம் கிணற்றடியில் உட்கார்ந்திருந்தாள். அப்பொழுது அவள் பார்வை கிணற்றினுள் சென்று அங்கே முளைத்திருந்த ஒருவகைத் துளசியாகிய பாசிலிக் செடியின் மேல் படிந்தது. கணமும் யோசிக்காது அதை அவள் பறித்தெடுத்து முகர்ந்து பார்த்தாள். அதன் நறுமணத்தை நுகர்ந்ததும் உடனே கருவுற்று விட்டாள்.

பெற்றோருக்கு இது தெரிந்ததும் அவர்கள் அவளைத் திட்டவும் தூற்றவும் தொடங்கினர். இப்பொழுது உலகம் அவளுக்கு வாழ்வதற்கு இனிய இடமாய்த் தோன்றவில்லை. எங்காவது கண்காணாத இடத்துக்கு ஓடிவிடுவதென்று தீர்மானித்துக் கொண்டாள்.

இரகசியமாய் இதற்காகத் தயார் செய்து யாருக்கும் தெரியாமல் ஒருநாள் வீட்டிலிருந்து வெளியேறினாள். அறிகுறியோ, தடமோ இல்லாதபடி மறைந்துவிட்டாள்.

அச்சத்தாலும் தன்னை இப்படி அநியாயமாய்த் தூற்றினார்களே என்ற மனக் கசப்பாலும் உந்தப்பட்டு, அவள் எங்கும் நிற்காமல் நடந்து சென்றாள். அடர்த்தியான ஒரு காட்டை அடைந்து, எதிர்பாராத விதத்தில் அங்கே ஒரு குகைக்கு வந்து சேரும் வரை நடந்தாள். அங்கே தங்கிக் களைப்பாறலாமென்று நினைத்து உள்ளே நுழைவதற்காக அடியெடுத்து வைத்தாள். அந்நேரத்தில் கூனல் முதுகுடைய தொண்டு கிழவர் ஒருவர் இருமிக் கொண்டும் பெருமூச்சு விட்டுக் கொண்டும் அவளை நோக்கித் தள்ளாடி நடந்து வந்தார். அவருடைய கால்கள் வில் போல் வளைந்திருந்தன. முழங்காலைத் தொடும்படி அவர் தாடி நீளமாயிருந்தது. மீசை அவர் தோள்களிலே புரண்டது, தலைமுடிகள் அவர் பாதங்களில் படும்படி வளர்ந்திருந்தன.

அடர்ந்து வளர்ந்து கண்களை மறைத்த புருவங்களைக் கைத்தடியால் விலக்கிக் கொண்டு அந்தக் கிழவர்,"நீ யார்? எப்படி இங்கே வந்தாய்?" என்று அவளைக் கேட்டார்.

உடனே அந்நங்கை செறுமி அழ ஆரம்பித்தாள். என்ன நேர்நதது, தான் இந்தக் குகைக்கு வந்தது எப்படி என்பதை அழுது கொண்டே கிழவரிடம் சொன்னாள்.

அவள் கூறியதை மௌனமாய்க் கேட்டிருந்துவிட்டுக் கிழவர் அவளை ஒரு கல்லின்மீது உட்கார வைத்து அன்பாய்ப் பேசி அவளுக்கு ஆறுதல் கூற முற்பட்டார்.

தகிக்கும் வெய்யிலில் காய்ந்து வறண்டு போன நிலத்தைக் குளுமை பெறச் செய்யும் மழை போல, முதிய வயதினரின் இதமான பேச்சு புண்பட்ட இளம் உள்ளத்தை இதம் பெறச் செய்வதுண்டு. கிழவருடைய அன்பு கெழுமிய சொற்கள் இந்நங்கையின் ஒடிந்த உள்ளத்துக்குக் குளுமையாய் இருந்தன, அவளுக்குத் தெம்பும் உறுதியும் ஊட்டின. கிழவருடைய குகையில் சிறிது காலம் தங்கியிருக்க அவள் உடன்பட்டாள்.

இவ்விதம் இருவரும் சேர்ந்து வாழ்ந்தனர். நங்கையின் நொந்த உள்ளம் கிழவரின் அன்பிலும் ஆதரவிலும் ஆறுதல் கண்டது, கிழவர் தமது தள்ளாத வயதில் மகிழ்ச்சி தரும் துணையைப் பெற்றார்.

தினமும் காலையில் இந்தக் குகைக்கு மூன்று வெள்ளாடுகள் வந்தன. கிழவர் இவற்றிடமிருந்து பால் கறந்தார். நங்கையும் கிழவரும் இந்தப் பாலைக் குடித்தனர், அது அவர்களுக்குப் போதுமானதாய் இருந்தது.

காலம் விரைந்தோடிற்று, நங்கை ஓர் ஆண் மகவைப் பெற்றெடுத்தாள். குழந்தை தளதளவென்று அழகாய் இருந்தான். கதிரவன் அவனைக் கண்டு மனங்குளிர்ந்து புன்னகை புரிந்து கொண்டான். கிழவர் தமது தள்ளாத வயதில் எப்படி ஆனந்தப்பட்டுக் கொண்டார்! அவர் அறியாமலே அவருடைய கால்கள் களி நடனம் புரிந்தன. இளமைப் பருவத்தில் நிரம்பியிருந்த இன்பம் மீண்டும் இப்பொழுது அவருடைய உள்ளத்தில் குடி கொண்டுவிட்டது.

பிறந்த குழந்தையுடன் எந்த பீடையும் ஒட்டாதிருக்கும் பொருட்டு, பிறந்த மறுகணமே அதை அவர்கள் காலைப் பனிநீரில் குளிப்பாட்டினர். தீங்கின்றி அவன் துன்பத்தையும் இன்னலையும் கடந்து செல்ல வேண்டுமென்றும், கதிரவனைப் போல் எந்நேரமும் தூய்மையும் ஒளியும் நிறைந்தவனாய் இருக்க வேண்டுமென்றும் அவன் முன்னே தீக் கொழுந்தையும் உருக்குக் கத்தியையும் தூக்கி ஆட்டினர். அவன் அஞ்சா நெஞ்சமுடைய வீரனாய் இருக்கும் பொருட்டு, தாய் அவன் மீது கவிழ்ந்து மந்திரங்கள் ஓதினாள். கிழவர் குகையின் இருண்ட முடுக்குகளில் தேடி இளம் பிராயத்தில் தான் வைத்திருந்த குறுந் தடியையும் பட்டாக்கத்தியையும் எடுத்துக் குழந்தைக்கு அன்பளித்து என்றும் அவனுக்கு அவை துணை புரிய வேண்டுமென்று வாழ்த்தினார்.

பெயர் சூட்டு விழாவின் போது உண்ணவோ அருந்தவோ அவர்களிடம் அதிகமாய் ஒன்றும் இல்லை. ஆனால் இன்பக் களிப்பும் சிரிப்பும் நிறைந்து இதற்கு ஈடு செய்தன. சிறுவன் நோயற்ற வாழ்வு வாழ வேண்டும், எல்லா இன்பங்களும் பெற வேண்டும் என்று வாழ்த்துரைத்தனர், அவனுடைய தாய் முன்பு கிணற்றிலிருந்து பறித்த செடியின் நினைவில் கிழவர் அவனுக்குப் பாசிலீக் என்று பெயர் சூட்டினார். தனது அருமை மைந்தன் கண்ணுக்கு

இனியவனாய் இருக்கிறான் என்று தாய் அவனுக்கு பெத்-புரூமஸ், அதாவது சுந்தர இளைஞன் என்ற இரண்டாவது பெயரையும் இட்டாள்.

காலம் பறந்தோடிற்று. கிழவர் இறந்து போனார், சிறுவன் பெரியவனானான். இப்பொழுது அவன் வேட்டையாடச் சென்று தன் தாய் விரும்பியவை யாவற்றையும் கொண்டு வந்து தந்தான். அவன் பெரியவனாகியதைத் தொடர்ந்து தாயின் வாழ்க்கை மேலும் மேலும் இன்பம் நிறைந்ததாயிற்று. அவன் தன் சொல்லாலும் செயலாலும் அவளுக்கு இன்பமும் நிறைவும் கிட்டச் செய்தான்.

பாசில் பெத்-புரூமஸ் காளைப் பருவத்தை அடைந்ததும் வீட்டிலிருந்து நெடுந்தூரம் சென்று தொலைவிலிருந்த தேவதாருத் தோப்புகளிலும் தழைகள் மண்டிய காடுகளிலும் வேட்டையாட முற்பட்டான். கண்ணுக்கு எட்டிய தொலைவுகள் வரை சென்று சுற்றி வந்தான்.

ஒருநாள் பாசிலீக் ஒரு பள்ளத்தாக்கின் முனைக்கு வந்து சேர்ந்தான். தொலைவிலே உற்றுப் பார்த்தபோது அங்கு ஒரு பெரிய ஏரி இருப்பது போலவும் கதிரவனே அதில் நீராடுவது போலவும் அவன் கண்ணுக்குத் தெரிந்தது. ஆனால் மேலும் நடந்து அருகே சென்று பார்த்தபோது அது ஏரியல்ல, தூய தங்கமும் முத்தும் கொண்டு கட்டப்பட்ட அரண்மனை என்பது புலப்பட்டது. எல்லையின்றி விரிந்த பசுங் கானகத்தின் நடுவே அது மின்னிப் பளிச்சிட்டுக் கொண்டிருந்தது.

இது போன்ற எழிற் காட்சியை இதன்முன் அவன் கண்டதில்லை. தனது இடுப்பு வாரில் தொங்கிய குறுந்தடியையும் பட்டாக்கத்தியையும் சரி செய்து கொண்டு நேரே அந்த அரண்மனையை நோக்கி நடந்தான். அவன் அதிக தூரம் நடக்க வேண்டியிருக்கவில்லை. அரண்மனையின் சன்னல்களும் கதவுகளும் திறந்திருந்தன, ஆனால் அரண்மனையிலோ அதன் அருகிலோ ஒருவரையும் காணோம். பாசிலீக் பெத்-புரூமஸ் அறை அறையாய்ச் சென்று அரண்மனை முழுதும் சுற்றிப் பார்த்தான். வெளிமுற்றத்துக்கு வந்து மீண்டும் சுற்றிலும் பார்த்தான், யாரும் தென்படவில்லை. பிறகு திடுமெனப் பெரும் இரைச்சலும் உறுமலும் சுப்பிகள் சடசடத்து முறியும் சப்தமும் கேட்டன. உடனே காட்டிலிருந்து பயங்கர உருவங் கொண்ட ஏழு விலங்கு பூதங்கள் வந்தன. ஒவ்வொன்றும்

வெள்ளாட்டுத்

தலையும்
கழுதையின்
குளம்புகளும்
ஓநாயின்
வாயும்
வெறி கொண்ட
நச்சுக் கண்களும்

கொண்டிருந்தது. அவை தத்திக் குதித்து நடந்தன. மூன்று ஆட்களைக் கைகளையும் கால்களையும் கட்டித் தோள்களில் தூக்கி வந்தன. அடித்து மோதிக் கொண்டு அரண்மனைக்குள் புகுந்து ஒரு பெரிய அண்டாவுக்கு அடியில் தீ மூட்டின. அண்டாவில் நீர் கொதிக்க ஆரம்பித்ததும் தாம் பிடித்து வந்த ஆட்களில் ஒருவனை உள்ளே தூக்கிப் போட்டன. வெந்ததும் எலும்புகளும் அடங்கலாய் அப்படியே அவனை அவசர அவசரமாய்த் தின்றன. பிறகு எஞ்சிய இரு ஆட்களையும் அதே போலக் கபளீகரம் செய்தன. வாயை மெல்லும் சப்தம் பலமாய்க் கேட்கும்படி ஆவேசமாய்த் தின்றன.

கதவுக்குப் பின்னால் ஒளிந்திருந்த பாசிலீக் பெத்-புரூமஸ் தன் கண்களை நம்ப முடியாதவனாய் இதைப் பார்த்துக் கொண்டிருந்தான். அந்தக் கொடூர பூதங்கள் கடைசித் துண்டத்தையும் விடாமல் யாவற்றையும் விழுங்கின. பிறகு அவற்றில் ஒன்று கதவுப் பக்கம் திரும்பிப் பார்த்தபோது அங்கே பாசிலீக் நிற்பதைக் கண்டது. உடனே அது துள்ளிக் குதித்தெழுந்தது.

"ஓடி வாங்க, வெளிமுற்றத்துக்கு ஓடி வாங்க! அங்கே இன்னொரு ஆள் இருக்கிறான்! பிடித்து அண்டாவில் போட்டு வேக வைப்போம், வாங்க!" என்று அது கூச்சலிட்டது.

உடனே எல்லா பூதங்களும் குதித்துக் கதவை நோக்கி ஓடின. ஆனால் பாசிலீக் தனது பட்டாக்கத்தியை உருவிக் கையில் ஏந்தித் தயாராய் காத்திருந்தான். கதவைத் தாண்டி ஒவ்வொரு பூதமாய் வெளியே வந்ததும், பாய்ந்து கத்தியை வீசிச் சறுக்கென பூதத்தின் தலையைச் சீவித் தள்ளினான்! முட்டைகோஸ்களைப் போல பூதத் தலைகள் தரையிலே உருண்டோடின. ஒவ்வொன்றாய் இவ்விதம் ஆறு பூதங்களைப் பாசிலீக் கொன்றான். ஆனால் ஏழாவது பூதத்தை அவன் ஒன்றும் செய்ய முடியவில்லை. அவனுடைய பட்டாக்கத்தி அதன் முன்னால் சக்தியற்றதாகிவிட்டது. கத்தியின் கருக்கு முனையால் அந்தப் பூதத்தின் கழுத்தில் வெட்டிப் பார்த்தான், கத்தியின் பட்டைப் பக்கத்தால் அதன் தலையில் ஓங்கி அடித்துப் பார்த்தான், அதன் நெஞ்சிலே குத்திப் பார்த்தான்- ஒன்றும் பலிக்கவில்லை. பிறகு கணமும் தாமதிக்காமல் தனது குறுந்தடியைத் தலைக்குமேல் உயர்த்திச் சுழற்றி பூதத்தின் நெற்றியிலே பலமாய் அடித்தான். பூதத்துக்கு உலகமே இருண்டுவிட்டது. சுற்றிச் சுழன்று, அடிக்கு ஒரு தரம் தலையைச் சுவர்களிலே மோதிக் கொண்டு, பூதம் பின்னோக்கிச் சென்றது. முடிவில் அரண்மனையின் கடைசி அறையை அடைந்து, தரையிலே ஒரு பொறிக் கதவைத் திறந்து, ஒட்டடையும் பூஞ்சையும் படிந்த படிக்கட்டிலே உருண்டோடிற்று. ஆனால் பாசிலீக் அதை விடாமல் துரத்திச் சென்றான். பன்னிரண்டு இரும்புக் கதவுகளைக் கடந்து அடி மட்டத்தை வந்தடைந்தனர். அங்கே பூதம் தன் முதுகைச் சுவருடன் வைத்து அழுத்தி, விழிகளை உருட்டி, பற்களைக் கடித்துக் கொண்டு நின்றது. பீதியால் அதன் இருதயம் வெடித்துவிடும் போலிருந்தது.

ஆனால் பாசிலீக் அதை ஒன்றும் செய்யாமல் அங்கேயே விட்டுக் கதவை மூடித் தாளிட்டான். பன்னிரண்டு கதவுகளையும் தாளிட்டுக் கொண்டு படிகளில் ஏறினான். கடைசிக் கதவை பூட்டிச் சாவியைக் கோட்டுப் பைக்குள் வைத்துக் கொண்டான். நல்ல காரியத்தைச் செய்து முடித்தோம் என்று மகிழ்ந்தவாறு தன் வீட்டுக்குச் சென்றான்.

உற்சாகமாய்க் குகைக்குத் திரும்பி தன் தாயிடம் "அம்மா, அழகான ஒரு பெரிய அரண்மனையைக் கண்டுபிடித்திருக்கிறேன், இனி நாம் அங்கேதான் வசிக்கப் போகிறோம்" என்று மகிழ்ந்தவாறு தன் வீட்டுக்குச் சென்றான்.

தாய் பெரு மகிழ்ச்சி கொண்டாள். அவளும் பாசிலீக்கும் குகையிலிருந்து குடிபெயர்ந்து தங்கமும் முத்துமான அரண்மனைக்குச் சென்று அதைத் தமது இல்லமாக்கிக் கொண்டனர்.

"இங்கு இருப்பவை யாவும் நம்முடையவையே. ஆனால் ஒரு போதும் கடைசி அறையின் கதவைத் திறக்கவே திறக்தே, அம்மா! ஏழாவது பூதம் ஒன்று இன்னும் அங்கே இருந்து வருகிறது" என்றான் பாசிலீக் பெத்-புரூனஸ்.

"மகனே, என்னை நீ நம்பலாம், பூதம் உன்னைக் கொன்று தின்ன முயன்றது தெரியும் எனக்கு, ஆகவே நான் அந்தக் கதவைத் திறக்க மாட்டேன்!" என்று தாய் பதிலளித்தாள்.

சாவியை அவள் கைக்குட்டையில் வைத்துப் பத்து முடி முடிந்து, காலம் எல்லாம் தேடினாலும் யாரும் கண்டுபிடிக்க முடியாத ஓர் இடத்தில் பத்திரமாய் வைத்தாள்.

வற்றாத அமுத கலயத்திலிருந்து பொழிவது போல வாழ்வின் எல்லா இன்பங்களும் இப்பொழுது தாயின் மீதும் மகன்மீதும் பொழிய ஆரம்பித்தன. அவர்கள் வாழ்ந்த அரண்மனை அற்புதமானது, சுற்றுப்புறத்தின் அழகு இணையற்றது, வேட்டையாடுவோர் மனம் மகிழும்படி வேட்டைப் பொருள்கள் கணக்கற்றவை.

இவ்விதம் அவர்கள் இரண்டொரு ஆண்டுகள் அல்ல, பல ஆண்டுகள் இனிது வாழ்ந்து வந்தனர்.

ஆனால் வசந்தத்தின் போது திடுமெனக் கோடையின் வெப்பம் மூண்டெழுவது போல, உலகிலுள்ளவை யாவற்றையும் தகர்த்திடும்படியான புயல்கள் கிளர்ந்தெழுவது உண்டு.

ஏழு பூதங்களும் மற்றொரு ஜாரரசிலிருந்து வந்தவை. அங்கு அவை கிளாவன்த்சாஎன்றொருசூன்யக்காரக்கிழவியால்வளர்த்து ஆளாக்கப்பட்டவை. மை போல அவள் முகம் கறுப்பாய் இருக்கும். அவள் கண் பட்டதும் நிலமே கருகிச் சாம்பலாகிவிடும்படி அவளுடைய உள்ளம் அவ்வளவு நச்சானது. பூதங்கள் தன்னைப் பார்க்க வருமென்று அவள் காத்திருந்தாள். வழக்கத்தைவிட

அதிக காலம் காத்திருந்தும் அவை வராமற் போனதும் ஏதோ பெருங்கேடு விளைந்திருக்க வேண்டுமென்ற திகில் அவள் இதயத்தைச் சுட்டெரித்தது. தீயில் அகப்பட்ட பாம்பு போல கிளாவன்த்சா வளைந்து நெளிந்து துடித்தாள். என்ன நடந்ததென்று பார்த்து வருவதற்காகக் கொடுஞ் சீற்றங் கொண்டு ஓடி வந்தாள்.

பூதங்களுக்கு நேர்ந்த கதியை அறிந்ததும் தலையைப் பிடித்துக் கொண்டு ஆடித் துடித்துப் புலம்பினாள். பிறகு ஆத்திரம் மேலிட்டுப் பாசிலீக்கின் தாய் மீது பாய்ந்தாள். அவளைப் பலவந்தம் செய்து சாவியை வாங்கி ஏழாவது பூதம் இருந்த பாதாள அறையில் அவளைத் தள்ளினாள். உள்ளே இருந்த பூதத்தை விடுவித்து அதனிடம் தன் பின்னே வரும்படிச் சொன்னாள். பிறகு பன்னிரண்டு கதவுகளையும் இழுத்துப் பூட்டினாள்.

கிளாவன்த்சாவும் பூதமும் ஓரிடத்தில் உட்கார்ந்து, பாசிலீக்கை எப்படிக் கொன்று பழி தீர்க்கலாமென்று சதியாலோசனை செய்தனர்,

"நீ அவனைப் போருக்கு அழைத்துச் சவால் விட வேண்டும்" என்று சூன்யக்காரி பூதத்திடம் கூறினாள்.

"ஐயோ, எனக்குப் பயமாயிருக்கிறது!" என்றது பூதம்

"அவன் என்னைவிடப் பன்மடங்கு பலம் படைத்தவன். அவன் நம்மைப் பார்க்கும் முன்பே இங்கிருந்து நாம் தப்பியோடுவதுதான் நல்லது. அவன் நம்மைப் பார்த்துவிட்டால், நாம் பிழைக்க முடியாது."

"இதுதான் உன்னுடைய நிலையெனில், நீ என்னை நம்பி, நான் சொல்கிறபடி கேட்க வேண்டும்" என்று கிளாவன்த்சா கூறினாள். "நான் அவனைப் படுத்தி வைக்கிற பாட்டில் போதும் போதுமென்று பாம்பு வளையில் புகுந்து சாகத் தயாராகிவிடுவான் பாரேன்" என்றாள்.

பிறகு அவள் பூதத்தை மறைவிடத்தில் ஒளித்துவிட்டுப் பம்பரம் போலச் சுழன்று பாசிலீக் பெத்-புரூமசின் தாயினுடைய உருவத்தைப் பெற்றாள். நோய் வாய்ப்பட்டு தாங்க முடியாதபடி வேதனைப்படுகிறவளாய்ப் பாசாங்கு செய்வதென்ற முடிவுடன் அவள் பாசிலீக்கின் வருகைக்காகக் காத்துக் கொண்டு உட்கார்ந்திருந்தாள்.

ஒருநாள் கழிந்தது, மறு நாளும் கழிந்தது. வேட்டையாடச் சென்றிருந்த பாசிலீக்-புரூமஸ் திரும்பி வந்தான். அரண்மனைக்குள் அவன் நுழைந்ததுமே கிளாவன்த்சா அழுது புலம்பினாள்.

..மகனே, எனது அருமை மகனே, நான் எப்படித் துன்புறுகிறேன் பார்! நீ எனக்குத் தேவைப்படுவாய் என்று அறியாமலே எங்கோ போய்விட்டாயே!" என்று விக்கிவிக்கி அழுதாள். "கடும் நோய் வாய்ப்பட்டுக் கிடந்தேன், உதவுவார் யாரும் இல்லை! ஐயோ, ஒரு சொட்டு பறவைப் பால் கிடைத்தால் போதும்,

ஒரேயொரு சொட்டு!... என் நோய் என்னை விட்டு விலகி விடும், மீண்டும் நான் எழுந்து நடமாடுவேன்'' என்று பதறினாள்.

துயரம் நெஞ்சை அடைக்க, பாசிலீக் பெத்-புரூமஸ் இதைக் கேட்டுக் கொண்டிருந்தான். பிறகு ஒரு கூஜாவை எடுத்துக் கொண்டு, விரைவில் திரும்பி வருவதாய்க் கிளாவன்த்சாவிடம் வாக்களித்துவிட்டு, பறவைப் பாலைத் தேடிச் சென்றான்.

பல மலைகளையும் பல மடுக்களையும் கடந்து ஓயாமல் நடந்தான். முடிவில், உயரமான வேலியடைப்புக்குள் இருந்த ஒரு வீட்டை வந்தடைந்தான். அவன் கதவைத் தட்டியதும் வீட்டினுள்ளிருந்து ஒரு பெண்ணின் குரல் பதிலளித்தது.

''நீ நல்லவனாய் இருந்தால் உள்ளே வரலாம், கெட்டவனாயின் இங்கிருந்து போய்விடு! இல்லையேல் என்னுடைய நாய்கள் உன்னைக் குதறிக் கிழித்துவிடும்'' என்றாள் அந்தப் பெண்.

''இனிய மங்கையே, நல்லவன் ஒருவன் கதவைத் தட்டுகிறேன்'' என்று பாசிலீக் பெத்-புரூமஸ் கூறினான்.

கதவு திறக்கப்பட்டது, அழகான ஒரு வீட்டை பாசிலீக் பெத்-புரூமஸ் கண்ணுற்றான். வீட்டின் எல்லாக் கதவுகளும் சன்னல்களும் விரியத் திறக்கப்பட்டன.

''வந்தனம்'' என்று கூறி உள்ளே சென்றான்.

''வந்தனம்'' என்றாள் அந்தப் பெண். உள்ளம் கவரும் சுந்தரவதியாய் இருந்தாள் அவள்! சூரியனும் சந்திரனும் உதயத்தின் ஒளிக் கதிர்களும் அவள் முன்னால் மங்கிவிடும்படி அவ்வளவு அழகாய் இருந்தாள்.

பாசிலீக் பெத்-புரூமஸ் தலைகுனிந்து வணக்கம் தெரிவித்து, ''நெடுந் தொலைவு நடந்து வந்திருக்கிறேன், இன்னும் நான் நெடுந்தொலைவு போயாக வேண்டும். இரவை நான் இங்கே கழிக்க இடம் தருவாயா?'' என்று கேட்டான்.

''மகிழ்ச்சியுடன் தருகிறேன்'' என்று அந்தப் பெண் பதிலளித்தாள். அன்பும் பண்பும் மிக்கவளாய் அவனை வரவேற்றுப் பூ பின்னிய கம்பளத்தில் அமரச் செய்து இன்சுவை உண்டிகள் அளித்து உபசரித்தாள்.

சாப்பிட்டுக் கொண்டே இருவரும் பேசினர். பாசிலீக் பெத்-புரூமஸ் வீட்டை விட்டுத் தான் இவ்வளவு தூரம் வர நேர்ந்ததன் காரணத்தை அவளிடம் சொன்னான்.

''பறவைப் பால் எங்கே கிடைக்கும், தெரியுமா உனக்கு? என்று கேட்டான்.

''இவ்வுலகில் இவ்வளவு காலமாய் இது போன்ற ஓர் உணவும் இத்தகைய ஒரு மருந்தும் இருப்பதாய் நான் கேட்டதில்லை'' என்றாள் அம்மங்கை. ''நீ

நல்லவனாய் இருக்கிறாய், உனக்கு உதவி புரிய விரும்புகிறேன், நீ தெரிந்து கொள்ள விரும்புவதை விசாரித்துச் சொல்ல முயலுகிறேன். சிறிது நேரம் கழித்து நான் என் சகோதரனான ஒளிக் கதிரவனிடம் போய் இது பற்றிக் கேட்கிறேன். உலகில் என்ன இருக்கிறது, எங்கே இருக்கிறது என்பதை வேறு யாரையும்விட அவன் நன்கு அறிவான்'' என்றாள்.

பாசிலீக் பெத்-புரூமசுக்கு இவ்வாறுதான் கதிரவனின் தங்கை இல்யானா கொசின்சியானா அறிமுகமாயினாள்.

வீட்டுக்கு வந்த விருந்தினன் சற்று நேரத்துக்கு எல்லாம் களைப்பு மேலிட்டுத் தூங்க ஆரம்பித்ததும், இல்யானா கொசின்சியானா தன் அண்ணனிடம் சென்று. பறவைப் பால் எங்கே கிடைக்கும் என்று அவனைக் கேட்டாள்.

"தங்கையே, அதற்கு நெடுந்தூரம் போக வேண்டும்'' என்று ஒளிக் கதிரவன் பதிலளித்தான். "அங்கே போய்ச் சேரப் பல வாரங்கள் ஆகிவிடும், எந்நேரமும் கிழக்கு நோக்கிச் சென்று செப்பு மலைக்கு அப்பால் போயாக வேண்டும். ஆனால் பால் தரும் அந்தப் பறவையைப் பிடிக்க முடியாது. கண்டும் கேட்டுமிராத பிரம்மாண்டமான பறவை அது, மிகக் கொடியது, அதன் இறக்கை ஒவ்வொன்றும் மேகம் போல அவ்வளவு பெரியது. அது தானிருக்கும் இடத்தை அணுகுவோனைத் தனது கூட்டுக்குத் தூக்கிச் சென்று குஞ்சுகளிடம் கொடுக்கும், குஞ்சுகள் அவனைப் பிய்த்துப் போட்டு விடும்'' என்று கதிரவன் சொன்னான்.

கதிரவன் தங்கை இல்யானா கொசின்சியானா இதைக் கேட்டதும் பாசிலீக் பெத்-புரூமசுக்கு பயங்கரமான முடிவே ஏற்படப் போகிறது, நிச்சயமாய் அவன் சாகத்தான் போகிறானென நினைத்தாள். அவளுக்கு அச்சமாகவும் பரிதாபமாகவும் இருந்தது. அவனுக்கு உதவுவதாக அல்லவா வாக்களித்திருந்தாள்! மறு நாள் காலையில் அவள் பன்னிரண்டு இறக்கைகள் கொண்ட குதிரை ஒன்றை தனது லாயத்திலிருந்து வெளியே ஓட்டி வந்து பாசிலீக்குக்கு அன்பளிப்பாய்த் தந்தாள்.

"இளைஞனே, இந்தக் குதிரையைப் பெற்றுக் கொள், இது உனக்கு நன்கு பணி புரியும், உன்னைப் பாதுகாக்கும்'' என்று அவனிடம் சொன்னாள். "நீ செல்லும் காரியம் வெற்றி பெற்றாலும் பெறாவிட்டாலும் திரும்பி வரும்போது தவறாமல் என் வீட்டில் மீண்டும் நீ தங்கிச் செல்ல வேண்டும்'' என்று அவனைக் கேட்டுக் கொண்டாள்.

அன்பு உள்ளம் படைத்த இந்த எழில் மடந்தையின் காலடியில் தனது இதயத்தை வைத்து அவளை ஆராதனை செய்ய வேண்டும் போலிருந்தது, பாசிலீக் பெத்-புரூமசுக்கு. அவளை ஆர்வமுடன் வாழ்த்தி நன்றி கூறிவிட்டு, குதிரை மீது தாவியேறி அவன் பறந்தோடினான். வேகம் வேகமாய்ச் சென்றான்;

குன்றையும் மடுவையும்
வயலையும் வெளியையும்,
காட்டையும் புல் பரப்பையும்
விரிந்த ஸ்தெப்பியையும்

கடந்து பறந்தோடினான். இறுதியில் செப்புச் சுவர் போல் தொலைவில் ஏதோ ஒன்று கண்ணுக்குத் தெரிந்தது. அருகே செல்லச் செல்ல சுவர் மேலும் மேலும் உயர்ந்து வளர்ந்து முடிவில் ஒரு குன்றாகவும், பிறகு பெரிய மலையாகவும் மாறிற்று. செப்பு மலையின் அடிவாரத்துக்கு வந்ததும் அதன் சிகரம் வானைத் தொட்டுக் கொண்டிருப்பதைக் கண்ணுற்றான். அவ்வளவு உயரமான மலையைக் காண்பது அரிதினும் அரிது! பாசிலீக் பெத்-புரூமஸ் அதைக் கவனமாய்ப் பரிசீலனை செய்தான். அடியிலிருந்து உச்சிச் சிகரம் வரை அவன் பார்வை அதன்மீது படிந்து சென்றது. அதன் பிறகுதான் வானுச்சியில் புயல் மேகங்களைப் போல் பெரிய கறுத்த இறக்கைகளைக் கொண்ட பிரம்மாண்ட பறவை ஒன்று தெரியக் கண்டான். அது சுற்றிச் சுற்றிப் பறந்தபின் பக்கவாட்டில் சரிந்து கண்ணுக்குத் தெரியாமல் மறைந்துவிட்டது.

பாசிலீக் பெத்-புரூமஸ் லகானை இழுத்துப் பிடித்துக் குதிரையை மலையின் மேல் ஓடிச் செய்தான். தட்-தகட! குதிரை பாய்ந்தோடிற்று, ஒரு பாறையிலிருந்து இன்னொன்றுக்குத் தவிச் சென்று பாசிலீக் பெத்-புரூமசை உச்சிச் சிகரத்துக்குக் கொண்டு போய்ச் சேர்த்தது. பாசிலீக் பெத்-புரூமஸ் சுற்றிலும் பார்வையிட்டான். காணக் கண் கொள்ளாக் காட்சியாய் இருந்தது! செம்பினாலான கூடுகளில் பிரம்மாண்டப் பறவையின் குஞ்சுகள் பசி தாங்காமல் தொண்டை கிழியக் கத்திக் கொண்டு அமர்ந்திருந்தன. சிறு குஞ்சுகளே ஆயினும் ஒவ்வொன்றும் ஒரு எருதின் பருமன் இருந்தது. பாசிலுக் பெத்-புரூமஸ் சுற்றிலும் பார்த்தான். செப்புப் பாறை ஒன்றில் பெரிய இடுக்கு இருப்பதைக் கண்டது, அதனுள் குதிரையை ஓட்டிச் சென்று ஒளிந்து கொண்டான். சற்று நேரத்துக்கு எல்லாம் தாய்ப் பறவை திரும்பி வந்தது. ஒவ்வொரு கூடாய்ச் சென்று குஞ்சுகளுக்குப் பாலூட்டிற்று. பாசிலீக் பெத்-புரூமஸ் ஒளிந்திருந்த இடத்துக்கு அருகில் ஒரு கூட்டுக்குத் தாய்ப்பறவை பறந்து வந்தபோது அவன் தனது நெஞ்சுத் துணிவு அனைத்தையும் வரவழைத்துக் கொண்டு தனது கூஜாவை நீட்டிப் பிடித்தான். பறவை தன்னையும் அறியாமல் அதற்குள் சிறிதளவு பாலைச் சொரிந்து சென்றது. உடனே அவன் குதிரைமீது தாவியேறி அதை ஓடவோட விரட்டியடித்துச் சென்றான். அப்பொழுது ஒரு குஞ்சு மீண்டும் கூச்சலிடவே, தாய்ப் பறவை சுற்றிலும் பார்த்தபோது பாசிலீக்கைக் கண்ணுற்றது. நரகலோகத்துப் பேய் மாதிரி உடனே அது அவனை விரட்டிச் சென்றது. ஆனால் பாசிலீக்கை அதனால் பிடிக்க முடியவில்லை. அதற்கு ஒரு ஜோடி இறக்கையே இருந்தது, பாசிலீக்கின் குதிரைக்கோ ஆறு ஜோடிகள் இருந்தன. ஆகவே அதைக் காட்டிலும் பன்மடங்கு வேகமாய்ப் பாசிலீக்கின் குதிரை பறந்தோடிவிட்டது.

திரும்பி வருகிறபோதும் பாசிலீக் பெத்-புரூமஸ்

குன்றையும் **மடுவையும்**
வயலையும் வெளியையும்
காட்டையும் புல்பரப்பையும்
விரிந்த ஸ்தெப்பியையும்

கடந்து முடிவில் இல்யானா கொசின்சியானாவின் வீட்டை வந்தடைந்தான். இல்யானா அவனை அன்புடன் வரவேற்று சிறிது நேரம் தன் வீட்டில் தங்கி ஓய்வெடுத்துக் கொள்ளும்படி வேண்டினாள்.

பாசிலீக் பெத்-புரூமஸ் சாப்பிட்டுப் பானம் அருந்தினான், பிறகு படுத்துறங்கினான். ஆனால் இனி நடைபெறப் போவதைப் பற்றி இல்யானா வாய் திறந்து கூறியதைக் காட்டிலும் மிக அதிகமாய்த் தெரிந்தவளாதலால், அவள் பறவைப் பாலை எடுத்து ஒளித்து வைத்துவிட்டு, பாசிலீக் பெத்-புரூமசின் கூஜாவில் சாதாரண பசும் பாலை ஊற்றி வைத்தாள்.

சிறிது நேரம் தூங்கியபின் பாசிலீக் பெத்-புரூமஸ் விழித்திழுந்து தனது கூஜாவை எடுத்துக் கொண்டு புறப்பட்டான்.

“தங்கையே, நீ எனக்கு அளவிலா அன்பு காட்டியுள்ளாய், உன் வீட்டில் ஓய்வெடுத்துக் கொள்வது இனிமையாய் இருக்கிறது. ஆயினும் நான் புறப்பட்டாக வேண்டும், நோய் வாய்ப்பட்ட என் தாய் எனக்காகக் காத்திருக்கிறாள்” என்றான்.

“இளைஞனே, உன்பயணம் இனிது முடிவுற வேண்டுமெனவாழ்த்துகிறேன், என்னை மறக்காமல் மீண்டும் நீ இங்கு வந்து செல்ல வேண்டும்” என்று கொசின்சியானா பதிலளித்தாள்.

பாசிலீக் பெத்-புரூமஸ் தலை குனிந்து வணக்கம் தெரிவித்து அவளிடம் விடைபெற்றுக் கொண்டு குதிரையில் ஏறிச் சென்றான்.

அவன் தனது அரண்மனைக்குத் திரும்பினான். அவன் நெருங்கி வருவதை உணர்ந்த சூன்யக்கார கிழவி நெஞ்சிலே நெருப்பு அம்புகள் பாய்ந்தாற்போல வளைந்து நெளிந்து துடியாய்த் துடித்தாள். பாய்ந்து படுக்கையிலே விழுந்தாள், சாகப் போகிறவளைப் போல பெருமூச்செறிந்து முனகினாள்,

“ஐயோ, என்ன செய்வேன்! ஐயோ!” என்று கத்தினாள்.

ஆனால் பாசிலீக் பெத்-புரூமஸ் உள்ளே வந்ததும் அவனிடம் ”ஆசை மகனே, நல்லபடியாய் நீ திரும்பி வந்திருப்பதைப் பார்த்து எப்படி மகிழ்கிறேன் தெரியுமா? நீ இன்னும் வரவில்லையே என்று எத்தனை நாட்களாய்க் காத்திருந்தேன்! எனக்கு மருந்து கொண்டு வந்திருக்கிறாயா?”

“கொண்டு வந்திருக்கிறேன்” என்று சொல்லி பாசிலீக் பெத்-புரூமஸ் கூஜாவை அவளிடம் தந்தான்.

சூன்யக்காரி கூஜாவை வாயில் வைத்து அதிலிருந்த பால் பூராவையும் குடித்தாள்.

“அருமை மகனே, நன்றி உனக்கு! இதற்குள்ளாகவே எனக்குப் பாதி நோய் தீர்ந்துவிட்டது போலிருக்கிறது!” என்றாள்.

படுக்கையில் படுத்துக் கொண்டு தூங்குகிறவளைப் போல பாவனை செய்தாள். ஆனால் அவள் கணப் பொழுதும்கூட தூங்கவில்லை, பாசிலீக் பெத்-புரூமஸ் இருந்த இடமே தெரியாமல் அடியோடு அழிந்துவிடும் வண்ணம் அவனை எங்கே அனுப்பி வைக்கலாமென்று ஆழ்ந்த ஆலோசனை செய்தாள். ஆலோசித்தவாறு படுத்திருந்தவள் திடுமெனப் புரண்டு உடலை முறுக்கிக் கொண்டு முனகி, முன்னிலும் கடுமையான வலியால் துடிப்பவளைப் போலப் பாசாங்கு செய்தாள்.

“ஐயோ, அருமை மகனே! மீண்டும் நோய் என்னை வதைக்கிறதே!” என்று புலம்பினாள். “காட்டுப் பன்றியின் குட்டியைச் சமைத்துச் சாப்பிட்டால் குணமடைந்து விடுவேனெனக் கனவு கண்டேன்” என்றாள்.

“அப்படியானால், உடனே போய் காட்டுப் பன்றியின் குட்டியைப் பிடித்து வருகிறேன், எப்படியாவது நீ குணமடைய வேண்டும், நான் விரும்புவது எல்லாம் அது ஒன்றுதான்“ என்று பாசிலீக் பெத்-புரூமஸ் கூறினான்.

உடனே அவன் குதிரையின் மீது தாவி அமர்ந்து வேகமாய்ச் சென்றான். நெடு நேரம் சவாரி செய்து இல்யானா கொசின்சியானாவின் வீட்டுக்குத் திரும்பவும் சென்றான்.

“உள்ளே வரலாமா நான்? என்று அவளிடம் கேட்டான்.

“இளைஞனே, வா உள்ளே! மனம் மகிழ்ந்து உன்னை வரவேற்கிறேன்!” என்றாள் அவள்.

களைப்பாறுவதற்காக உட்கார்ந்த பாசிலீக் பெத்-புரூமஸ் தனக்கு நேர்ந்துவிட்ட புதிய அபாக்கியத்தை கொசின்சியானாவிடம் சொல்ல முற்பட்டான்.

“காட்டுப் பன்றியின் குட்டி எங்கே கிடைக்குமெனத் தெரியுமா உனக்கு?” என்று அவளை விசாரித்தான். “என் தாய் மீண்டும் நோயால் பீடிக்கப்பட்டு விட்டாள். காட்டுப் பன்றியின் குட்டியைச் சமைத்துச் சாப்பிட்டால்தான் தான் உயிர் பிழைக்க முடியுமெனச் சொல்கிறாள்” என்றான்.

“எனக்குத் தெரியவில்லை, ஆனால் நீ இங்கே தங்கி ஓய்வெடுத்துக் கொள். இருட்டியதும் என் அண்ணன் கதிரவனிடம் போய்க்.,கேட்டுத் தெரிந்து வருகிறேன். வானுச்சியிலுள்ள அவன் யாவற்றையும் தவறாது பார்க்கிறவன், எதுவும் அவன் கண்ணிலிருந்து தப்ப முடியாது, அவனுக்கு இது நிச்சயம் தெரிந்திருக்கும்.”

பாசிலீக் பெத்-புரூமஸ் இரவை அவள் வீட்டில் கழித்தான். அந்திப் பொழுதில் கொசின்சியானாவின் அண்ணனும் தனது ஒளிக் கற்றைகளைக் கட்டி வைத்துவிட்டு ஓய்வெடுத்துக் கொள்ளச் சென்றான்.

கொசின்சியானா தன் அண்ணனிடம் சென்று "காட்டுப் பன்றிகளைப் பற்றி சிலர் கூறக் கேட்டிருக்கிறேன். உலகில் எப்பகுதியில் அவை இருக்கின்றன, தெரியுமா உனக்கு?" என்று கேட்டாள்.

"தங்கையே, அவை வடக்கே நெடுந் தொலைவில் இருக்கின்றன, பரவலான பயிர் வெளிகளுக்கும் மலர்கள் மண்டிய புல் பரப்புகளுக்கும் அப்பால், தேவதாரு மரங்கள் அடர்ந்த ஒரு பெரிய காட்டிலே இருக்கின்றன" என்று கதிரவன் பதிலளித்தான்.

"சமைப்பதற்குக் காட்டுப் பன்றியின் குட்டி ஒன்றைப் பிடித்து வருவது எப்படி?"

"தங்கையே, அது முடியாத காரியம். என்னுடைய கதிர்க்கற்றைகள் கூட அந்தக் காட்டினுள் ஊடுருவ முடியாதபடி தேவதாரு மரங்கள் அங்கே அவ்வளவு அடர்த்தியாய் வளர்ந்திருக்கின்றன. மனிதனால் அங்கே போக முடியாது. நானே அந்தக் காட்டுப் பன்றிகளை நண்பகலில் அவை சேற்றிலே புரளுவதற்காகக் காட்டு ஓரத்திலுள்ள சதுப்புக்கு வரும்போது மட்டும்தான் பார்க்க முடிகிறது. அவற்றின் பற்கள் கூர்மையானவை, அருகே சென்றால் குத்திக் கிழித்தெறிந்துவிடும்."

இல்யானா கொசின்சியானா தன் அண்ணன் சொன்னதை பாசிலீக் பெத்-புரூமசிடம் கூறினாள், எங்கே செல்ல வேண்டும், அங்குள்ள அபாயம் என்ன என்பதைத் தேரிந்து கொண்ட பாசிலீக் தம் குதிரை மீதேறி பயணத்தைத் தொடர்ந்தான். குன்றுகளையும் மடுக்களையும் கடந்து சென்றான், ஆறுகளையும் மலையிடுக்குகளையும் தாண்டிச் சென்றான், பரவலான பயிர் வெளிகளின் குறுக்கேயும் மலர்கள் மண்டிய புல் பரப்புகளின் குறுக்கேயும் சென்றான். இவ்விதம் அவன் தேவதாரு மரங்கள் அடர்ந்த பெரிய காட்டை வந்தடைந்தான். காட்டுக்குள் குதிரையில் சென்றான். பாதாள உலகம் போல ஒரே இருட்டாய் இருந்தது. பன்னிரண்டு இறக்கைகள் கொண்ட அவனுடைய குதிரை வானோக்கி உயர்ந்து நெடிதுயர்ந்த தேவதாரு மரங்களுக்கு எல்லாம் மேலே அவனைத் தூக்கிச் சென்றது. கொசின்சியானா தன்னிடம் கூறியிருந்த சதுப்பை அங்கிருந்து காண முடிந்தது. நண்பகல் நெருங்கி வந்தது. காட்டிலிருந்து பலத்த உறுமல் கேட்டது, காட்டுப் பன்றிகள் சேற்றில் புரளுவதற்காகக் கூட்டம் கூட்டமாய் ஓடி வர ஆரம்பித்தன.

பாசிலீக் பெத்-புரூமஸ் சிறந்த காட்டுப் பன்றிக் குட்டி ஒன்றைக் கண்டதும் அதைப் பிடித்துக் குதிரையின் முதுகில் வைத்து அழுத்திக் கொண்டு, தப்பித்தோம் பிழைத்தோமெனப் பறந்தோடினான்! ஆனால் காட்டுப் பன்றிகள் இதற்குள் அவனைக் கண்டு கொண்டு மூக்கால் தரையை முகர்ந்து கொண்டு ஓடி வந்து விரட்டின. பாசிலீக் பெத்-புரூமசின் குதிரை காற்றாய்ப் பறக்க வல்லதாய் இருந்ததால் அவன் இந்த மூர்க்கமான விலங்குகளின் கூர்மையான

தந்தங்களிலிருந்து தப்பிப் பிழைக்க முடிந்தது. அதன் பின் குதிரை துள்ளிக் குதித்துப் பிடரி முடிகளை ஆட்டிக் குலுக்கியவாறு ஓடிற்று. இந்தச் சாகசமும் வெற்றிகரமாய் முடிவுற்று விட்டதென்ற மகிழ்ச்சியில் பாசிலீக் பெத்-புரூமஸ் இராகம் இசைத்துக் கொண்டு சென்றான்.

திரும்பி வரும் வழியில் முன்பு போலவே இல்யானா கொசின்சியானாவின் வீட்டிலே தங்கினான். அவன் சாப்பிட்டுக் கொண்டும் பானம் அருந்திக் கொண்டும் கனவுகளில் மூழ்கியவனாய் அமர்ந்திருக்கையில் அவனுக்குத் தெரியாமல் அவள் காட்டுப் பன்றிக் குட்டியை எடுத்துக் கொண்டு அதனிடத்தில் சாதாரண பன்றிக் குட்டி ஒன்றை வைத்துவிட்டாள். பிறகு நேசமும் பாசமும் மிக்க முறையில் அவனை வழியனுப்பி வைத்தாள்.

பாரிலீக் பெத்-புரூமஸ் திரும்பி வருவது தெரிந்ததும் சூன்யக்காரக் கிழவி ஆத்திரம் கொண்டு வாயிலிருந்து தீப் பொறிகள் பறக்கும்படி பற்களை நரநரவெனக் கடித்தாள். ஆனால் அவள் தன்னைக் கட்டுப்படுத்திக் கொண்டு நோய் வாய்ப்பட்டுச் சாகப் போகிறவள் மாதிரி பாசாங்கு செய்ய வேண்டியிருந்தது. ஆகவே அவள் தன் அறைக்குள் நுழைந்த பாசிலீக் பெத்-புரூமசிடம் "மகனே, என் அருமை மகனே, தெய்வத்தைப் போற்றுகிறேன்! நீ திரும்பி வந்துவிட்டாய்! மீண்டும் உன்னைக் கண்டு மகிழ்கிறேன்!" என்று கூவினாள். "இன்னும் சிறிது நேரம் நீ தாமதித்திருந்தால் என்னை உயிருடன் கண்டிருக்க மாட்டாய். சீக்கிரமாய்ப் பன்றிக் குட்டியைக் கொன்று கறியாக்கு, சாப்பிட்டுப் பார்க்கிறேன்" என்றாள்.

பாசிலீக் பெத்-புரூமஸ் அந்தக் குட்டியைக் கொன்று நெருப்பிலிட்டு வேக வைத்து வாட்டியெடுத்துச் சூன்யக்காரியிடம் கொடுத்தான்.

அந்தக் கறியில் ஒரு வாய் தின்றதுமே புத்துயிர் பெற்றுவிட்டது போல் சூன்யக்காரக் கிழவி "இப்பொழுது எனக்கு உடம்பு எவ்வளவோ நன்றாகிவிட்டது, பார்வை முன்பு போல் மங்கலாய் இல்லை" என்று கூறினாள்.

ஆனால் கறி பூராவையும் தின்று முடித்ததும் அவள் என்றையும் விட பரிதாபமாய்ப் பெருமூச்செறிந்து புலம்ப ஆரம்பித்து விட்டாள்.

"அருமை மகனே! பாவம், உன்னை நான் வாட்டி வருத்துகிறேன்! எங்கெங்கோ தொலைதூர இடங்களுக்கு எல்லாம் சென்று இன்னல்கள் பலவுக்கும் ஆளாகியிருக்கிறாய் நீ! ஆனால் நான் நல்லபடியாக வேண்டுமென மெய்யாகவே விரும்புவாயானால், மீண்டும் ஒரு தரம் நீ பயணம் போயாக வேண்டும்" என்று அவள் அழுது புலம்பினாள். "எனக்கு நீ செத்த நீரும் உயிர் நீரும் கொண்டு வந்து தராவிட்டால் நான் செத்துப் போய்விடுவேன்" என்று அறிவித்தாள்.

"அம்மா, நிச்சயம் தேடிப் பிடித்துக் கொண்டு வருகிறேன்" என்று கூறி பாசிலீக் பெத்-புரூமஸ் மீண்டும் பயணம் புறப்பட்டான்.

நெடுநேரம் குதிரையிலே போய்க் கொண்டிருந்தான். வருத்தமும் கவலையும் அவன் நெஞ்சில் நிரம்பியிருந்தன. தாய் கேட்பதை எங்கே போய்க் கொண்டு வர முடியப் போகிறது என்று அஞ்சினான். நம்பிக்கை இழந்து சோகம் கொண்ட நிலையில் இல்யானா கொசின்சியானாவின் வீட்டுக்குச் சென்று தனது அவல நிலை குறித்து அழாக் குரலில் அவளிடம் சொன்னான்.

"இன்னரும் தங்கையே, வேறு வழியின்றி நான் யாரும் செல்லாத பாதைகளில் போக வேண்டியிருக்கிறது. என் தாயின் நோயை எந்த மருந்தாலும் மூலிகையாலும் தீர்க்க முடியவில்லை" என்று அவளிடம் முறையிட்டான். "இப்பொழுது என் தாய் செத்த நீரும் உயிர் நீரும் கொண்டு வரச் சொல்லியிருக்கிறாய். இவற்றை நான் எங்கே போய், எப்படிப் பெற வேண்டும், தெரியுமா உனக்கு?" என்று கேட்டான்.

"நீ இங்கே ஓய்வெடுத்துக் கொள், இம்முறையும் உனக்கு நான் உதவ முடிந்தாலும் முடியலாம்" என்றாள் அவள்.

தன் அண்ணனிடம் அவள் சென்றபோது இருட்டிவிட்டது. கதிரவனான அண்ணன் பகல் முழுதும் விண்ணிலே சென்றுவிட்டு அப்பொழுதுதான் திரும்பி வந்திருந்தான்.

"அண்ணா, கதிரவனே, விண்ணில் உனது உயர் பீடத்திலிருந்து பார்க்கையில் அனைத்து உலகும் உன் கண்ணெதிரே தெரியும், செத்த நீரும் உயிர் நீரும் எவ்விடத்தில் கிடைக்கும் சொல்!" என்று அவள் கேட்டாள்.

"தங்கையே, நெடுந் தொலைவு, மிக மிக நெடுந்தொலைவு போயாக வேண்டும், மூவொன்பது நிலங்களையும் மூவொன்பது கடல்களையும் கடந்து கழனித் தேவியின் நாட்டுக்குச் சென்றாக வேண்டும்" என்று கதிரவன் பதிலளித்தான். "ஆனால் செத்த நீரும் உயிர் நீரும் கொண்டு வருவதற்காக அங்கே சென்றோரில் ஒருவர் கூட உயிருடன் திரும்பியதில்லை. அந்நாட்டின் எல்லையில் கொடும் பூதம் ஒன்று காவல் புரிகிறது. உள்ளே வருவோரை அது வரும்படி விடுகிறது, ஆனால் அங்கிருந்து அவர்கள் வெளியே திரும்பிச் செல்ல அது அனுமதிப்பதில்லை. செத்த நீரையும் உயிர் நீரையும் குடித்து வரும் இந்தப் பூதம் இவற்றைத் தேடி வரத் துணிவோர் எல்லோரையும் கொன்றுவிடுகிறது. நெடுங்காலமாய் நான் இவர்களது எலும்புகள் மீது என் கதிர்களைச் சொரிந்து அவற்றை உலர வைத்து வருகிறேன்" என்று கூறினான்.

பாசிலீக் பெத்-புரூமசுக்கு இப்பொழுது தான் எங்கே போக வேண்டும், அங்கே தன்னை எதிர்நோக்கும் அபாயம் என்ன என்று தெரிந்து விட்டது. ஆனால் அவன் அச்சம் கொண்டுவிடவில்லை. தனது இடுப்பு வாரில் தொங்கிய பட்டாக்கத்தியையும் குறுந்தடியையும் சரி செய்து கொண்டான். இல்யானா கொசின்யானாவிடம் விடைபெற்றுக் கொண்டு குதிரை மீது தாவியேறி பறந்தோடினான். அவன் செல்ல வேண்டிய பாதை முடிவின்றி நீண்டு சென்றது.

எங்கும் நிற்காமல் வெளிகளையும் எல்லைகளையும் கடந்து, ஆறுகளையும் கடல்களையும் சுற்றிக் கொண்டு விரைந்து சென்றான். மூவொன்பது கடல்களையும் மூவொன்பது நிலங்களையும் கடந்து, இதுகாறும் தான் கண்டவற்றுள் அதியற்புதமான ஒரு ஜாரரசுக்கு வந்து சேர்ந்தான். இயற்கையின் எழிலில் அவ்வரசு இணையற்றதாய் இருந்தது. காய்ந்த குச்சியோ, கருகிய புல்லையோ அங்கே காண முடியவில்லை. மரஞ்செடி கொடிகள் அங்கே அதிவேகமாய் வளர்ந்தன, தழைத்துச் செழித்துப் புத்துக் காய்த்துக் குலுங்கின.

பாசிலீக் பெத்-புருமஸ் அந்நாட்டில் பல இடங்களிலும் சென்று சுற்றினான். ஆங்காங்கே அவன் கண்ட காட்சிகள் அவன் உள்ளத்தைக் கொள்ளை கொண்டன. இறுதியில் இரு பாறைகளை வந்தடைந்தான், அவற்றிலிருந்து இரு அருவிகள் பீறிட்டு வழிந்தோடின.

"செத்த நீரும் உயிர் நீரும் இவையாகவே இருக்க வேண்டும்" என்று பாசிலீக் பெத்-புரூமஸ் நினைத்தான். தனது நினைப்பு சரிதானா என்று சோதித்துப் பார்க்கும் பொருட்டு, ஒரு வண்ணத்துப் பூச்சியைப் பிடித்துச் சின்னாபின்னமாய்ப் பிய்த்துத் துண்டுகளை இந்த அருவிகளில் ஒன்றில் நனைத்து எடுத்தான். துண்டுகள் உடனே ஒட்டிச் சேர்ந்து வண்ணத்துப் பூச்சியாகிவிட்டன. பிறகு அதை இரண்டாவது அருவியில் நனைத்து எடுத்ததும் அதற்கு உயிர் வந்துவிட்டது.

பாசிலீக் பெத்-புரூமஸ் பேரானந்தம் அடைந்தான். தனது தோல் குடுவைகள் இரண்டிலும் இவ்விரு அருவிகளின் நீரை நிரப்புக் கொண்டு வீடு நோக்கிப் புறப்பட்டான். ஆனால் அவன் அவ்வரசின் எல்லையை அடைந்ததும் சுற்றிலும் மரங்கள் புயலின் போது படபடத்து ஆடுவதுபோல ஆடிக் குலுங்கி முறியத் தொடங்கின, வானமே இருண்டுவிட்டது, பத்துத் தலைப் பூதம் ஒன்று ஆத்திரமாய் வாலை உயர்த்திச் சுழற்றியவாறு அவன் எதிரே எழுந்தது.

உடனே பாசிலீக் பெத்-புரூமஸ் ஒரு கையில் தனது குறுந்தடியையும் மற்றொன்றில் தனது பட்டாக்கத்தியையும் எடுத்துக் கொண்டுவிட்டான். பூதம் தன் கழுத்துக்களில் ஒன்றை அவன் பக்கம் வளைத்ததும் உடனே அந்தத் தலையில் குறுந்தடியால் ஓங்கி அடித்துப் பட்டாக்கத்தியை வீசி அதைச் சீவித் தள்ளினான். அதே போல பூதத்தின் இரண்டாவது தலையையும் மூன்றாவது தலையையும் சீவினான். தனது முடிவு நெருங்கிவிட்டதை உணர்ந்த பூதம் விண்ணோக்கி உயர்ந்தெழுந்து பறந்தது. ஆனால் பாசிலீக் பெத்-புரூமசின் குதிரை அதை காட்டிலும் உயரச் சென்று பறந்தது, பத்துத் தலைகளையும் பெத்-புரூமஸ் சீவித் தள்ளி பூதத்தைத் தரையிலே வீழ்த்தினான்.

இதன் பிறகு அவன் எந்த இடையூறுமின்றிச் சவாரி செய்து இல்யானா கொசின்சியானாவின் வீட்டுக்கு வந்து சேர்ந்தான். கடும் போராலும் நீண்ட பயணத்தாலும் களைத்துப் போயிருந்தான், இங்கு வந்ததும் படுத்துறங்கினான்.

இல்யானா கொசின்சியானா அவனுடைய குடுவைகள் இரண்டையும் எடுத்துவிட்டு அவற்றுக்குப் பதில் சாதாரண நீர் நிரப்பப்பட்ட தனது குடுவைகள் இரண்டை வைத்து விட்டாள். பாசிலீக் பெத்-புரூமஸ் தனக்கு இத்தனை தடவை உதவிய இவள் இம்மாதிரியான ஒரு காரியத்தைச் செய்வாளென கணமும் நினைக்க முடியுமா? ஆகவே அவன் சற்று நேரம் தூங்கிக் களைப்பாறியதும் ஏதும் அறியாதவனாய்க் குதிரைக்குச் சேணமிட்டு அதில் ஏறித் தனது அரண்மனைக்குப் புறப்பட்டான்.

அவனைக் கண்டதும் சூன்யக்காரியின் முகம் ஆத்திரத்தால் கறுத்துப் போயிற்று, அவள் இதயத்தில் நச்சு ததும்பிற்று. பாசிலீக் கொண்டு வந்த நீரைக் குடித்ததும் கிழவி சற்று அமைதியடைந்து, எப்படி அவனை ஒழித்துக் கட்டலாமென்று சிந்திக்கத் தொடங்கினாள்.

பயணம் போய் வந்து களைத்திருந்தவனை அவள் சிறிது நேரம் ஓய்வெடுத்துக் கொள்ளும்படி விட்டாள். பிறகு அவனைத் தன்னிடம் அழைத்து அருமையாய்த் தட்டிக் கொடுத்தாள்.

"அருமை மைந்தனே, எனது பாசிலே! நீண்ட பயணங்கள் எல்லாம் போய் வந்திருக்கிறாய், எத்தனையோ பாதைகளில் சென்று திரும்பியிருக்கிறாய், உன் பலம் அனைத்தையும் நீ செலவிட்டிருப்பாய், இல்லையா?" என்று கேட்டு, "இந்தப் பட்டுக் கயிற்றை உன்னால் அறுக்க முடிகிறதா பார்ப்போம், முயன்று பார்!" என்றாள்.

இப்படிச் சொல்லி அவள் ஒரு பட்டுக் கயிற்றை எடுத்து அவன்மீது சுற்றிக் கட்டினாள்.

"அருமை மைந்தனே, இதை அறுக்க முயன்று பார்! விரிந்து பறந்த இவ்வுலகைச் சுற்றி, யாரும் செல்லாத பாதைகளில் எல்லாம் போய் நீ உன் பலத்தை இழந்துவிட்டாயா என்று பார்ப்போம்!" என்றாள் அவள்.

பாசிலீக் பெத்-புரூமஸ் நிமிர்ந்து மூச்சை உள்ளுக்கு இழுத்த பின் ஒரு முக்கு முக்கி வலிந்திழுத்தான். உடனே கயிறு பல இடங்களில் அற்றுப் போய் விழுந்தது.

"இனி இரு கயிறுகளை அறுக்க முடிகிறதா, பார்ப்போம்" என்று சொல்லி, சூன்யக்காரி அவன்மீது இரு பட்டுக் கயிறுகளைச் சுற்றிக் கட்டினாள்.

ஆனால் பாசிலீக் இரு கயிறுகளையும் முன்பு போலவே ஒரே முயற்சியில் அறுத்தெறிந்தான்.

"மெய்யான வீரனுக்குரிய பலம் இன்னமும் உன்னிடம் இருக்கிறது! என்றாலும் உன்னுடைய பலத்தில் சிறிதளவேனும் இழந்திருக்கிறாயா, பார்ப்போம்!" என்று சொல்லி, சூன்யக்காரி மூன்று பட்டுக் கயிறுகள் கொண்டு அவனைக் கட்டிப் போட்டாள்.

பாசிலீக் பெத்-புரூமஸ் தன் தசைநார்களை முறுக்கேறச் செய்து கொண்டு கயிறுகளை முழு மூச்சுடன் வலிந்திழுத்தான், ஆனால் அவற்றை அவனால் அறுக்க முடியவில்லை. மீண்டும் முயன்று பார்த்தான், முக்கி முனைந்துப் போராடினான். ஆனால் கயிறுகள் அவன் சதையை அழுத்தி வெட்டிச் சென்று மேலும் இறுகினவே அன்றி அறுபடவில்லை. மூன்றாம் முறை முயன்று தனது முழு பலத்தையும் கொண்டு மிகவும் கடுமையாய் வலிந்திழுத்தான். அப்படியும் பட்டுக் கயிறுகள் அறுபட மறுத்து எலும்பு தட்டுப்படும்படி அவன் சதைக்குள் வெட்டிச் சென்று இறுக்கின.

உடனே சூன்யக்காரி கிளாவன்த்சா ஆனந்தமடைந்து ஒற்றைக் காலில் குதித்துப் பம்பரம் போலச் சுழன்று, "பூதமே, எங்கே ஒளிந்து கொண்டிருக்கிறாய் நீ? சீக்கிரமாய் ஓடி வந்து பாசிலீக் பெத்-புரூமசை ஒழித்துக் கட்டு!" என்று கூச்சலிட்டாள்.

பூதம் களிப்புற்றுக் கனைத்துக் கொண்டு தனது மறைவிடத்திலிருந்து ஓடி வந்து பட்டாக்கத்தியை எடுத்து முட்டைக்கோசைச் சீவித் தள்ளுவது மாதிரி பெத்-புரூமசைக் கண்டதுண்டமாய்ச் சீவிற்று. பிறகு எல்லாத் துண்டங்களையும் சேகரித்து இரு பொதி மூட்டைகளாய்க் கட்டி குதிரையின் முதுகில் சேணத்துக்குமேல் போட்டுக் குதிரையை அடித்து விரட்டிற்று.

"கேடுகெட்ட குதிரையே, ஒழிந்து போ! அவன் உயிரோடு இருந்தபோது எங்கெல்லாம் சுமந்து சென்றாயோ, அங்கெல்லாம் இப்பொழுது அவனுடைய சடலத் துண்டங்களைச் சுமந்து செல்!" என்று பூதம் வெற்றிக் கூச்சலிட்டது.

குதிரை காற்றாய்ப் பறந்தோடிற்று, அதன் குளம்புகளுக்கு அடியில் தரை அதிர்ந்தாடிற்று. நேரே அது இல்யானா கொசின்சியானாவின் வீட்டுக்கு ஓடிற்று. இந்தக் குதிரை பிறந்து வளர்ந்ததும் அங்குதானே! வீட்டின் வாயிற் கதவின் முன்னே போய் நின்றது.

இல்யானா கொசின்சியானா வாயிற்படியிலே வந்து பார்த்தாள். நீண்ட பயணத்துக்குப் பிற்பாடு தங்கிக் களைப்பாற இடம் கேட்கும் இளைஞனை அவள் காணவில்லை, தனது குதிரை வாயில் நுரையும் மேலெல்லாம் இரத்தமுமாய் நிற்கக் கண்டாள். துணுக்குற்றுப் போய் குதிரையிடம் ஓடி அதன் மீதிருந்த பொதி மூட்டைகளைக் கீழே இழுத்து அவற்றைத் திறந்தாள். மூட்டைகளில் பாசிலீக் பெத்-புரூமசின் துண்டாடப்பட்ட சடலம் இருக்கக் கண்டாள்.

"ஐயோ, பாசிலீக் பெத்-புரூமஸ்! உன்னை என்னவெல்லாம் செய்திருக்கிறார்கள், என்ன அநியாயம்!" என்று புலம்பினாள்.

பிறகு துண்டு துண்டாய் எடுத்து வைத்து அவனுடைய முழு உடலையும் சேர்த்தமைத்தாள்.

இதன்பின் தனது உக்கிராண அறைக்கு ஓடிச் செத்த நீரையும் உயிர் நீரையும் காட்டுப் பன்றிக் குட்டியையும் பறவைப் பாலையும் எடுத்து வந்தாள். உடலில் தசைத் துண்டங்கள் இல்லாமற் போன இடங்களில் காட்டுப் பன்றிக் குட்டியின் ஊனை வைத்துச் சேர்த்து, உடலின் மீது செத்த நீரைத் தெளித்தாள். தனித் தனித் துண்டங்கள் யாவும் உடனே ஒன்று சேர்ந்துவிட்டன. பிறகு அவள் உயிர் நீரில் உடலை நனைத்ததும் இளம் வீரன் உயிர் பெற்றுவிட்டான். பாசிலீக் பெத்-புரூமஸ் பலத்த பெருமூச்செறிந்தவாறு "ஆ, நெடுநேரம் தூங்கிவிட்டேனே!" என்றான்.

"ஆம், அன்பனே! நான் இங்கு இல்லாமற் போயிருந்தால் விழிக்காமலே நிரந்தரத் தூக்கத்தில் ஆழ்ந்து போயிருப்பாய்!" என்று கூறி இல்யானா கொசின்சியானா பறவைப் பால் இருந்த கூஜாவை அவன் வாய்க்கு அருகே உயர்த்திக் குடிக்கச் சொன்னாள்.

பாசிலீக் பெத்-புரூமஸ் அந்தப் பாலில் ஒவ்வொரு வாயாய்க் குடித்துச் சென்றபோது அவன் மேலும் மேலும் புது பலம் பெற்றான். எல்லாப் பாலையும் குடித்து முடித்ததும் இதன்முன் என்றும் இருந்ததைக் காட்டிலும் அதிக வலிமையுடையவனாகிவிட்டான். இப்பொழுது அவன் தனது குறுந்தடியை எடுத்து ஒரு அடி வைத்ததும் சிக்கிமுக்கிக் கற்பாறையும் நொறுங்கித் தூசிப் படலமாகி விடும்படி அவ்வளவு வலிவு பெற்றுவிட்டான்.

அவன் எழுந்து நின்று தூக்க மயக்கத்தை உதறித் தள்ளினான். முன்பு பூதம் இழைத்த கொடுமை அவனுக்கு நினைவு வந்தது. அவசரமாய்த் தனது குறுந்தடியை எடுத்துக் கொண்டு அரண்மனைக்கு ஓடினான்.

வானத்திலிருந்து தாரையாய்க் கொட்டும் மழையைப் போல பாசிலீக்கின் நெஞ்சிலிருந்து பழி வாங்க வேண்டுமென்ற ஆவேசம் பொங்கிப் பொழிந்தது. எங்கும் நிற்காமல், எதையும் கவனியாது விரைந்து சென்று அரண்மனையை வந்தடைந்தான். அங்கே தனது தாய் அருகே நின்று பணிவிடை புரிய, சூன்யக்காரக் கிழவியும் பூதமும் மேஜை எதிரே அமர்ந்து விருந்துண்டு களித்துக் கொண்டிருந்தனர்,

சாப்பாட்டு அறைக்குள் பாசிலீக் பெத்-புரூமஸ் வந்ததைக் கண்டதும் இருவரும் கதி கலங்கிப் போய்த் தரை வெடித்துத் தம்மை விழுங்கிக் கொண்டுவிட்டால் தேவலையென நினைத்தனர். ஆனால் அஞ்சி நடுங்குவதற்கு பாசிலீக் அவர்களுக்கு அவகாசம் தரவில்லை. ஒரு கையில் சூன்யக்காரியையும் இன்னொரு கையில் பூதத்தையும் பிடித்து வெளி முற்றத்துக்கு இழுத்துச் சென்று கண்டதுண்டமாய் வெட்டினான். பிறகு செப்பு அடுப்பைப் பற்ற வைத்து அவர்களது சடலங்களை எரித்துச் சாம்பலாக்கினான். தரையிலோ நீரிலோ பரந்த புல்வெளியிலோ முத்து உருவாகும் கடலிலோ அவர்களுடைய எச்சம் இம்மியும் இல்லாதபடிச் செய்தான்.

பிறகு தாயிடம் ஓடி அவளை அன்புடன் கட்டித் தழுவி முத்தமிட்டு அவளுக்கு ஆறுதல் கூறினான்.

விரைவில் அவர்களுடைய இன்பம் மேலும் பன்மடங்கு பெருகிற்று. எப்படியெனில் பாசிலீக் பெத்-புரூமஸ் தன் மனைவியாகும்படி இல்யானா கொசின்சியானாவை வேண்ட, அவளும் அவனை மணந்து கொள்ள சம்மதம் தெரிவித்தாள்.

திருமணத்துக்குக் கணக்கின்றி விருந்தினர்கள் வந்தனர். குதூகல விருந்து நடைபெற்றது. விருந்து மேஜையில் தலைமையிடத்தில் ஒளிக் கதிரவன் அமர்ந்திருந்தான். கிண்ணம் கிண்ணமாய்ப் பானம் அருந்தி தன் அன்பிற்குரியோர் எல்லோருக்கும் இன்பம் பொங்குக என்று மீண்டும் மீண்டும் வாழ்த்துரைத்தான்.

திருமண விழா முடிந்ததும் பாசிலீக் பெத்-புரூமசும் இல்யானா கொசின்சியானாவும் அன்பும் அமைதியும் ஓங்க ஒத்த மனத்தினராய் ஒருசேர வாழத் தொடங்கினர். இறக்க வேண்டிய நேரம் நெருங்கி வராதிருந்தால் அவர்கள் இன்னமும் அப்படியேதான் வாழ்ந்து கொண்டிருப்பார்கள்.

♦

சுர்னியாரின் சாமர்த்தியம்

அஸர்பெய்ஜான் நாட்டுக்கதை

உங்களுக்குச் சொல்ல வேண்டியது என்ன? ஆம், வாணிகன் ஒருவனுக்கு என்ன நேர்ந்ததெனச் சொல்ல வேண்டும். அந்த வணிகனின் பெயர் மாமேத், அவன் மிசார் நகரில் நகரில் வசித்து வந்தான். யாரும் அறிந்திராத புதுப் புது நாடுகளுக்கு எல்லாம் பல வகையான பண்டங்களையும் எடுத்துச் சென்று அவன் வாணிகம் புரிவது வழக்கம்.

ஒரு நாள் அவன் எங்கோ தொலைதூரத்தில் இருந்த ஒரு நாட்டுக்குப் போய் வருவதெனத் தீர்மானித்தான். எல்லா விதமான பண்டங்களையும் வாங்கிச் சேர்த்து, வேலையாட்களையும் அமர்த்திக் கொண்டான். பிறகு தன் மனைவியிடம் விடை பெற்றுக்கொண்டு, சரக்கு வண்டிகளும் வேலையாட்களும் உடன் வரப் புறப்பட்டுச் சென்றான்.

ஓர் ஊருக்கும் பிறகு இன்னொன்றுக்குமாய்ச் சென்று, தான் இதுகாறும் கேட்டிராத ஒரு நகரை வந்தடைந்தான்.

தனது நீண்ட பயணங்களுக்குப் பிறகு இந்த நகரில் தங்கலாமென முடிவு செய்து, வேலையாட்களுடன் வணிகர் சத்திரம் ஒன்றில் இறங்கினான்.

அங்கு அவன் சாப்பிட்டுப் பானம் அருந்திக் கொண்டிருக்கையில், அந்நியன் ஒருவன் அவனிடம் வந்தான்.

“வணிகனே, நீ நெடுந்தொலைவுக்கு அப்பாலிருந்து இங்கு வந்திருப்பாய் போல் தெரிகிறது, அதனால்தான் நீ இந்த நகரின் பழக்கம் தெரியாதவனாய் இருக்கிறாய்” என்றான் அந்த அந்நியன்.

"இந்த நகரின் பழக்கம் என்ன?" என்று மாமேத் அவனைக் கேட்டான்.

"சொல்கிறேன் கேள். இங்கு வரும் ஒவ்வொரு வணிகனும் தக்க சன்மானங்களை எடுத்துக் கொண்டு, இந்நாட்டின் ஷா வேந்தனைப் போய்ப் பார்க்க வேண்டும். வேந்தன் சன்மானங்களைப் பெற்றுக் கொண்டு, உன்னை அரண்மனைக்கு வருமாறு அழைத்து உன்னுடன் நார்தி* ஆடுவான்.

வணிகன் என்ன செய்வான்? விரும்பினாலும் விரும்பாவிட்டாலும் அவன் ஷா வேந்தனிடம் போகவே வேண்டும். எனவே, தன்னிடமிருந்த துணிகளில் விலை உயர்ந்தவையாய்ப் பார்த்துப் பொறுக்கி, அவற்றை ஒரு தங்கத் தட்டில் வைத்து எடுத்துக் கொண்டு சென்றான்.

வணிகன் கொண்டு வந்த சன்மானங்களை ஷா வேந்தன் வாங்கி வைத்துக் கொண்டான். வணிகனின் ஊர் எது, அவன் வர்த்தகம் புரியும் பண்டங்கள் என்ன, எங்கெங்கெல்லாம் சென்றிருந்தான் என்று விசாரித்தான். மாமேத் உள்ளதை உள்ளபடிச் சொல்லி எல்லாக் கேள்விகளுக்கும் பதிலளித்தான். பிறகு ஷா வேந்தன், "இன்று இரவு நீ என் அரண்மனைக்கு வர வேண்டும், நாம் இருவரும் நார்தி விளையாடுவோம்" என்று வணிகனை அழைத்தான்.

இருட்டியதும் மாமேத் அரண்மனைக்குச் சென்றான். அங்கே வேந்தன் அவனுக்காகக் காத்துக் கொண்டு உட்கார்ந்திருந்தான், வேந்தனின் முன்னால் சதுரங்கப் பலகை தயாராய் வைக்கப்பட்டிருந்தது.

"வணிகனே, ஆட்டத்திற்குரிய எனது விதிகளைச் சொல்கிறேன், தெரிந்து கொள்" என்று ஷா வேந்தன் அவனிடம் கூறினான். "என்னிடம் ஞானப் பூனை ஒன்று இருக்கிறது. அது எரியும் தீபங்களை தனது வாலில் ஏந்திக் கொண்டு இரவு முழுதும் ஆடாமல் அசையாமல் அமர்ந்திருக்கக் கூடியது. நாம் விளையாடும் நேரம் முழுதும் அது ஏழு தீபங்களை வாலில் ஏந்திக் கொண்டு உட்கார்ந்திருக்குமாயின், உன் செல்வங்களும் உன்னிடமுள்ள எல்லாப் பண்டங்களும் எனக்கு உரியனவாகிவிடும், உன்னைக் கட்டி இழுத்துச் சென்று பாதாள அறையில் தள்ளும்படி நான் கட்டளையிடுவேன். ஆனால் பூனை அதன் இடத்தை விட்டு இம்மியளவும் அசையுமாயின் என் கஜானா முழுதும் உனக்கே உரியது, உன் விருப்பம் போல என்னை நீ எது வேண்டுமானாலும் செய்யலாம்."

வணிகன் என்ன செய்வான்? வெளியே ஓடுவது சாத்தியமல்ல, ஆட்சேபிக்கவும் முடியாது. ஷாவின் நிபந்தனைகளை ஏற்றுக் கொள்வதைத் தவிர வேறு வழியில்லை. ஆகவே அவன் ஆட உட்கார்ந்தான். ஏன் இந்த நகருக்கு வந்தோமென மனத்துள் நொந்து கொண்டான்.

"சொத்துக்கள் போனால் போகட்டும், இங்கே தலை போகாமல் தப்ப வேண்டுமே!" என்று நினைத்துக் கொண்டான்.

---

* *நார்தி - சதுரங்கப் பலகையில் ஆடப்படும் 'திராப்ட்ஸ்' ஆட்டம்.*

ஷா வேந்தன் உடனே தனது ஞானப் பூனையை அழைத்தான். பூனை அவர்கள் முன்னால் வந்து வாலை வளைத்துக் கொண்டு உட்கார்ந்தது.

“தீபங்களைக் கொண்டு வா!” என்று உத்தரவிட்டான் வேந்தன்.

வேலையாட்கள் உடனே ஏழு தீபங்களை எடுத்து வந்து பூனையின் வால் மீது வரிசையாய் வைத்தனர்.

வணிகன் இடையிடையே பூனையைப் பார்த்தபடி காய்களை நகர்த்திக் கொண்டிருந்தான். ஆனால் பூனை கல்லாய்ச் சமைந்தது போல ஆடாமல் அசையாமல் அமர்ந்திருந்தது.

இவ்வாறு ஒரு நாள் கழிந்தது, பிறகு ஓர் இரவு, அதன்பின் இரு பகல்களும் இரு இரவுகளும் கழிந்தன. மாமேத் தொடர்ந்து ஷாவுடன் நார்தி ஆடிக் கொண்டிருந்தான். பூனை அசையாமல் அப்படியே உட்கார்ந்திருந்தது.

இதற்கு மேல் மாமேதால் பொறுக்க முடியவில்லை.

“இனி என்னால் ஆட முடியாது! ஷா வேந்தனே, வெற்றி உன்னுடையதே, ஒத்துக் கொள்கிறேன்” என்று கத்தினான்.

ஷா காத்திருந்தது இதற்காகத்தானே. உடனே வேலையாட்களை அழைத்து உத்தரவிட்டான்.

“வணிகனுடைய பண்டங்களையும் பொன்னையும் எடுத்து வந்து என்னிடம் கொடுங்கள்! இவனைக் கட்டிப் பாதாள அறையிலே தள்ளுங்கள்! என்றான்.

அவ்வாறே ஷாவின் வேலையாட்கள் வணிகனைப் பிடித்து இழுத்துச் சென்றனர், ஷாவின் உத்தரவுபடி யாவற்றையும் செய்தனர்.

பாதாள அறையில் தள்ளப்பட்ட மாமேத் அசட்டுத்தனமாய் இந்த நகரில் வந்து தங்கினோமே என்று தன்னைத் தானே கடிந்து கொண்டான், ஷா வேந்தனையும் அவனது ஞானப் பூனையையும் வாய்க்குள் சபித்துக் கொண்டான்.

இப்பொழுது நாம் மாமேதை இங்கேயே விட்டுவிட்டு, அவனுடைய மனைவி சர்னியார் என்ன செய்தாள் என்று பார்ப்போம்.

சர்னியார் கணவன் திரும்பி வருவான் என்று வீட்டிலே காத்திருந்து பார்த்தாள். ஆனால் அவன் வரவும் இல்லை, அவனைப் பற்றிய தகவல் எதுவும் கிடைக்கவும் இல்லை.

“அவனுக்கு ஏதேனும் நேர்ந்திருக்குமோ?” என்று நினைத்துப் பயந்தாள்.

நீண்ட நாட்கள் இப்படிப் பயந்தவாறே வாழ்ந்து வந்தாள். முடிவில் ஒரு நாள் மாமேதின் வேலையாள் மேல் எல்லாம் அழுக்கு படிந்து, ஆடைகள் கந்தலாய்க் கிழிந்து, அலங்கோலமான நிலையில் அவளிடம் ஓடி வந்தான்.

"அம்மா, அம்மா! தொலைதூர நாடு ஒன்றின் ஷா வேந்தன் எஜமானின் எல்லாப் பண்டங்களையும் பொன்னையும் அபகரித்துக் கொண்டதோடு, எஜமானைச் சிறையிலேயும் அடைத்துவிட்டான்! எப்படியோ உயிர் தப்பி நான் மட்டும் ஓடி வந்திருக்கிறேன். இனி நாம் என்ன செய்வோம்?" என்று அவன் புலம்பினான்.

அங்கு நடந்தவை யாவற்றையும் விவரமாய்ச் சொல்லும்படி சர்னியார் அந்த வேலையாளைக் கேட்டாள். அதன்பின் அவள், சுண்டெலிகளைப் பிடித்து வந்து ஒரு பெரிய பெட்டி நிறைய அடைக்கும்படி கட்டளையிட்டாள். ஆண் வேடம் பூண்டு தனது நீண்ட கூந்தலை உயரமான மென்முடித் தொப்பிக்குள் வைத்து மறைத்தாள். வெள்ளியும் பொன்னும் எடுத்துக் கொண்டு, தன் கணவனைச் சிறையிலிருந்து விடுவிப்பதற்காகக் கிளம்பினாள். சரக்கு வண்டிகளும் வேலையாட்களும் உடன்வர, அவள் புறப்பட்டுச் சென்றாள்,

இடையில் எங்கும் நிற்காமல், நேரத்தை வீணாக்காமல் பயணம் புரிந்து, தன் கணவன் சிறையில் அடைபட்டுக் கிடந்த நகருக்கு வந்து சேர்ந்தாள்.

அங்கு அவள் தனது வேலையாட்களில் சிலரைச் சத்திரத்தில் காத்திருக்கச் சொன்னாள். ஏனையோரைத் தன்னுடன் அழைத்துக் கொண்டு அரண்மனைக்குப் புறப்பட்டாள்.

சித்திர, வேலைப்பாடுகள் செய்யப்பட்ட ஒரு பெரிய தங்கத் தட்டில் விலை உயர்ந்த சன்மானங்கள் பலவும் வைத்து எடுத்துக் கொண்டு முன்னால் நடந்தாள். சுண்டெலிகள் பிடித்து வைக்கப்பட்டிருந்த பெட்டியுடன் அவளுடைய வேலையாட்கள் அவளைப் பின்தொடர்ந்து சென்றனர்.

அரண்மனை அருகே சென்றதும் சர்னியார் தன் வேலையாட்களிடம்-

ஷாவுடன் நான் நார்தி ஆடும்போது நீங்கள் பெட்டியிலுள்ள சுண்டெலிகள் ஒவ்வொன்றாய் அந்த மண்டபத்தினுள் விட வேண்டும்" என்று உத்தரவிட்டாள்.

பெட்டியுடன் வேலையாட்கள் அறைக் கதவுக்கு வெளியே காத்திருக்க, சர்னியார் ஷாவின் மண்டபத்தினுள் சென்றாள்.

"ஷா வேந்தனே, மன்னாதி மன்னனே! நீ நீடூழி வாழ வேண்டும்! உனது நாட்டின் பழக்கப்படி நான் விலை உயர்ந்த சன்மானங்கள் கொண்டு வந்திருக்கிறேன்" என்று அவள் ஷாவிடம் கூறினாள்.

அவளை ஆடவன் என்று ஷா வேந்தன் நினைத்துக் கொண்டான். எல்லாச் சிறப்புகளுடன் அவளுக்கு வரவேற்பு அளித்து அரிய உண்டி வகைகளை வைத்து உபசரித்தான். பிறகு அவளைத் தன்னுடன் நார்தி ஆடும்படி அழைத்தான்.

"மன்னாதி மன்னனே, உன்னுடைய நிபந்தனைகள் என்னவோ?" என்று சர்னியார் கேட்டாள்.

“எனது ஞானப் பூனை அதற்குரிய இடத்தை விட்டு நகரும் வரை நாம் ஆட வேண்டும்” என்று சொன்னான் வேந்தன்.

“உன்னுடைய ஞானப் பூனை அதன் இடத்திலிருந்து நகருமாயின் என்ன ஆவது? என்று சர்னியார் கேட்டாள்.

“அது நகருமாயின் நான் எனது தோல்வியை ஏற்றுக் கொள்கிறேன், நீ என்னை என்ன வேண்டுமானாலும் செய்யலாம்.”

“சரி, ஆட்டத்தைத் தொடங்குவோம்” என்றாள் சர்னியார்.

வேந்தன் தனது ஞானப் பூனையை அழைத்தான். பூனை அடி மேல் அடி வைத்து உள்ளே வந்து ஆடம்பரமாய் அவன் எதிரே கம்பளத்தின் மேல் அமர்ந்தது. பிறகு ஷாவின் வேலையாட்கள் எரியும் ஏழு தீபங்களை எடுத்து வந்து பூனையின் வாலில் வரிசையாய் வைத்தனர்.

பிறகு சர்னியாருடன் ஷா வேந்தன் நார்தி ஆடத் தொடங்கினான். இந்த இளம் வணிகன் தனது தோல்வியை ஏற்றுக் கொள்ளும் தருணம் எப்பொழுது வருமென்று எதிர்பார்த்துப் புன்சிரிப்பு சிரித்துக் கொண்டு ஆடினான்.

சர்னியாரின் வேலையாட்கள் இப்பொழுது பெட்டியைத் திறந்து ஒரு சுண்டெலியை ஷாவின் மண்டபத்தினுள் விட்டனர்.

சுண்டெலியைக் கண்டதும் பூனையின் கண்கள் பளிச்சிட்டன. அது பரபரப்படைந்து தன் இடத்தை விட்டு நகரப் பார்த்தது. ஆனால் ஷா அதை முறைத்துப் பார்க்கவே உடனே அது அமைதியடைந்து அப்படியே உறைந்துவிட்டாற்போல் அசைவின்றி அமர்ந்திருந்தது.

சற்று நேரத்துக்கெல்லாம் சர்னியாரின் வேலையாட்கள் மேலும் சில சுண்டெலிகளை மண்டபத்தினுள் விட்டனர். அவை தரையில் அங்குமிங்கும் ஓடின, சுவர்களுக்கு அருகே துள்ளிக் குதித்தன. ஞானப் பூனைக்கு இது மட்டு மீறியதாகிவிட்டது. ‘மியாவ்’ என்று கத்தியவாறு திடுமெனத் தாவிற்று, உடனே ஏழு தீபங்களும் தரையிலே விழுந்தன. ஆனால் பூனை இதைப் பற்றிக் கவலைப்படவில்லை. சுண்டெலிகளை விரட்டிக் கொண்டு அறை எங்கும் ஓடிற்று.

ஷாஎவ்வளவோகூச்சலிட்டுக்கத்தியும்ஞானப்பூனைசெவிசாய்க்கவில்லை.

அதன் பிறகுதான் சர்னியார் தனது வேலையாட்களைக் கூப்பிட்டாள். அவர்கள் உள்ளே ஓடி வந்து ஷாவின் கைகளையும் கால்களையும் இறுகக் கட்டினர். பிறகு ஷா வேந்தன் கருணை காட்டுமாறு கதறும்படி, தோல் வார்களால் அவனை வெளுத்து வாங்கினர்.

“சிறையிலே அடைத்தேனே, அவர்கள் எல்லோரையும் வெளியே விட்டுவிடுகிறேன், அவர்களிடமிருந்து அபகரித்தவற்றை எல்லாம் திருப்பித்

தந்து விடுகிறேன், என்னை அடிக்காதீர்கள், கருணை காட்டுங்கள்!" என்று வேந்தன் கதறினான்.

ஆனால், சர்னியாரின் ஆட்கள் அவனை விடவில்லை, நையப் புடைத்தனர். ஷா வேந்தன் தொண்டை கிழியக் கூக்குரலிட்டதைக் கேட்ட குடிமக்கள் அவனுக்கு உதவி புரிய வரவில்லை. வேந்தனின் கொடுங்கோன்மையும் பேராசையும் அவனுக்கு எல்லோரது வெறுப்பையும் தேடித் தந்திருந்தன.

சர்னியார் தனது கணவனையும் ஏனைய கைதிகளையும் பாதாள அறையிலிருந்து விடுதலை செய்யும்படியும், ஷாவை இழுத்துச் சென்று அவ்வறையில் தள்ளும்படியும் உத்தரவிட்டாள்.

பிறகு சர்னியாரும் மாமேதும் அவர்களுடைய சொந்த நகரான மிசாருக்குத் திரும்பிச் சென்று எந்தக் குறையுமின்றி இனிது வாழ்ந்தனர். நீங்களும் அவ்வாறே வாழ வேண்டுமென வாழ்த்துகிறேன்.

விண்ணிலிருந்து மூன்று ஆப்பிள்கள் விழுந்திருக்கின்றன- ஒன்று எனக்கு, இன்னொன்று இந்தக் கதையைச் சொன்னவருக்கு, மூன்றாவது இந்தக் கதையைக் கேட்டவருக்கு!

♦

முழுச் சோம்பேறி ஷேய்துல்லா

அஸர்பெய்ஜான் நாட்டுக்கதை

நமக்கெல்லாம் மிக நெடுங்காலத்துக்கு முன்பு ஷேய்துல்லா என்றொருவன் இருந்தான். அவன் வேலை செய்ய விரும்பாத முழுச் சோம்பேறி.

பல நாட்கள் அவன் மனைவியும் குழந்தைகளும் சாப்பிட ஒன்றுமில்லாமல் பட்டினி கிடந்தனர். புத்தாடை வாங்கலாமென அவர்கள் கனவிலும் நினைக்க முடியவில்லை.

வேலை செய்யாமலே படுத்துக் கிடந்தால் குடும்பம் என்னாவது என்று அவன் மனைவி அவனைக் கோபித்துக் கொள்வாள்.

“நீ கவலைப்படாதே, எல்லாம் சரியாகிவிடும்!” என்று ஷேய்துல்லா அவளிடம் சொல்வான். “இப்பொழுது வறுமையில் வாடுகிறோம், ஆனால் விரைவில் நமக்குச் செல்வம் கிடைக்கப் போகிறது!”

“நன்றாய் இருக்கிறதே! சிறு விரலை அசைப்பதற்குக்கூட விருப்பமின்றி நாள் தவறாமல் வீட்டிலே படுத்துக் கிடக்கிறாய் நீ. நமக்கு எங்கிருந்து செல்வம் கிடைக்கும்?” என்று அவள் புலம்புவாள்.

“காத்திரு, காலம் வரும்! நாம் செல்வந்தர்களாகப் போகிறோம், பாரேன்!” என்று திரும்பவும் சொல்லிவிட்டு ஷேய்துல்லா சும்மாயிருப்பான்.

மனைவி காத்திருந்தாள், குழந்தைகள் காத்திருந்தனர். ஆனால் காலம் வரவில்லை. எப்பொழுதும் போல ஏழைகளாகவே இருந்தார்கள்.

“காத்திருந்து பயனில்லை, இம்மாதிரியே போனால் நாம் பட்டினியால் சாக வேண்டியதுதான்” என்று மனைவி முறையிட்டாள்.

ஆகவே ஷேய்துல்லா தனது ஏழ்மைக்கு எப்படி முடிவு கட்டுவதென்று யாராவது மகானிடம் சென்று புத்திமதி கேட்பதென முடிவு செய்து கொண்டான். பயணத்துக்குத் தயார் செய்து, புறப்பட்டுச் சென்றான்.

மூன்று பகலும் மூன்று இரவும் நடந்தபின் எலும்பும் தோலுமான ஒரு ஓநாயைச் சாலையில் சந்தித்தான்.

"தம்பி, நீ எங்கே போகிறாய்?" என்று ஓநாய் அவனைக் கேட்டது.

"எப்படிச் செல்வந்தன் ஆவதென்று புத்திமதி கேட்பதற்காக ஒரு மகானைத் தேடிச் செல்கிறேன்" என்றான் ஷேய்துல்லா.

"அப்படியே நீ அவரிடம் விசாரித்து நான் என்ன செய்யலாமெனத் தெரிந்து கொண்டு வாயேன்" என்று அந்த ஓநாய் ஷேய்துல்லாவை வேண்டிற்று. "மூன்று ஆண்டுகளாய் நான் வயிற்று வலியால் துன்புறுகிறேன். இராப் பகலாய் வலி என்னை வதைக்கிறது. நீ பார்க்கப் போகும் மகான் நான் இந்த வயிற்று வலியிலிருந்து விடுதலை பெற ஏதாவது வழி சொல்வார்" என்றது ஓநாய்.

"சரி, அவரிடம் கேட்டுத் தெரிந்து வருகிறேன்" என்று ஷேய்துல்லா பதிலளித்தான்.

பிறகு அவன் தன் பாதையில் தொடர்ந்து சென்றான்.

மீண்டும் மூன்று பகலும் மூன்று இரவும் நடந்தபின் சாலையோரத்தில் ஓர் ஆப்பிள் மரத்தைக் கண்ணுற்றான்.

"தம்பி, நீ எங்கே போகிறாய்?" என்று ஆப்பிள் மரம் அவனைக் கேட்டது.

"வேலை செய்யாமலே நன்றாய் வாழ்வது எப்படியென்று புத்திமதி கேட்பதற்காக ஒரு மகானை தேடிச் செல்கிறேன்."

"நான் என்ன செய்வதென்பதையும் அவரிடம் கேட்டுத் தெரிந்து கொண்டு வாயேன்" என்றது அந்த ஆப்பிள் மரம். "வசந்தம் பிறந்ததும் நிறைய மொக்குகள் விடுகிறேன், ஆனால் மொக்குகள் மலர்ந்ததும் கருகிவிடுகின்றன, காய்ப்பதே இல்லை. இது ஏன் என்று அந்த மகானிடம் கேட்டுப் பாரேன்" என்று அது வேண்டிற்று.

"சரி, கேட்டுப் பார்க்கிறேன்" என்று சொல்லி ஷேய்துல்லா தொடர்ந்து நடந்தான்.

மீண்டும் மூன்று பகலும் மூன்று இரவும் நடந்த பின் ஆழமான ஓர் ஏரியை வந்தடைந்தான்.

திடுமென ஒரு பெரிய மீன் நீருக்குமேல் தலையை உயர்த்திற்று.

"தம்பி, நீ எங்கே போகிறாய்? என்று கேட்டது அந்த மீன்.

"புத்திமதியையும் உதவியையும் நாடி ஒரு மகானைத் தேடிச் செல்கிறேன்."

"என் சார்பிலும் நீ அவரிடம் ஒன்று கேட்டுத் தெரிந்து வாயேன்" என்றது அந்த மீன். "ஏழு ஆண்டுகளாய்த் தொண்டையில் எனக்கு வலிக்கிறது, தாங்க முடியவில்லை. இந்த வலி தீர்வதற்கு வழி என்னவென்று அந்த மகானுக்குத் தெரிந்திருக்கலாம், கேட்டுப் பாரேன்" என்று அது வேண்டிக் கொண்டது.

"சரி, கேட்டுப் பார்க்கிறேன். என்று கூறிவிட்டு ஷேய்துல்லா தொடர்ந்து நடந்தான்.

மூன்று பகலும் மூன்று இரவும் நடந்தபின் ரோஜாச் செடிகள் அடர்ந்திருந்த ஓரிடத்தை அடைந்தான். நீளமான வெண்ணிறத் தாடியுடைய கிழவர் ஒருவர் அங்கே ஒரு செடிக்கடியில் உட்கார்ந்திருக்கக் கண்டான்.

ஷேய்துல்லாவைப் பார்த்ததும் அந்தக் கிழவர், "ஷேய்துல்லாவா? வா தம்பி, உனக்கு என்ன வேண்டும்?" என்று கேட்டார்.

ஷேய்துல்லாவுக்குத் தூக்கிவாரிப் போட்டது.

"என்னுடைய பெயர் உங்களுக்கு எப்படித் தெரியும்? நான் தேடிச் செல்லும் மகான் நீங்கள்தானோ?" என்றான் அவன்.

"ஆம், நான்தான். என்னிடம் நீ கேட்க விரும்புவது என்ன? சீக்கிரமாய்ச் சொல்" என்றார் அந்தக் கிழவர்.

தான் வந்த காரணத்தையும், தான் தெரிந்து கொள்ள விரும்பியதையும் ஷேய்துல்லா அவரிடம் சொன்னான்.

"என்னிடம் நீ தெரிந்து கொள்ள விரும்புவது வேறு ஒன்றும் இல்லையா?" என்று அந்த மகான் கேட்டார்.

"இருக்கிறது" என்றான் ஷேய்துல்லா. ஓநாயும் ஆப்பிள் மரமும் மீனும் அவரிடம் கேட்டுத் தெரிந்து வருமாறு சொல்லியவற்றை அவரிடம் கூறினான்.

மகான் யாவற்றுக்கும் பதில் அளித்தார்:

"அந்த மீனுடைய தொண்டையில் ஒரு பெரிய இரத்தினம் அடைத்துக் கொண்டிருக்கிறது. இந்த இரத்தினக் கல்லை வெளியே எடுத்ததும் மீனுக்குத் தொண்டை வலி நின்றுவிடும். ஆப்பிள் மரத்துக்கு அடியில் ஒரு பெரிய பானை நிறைய வெள்ளிக் காசு புதைக்கப்பட்டிருக்கிறது. இந்தப் பானையைத் தோண்டியெடுத்ததும் ஆப்பிள் மரத்தின் மலர்கள் கருகாமல் நிறைய காய்க்கத் தொடங்கும். ஓநாயின் வயிற்று வலி தீர வேண்டுமானால் அது தன் எதிரே வரும் முதலாவது சோம்பேறியை அடித்துத் தின்ன வேண்டும்."

"என்னுடைய வேண்டுகோள் குறித்து ஒன்றும் சொல்லவில்லையே" என்றான் ஷேய்துல்லா.

"உனக்கு வேண்டியவை யாவும் உனக்குத் தரப்பட்டுள்ளன, போய் வா!"

அளவிலா ஆனந்தமடைந்த ஷேய்துல்லா அதற்குமேல் மகானிடம் எதுவும் கேட்கவில்லை. வீட்டுக்குத் திரும்பி நடந்தான்.

ஓயாமல் நடந்து, அந்தப் பெரிய மீன் ஆவலுடன் காத்திருந்த ஏரியை வந்தடைந்தான்.

"மகான் எனக்குக் கூறியது என்ன?" என்று அது அவனைக் கேட்டது.

"உன் தொண்டையில் ஓர் இரத்தினம் அடைத்துக் கொண்டிருக்கிறது, அதை வெளியே எடுத்ததும் உன் தொண்டை வலி நின்று விடும்" என்று சொல்லிவிட்டு ஷேய்துல்லா அவசரமாய் அங்கிருந்து செல்வதற்காக அடியெடுத்து வைத்தான்.

"தம்பி, என்மீது இரக்கம் கொண்டு என் தொண்டையிலிருந்து இரத்தினத்தை வெளியே எடுத்துவிட்டுப் போயேன்!" என்று அந்த மீன் மன்றாடியது. "நீ என் தொண்டை வலி நிற்பதற்கு உதவுவதோடு, உனக்கு ஓர் இரத்தினத்தையும் பெற்றுக் கொள்வாய்" என்றது.

"எனக்கு இந்த வேலையும் வேண்டாம், உன் இரத்தினமும் வேண்டாம்! விரலை அசைக்காமலே நான் பணக்காரனாகப் போகிறேன்!" என்று சொல்லிவிட்டு ஷேய்துல்லா அங்கிருந்து நடந்தான்.

ஆப்பிள் மரத்தை வந்தடைந்தான். அவனைக் கண்டதும் அதன் கிளைகள் ஆடிக் குலுங்கின, அதன் தழைகள் சலசலத்தன.

"எனக்கு என்ன நிவாரணமென மகானிடம் விசாரித்தாயா?" என்று ஆப்பிள் மரம் கேட்டது.

"விசாரித்தேன்" என்றான் ஷேய்துல்லா. "உன் வேர்களுக்கு அடியில் ஒரு பெரிய பானை நிறைய வெள்ளிக் காசு புதைந்திருக்கிறது. பானையைத் தோண்டியெடுத்துவிட வேண்டும். பிறகு உனது மலர்கள் கருகாமல் ஆப்பிள்களாய்க் காய்க்கும்" என்று சொல்லி விட்டு அங்கிருந்து செல்லப் போனான்.

ஆனால் ஆப்பிள் மரம் அவனிடம் மன்றாடியது. "நீ தயவு புரிய வேண்டும்! என் வேர்களுக்கு அடியில் பானையிலுள்ள வெள்ளியைத் தோண்டி வெளியே எடுத்துவிட்டுப் போயேன். எனக்கும் உதவியாய் இருக்கும், உனக்கும் வெள்ளி கிடைக்கும்" என்றது.

"ஓ, எனக்கு ஏன் இந்த வேலை? எப்படியும் யாவும் எனக்குக் கிடைக்குமென மகான் சொல்லியிருக்கிறாரே" என்று பதிலளித்துவிட்டு ஷேய்துல்லா அங்கிருந்து சென்றான்.

தொடர்ந்து அவன் நடந்தான். எலும்பும் தோலுமாய் அந்த ஓநாயைச் சந்திக்கும் வரை நடந்தான். ஷேய்துல்லாவைப் பார்த்ததும் ஓநாய் பரபரப்படைந்துவிட்டது.

“சரி, எனக்கு மகான் அளித்த ஆலோசனை என்ன?” என்று அவனை அது கேட்டது. “சீக்கிரமாய்ச் சொல்லு, எனக்கு வயிற்று வலி தாங்க முடியவில்லை!...” என்றது.

“நீ சந்திக்கும் முதலாவது சோம்பேறியை அடித்துத் தின்றாயானால், உடனே நலமடைந்துவிடுவாய்” என்று ஷேய்துல்லா பதிலளித்தான்.

ஓநாய் ஷேய்துல்லாவுக்கு நன்றி தெரிவித்தது. வருகிற வழியில் அவன் பார்த்தவற்றையும் செய்தவற்றையும் சொல்லும்படி கேட்டது அது. மீனையும் ஆப்பிள் மரத்தையும் பார்த்தது குறித்தும், அவை உதவுமாறு தன்னைக் கேட்டது குறித்தும் ஷேய்துல்லா ஓநாயிடம் சொன்னான்.

“ஆனால் அவர்களுக்கு நான் ஏன் உதவ வேண்டும்? நான்தான் எப்படியும் பணக்காரனாகப் போகிறேனே!” என்று கூறினான் ஷேய்துல்லா.

இதைக் கேட்டு ஓநாய் மட்டற்ற மகிழ்ச்சியடைந்தது.

“சோம்பேறியைத் தேடிக் கொண்டு நான் எங்கும் செல்ல வேண்டியதில்லை, தானாகவே அவன் என்னிடம் வந்துவிட்டான். இந்த ஷேய்துல்லாலைக் காட்டிலும் பெரிய முட்டாளும் சோம்பேறியுமான ஒருவனை உலகில் காண முடியாது” என்று ஓநாய் தன்னுள் கூறிக் கொண்டது.

உடனே அது ஷேய்துல்லா மீது பாய்ந்து அவனை அப்படியே விழுங்கிற்று!

முழுச் சோம்பேறி ஷேய்துல்லாவின் கதை அதோடு முடிவடைந்தது.

வானத்திலிருந்து மூன்று ஆப்பிள்கள் விழுந்திருக்கின்றன. ஒன்று இந்தக் கதையைச் சொன்னவருக்கு, மற்றொன்று இதைக் கேட்டுக் கொண்டிருந்தவருக்கு, மூன்றாவது ஏனைய எல்லோருக்கும்.

♦

மன்னனும் நெசவாளியும்

ஆர்மீனிய நாட்டுக்கதை

ஒரு காலத்தில் ஒரு ஜார் மன்னன் இருந்தான்.

ஒரு நாள் அவன் அரியாசனத்தில் அமர்ந்திருக்கையில் தொலைதூர நாடு ஒன்றிலிருந்து வேறொரு ஜார் மன்னனின் தூதன் அவனிடம் வந்தான். வந்தவன் வாய் திறந்து ஒரு வார்த்தை பேசாமல் ஜாரின் அரியாசனத்தைச் சுற்றி வட்டமாய்ச் சுண்ணக்கட்டியால் கோடு வரைந்துவிட்டு மௌனமாய் விலகிச் சென்று நின்றான்.

மன்னனுக்கு ஒன்றும் புரியவில்லை.

"இதன் பொருள் என்ன?" என்று கேட்டான்.

ஆனால் தூதன் பதில் சொல்லாமல் மௌனமாய் நின்றான்.

மன்னனை இது கலக்கமுறச் செய்தது. அவன் தனது அமைச்சர்களையும் ஆலோசகர்களையும் அழைத்து அரியாசனத்தைச் சுற்றி வரையப்பட்ட இந்தக் கோட்டின் பொருள் என்னவென்று விளக்கும்படி உத்தரவிட்டான்.

அமைச்சர்களும் ஆலோசகர்களும் அந்தக் கோட்டைச் சுற்றி வந்து பரிசீலித்துப் பார்த்தனர். ஆனால் அவர்களால் அதற்கு விளக்கம் சொல்ல முடியவில்லை.

மன்னனுக்குக் கோபம் வந்துவிட்டது.

"வெட்கக்கேடு இது!" என்று அவன் கூச்சலிட்டான். "உங்களுக்கு வெட்கமாய் இல்லையா? என்னுடைய அரியாசனத்தைச் சுற்றியுள்ள இந்தக் கோட்டின் பொருளை ஊகிக்கக் கூடியவர் எனது நாட்டில் யாருமே இல்லையா?" என்று கேட்டான்.

தனது அரசிலுள்ள அறிவாளிகள் எல்லோரையும் அழைத்து இந்தச் சுண்ணக் கோடு குறிப்பதென்ன என்று சொல்லச் சொல்லும்படி மன்னன் கட்டளையிட்டான். இந்த அறிவாளிகளால் விளக்கம் சொல்ல முடியவில்லையென்றால் அவர்கள் சிரச் சேதம் செய்யப்படுவர் என்று அறிவிக்கச் சொன்னான்.

அமைச்சர்கள் அறிவாளிகளைத் தேடிக் கொண்டு நாற்றிசையிலும் சென்றனர். நகரிலும் எல்லாக் கிராமங்களிலும் அலைந்தனர், வீடு வீடாய்ச் சென்று தேடினர். கடைசியாய் அவர்கள் ஒரு சிறிய வீட்டுக்குள் சென்றபோது அது காலியாகவும் நிசப்தமாகவும் இருக்கக் கண்டார்கள். ஆனால் அதனுள் ஒரு தொட்டில் மட்டும் தானாகவே ஆடிக் கொண்டிருந்தது.

"என்ன இது? வீட்டில் யாரும் இல்லை, தொட்டில் எப்படி ஆடுகிறது?" என்று அமைச்சர்கள் ஒருவரையொருவர் கேட்டுக் கொண்டார்கள்.

வியந்தவாறு அதைப் பார்த்துக் கொண்டு நின்றனர். பிறகு இரண்டாவது அறைக்குள் சென்றார்கள். இங்கும் ஒரு தொட்டில் இருந்தது, அருகே யாரும் இல்லையென்றாலும் அதுவும் ஆடிக் கொண்டிருந்தது.

அமைச்சர்கள் வியப்புற்றுவிட்டனர். பிறகு அவர்கள் வீட்டின் கூரைத் தளத்தின்மீது ஏறிப் பார்த்தனர். அங்கே கோதுமை காய வைக்கப்பட்டிருந்தது, மேலே பறவைகள் வட்டமிட்டுக் கொண்டிருந்தன. இந்தப் பறவைகள் கோதுமையைக் கொத்தித் தின்ன விரும்பின, ஆனால் அதன் அருகே வர அஞ்சின. ஏனெனில் கூரையில் பொருத்தப்பட்டிருந்த ஒரு பெரிய விசிறி ஆடி வீசி எந்தப் பறவையும் கோதுமையை அணுகவிடாமல் விரட்டிற்று.

அமைச்சர்கள் முன்னிலும் அதிகமாய் வியப்புற்றுப் போயினர்.

“எப்படி இந்த விசிறி ஆடுகிறது? காற்று வீசவில்லை, அருகிலுள்ள மரங்களில் கிளைகளோ, இலைகளோ ஆடாமலிருக்க, விசிறி மட்டும் ஆடிகிறதே! என்ன விந்தை இது?” என்று அவர்கள் பேசிக் கொண்டார்கள்.

கூரையிலிருந்து இறங்கி மீண்டும் வீட்டுக்குள் சென்றார்கள். கடைசி அறையான மூன்றாவது அறைக்குள் நுழைந்தார்கள். அங்கே ஒரு நெசவாளி தன் தறியின் முன்னால் அமர்ந்து நெய்து கொண்டிருந்தான்.

“உன்னுடைய வீட்டில் நம்ப முடியாத அதிசயங்கள் நடைபெறுகின்றனவே” என்று அமைச்சர்கள் அந்த நெசவாளியிடம் கூறினர். “யாரும் இல்லாத காலி அறைகளில் தொட்டில்கள் தாமாகவே ஆடுவது எப்படி? காற்று வீசாதபோது கூரையிலே விசிறி ஆடியசைவது எப்படி?” என்று அவர்கள் கேட்டனர்.

“அதிசயம் ஒன்றும் இல்லை, நான்தான் அவற்றை ஆட வைக்கிறேன்” என்று நெசவாளி பதிலளித்தான்.

“எங்களைக் கேலியா செய்கிறாய் நீ!” என்று அமைச்சர்கள் இரைந்தனர். “இங்கே நெய்து கொண்டு உட்கார்ந்திருக்கும் நீ எப்படி அவற்றை ஆட்ட முடியும்?” என்று கேட்டனர்.

“இங்கிருந்து அவற்றை ஆட்டுவது பெரிய காரியமல்ல” என்று நெசவாளி பதிலளித்தான். “என்னுடையதறியுடன்மூன்றுகயிறுகளைஇணைத்திருக்கிறேன். ஒரு கயிற்றை முதலாவது தொட்டிலுடனும், இன்னொன்றை இரண்டாவது தொட்டிலுடனும், மூன்றாவதை விசிறியுடனும் கட்டியிருக்கிறேன். நான் நெய்யும்போது இந்தக் கயிறுகள் இழுக்கப்படுகின்றன, இவை தொட்டில்களையும் கூரையிலுள்ள விசிறியையும் ஆட்டுகின்றன” என்று விளக்கினான்.

அமைச்சர்கள் நெருங்கிச் சென்று பார்த்தனர். நெசவாளி சொன்னது மெய்தான் என்பது தெரிந்தது. தறியுடன் மூன்று கயிறுகள் இணைக்கப்பட்டிருந்தன. இரு கயிறுகள் தொட்டில்களுக்கும், மூன்றாவது கயிறு விசிறிக்கும் சென்றன.

“அற்புதமான ஏற்பாடு! நெசவாளி மெய்யாகவே கூர் அறிவுடையவனாய் இருக்கிறான்! நமக்கு வேண்டியவன் இவனேதான்!” என்று அமைச்சர்கள் கூறிக் கொண்டார்கள். “நெசவாளியே, நீ எங்களுடன் ஜார் மன்னனிடம் வர வேண்டும், புதிருக்கு உன்னால் விடை கூற முடிந்தாலும் முடியலாம்” என்று நெசவாளியை அழைத்தனர்.

“முதலில் புதிர் என்னவென்று சொல்லுங்கள்” என்றான் நெசவாளி.

அமைச்சர்கள் கூறினர்:

“நாம் அறியாத ஒரு நாட்டின் ஜாரிடமிருந்து ஒரு தூதன் அண்மையில் நமது ஜாரிடம் வந்தான். அவன் சுண்ணக் கட்டியால் நமது ஜாரின் அரியாசனத்தைச் சுற்றி ஒரு கோடு வரைந்தான். இந்தக் கோட்டின் பொருள் நமது ஜாருக்குப்

புரியவில்லை, அவன் உதவியாளர்கள், ஆலோசகர்கள் யாராலும் விளக்கிச் சொல்ல முடியவில்லை. இந்தக் கோட்டின் பொருளை விளக்கிச் சொல்ல வல்ல அறிவாளியை நாங்கள் தேடி வந்திருக்கிறோம். உன்னால் விளக்க முடிந்தால் ஜார் உனக்கு நிறைய வெகுமதி தருவார்.''

ஜாரின் தூதர்கள் கூறியதைக் கேட்ட நெசவாளி சற்று நேரம் ஆழ்ந்த சிந்தனையில் மூழ்கியிருந்தான். பிறகு குழந்தைகள் விளையாடும் முட்டியெலும்புகளில் இரண்டை எடுத்துத் தனது பைக்குள் வைத்துக் கொண்டான். கோழி ஒன்று வேண்டுமென்று சொல்லி வெளியே முற்றத்துக்குச் சென்றான்.

அமைச்சர்கள் ஒன்றும் புரியாமல் திகைப்புடன் ஒருவரையொருவர் பார்த்துக் கொண்டார்கள்.

"கோழி எதற்காக?'' என்று அவர்கள் கேட்டனர்.

"எனக்கு அது வேண்டியிருக்கும்'' என்று சொல்லி, நெசவாளி ஒரு கோழியைப் பிடித்துக் கூடைக்குள் போட்டுக் கொண்டான்.

இதன்பின் எல்லோருமாய் ஜாருடைய அரண்மனைக்குச் சென்றார்கள்.

அரண்மனைக்குள் சென்ற நெசவாளி ஜார் மன்னனுக்கு வணக்கம் தெரிவித்துவிட்டு அரியாசனத்தைச் சுற்றி வரையப்பட்டிருந்த வெள்ளைக் கோட்டையும் பிறகு அதை வரைந்த ஆளையும் உற்று நோக்கினான். பிறகு தான் கொண்டு வந்திருந்த முட்டியெலும்புகள் இரண்டையும் எடுத்து அந்த ஆளின் காலடியில் போட்டான்.

உடனே அந்த ஆள் வாய் திறந்து ஒரு வார்த்தை சொல்லாமலே தன்னுடைய பையிலிருந்து ஒரு பிடி தானியத்தை எடுத்துத் தரையிலே இறைத்தான்.

நெசவாளி சிரித்துவிட்டுக் கூடையிலிருந்து கோழியை எடுத்துத் தானியம் இறைந்து கிடந்த தரையிலே விட்டான். கோழி ஆவலாய் அந்தத் தானியத்தைக் கொத்தித் தின்றது. விரைவில் ஒரு தானிய மணிகூட பாக்கியில்லாமல் யாவற்றையும் தின்று விட்டது.

இதைக் கண்ட அந்தத் தூதன் பேசாமல் அரண்மனையை விட்டு அவசரமாய் வெளியேறினான்.

அந்தத் தூதுவனும் நெசவாளியும் செய்தவற்றைப் பார்த்துக் கொண்டிருந்த மன்னனும் அவன் ஆலோசகர்களும் ஒன்றும் புரியாமல் விழித்தனர்.

"இந்தத் தூதனின் செயல்களுக்கு என்ன அர்த்தம்'' என்று நெசவாளியை மன்னன் கேட்டான்.

"அந்தத்தூதன்தனது நாட்டின்ஜார்நம் நாட்டின்மீது போர்தொடுப்பதாகவும், நாற்புறமிருந்தும் நம்மைச் சுற்றி வளைத்துக் கொள்ளப் போவதாகவும் நமக்கு உணர்த்த விரும்பினான்'' என்று நெசவாளி பதிலளித்தான். "நாம் போராடப்

போகிறோமா, அல்லது சரணடைய விரும்புகிறோமா என்று தெரிந்து கொள்ள ஆசைப்பட்டான். தங்களுடைய அரியாசனத்தைச் சுற்றி அவன் வரைந்த கோட்டுக்கு இதுதான் அர்த்தம்'' என்றான்.

“ஆம், அப்படித்தான் இருக்க வேண்டும்! இப்பொழுது எனக்குப் புரிகிறது'' என்றான் ஜார் மன்னன். “ஆனால் நீ ஏன் இரண்டு முட்டியெலும்புகளை அவன் காலடியில் எறிந்தாய்? என்று நெசவாளியைக் கேட்டான்.

“அவர்களைவிட நாம் பலம் படைத்தவர்களென்றும், அவர்களால் நம்மைத் தோற்கடிக்க முடியாதென்றும் அவனுக்குத் தெரிவிப்பதற்காக நான் முட்டியெலும்புகளை அவன் அருகே எறிந்தேன்'' என்றான் நெசவாளி. “எங்களுடன் ஒப்பிட்டால் நீங்கள் சிறு பிள்ளைகளைப் போன்றவர்கள், எங்களுடன் போருக்கு வருவதற்குப் பதிலாய் நீங்கள் உங்கள் வீட்டில் முட்டியெலும்புகளை வைத்து விளையாடுவதுதான் நல்லது'' என்று நான் அவனிடம் சொல்ல விரும்பினேன்-இதுதான் என்னுடைய செயலின் பொருள்'' என்றான்.

“ஆம், இப்பொழுது விளங்குகிறது எனக்கு!'' என்றான் மன்னன்.

“ஆனால் அவன் ஒரு பிடி தானியத்தைத் தரையிலே இறைத்ததற்கும் நீ கோழியைக் கூடையிலிருந்து எடுத்துக் கீழே விட்டதற்கும் அர்த்தம் விளங்கவில்லையே'' என்றான்.

“அதற்குரிய விளக்கமும் எளிதுதான்'' என்று சொன்னான் நெசவாளி. “ஒரு பிடி தானியத்தை இறைத்ததன் மூலம் அந்தத் தூதன் தன்னுடைய ஜாரின் படைகளில் எண்ணற்ற வீரர்கள் இருக்கிறார்கள் என்று நமக்குத் தெரிவிக்க விரும்பினான். நம்மீது அவர்கள் போர் தொடுத்தார்களாயின் அவர்களுடைய படை வீரர்களில் ஒருவன்கூட உயிர் பிழைக்க மாட்டான் என்பதை நான் அவனுக்கு உணர்த்துவதற்காகக் கோழியைக் கீழே விட்டு தானிய மணிகளைக் கொத்தித் தின்னும்படி வைத்தேன்'' என்று நெசவாளி விளக்கினான்.

“அது அவனுக்குப் புரிந்ததா?''

“புரிந்துதான் இருக்க வேண்டும், அவ்வளவு அவசரமாய் இங்கிருந்து நடையைக் கட்டினானே.''

நெசவாளிக்கு மன்னன் விலை உயர்ந்த சன்மானங்கள் கொடுத்தான்.

“நெசவாளியே, நீ எனது அரண்மனையிலேயே இருக்க வேண்டும், உன்னை எனது தலைமை அமைச்சராக்க விரும்புகிறேன்'' என்று மன்னன் கூறினான்.

“வேண்டாம், நான்தலைமை அமைச்சராக வேண்டுமென விரும்பவில்லை'' என்று நெசவாளி பதிலளித்தான். “எனக்கு எனது சொந்த வேலைகள் இருக்கின்றன'' என்று சொல்லி அங்கிருந்து வெளியே சென்றான்.

அனயீத்

ஆர்மீனிய நாட்டுக் கதை

ஜார் வேந்தன் வச்சேயின் ஒரே மகனாகிய இளம் வச்சகான் வசந்த பருவத்தில் ஒருநாள் காலையில் உப்பரிகையிலே நின்று கொண்டிருந்தான். அரண்மனைத் தோட்டத்தில் புள்ளினங்கள் எல்லாம் பாட்டிசைத்தன. ஆனால் குயிலைப் போல் வேறு எந்த பறவையாலும் அவ்வளவு இனிமையாய்ப் பாட முடியவில்லை. குயில் தனது மதுர கானத்தைப் பொழியத் தொடங்கியதும் ஏனைய எல்லாப் பறவைகளும் பாடுவதை நிறுத்தி மௌனமாய் அதைக் காது கொடுத்துக் கேட்க ஆரம்பித்துவிடும். குயில் இசையினது இனிமையின் இரகசியம் என்னவென்று தெரிந்து கொள்ள அவை முயற்சி செய்யும். குயிலைப் போலவே ஒரு பறவை கூவிப் பார்க்கும், மற்றொன்று குயிலின் கானத்தை இசைக்க முயற்சி செய்யும். மூன்றாவது பறவை ஒன்று குயிலைப் போல சீழ்க்கையடிக்க முற்படும். தாம் கற்றுக் கொண்ட இசை நாதங்களை மூன்றுமாய்ச் சேர்ந்து இசைத்து மகிழும். ஆனால் வச்சகான் இதையெல்லாம் கேட்டான் இல்லை, அவன் எதையும் கேட்டு மகிழும் நிலையில் இல்லை.

அவன் தாய் ஜரீத்சா ஆஷ்ஹென் அவன் அருகே வந்து, "அருமை மகனே, ஏதோ துயரம் உன்னை வருத்துவது தெரிகிறது, எங்களிடமிருந்து மறைக்காதே" என்றாள். "உன்னுடைய துயருக்குக் காரணம் என்னவென்பதைச் சொல்லு நீ" என்று கேட்டாள்.

"அம்மா, வாழ்வின் ஆனந்தங்கள் எனக்கு அர்த்தமற்றவையாகி விட்டன" என்று வச்சகான் பதிலளித்தான். "எங்கேனும் ஒதுக்கு இடத்தில் தனியே இருந்தால் நன்றாயிருக்குமென நினைக்கிறேன். அத்சிக் போன்ற ஒரு கிராமத்திற்குப் போய் வர விரும்புகிறேன்" என்றான்.

“மெய்தானா அது? உன்னை மயங்கச் செய்த அந்த தந்திரக்காரி அனயீத் அங்கே இருக்கிறாள் என்றுதானே நீ அத்சிக் கிராமத்துக்குப் போக விரும்புகிறாய்?”

“அவளுடைய பெயர் உனக்கு எப்படித் தெரிந்தது, அம்மா?”

“அரண்மனைத் தோட்டத்திலுள்ள குயில்கள் அவளைப் பற்றி என்னிடம் கூறின. மகனே, அருமை வச்சகானே, நீ ஆப்கானிய வேந்தனின் மகன் என்பதை மறக்கக் கூடாது. வேந்தனுடைய மகன் அரசிளங்குமரியை மணந்து கொள்ள வேண்டுமே தவிர சாதாரணக் குடியானவப் பெண்ணை அல்ல. ஜார்ஜியாவின் ஜார் வேந்தனுக்கு மூன்று புதல்விகள் இருக்கிறார்கள், இம்மூவரில் ஒருத்தியை நீ உனக்குரியவளாக்கிக் கொண்டால் எவ்வளவு நன்றாயிருக்கும்? குகார் கோமகனுக்குக் கிளி போன்ற மகள் இருக்கிறாள், தந்தையின் நிலங்களையும் சொத்துக்களையும் பெறப் போகிறவள் அவள். அதே போல சுனிக் கோமகனின் மகளும் நன்றாய் அழகாய் இருப்பாள். பிறகு நமது தானைத் தலைவரின் மகள் வர்சேனிக் இருக்கிறாள், ஜாரும் நானும் வளர்த்தவள், அவள் உன்னுடைய உள்ளத்துக்கு ஏற்றவள் இல்லையா?”

“அம்மா, எனக்கு அனயீத்தைத் தவிர வேறு யாரும் வேண்டாம்!”

இதைச் சொல்லிவிட்டு வச்சகான் அரண்மனைத் தோட்டத்துக்கு ஓடி விட்டான்.

2

வச்சகானுக்கு இருபது வயது ஆயிற்று, இன்னும் அவன் அவ்வளவாய் வலுவுள்ளவனாகவில்லை, வெளிறிட்ட முகத்தவனாகவே இருந்தான்.

“வச்சகானே, என் மகனே, நான் உன்னையே நம்பியிருக்கிறேன்” என்று ஜார் வேந்தன் அவனிடம் கூறினான். “நீ திருமணம் புரிந்து கொள்ள வேண்டும், வாழ்க்கையின் நியதி அது” என்றான்.

ஆனால் வச்சகான் தன் தந்தை கூறிய ஆலோசனைக்குச் செவி சாய்க்காமலே இருந்து வந்தான். அதிகாலையில் எழுந்து மலைகளிலே வேட்டையாடச் சென்றுவிடுவான், இரவு நெடுநேரமாகிய பிறகே திரும்பி வருவான். கோமகன்களின் புதல்வர்கள் பலரும் அவனுடைய நண்பர்களாவதற்கு முயன்று பார்த்தனர். ஆனால் அவர்கள் தன்னை அணுக அவன் இடம் தரவில்லை. வேட்டையாடச் செல்லும்போது அவன் தனது நம்பிக்கைக்குரிய வீரமிக்க சேவகன் வகினாக்கையும், விசுவாசமிக்க தனது காவல் நாய் சாங்கியையும் மட்டும்தான் தன்னுடன் அழைத்துச் செல்வது வழக்கம். வேட்டையாடச் செல்லும் அவர்களைச் சந்திப்போரால் அவர்களில் யார் இளவரசன், யார்

சேவகன் என்று சொல்ல முடிவதில்லை. ஏனெனில் இருவரும் ஒரே மாதிரி சாதாரண வேட்டை உடுப்புகள் அணிந்து வில்லையும் அம்புத் தூணியையும் தோளில் மாட்டிக் கொண்டு இடுப்பு வாரில் கைவாளைத் தொங்கவிட்டுச் செல்வார்கள்.

கிராமப் பகுதிகளில் சென்று இப்படிச் சுற்றித் திரிந்ததானது வச்சகானுக்கு நலம் புரிந்தது. அவன் வலிவும் வனப்பும் மிக்கவனாகிக் கட்டழகனானான்.

ஒருநாள் வச்சகானும் வகினாக்கும் எங்கெங்கோ சுற்றிவிட்டு அத்சிக் கிராமத்துக்கு வந்தனர். களைப்பாறலாமென்று அங்கே ஓர் ஊருணிக்கு அருகே உட்கார்ந்தனர். அப்பொழுது தண்ணீர் மொண்டு செல்வதற்காகக் கிராமத்துப் பெண்கள் சிலர் ஊருணிக்கு வந்தார்கள். வச்சகானுக்குத் தாகமாயிருந்தது, குடிக்கத் தண்ணீர் தருமாறு அந்தப் பெண்களிடம் அவன் கேட்டான். ஒருத்தி அவனிடமிருந்த கூஜாவை நிரப்பி அவனிடம் கொடுக்கப் போனாள், ஆனால் இன்னொருத்தி அவள் கைகளிலிருந்து அதைப் பிடுங்கித் தண்ணீரைக் கீழே ஊற்றினாள். பிறகு அவள் திரும்பவும் கூஜாவை நிரப்பினாள். ஆனால் மறுபடியும் கவிழ்த்துத் தண்ணீரைக் கீழே ஊற்றினாள். வச்சகானுக்குத் தொண்டை வறண்டுவிட்டது, தண்ணீர் குடிப்பதற்காக ஆவலாய்க் காத்திருந்தான். ஆனால் அந்தப் பெண் அவனை அலைக்கழிக்க விரும்பியது போல கூஜாவை நிரப்பி நிரப்பித் தண்ணீரைக் கீழே ஊற்றிக் கொண்டிருந்தாள். ஆறாவது தரம் நிரப்பிய பிறகுதான் அவள் கூஜாவை வச்சகானிடம் தந்தாள்.

வச்சகான் அவசரமாய் வாங்கி ஆவல் தீரக் குடித்தான்.

"முதல் தரமே தண்ணீரைத் தராமல் ஏன் இப்படிச் செய்தாய், என்னை அலைக்கழித்து எரிச்சலுண்டாக்க வேண்டுமென்றா நினைத்தாய்?" என்று அவளைக் கேட்டான்.

"இங்கு வரும் அந்நியனுக்கு எரிச்சலுண்டாக்குவது எங்கள் வழக்கமல்ல" என்று அந்தப் பெண் பதிலளித்தாள். "நீ களைத்தும் வியர்த்தும் போயிருந்தாய், அந்த நிலையில் குளிர்ந்த நீரைக் குடிப்பது நல்லதல்ல என்பதால் சற்று நேரம் காத்திருக்க வைத்து தன் பிறகு தண்ணீரைக் கொடுத்தேன்" என்றாள்.

அந்தப் பெண் கூறிய பதில் வச்சகானை வியப்புறச் செய்தது, அவளுடைய அழகு அவனை மயங்கச் செய்தது.

"உன் பெயர் என்ன?" என்று கேட்டான்.

"அனயீத்" என்றாள் அவள்.

"உன் தந்தை என்ன செய்கிறார்?"

"என் தந்தை ஆடு மேய்ப்பவர், அரான் என்று பெயர். நீ ஏன் இதைக் கேட்கிறாய்?"

“கேட்பது பாவமா?”

“பாவமில்லை என்றால், நீ யார், எங்கிருந்து வருகிறாய் என்பதை நீயும் எனக்குச் சொல்ல வேண்டும்,”

“உண்மையைச் சொல்ல வேண்டுமா, அல்லது பொய் சொல்லலாமா?”

“உனக்கு ஏற்றது எதுவோ அதைச் சொல்.”

“உண்மைதான் எனக்கு ஏற்றது, உண்மை என்னவெனில் நான் யார் என்பதை இப்பொழுது சொல்ல முடியவில்லை, ஆனால் சீக்கிரத்தில் உனக்குச் சொல்வதாய் வாக்களிக்கிறேன்.”

“சரி, என்னுடைய கூஜாவைத் திருப்பிக் கொடு.”

அனயீத் கூஜாவை வாங்கிக் கொண்டு இளவரசனிடம் விடை பெற்றுத் திரும்பிச் சென்றாள்.

வேட்டையாட வந்தவர்கள் அரண்மனைக்குத் திரும்பினர். நம்பிக்கைக்குரிய சேவகனான வகினாக் நடந்ததையெல்லாம் ஜரீத்சாவிடம் கூறினான். வச்சகானின் இரகசியம் இவ்வாறுதான் அவன் தாய்க்குத் தெரிலாயிற்று.

3

அனயீத்தைத் தவிர தான் வேறு யாரையும் மணந்து கொள்வதில்லை என்று வச்சகான் பிடிவாதமாய்க் கூறி வந்தான். வேறு வழியின்றி ஜாரும் ஜரீத்சாவும் முடிவில் இதற்கு ஒத்துக் கொண்டனர். பெண் வீட்டுக்குச் சென்று திருமணப் பேச்சு நடத்துவதற்காக அவர்கள் வகினாக்கையும் தமது கோமகன்கள் இருவரையும் அத்சிக் கிராமத்துக்கு அனுப்பி வைத்தனர்.

ஆடு மேய்ப்பாளன் அரான் அவர்களை ஆர்வமுடன் வரவேற்று இரத்தினக் கம்பளம் விரித்து அதில் அவர்களை அமரச் செய்தான்.

“எவ்வளவு அழகான கம்பளம்! இந்த வீட்டின் தலைவி பின்னியதாய் இருக்குமென நினைக்கிறேன்” என்று வகினாக் கூறினான்.

“எனக்கு மனைவி இல்லை, அவள் இறந்து பத்தாண்டுகளாகின்றன. இந்தக் கம்பளம் என் மகள் அனயீத் நெய்தது” என்று அரான் சொன்னான்.

“ஜாருடைய அரண்மனையிலுங்கூட இவ்வளவு அழகான கம்பளம் எதுவும் இல்லையே” என்று கோமகன்கள் வியந்து கொண்டனர். “உன் மகள் கம்பளம் நெய்வதில் இவ்வளவு அபார தேர்ச்சி வாய்ந்தவளாய் இருப்பது கண்டு நாங்கள் மகிழ்கின்றோம். அவளுடைய சிறப்பு ஜாரின் காதுக்கும் எட்டியிருக்கிறது. அவர்சார்பில் நாங்கள் திருமணப் பேச்சு நடத்துவதற்காக இங்கு வந்திருக்கிறோம்.

ஜார் தனது ஒரே மகனும் பட்டத்துக்குரியவனுமான இளவரசனுக்கு உன் மகளை மணம் முடிக்க நீ சம்மதிக்க வேண்டுமென விரும்புகிறார்'' என்று தாம் வந்த காரியத்தை விளக்கினர்.

இதைக் கேட்டதும் அரான் திகைத்துப் போவான், அல்லது ஆனந்தமடைந்து துள்ளியெழுவான் என்று கோமகன்கள் எதிர்பார்த்தனர். ஆனால் ஆடு மேய்ப்பாளன் இப்படி எதுவும் செய்யவில்லை. தலையைக் கவிழ்த்துக் கொண்டு ஆலோசித்தவாறு கம்பளத்தின் மீது சுட்டு விரலால் கோலம் வரையத் தொடங்கினான்.

"அரான், நீ எனக்கு அண்ணன் போன்றவன்'' என்றான் வகினாக். "நீ வருத்தப்படக் காரணம் என்ன? உனக்கு நாங்கள் நல்ல செய்தி அல்லவா கொண்டு வந்திருக்கிறோம். உன் மகளைப் பலவந்தமாய் அழைத்துச் செல்ல வரவில்லை நாங்கள், அவளுடைய திருமணம் உனது சம்மதமின்றி நடைபெறாது'' என்று கூறினான்.

"அருமை விருந்தினர்களே, என் மகளை நான் கட்டாயம் செய்ய மாட்டேன்'' என்று அரான் பதிலளித்தான். "இளவரசனை மணந்து கொள்ள அவள் சம்மதித்தால் எனக்கு எந்த ஆட்சேபமும் இல்லை'' என்று சொன்னான்.

அப்பொழுது அனயீத் கூடை நிறைய பழங்களுடன் உள்ளே வந்தாள். விருந்தினர்களுக்கு வணக்கம் தெரிவித்து விட்டு ஒரு தட்டில் பழங்களை வைத்து அவர்களுக்கு அளித்து உபசரித்தாள். பிறகு தனது கம்பளத் தறியின் முன் அமர்ந்து நெய்யத் தொடங்கினாள். கோமகன்கள் அவளுடைய விரல்கள் அதிவிரைவாய் இயங்கித் திறம்பட வேலை செய்ததைக் கவனித்தவாறு அமர்ந்திருந்தனர்.

"அனயீத். நீ ஏன் தனியே வேலை செய்கிறாய்? பலரும் உன்னிடம் பயிற்சி பெறுவதாய்க் கேள்விப்பட்டேனே'' என்று வகினாக் கேட்டான்.

"ஆம், எல்லோரும் இன்று திராட்சை பறிக்கச் சென்றிருக்கிறார்கள்'' என்று அனயீத் பதிலளித்தாள்.

"உன்னிடம் பயிற்சி பெறுவோருக்கு நீ எழுதப் படிக்கவும் கற்றுத் தருகிறாய் என்று கேள்விப்பட்டேன்.''

"ஆம், இன்று எங்கள் ஆடு மேய்ப்பாளர்களுங்கூட மேய்ச்சல் வெளிகளில் இருக்கையில் படிக்கின்றனர், எழுதப் படிக்கத் தெரியாதோருக்கு எழுத்தறிவளிக்கின்றனர்'' என்று அனயீத் பதிலளித்தாள். "எங்கள் காடுகளில் அடிமரங்களில் எழுத்துக்கள் வெட்டப்பட்டிருப்பதைக் காணலாம். கோட்டைச் சுவர்களிலும் பாறைகளிலும் கரியால் வாசகங்கள் எழுதப்பட்டிருக்கின்றன. ஒவ்வொருவராய் ஒரு சொல்லை எழுதிச் செல்ல முழு வாசகங்கள் உருவாகிவிடுகின்றன. இங்கு மலைகள், இடுக்குகள் எங்கும் எழுத்துக்களைக் காணலாம்'' என்றாள்.

"எங்களிடையே கல்விக்கு இவ்வளவு மதிப்பும் மரியாதையும் அளிக்கப்படுவதில்லை, நகரவாசிகளான நாங்கள் சோம்பேறித்தனமாய் இருக்கிறோம். நீ எங்களிடையே வந்து வாழ்வாயானால் நாங்கள் ஒவ்வொருவரும் முயற்சி மிக்கவர்களாய் வாழ்வதற்குக் கற்றுத் தருவாய்" என்று வகினாக் கூறினான். "அனயீத், நெய்வதைச் சற்று நிறுத்திவிட்டு இப்படி வாயேன், உனக்கு இவற்றைக் காட்ட விரும்புகிறேன். ஜார் உனக்கு எவ்வளவு சிறந்த சன்மானங்கள் அனுப்பியிருக்கிறார் பார்!" என்றான்.

வகினாக் விலை உயர்ந்த இரத்தினங்களையும் பட்டாடைகளையும் எடுத்துக் காட்டினான்.

அனயீத் அவற்றை ஒரு முறை பார்த்து விட்டு "ஜார் எனக்கு இவ்வளவு அன்பு காட்டுவதன் காரணம் என்ன?" என்று வினவினாள்.

"ஜாரின் மகனான வச்சகான் ஊருணி அருகே உன்னைச் சந்தித்தான், நீ அவனுக்குத் தண்ணீர் தந்தாய். உன்மீது அவன் பிரியம் கொண்டுவிட்டான். வச்சகானை மணந்து கொள்ளும்படி உன்னை வேண்டுவதற்காக ஜார் எங்களை உன்னிடம் அனுப்பியுள்ளார். இந்த மோதிரம், அட்டிகை, வளையல்கள் முதலான யாவற்றையும் உனக்குத் தந்திருக்கிறார்."

"நான் சந்தித்த அந்த வேடன் ஜாரின் மகனா?"

"ஆம்.. ஜாரின் ஒரே மகனான இளவரசன்."

"அழகான இளைஞன், அவனுக்கு ஏதாவது தொழில் தெரியுமா?"

"அனயீத், அவன் ஜாரின் மகன். ஜாரின் குடிகள் யாவரும் அவன் சேவகர்கள். அவனுக்குத் தொழில் எதுவும் தெரிய வேண்டியதில்லையே."

"அது சரிதான், ஆனால் விதியின் விளையாட்டு விந்தையானது, இன்று எஜமானனாய் இருப்பவன் நாளைக்குச் சேவகனாகிவிடலாம். ஜாராகவோ இளவரசனாகவோ இருந்தாலும் சரி, சாதாரண ஆளாய் இருந்தாலும் சரி, எவருக்கும் ஒரு தொழில் தெரிந்திருக்க வேண்டும்."

அனயீத் கூறியதைக் கேட்டு கோமகன்கள் ஆச்சரியமடைந்து விட்டார்கள். ஆனால் ஆடு மேய்க்கும் அரான் தனது மகள் குறித்து மகிழ்ந்து கொண்டான்.

"அப்படியானால், இளவரசனுக்குத் தொழில் எதுவும் தெரியாதென்று அவனை நீ மணந்து கொள்ள மறுக்கிறாயா, என்ன?" என்று கோமகன்கள் கேட்டனர்.

"ஆம், நீங்கள் கொண்டு வந்தவற்றைத் திருப்பி எடுத்துச் செல்லுமாறு வேண்டுகிறேன். இளவரசனை எனக்குப் பிடித்திருக்கிறது, ஆனால் தொழில் தெரியாத ஆளை மணந்து கொள்வதில்லையெனச் சபதமேற்றிருக்கிறேன்.

என்னை மன்னிக்கும்படி நான் வேண்டுவதாய் இளவரசனிடம் சொல்லுங்கள்.''

அனயீத் தனது முடிவில் உறுதியாய் இருப்பதை ஜாரின் தூதுவர்கள் கண்டனர், அதற்கு மேல் அவளை அவர்கள் வற்புறுத்தவில்லை. அரண்மனைக்குத் திரும்பி ஜாரிடம் நடந்ததைக் கூறினர்.

அனயீத்தின் முடிவைக் கேட்டு ஜாரும் ஜரீத்சாவும் மட்டில்லா மகிழ்ச்சியடைந்தனர். இனி வச்சகான் இவளை மணந்து கொள்ள விரும்பமாட்டான் என்று அவர்கள் நினைத்தனர்.

ஆனால் வச்சகான் "அனயீத் சொல்வது சரிதானே, ஏனையோரைப் போல் நானும் ஒரு தொழிலைக் கற்றுக் கொள்ள வேண்டும்'' என்று சொன்னான்.

ஜார் தமது கோமகன்களின் சபையைக் கூட்டி இது பற்றி அவர்களுடன் கலந்தாலோசித்தார். சரிகைப் பட்டு நெசவுதான் இளவரசனுக்கு ஏற்ற சிறந்த கலைத் தொழிலாகுமென்று எல்லோரும் ஒருமனதாய்க் கருத்துரைத்தனர்.

உடனே பாரசீகத்திலிருந்து கை தேர்ந்த கலைஞர் ஒருவர் அழைத்து வரப்பட்டார். அதன்பின் ஓராண்டுக்குள் வச்சகான் இத்தொழிலைக் கற்றுத் தேர்ந்தான். மிக மெல்லிய தங்க சரிகையைக் கொண்டு அதியற்புதமான பூ வேலைப்பாட்டுப் பட்டு நெய்து அதை வகினாக் மூலம் அனயீத்துக்கு அனுப்பி வைத்தான்.

அனயீத் அதை ஏற்றுக் கொண்டாள்.

"முதுமொழி சொல்வது போல இனி இளவரசன் விதியின் சோதனைகளை அஞ்சாமல் எதிர்நோக்கிச் சமாளிக்கலாம், ஏனெனில் தொழில் தெரிந்தவனைக் கண்டதும் வறுமை காத வழி விலகி ஓடும். நான் மணம் புரிந்து கொள்ள சம்மதிப்பதாய் இளவரசனிடம் சொல்லவும், இந்த கம்பளித் துப்பட்டாவை எனது அன்பளிப்பாய் இளவரசனிடம் கொடுக்கவும்'' என்று அனயீத் கூறினாள்.

உடனே திருமணத்துக்குத் தயாரிப்புகள் செய்யப்பட்டன. ஏழு பகலும் ஏழு இரவும் தொடர்ந்து கொண்டாட்டங்கள் நடைபெற்றன.

4

திருமணம் முடிந்து சிறிது காலத்துக்கெல்லாம் வச்சகானின் நம்பிக்கைக்குரிய நண்பனும் சேவகனுமாகிய வகினாக் காணாமற்போய்விட்டான். பல நாட்களாய்த் தேடியும் பயனில்லை. இனி அவனைக் காண முடியும் என்ற நம்பிக்கையையே இழந்து விட்டனர். ஜாரும் அவன் மனைவியும் தள்ளாத முதிய வயது வரை வாழ்ந்திருந்தபின் மரணமடைந்தனர். வச்சகான் ஜார் வேந்தனாய் முடிசூட்டப்பெற்றான்.

ஒருநாள் அனயீத் தன் கணவனிடம்,

“ஜார் வேந்தனே, உன்னுடைய ஜாரரசை நீ சரிவர அறிந்திருப்பதாய் எனக்குத் தெரியவில்லை” என்று சொன்னாள். “இங்கு இருப்போர் முழு உண்மையையும் உன்னிடம் சொல்வதில்லை, யாவும் செவ்வனே நடைபெறுவதாய் நீ நம்ப வேண்டுமென இவர்கள் விரும்புகிறார்கள். மெய்யாகவே யாவும் செவ்வனேதான் நடந்தேறுகின்றனவா? அவ்வப்பொழுது நீ இந்நாடெங்கும் போய்ச் சுற்றி வருவது நல்லது. ஒரு சமயம் பிச்சைக்காரனாகவும் இன்னொரு சமயம் வணிகனாகவும் மாறுவேடம் பூண்டு நீ பல இடங்களுக்கும் சென்று பார்வையிட வேண்டும்” என்றாள்.

“அனயீத், நீ சொல்வது மெய்தான், முன்பு நான் வேட்டையாடச் சென்று கிராமங்களில் எல்லாம் சுற்றி வந்த போது மக்களை நன்கு அறிந்திருந்தேன்” என்று வச்சகான் பதிலளித்தான். “ஆனால் இப்பொழுது எப்படி நான் பல இடங்களுக்கும் சென்று சுற்ற முடியும்? நான் இல்லாதபோது ஆட்சி நடத்துவது யார்?” என்று கேட்டான்.

“நான் நடத்துகிறேன்” என்றாள் அனயீத். “நீ இங்கு இல்லையென்பது யாருக்கும் தெரிய வேண்டியதில்லை” என்று சொன்னாள்.

“சரி, நாளைக்கே பயணம் கிளம்புகிறேன். இருபது நாட்களில் நான் திரும்பி வராவிடில் உயிரிழந்து விட்டேன் அல்லது எங்கோ ஆபத்தில் சிக்கிக் கொண்டேன் என்று தெரிந்து கொள்.

5

ஆகவே ஜார் வச்சகான் குடியானவனாய் மாறுவேடம் பூண்டு தனது அரசில் பல பகுதிகளுக்கும் சென்று சுற்ற ஆரம்பித்தான். ஆங்காங்கே அவன் பலவற்றைக் கண்டும் கேட்டும் தெரிந்து கொண்டான். பிறகு அவன் பெரோஷ் நகருக்கு வந்து சேர்ந்தான்.

இந்நகரின் நடுவில் ஒரு பெரிய சதுக்கமும் அங்காடியும் இருந்தன. அங்காடியில் கைவினைஞர்களது பட்டறைகளும் கடைகளும் காணப்பட்டன, வணிகர்கள் பலரும் கூடியிருந்தனர்.

ஒரு நாள் வச்சகான் இந்தச் சதுக்கத்தில் உட்கார்ந்திருக்கையில் வயது முதிர்ந்தவர் ஒருவரைப் பின்தொடர்ந்து பலரும் கூட்டமாய் வருவதைக் கண்டான். அந்தக் கிழவர் அடிமேல் அடி வைத்து மெதுவாய் நடந்தார். பலரும் அவருக்கு முன்னால் நடந்து அவருக்கு வழி ஒதுக்கி, அவர் அடியெடுத்து வைப்பதற்காகக் கற்களை வரிசையாய்ப் பதித்துச் சென்றார்கள்.

யார் இந்தக் கிழவர் என்று அங்கே சென்ற ஒருவரை வச்சகான் கேட்டான்.

"இவரை தெரியாதா உனக்கு? என்ன அதிசயம்!" என்று அவர் வியந்து கொண்டார். "தலைமைக் குரு ஆயிற்றே இவர்! பெரிய பக்திமான், பூச்சி அல்லது புழு மீது காலை வைத்து மிதித்து விடுவோமோ என்று அஞ்சி வெறுந் தரையில் நடக்க அஞ்சுகிறவர்" என்றார்.

பிறகு சதுக்கத்தில் கம்பளத்தை விரித்தனர், தலைமைக் குரு அதில் மண்டியிட்டு அமர்ந்து களைப்பாறினார். அந்தக் கிழவரை அருகே சென்று பார்க்கவும் அவர் பேச்சைக் கேட்கவும் விரும்பி, வச்சகான் கூட்டத்துக்குள் புகுந்து அவரிடம் சென்றான். தலைமைக் குருவின் கண்கள் கூர்மையானவை, வச்சகானைப் பார்த்ததும் அவன் வெளியூர் ஆள் என்பதைக் கண்டு கொண்டுவிட்டார்.

"நீ யார், அப்பா? என்ன வேலை செய்கிறாய்?" என்று அவர் வினவினார்.

"நான் நெடுந்தொலைவுக்கு அப்பாலிருந்து இங்கு வேலை தேடி வந்திருக்கும் உழைப்பாளி" என்று வச்சகான் பதில் சொன்னான்.

"நல்லது, என்னுடன் வா! உனக்கு வேலை தருகிறேன், நிறைய கூலி கிடைக்கும்."

வச்சகான் தலையை ஆட்டிச் சம்மதம் தெரிவித்தான். தலைமைக் குரு தமது உதவியாளர்களாய் அருகே நின்ற சாமியார்களிடம் ஏதோ காதுக்குள் சொன்னார். உடனே அவர்கள் ஆளுக்கு ஒரு திசையில் சென்றனர்.

சிறிது நேரத்துக்குப்பின் அவர்கள் பல வகையான சரக்குகளையும் சுமந்து வந்த பலரையும் அழைத்துக் கொண்டு திரும்பி வந்து சேர்ந்தார்கள். பிறகு தலைமைக் குரு எழுந்து சதுக்கத்திலிருந்து திரும்பிச் சென்றார். வச்சகானும் மௌனமாய் அவர் பின்னால் சென்றான்.

இவ்விதம் கூட்டமாய் எல்லோரும் நகர வாயிலை வந்தடைந்தனர்.

நகர வாயிலில் தலைமைக் குரு அருள் மொழி கூறி வாழ்த்தியதும் மக்கள் கலைந்து சென்றனர். சாமியார்களும் சரக்குகளைச் சுமந்து வந்தோரும் வச்சகானும் மட்டும்தான் எஞ்சியிருந்தனர்.

நகருக்கு அப்பால் நடந்து இவர்கள் பெரிய மதில் சுவரை வந்தடைந்தார்கள். மதிலில் ஒரு பெரிய வாயிற் கதவு இருந்தது. தலைமைக் குரு ஒரு பெரிய சாவியை எடுத்துக் கதவைத் திறந்தார்.

உள்ளே விசாலமான மைதானமும் அதன் மையத்தில் ஒரு கோவிலும் காணப்பட்டன. கோவிலைச் சுற்றிலும் கொட்டடி அறைகள் இருந்தன. சுமைகளைத் தூக்கிவந்தோர் அவற்றை இங்கே இறக்கி வைத்ததும் தலைமைக் குரு அவர்களையும் வச்சகானையும் கோவிலின் பின்பக்கத்துக்கு அழைத்துச் சென்று இரும்புக் கதவு ஒன்றைத் திறந்தார்.

"உள்ளே செல்லுங்கள், இங்கே உங்களுக்கு வேலை தரப்படும்" என்று அவர் கூறினார்.

பிரமித்துப் போய் வாய் பேசாமல் அவர்கள் எல்லோரும் உள்ளே சென்றனர். இருண்ட பாதாள அறை என்பது தெரிந்தது. அதற்குள் தலைமைக் குரு கதவை இழுத்துப் பூட்டினார். இனி தாம் வெளியே செல்ல வழியில்லை என்பது தெரிந்ததும் அவர்கள் உள்ளே இருட்டில் நடந்து சென்றார்கள்.

6

அவர்கள் நெடுநேரம் நடந்தபின் தொலைவில் திடுமென மங்கலாய் வெளிச்சம் தெரியக் கண்டு, அதை நோக்கிச் சென்றார்கள். விரைவில் ஒரு குகையினுள் வந்து சேர்ந்தார்கள். அதனுள்ளிருந்து முனகலும் அழு குரல்களும் கேட்டன. காதைத் தீட்டிக் கொண்டு கேட்டவாறு வியப்புற்றுச் சுற்றிலும் பார்த்தனர். அப்பொழுது இருளிலிருந்து நிழல் உருவம் ஒன்று அவர்களை நோக்கி வந்தது. நெருங்கி வர வர அது சிறிது சிறிதாய் வடிவம் பெறலாயிற்று, வச்சகான் அதனிடம் சென்றான்.

"நீ யார்? மனிதனா, பிசாசா?" என்று பலத்த குரலில் அதைக் கேட்டான். "மனிதனானால் நாம் எவ்விடத்தில் இருக்கிறோமெனச் சொல்" என்றான்.

அந்த நிழலுருவம் மேலும் நெருங்கி வந்து நடுங்கியவாறு அவர்கள் எதிரே நின்றது. அது மனிதன்தான்! சொல்லொண்ணாத பரிதாப நிலையில் இருந்த மனிதன்! அவன் முகம் பிரேதத்தின் முகத்தைப் போல் இருந்தது; கண்கள் குழி விழுந்திருந்தன; கன்னத்து எலும்புகள் குத்துவது போல துருத்திக் கொண்டு நின்றன; அவன் உடம்பின் எல்லா எலும்புகளுமே எண்ணி விடும்படியாய்த் தெரிந்தன. செறுமிக் கொண்டு அவன் திக்கித் திணறிப் பேசினான்.

"என்னுடன் வாருங்கள், யாவற்றையும் காட்டுகிறேன்" என்று சொல்லி அவர்களை அழைத்துச் சென்றான்.

அவனைப் பின்தொடர்ந்து அவர்கள் ஒரு குறுகலான பொந்து வழியே சென்று இரண்டாவது குகை ஒன்றை வந்தடைந்தார்கள். அங்கே பலரும் அம்மணமாய்த் தரையில் கிடந்தனர், மரணத்தின் பிடியில் அகப்பட்டுத்துடித்துக் கொண்டிருந்தனர், மூன்றாவது குகை ஒன்றில் பிரம்மாண்ட அண்டாக்களில் கஞ்சி கொதிப்பது போல, தளபுளவென ஏதோ கொதித்துக் கொண்டிருந்தது. வச்சகான் ஓர் அண்டாவினுள் குனிந்து பார்த்துவிட்டுத் திடுக்குற்றுப் போய், தன் தோழர்களிடம் ஒன்றும் சொல்லாமல் அந்த அண்டாவிடமிருந்து தூர விலகி வந்தான். அங்கிருந்து அவர்கள் இன்னொரு குகைக்குள் சென்றார்கள். அங்கே மங்கலான வெளிச்சத்தில் நூற்றுக் கணக்கானோர் வேலை செய்து கொண்டிருந்தார்கள். எல்லோரும் மரணத்தின் சாயல் படிந்தவர்களாய்

வெளிறிட்டுத் தோன்றினர். சிலர் துணியில் பூவேலை செய்து கொண்டும், சிலர் பின்னல் ஆடைகள் தயாரித்துக் கொண்டும், வேறு சிலர் தைத்துக் கொண்டும் இருந்தார்கள்.

பிரேதத்தைப் போலிருந்தவன் அவர்களிடம் நிலைமையை விளக்கிச் சொன்னான்:

“உங்களை ஏமாற்றி இந்தப் பாதாளச்சிறைக்கு இழுத்து வந்த பேய்த்தனமான அந்தத் தலைமைக் குருதான் எங்களையும் ஏமாற்றி இங்கு கொண்டு வந்து தள்ளினான். இங்கு எத்தனை ஆண்டுகள் கழித்திருக்கிறேனோ, எனக்குத் தெரியாது. இங்கு பகலோ இரவோ கிடையாது. முடிவின்றி எந்நேரமும் அரை இருள்தான். என்னுடன் இங்கு வந்தவர்கள் எல்லோரும் இறந்து விட்டார்கள். தொழில் தெரிந்தோரையும் ஏதும் அறியாதோரையும் இந்தச் சாமியார்கள் ஆசை காட்டி இங்கு கொண்டு வந்து தள்ளுகிறார்கள். தொழில் தெரிந்தோரை உயிர் போகும் வரை வேலை செய்ய வைக்கிறார்கள். ஏனையோரை தனியே இழுத்துச் சென்று படு கொலை புரிந்து அந்தப் பயங்கர அண்டாக்களிலிட்டு வேக வைக்கிறார்கள். இந்த எமகாரக் கிழட்டுத் தலைமைக் குரு தனியே இவ்வளவையும் செய்யவில்லை, ஏனைய சாமியார்கள் எல்லோரும் உடந்தையாய் இருந்து அவருக்குத் துணை புரிகின்றனர்.”

பேசியவரை வச்சகான் அருகிலிருந்து கூர்மையாய்க் கவனித்துப் பார்த்தான். அந்த ஆள் வேறு யாருமல்ல, தனது நம்பிக்கைக்குரிய வகினாக்கேதான் என்பதைக் கண்டான். ஆனால் தன்னைத் திரும்பவும் சந்தித்த ஆனந்தத்தால் உயிரின் எஞ்சிய கடைசி இழையும் அறுந்து போய் வகினாக் இறக்க நேருமெனப் பயந்து வச்சகான் அவனிடம் தான் யார் என்பதைச் சொல்லாமல் இருந்தான்.

7

வகினாக் அங்கிருந்து சென்ற பிறகு வச்சகான் தன்னுடன் வந்தவர்களை அவர்கள் யார், என்ன வேலை செய்யத் தெரியும் என்று விசாரித்தான். ஒரு ஆள் தான் தையற்காரன் என்றும், இன்னொருவர் தான் நெசவாளி என்றும் கூறினார். ஏனையோர் எந்தத் தொழிலும் தெரியாதவர்கள். ஆனால் இவர்கள் எல்லோரையும் வச்சகான் தனது உதவியாளர்களெனச் சொல்வதென்று தீர்மானித்துக் கொண்டான்.

விரைவில் காலடிச் சப்தம் கேட்டது. ஆயுதமேந்திய ஆட்கள் உடன் வர ஒரு சாமியார் அவர்களிடம் வந்தார். அவருடைய குரூர உள்ளமும் கெட்டபுத்தியும் அவர் முகத்திலே தெரிந்தன.

“புதிதாய் வந்தவர்கள் நீங்கள்தானா?” என்று அவர் கேட்டார்.

“ஆம், காருண்யமிக்க சாமியே, தங்கள் சேவகர்கள் நாங்கள்” என்று வச்சகான் பதிலளித்தான்.

“உங்களில் தொழில் தெரிந்தவர்கள் யார்?”

“எல்லோருக்கும் தெரியும்! பொன்னைக் காட்டிலும் நூறு மடங்கு அதிக மதிப்புள்ள உயர்ந்த சரிகைப் பின்னல் பட்டு நெய்யத் தெரியும் எங்களுக்கு” என்றான் வச்சகான்.

“மெய்யாகவா?”

“எங்களை நெய்யச் சொல்லிப் பாருங்கள், தெரியும்.”

“சரி, உனக்கு வேண்டிய கருவிகளையும் பொருள்களையும் சொல், தருகிறேன், பிறகு இங்கே பொது வேலையிடத்தில் நீங்கள் வேலையைத் தொடங்கலாம்.”

“அங்கே எங்கள் வேலையைச் செய்வது கடினம், இங்கேயே இருந்து செய்ய அனுமதிக்க வேண்டும். நாங்கள் இறைச்சி சாப்பிடுவதில்லை, சாப்பிடும்படிக் கட்டாயம் செய்தால் பட்டினி கிடந்து நாங்கள் சாக வேண்டியே வரும்.”

“சரி, ரொட்டியும் பழமும் தரச் சொல்கிறேன். ஆனால் நீ சொல்வது போல் பட்டு அவ்வளவு விலை உயர்ந்ததாய் இல்லாமற் போனால் உங்கள் எல்லோரையும் கொலைக் களத்துக்கு அனுப்பி விடுவேன், அதோடு உங்களைச் சித்திரவதை செய்து அதன்பின் கொல்லும்படி உத்தரவிடுவேன்” என்று அந்தச் சாமியார் எச்சரித்துவிட்டுச் சென்றார்.

இதன்பின் அவர்கள் தமக்குக் கிடைத்த ரொட்டியையும் பழங்களையும் வகினாக்குடனும் ஏனைய பலருடனும் பகிர்ந்து கொண்டனர். வச்சகான் உடனே வேலை தொடங்கினான். அதியற்புத சரிகைப் பின்னல் பட்டு நெய்தான். தான் சிக்கிக் கொண்ட இந்தப் பயங்கரப் பாதாளச் சிறையின் கொடுமைகளை இந்தப் பட்டில் சாதுர்யமான சித்திர வேலைப்பாடுகள் மூலம் விவரித்திருந்தான். ஆனால் இந்த நெசவுக் கலையை அறிந்தோரால் மட்டும்தான் அவன் பின்னியிருந்த வாசகத்தைப் படித்துப் புரிந்து கொள்ள முடியும்.

வச்சகானின் வேலைப்பாட்டைக் கண்டு சாமியார் மகிழ்ச்சியடைந்தார்.

“நாங்கள் நெய்யும் சரிகைப் பின்னல் பட்டு பொன்னைக் காட்டிலும் நூறு மடங்கு அதிக மதிப்புடையது என்று சொன்னேன், உண்மையில் இப்பொழுது நாங்கள் நெய்திருக்கும் இது மேலும் இரு மடங்கு கூடுதலான பெறுமானமுடையதாகும்” என்று வச்சகான் அந்தச் சாமியாரிடம் கூறினான். “ஏனெனில் இந்தப் பூ வேலைப்பாட்டில் நாங்கள் சில மந்திரக் கோலங்களைச் சேர்த்துப் பின்னியிருக்கிறோம், ஆனால் சாதாரண மக்களுக்கு இவற்றின் உயர் மதிப்பு தெரியாது. பேரறிவு படைத்த ஜரீத்சா அனயீத்தால் மட்டும்தான் இந்த மந்திரக் கோலங்களைப் புரிந்து கொள்ள முடியும்” என்றான்.

பேராசை கொண்ட அந்தச் சாமியார் இதை வேறு யாருக்கும் தெரியாமல் அனயீத்திடம் கொண்டு போய் விற்று முழுப் பணத்தையும் தானே எடுத்துக் கொள்வதென்று தீர்மானம் செய்து கொண்டார். ஆகவே சரிகைப் பின்னலைத் தலைமைக் குருவிடம் காட்டாமலே, யாருக்கும் தெரியாமல் வச்சகானுடைய அரண்மனைக்குப் புறப்பட்டுச் சென்றார்.

8

அனயீத் திறம்பட ஆட்சி புரிந்தாள், யாவரும் திருப்தியடைந்திருந்தனர். ஜார் வேந்தன் அரண்மனையில் இல்லை என்பது யாருக்கும் தெரியவே இல்லை. ஆனால் அனயீத் கவலையால் வருந்தினாள். குறிப்பிட்ட காலவரம்பு கடந்து பத்து நாட்களாகியும் வச்சகான் இன்னும் திரும்பி வரவில்லை. இரவில் அனயீத் பயங்கரக் கனவுகள் கண்டு வந்தாள். பகலில் அச்சம் தரும் உருவங்கள் அவள் எதிரே தோன்றி வந்தன. வச்சகானுடைய நாயாகிய ஜாங்கி அமைதியிழந்து குரைத்துக் கொண்டோ, ஊளையிட்டுக் கொண்டோ இருந்தது. தாயை இழந்த குட்டியைப் போல அவனுடைய குதிரை பரிதாபமாய்க் கனைத்துக் கொண்டு நின்றது. கோழிகள் சேவல்களைப் போல் கூவின, சேவல்கள் மயில்களைப் போல கிரீச்சிட்டன. ஆற்றில் நீர் கலகலத்துக் கிணுகிணுக்காமல் முட்டி மோதாமல் உள்ளடங்கி முனகி முணுமுணுத்து உருண்டோடிற்று. சாதாரணமாய் அச்சமற்றவளாகிய அனயீத் பீதியுற்றுக் கலங்கினாள். அவளுடைய நிழலுங்கூட அவளை அச்சுறுத்தி வந்தது.

ஒருநாள் காலை விலை உயர்ந்த பொருள்களை எடுத்துக் கொண்டு ஒரு வணிகன் வந்திருப்பதாய் அரண்மனைச் சிப்பந்திகள் அவளிடம் கூறினர்.

வணிகனை உள்ளே அழைத்து வருமாறு அனயீத் உத்தரவிட்டாள்.

வந்தவனின் முகம் கோரமாய் இருந்தது. அனயீத்தின் முன்னே வந்து தலை குனிந்து வணங்கிவிட்டு வெள்ளித் தட்டு ஒன்றை அவள் எதிரே வைத்தான். அதில் தங்க சரிகைப் பின்னல் பட்டுத் துணி இருந்தது. அதில் பின்னப்பட்டிருந்த கோலச் சித்திரங்களைக் கவனியாது அனயீத் அதை மேம்போக்காய்ப் பார்த்தாள்.

"இதன் விலை எவ்வளவு?" என்று கேட்டாள்.

"ஜரீத்சா, இந்தத் துணியிலுள்ள சரிகையையும் பட்டையும் இதில் அடங்கியுள்ள கைத்திறமையையும் மட்டும் கருதுவோமாயின் பொன்னைக் காட்டிலும் இது முன்னூறு மடங்கு விலை உயர்ந்தது. இதைத் தங்களுக்கு அளிக்க வேண்டுமென்று இங்கு எடுத்து வந்திருக்கும் எனது ஆர்வத்தையும் முயற்சியையும் தாங்களே மதிப்பிட்டு தங்கள் விருப்பம் போல் வெகுமதி தரும்படி வேண்டுகிறேன்."

"இதற்கு ஏன் இவ்வளவு அதிக விலை?".

“உயர்சிறப்புக்குரிய ஜரீத்சாவே, இந்தப் பட்டுக்குள்ள சக்தி மதிப்பிடற்கரியது. இதன் சித்திர வேலைப்பாடுகளைக் கவனியுங்கள். இவை சாதாரணக் கோலச் சித்திரங்களல்ல, மந்திரப் பின்னல்களாகும். இந்தப் பட்டை அணிகிறவர் துன்பத்தையும் துயரையும் அறியாமல் இன்பமாய் வாழ்வார்.”

“மெய்தானா?” என்று கேட்டு அனயீத் அந்தப் பட்டைப் பிரித்துப் பார்த்தாள். அதில் அவள் கண்டது மந்திரப் பின்னல்கள் அல்ல, பூ வேலைப்பாடுகளினூடே சாமர்த்தியமாய் எழுத்துக்கள் பின்னப்பட்டிருந்ததைக் கண்ணுற்றாள். மனத்துள் அதன் வாசகத்தைப் படித்துப் பார்த்தாள்.

“ஒப்புயர்வற்ற எனது அருமை அனயீத், நரகத்தையொத்த மிகக் கொடிய பாதாளச் சிறையில் நான் அடைபட்டுக் கிடக்கிறேன். இந்தப் பட்டை உன்னிடம் கொண்டு வருகிறவன் இச்சிறையின் கொடூர நிர்வாகிகளில் ஒருவனாவான். என்னைப் போல் வகினாக்கும் இங்குதான் கைதியாய் அடைபட்டுள்ளான். பெரோஷ் நகருக்கு கிழக்கே உயர் மதில்கள் சூழ்ந்த ஒரு கோயிலின் பாதாளச் சிறைகளைக் கண்டுபிடித்து எங்களை நீ விடுவிக்க வேண்டும். உன் உதவி கிடைக்காவிடில் நாங்கள் செத்து மடிந்துவிடுவோம்.

வச்சகான்!”

துணுக்குற்றுவிட்ட அனயீத் சித்திரப் பின்னல் வேலைப்பாடுகளைக் கண்டு வியந்து மகிழ்வதாய்ப் பாசாங்கு செய்து இந்த அவசரச் செய்தியை இரண்டாம் முறையும் மூன்றாம் முறையும் படித்துப் பார்த்தாள்.

“வணிகனே, நீ சொல்வது மெய்தான்” என்று கூறினாள். “இந்தச் சித்திரங்கள் உள்ளத்துக்கு உவகை அளிக்கும் சக்தி பெற்றிருக்கின்றன. இன்று காலை நான் வாட்டமுற்றிருந்தேன், ஆனால் இவற்றைப் பார்த்ததும் என் மனம் கவலையற்றதாகிக் களிப்புறுகிறது. உன்னுடைய பட்டு விலைமதிப்பற்றது. மகிழ்ச்சியுடன் நான் இதற்கு இந்த ஜாரரசில் ஒரு பாதியை வேண்டுமானாலும் தருவேன். ஆனால் எந்தக் கலைப் படைப்பும் அதைப் படைத்தவனைக் காட்டிலும் அதிக மதிப்புடையதாகிவிட முடியாது என்பது உனக்குத் தெரிந்திருக்கும்” என்றாள்.

“மேன்மை தங்கிய ஜரீத்சா, தாங்கள் கூறுவது முற்றிலும் உண்மை! தாங்கள் நீடூழி வாழ வேண்டும்!”

“அப்படியானால் இந்தப் பட்டை நெய்த கலைஞனை நீ இங்கு அழைத்து வந்து எனக்கு அறிமுகம் செய்ய வேண்டும், இந்தக் கலைஞனுக்கு நான் தக்க வெகுமதி அளிக்க விரும்புகிறேன்.”

“மேன்மை தங்கிய ஜரீத்சா, இந்தப் பட்டை நெய்த கலைஞனை நான் அறியேன்” என்று பேராசை கொண்ட அந்தச் சாமியார் பதிலளித்தார். “இந்தியாவில் யூதர் ஒருவரிடம் நான் இந்தப் பட்டை விலைக்கு வாங்கினேன்,

அந்த யூதர் இதை ஓர் அராபியரிடம் வாங்கி வைத்திருந்தார். அந்த அராபியர் எங்கிருந்து இதைப் பெற்றாரோ, யாருக்குத் தெரியும்!"

"இதை நெய்வதற்கு எவ்வளவோ சரிகையும் பட்டும் கைத்திறமையும் செலவாயிற்று என்று சற்றுமுன் சொன்னாயே நீ! இதை நீ யாரிடமும் விலைக்கு வாங்கவில்லை, கலைஞனை வேலைக்கு அமர்த்திச் செய்யச் சொன்னாய் என்றல்லவா அதற்கு அர்த்தம்?"

"உயர் சிறப்புக்குரிய ஜரீத்சா, இந்தியாவில் அந்த யூதர் எனக்குத் தெரிவித்ததைத் தங்களிடம் சொன்னேன்......"

"போதும் நிறுத்து! நீ யார் என்பது தெரியும் எனக்கு!" என்று அனயீத் ஆத்திரமாய்க் கூறினாள். "சேவகர்களே! இவனைப் பிடித்துச் சென்று சிறையிலே அடையுங்கள்!" என்று கட்டளையிட்டாள்.

9

இந்தக் கட்டளை நிறைவேற்றப்பட்டதும், அனயீத் அபாய அறிவிப்புப் பறையறைந்து ஊர் மக்களைக் கூட்டும்படி உத்தரவிட்டாள். ஊர் மக்கள் என்ன நேர்ந்ததென்று புரியாமல் பதட்டமுற்று தம்முள் ஒருவரையொருவர் விசாரித்தவாறு அரண்மனையின் முன்னால் கூடினர்.

அனயீத் போர்க் கோலம் பூண்டு உப்பரிக்கையில் வந்து நின்றாள்.

"குடிமக்களே, உங்களுடைய ஜார் வேந்தனின் உயிருக்கு ஆபத்து நேர்ந்திருக்கிறது!" என்று அவள் அறிவித்தாள். "ஜார் வேந்தனை நேசிப்போரும் அவன் உயிரைக் காக்க விரும்புவோரும் என் பின்னால் அணி திரண்டு போருக்குப் புறப்படுங்கள்! நண்பகலுக்குள் நாம் பெரோஷ் நகருக்குச் சென்றாக வேண்டும்" என்றாள்.

ஒரு மணி நேரத்துக்குள் எல்லோரும் ஆயுதமேந்திப் புறப்பட்டு விட்டனர். அனயீத் சிறந்த குதிரை ஒன்றில் ஏறி "புறப்படுவோம் வாரீர்!" என்று கூவி எல்லோருக்கும் முன்னால் பெரோஷை நோக்கிப் பாய்ந்தோடினாள். இடையில் அவள் எங்கும் நிற்கவில்லை. ஆவி பறக்க ஓடி வந்த குதிரையை பெரோஷ் நகரின் மத்தியச் சதுக்கத்தை வந்தடைந்த பிறகுதான் இழுத்துப் பிடித்து நிறுத்தினாள். விண்ணிலிருந்து வந்திறங்கிய தேவியாய் அவளைக் கருதி, பெரோஷ் மக்கள் அவளுக்கு ஆராதனை செய்தனர்.

"இந்நகரின் ஆளுநர் எங்கே?" என்று கம்பீரமான குரலில் அனயீத் அவர்களைக் கேட்டாள்.

“இதோ இருக்கிறேன், ஜரீத்சா!” என்று கூறி ஆளுனர் அவள் எதிரே வந்து வணங்கி நின்றார்.

“கவனக் குறைவான ஆட்சி நடைபெறுகிறது இங்கே! ஆண்டவனின் கோவிலில் என்னவெல்லாம் நடைபெறுகிறது, தெரியுமா உமக்கு?”

“மேன்மை தங்கிய ஜரீத்சா, கோவிலில் நடைபெறுவது எனக்குத் தெரியாதுதான்” என்று சொல்லி அவர் தலை குனிந்து வணங்கினார்.

“கோவில் எங்கே இருக்கிறது என்பதாவது தெரியுமா?”

“என்ன கேள்வி இது! அது கூட தெரியாமலா இருப்பேன்?”

“சரி, அங்கே என்னை அழைத்துச் செல்லும்.”

நகரின் ஆளுனர் அனயீத்தைக் கோவிலுக்கு அழைத்துச சென்றார். நகர மக்கள் அவர்களைப் பின்தொடர்ந்து சென்றனர்.

யாத்திரிகர்கள் வருவதாய் நினைத்துக் கோயில் சாமியார்கள் முதலாவது இரும்புக் கதவுகளை விரியத் திறந்தார்கள். உடனே அனயீத் கோவில் சதுக்கத்தினுள் குதிரையை ஓட்டிச் சென்று கோவிலின் கதவுகளைத் திறக்கும்படி உத்தரவிட்டாள். அப்பொழுதுதான் சாமியார்கள் தமக்கு ஏற்பட்டுவிட்ட ஆபத்தை உணர்ந்து கொண்டனர். குதிரை மீது வீற்றிருந்த ஜரீத்ஸாவை நோக்கித் தலைமைக் குரு ஆவேசமாய் ஓடி வந்தார். ஆனால் அனயீத்தின் சாமர்த்தியம் வாய்ந்த குதிரை அவரைக் கீழே தள்ளி குளம்புகளால் மிதித்துக் கொன்றது.

இதற்கிடையில் அங்கே வந்து சேர்ந்த அனயீத்தின் படை வீரர்கள் உடனே ஏனைய எல்லா சாமியார்களையும் பிடித்து இழுத்துச் சென்றனர். மக்கள் கதி கலங்கிப் போய்ப் பார்த்துக் கொண்டு நின்றார்கள்.

“இப்படி அருகே வாருங்கள்! ஆண்டவன் சன்னதியில் மறைவிடத்தில் நடைபெறுவதைப் பாருங்கள்!” என்று அனயீத் அவர்களை அழைத்தாள்.

கோவிலின் கதவுகள் யாவும் விரைவில் உடைத்தெறியப்பட்டன. அதனுள் மறைந்திருந்த பயங்கரம் மக்களுக்குத் தெரியலாயிற்று.

பேய் உருவங்களை ஒத்த மனிதர்கள் பாதாளச் சிறைகளிலிருந்து வெளியே வந்தார்கள். சிலர் எழுந்து நிற்க முடியாதபடி பலமிழந்து மரணத்தின் பிடியில் சிக்கியிருந்தனர். ஏனையோர் பகலின் வெளிச்சத்தில் கண் தெரியாமல் தட்டித் தடவியவாறு கால்கள் முறிந்து முடமான எறும்புகளைப் போல விழுந்து புரண்டு நகர்ந்தனர். வச்சகானும் வகினாக்கும் எல்லோருக்கும் கடைசியில் வெளியே வந்தார்கள். பிரகாசமான ஒளி கண்ணைப் பொட்டையாக்கிவிடாமல் இருக்கும் பொருட்டு மூடிய கண்களுடன் இருவரும் நடந்தார்கள்.

படைவீரர்கள் சிறைகளை உடைத்து உள்ளே சென்று சடலங்களையும் சித்திரவதைக் கருவிகளையும் வெளியே எடுத்து வந்தார்கள். நகர மக்கள் வெட்கமும் துயரமும் தாங்காமல் குனிந்த தலை நிமிராமல் அவர்களுக்கு உதவி புரிந்தனர்.

பிறகு வச்சகானும் வகினாக்கும் காத்திருந்த கூடாரத்துக்கு அனயீத் வந்து சேர்ந்தாள். அவசரமாய் இவர்களுக்காக அமைக்கப்பட்ட கூடாரம் அது. கணவனும் மனைவியும் ஒருவரையொருவர் பார்த்தவாறு நெடுநேரம் அங்கே அமர்ந்திருந்தனர். பிறகு வகினாக் கண்ணீர் வடித்தவாறு அனயீத்தின் கையிலே முத்தமிட்டு வாழ்த்தினான்.

"ஈடிணையற்ற ஜரீத்சா, இன்று நீ எங்கள் உயிரைக் காப்பாற்றினாய்!" என்றான்.

"வகினாக், அப்படியல்ல" என்று வச்சகான் அவனிடம் கூறினான். "நெடுநாட்களுக்கு முன்பே, ஜார் வேந்தனின் மகனுக்கு எதாவது தொழில் தெரியுமா என்று கேட்டாளே, அன்றே அனயீத் நம்மைக் காப்பாற்றியவளாவாள். அனயீத்தின் அந்தக் கேள்வியைக் கேட்டு நீ சிரித்தாயே நினைவிருக்கிறதா?" என்றான்.

ஜார் வேந்தன் வச்சகானின் இந்தப் பயங்கர அனுபவத்தைப் பற்றிய தகவல்கள் எல்லா ஊர்களுக்கும் கிராமங்களுக்கும் பரவின. பிற நாடுகளுக்குங்கூட அவை எடுத்துச் செல்லப்பட்டன. எல்லோரும் வச்சகானையும் அனயீத்தையும் போற்றினர். இசை வாணர்களாகிய அஷுகுகள் இவர்களைப் பாராட்டிப் பாட்டுகள் பாடினர். ஆனால் இந்தப் பாட்டுகள் நமக்கு வந்து சேராமல் மறைந்துவிட்டன. அதிர்ஷ்டவசமாய் வச்சகானையும் அனயீத்தையும் பற்றிய கதை மட்டும் மறையாமல் வழக்கில் இருந்து வருகிறது.

♦

மான்மகவும் எழில்மங்கை எலேனாவும்

ஜார்ஜிய நாட்டுக்கதை

அது மெய்யோ, பொய்யோ, முன்னொரு காலத்தில் செல்வச் சிறப்பு மிக்க ஜார் வேந்தன் ஒருவன் இருந்தானாம். ஒரு நாள் அவன் தனது வேடர்களை அழைத்து-

"போய் உங்கள் கண்ணில் படும் முதலாவது விலங்கைக் கொன்று எடுத்து வாருங்கள்" என்று அவர்களிடம் கூறினான்.

வேடர்கள் உடனே புறப்பட்டுச் சென்றனர். காட்டு வெளியில் மேய்ந்து கொண்டிருந்த ஒரு பெண் மான்தான் அவர்களுடைய கண்ணில் பட்ட முதலாவது விலங்கு. ஜாரின் உத்தரவுப்படி அதைச் சுட்டுக் கொல்வதற்காகக் குறி பார்த்தார்கள். அப்பொழுது ஒரு சிறுவன் அந்த மானின் மடியில் முட்டிப் பால் குடிக்கக் கண்டார்கள். சிறுவன் வேடர்களைப் பார்த்ததும் பால் குடிப்பதை நிறுத்திவிட்டு மானின் கழுத்தை இரு கைகளாலும் கட்டியணைத்து முத்தமிட்டு அதனுடன் கொஞ்சினான். வேடர்களுக்கு ஆச்சரியமாய் இருந்தது.

அவர்கள் இந்தச் சிறுவனை ஜாரிடம் தூக்கிச் சென்று, தாம் கண்ணுற்றதை வேந்தனிடம் சொன்னார்கள்.

வேடர்கள் கண்டெடுத்த இந்தச் சிறுவனைப் போல் அதே வயதில் இந்த ஜாருக்கு ஒரு மகன் இருந்தான். இரு சிறுவர்களுக்கும் ஜார் ஒருங்கே பெயர் சூட்டு விழா நடத்தினான். கண்டெடுக்கப்பட்ட சிறுவனுக்கு மான்மகவு என்று பெயர் சூட்டப்பட்டது.

மான்மகவும் அரசிளங்குமரனும் ஒருங்கே சேர்ந்து வளர்ந்து வந்தனர். இருவரும் ஒரே அறையில் உறங்கினர். ஒரே தாதியிடம் பால் குடித்தனர்.

இரு குழந்தைகளும் நாளொரு மேனியும் பொழுதொரு வண்ணமுமாய் வளர்ந்து, யாரும் உணருமுன் பன்னிரண்டு வயதை அடைந்தனர். தமது இரு

மகன்களும் அரண்மனையில் இணைபிரியாது வாழ்ந்து வளர்ந்து வந்தது குறித்து ஜார் மட்டில்லா மகிழ்ச்சியடைந்தான்.

சிறுவர்கள் இருவரும் ஒருநாள் தமது வில்களை எடுத்துக் கொண்டு வெளியே சென்றார்கள். அரசிளங்குமரன் அம்பு எய்தினான். தண்ணீர் மொண்டு அவ்வழியே தூக்கிச் சென்ற ஒரு கிழவியின் குடத்திலே அந்த அம்பு பட்டு குடத்தின் கைப்பிடியை உடைத்தது.

கிழவி திரும்பிப் பார்த்தாள்.

"நீ ஒரே மகன், அதனால் நான் கடுஞ் சாபமிட விரும்பவில்லை, ஆனால் எழில் மங்கை எலேனாவின் மீது காதல் கொண்டு நீ ஏங்கித் தவிக்கக் கடவாய்" என்று கூறிவிட்டுச் சென்றாள். மான்மகவு புரியாமல் திகைப்புற்று நின்றான்.

"கிழவி கூறிச் சென்றதன் பொருள் என்ன?" என்று அவன் தன்னைத் தானே கேட்டுக் கொண்டான்.

ஆனால் அரசிளங்குமரனால் அக்கணம் முதலாய் எழில்மங்கை எலேனாவைத் தவிர வேறு யாரையும் பற்றி, எதையும் பற்றி நினைக்க முடியவில்லை. அவன் உள்ளத்தில் காதலின் வித்துக்கள் முளைத்து அவனை அமைதியிழந்து ஏங்கச் செய்தன.

என்ன செய்வது? மூன்று வாரங்கள் கழிந்தன, அரசிளங்குமரன் பாதி உயிர் இழந்தவனாகிவிட்டான். அவன் கண்டிராத அந்த மங்கை மீதான காதல் அவன் உடல் நலத்தையும் வலுவையும் அரித்துத் தின்று வந்தது.

ஒருநாள் மான்மகவு அவனிடம் சொன்னான்:

“உன் உடன் வளர்ந்த சகோதரனாகிய நான் உனக்கு எழில்மங்கை எலேனாவை வென்று தருவேன், இல்லையேல் செத்தொழிந்து போவேன்!”

பிறகு மான்மகவு ஜார் வேந்தனிடம் சென்று, “தந்தையே! எனக்கு முழந்தாள் போர்க் கவசமும் இரும்பு வில்லும் அம்புகளும் செய்யும்படி கொல்லனுக்கு உத்தரவிடுங்கள். நான் எழில்மங்கை எலேனாவைத் தேடிக் கொண்டு புறப்பட வேண்டும்” என்றான்.

வேந்தன் உடன்பட்டான். இரும்பு வில்லும் ஐந்து பூடு எடையுள்ள அம்புகளும் முழந்தாள் போர்க்கவசம் ஒரு ஜோடியும் மான்மகவுக்காகத் தயாரிக்கப்பட்டன. பிறகு அவனும் அரசிளங்குமரனும் புறப்பட்டனர்.

வளர்ப்புத் தந்தையிடம் விடைபெற்றுக் கொள்கையில் மான்மகவு கூறினான்:

“தந்தையே, அஞ்ச வேண்டாம்! மான்மகவு தங்கள் நம்பிக்கைக்கு உரியவன். இரண்டு ஆண்டுகள் காத்திருங்கள், வெற்றிச் சிறப்புடன் திரும்பி வருவோம், இல்லையேல் வரவே மாட்டோம்!”

இரு சகோதரர்களும் புறப்பட்டு எங்கும் நிற்காமல் தொடர்ந்து நடந்தனர். முடிவில் இருவரும் அடர்ந்த காடு ஒன்றை வந்தடைந்தனர். நுழைய முடியாதபடி அவ்வளவு அடர்த்தியாய் இருந்தது அது. எப்படியோ இருவரும் அதனுள் புகுந்து சென்றார்கள். காட்டினுள் உயரமான செங்குத்துக் குன்று ஒன்று இருந்தது. குன்றின் உச்சியில் ஒரு பெரிய மாளிகையும் அதன் எதிரே கண்கவர் சோலையும் தெரிந்தன. மனித ஊனைத் தின்னும் ஐந்துதலை, ஒன்பது தலை அரக்கர்கள் இந்த மாளிகையில் வசித்து வந்தார்கள்.

“சகோதரனே, நான் களைத்துப் போய்விட்டேன், இங்கே சற்று நேரம் களைப்பாறலாம்” என்று அரசிளங்குமரன் மான்மகவிடம் சொன்னான்.

“சரி” என்றான் மான்மகவு.

அரசிளங்குமரன் அங்கே படுத்துக் கண்ணுறங்கினான்.

“நீ தூங்கு, நான் அந்தச் சோலைக்குச் சென்று உனக்குச் சிறந்த பழங்கள் பறித்து வருகிறேன்” என்றான் மான்மகவு.

உடன்பிறந்தோருக்கு இடையே இருக்கும்படியான அன்போடு மட்டுமல்ல, தந்தைக்கு மகன்பால் இருக்கக் கூடிய பரிவோடும் பாசத்தோடும் மான்மகவு அரசிளங்குமரனைக் கண்ணும் கருத்துமாய்க் கவனித்துக் கொண்டான்.

சோலைக்குச் சென்று யாவற்றிலும் சிறப்பான ஆப்பிள் மரத்தைத் தேடிப் பிடித்து அதிலிருந்து பழங்கள் பறிக்கப் போனான்.

அப்பொழுது திடுமென ஒன்பதுதலை அரக்கன் அவனிடம் பாய்ந்தோடி வந்தான்.

“இந்தச் சோலையினுள் துணிந்து வந்த நீ யார்?” என்று அவன் கர்ஜித்தான். “எனக்கு அஞ்சி இங்கு வானத்தில் பறவைகள் பறப்பதில்லை, தரையில் எறும்புகளும் ஊர்ந்து செல்வதில்லை!” என்றான் அவன்.

“நான்தான் மான்மகவு!” என்று பலத்த குரலில் இளைஞன் அவ்வரக்கனுக்குப் பதிலளித்தான்,

இதைக் கேட்டதும் அரக்கன் பயந்து போய் பீதியும் சீற்றமும் கலந்த கூச்சலிட்டவாறு அங்கிருந்து ஓட்டம் பிடித்தான். மான்மகவின் வருகை தாம் எல்லோரது அழிவையும் குறிக்கும் நிகழ்ச்சியாகும் என்பது அங்கிருந்த அரக்கர்களுக்குத் தெரியும். பீதியடைந்த அரக்கர்கள் எங்காவது ஒளிந்து கொள்ளும் பொருட்டு நாற்றிசையிலும் ஓடினர். ஆனால் மான்மகவு இவர்களைத் தேடிப் பிடித்துக் கொன்றான். கூரைவளை அறையில் ஒளிந்து கொண்டிருந்த ஐந்து தலை அரக்கன் ஒருவன் மட்டும்தான் தப்ப முடிந்தது.

இதற்கிடையில் அரசிளங்குமரன் மரத்து நிழலில் அமைதியாய்த் தூங்கிக் கொண்டிருந்தான்.

மான்மகவு அம்மாளிகையிலிருந்து அரக்கர்களை ஒழித்துக் கட்டியபின் திரும்பி வந்து தன் சகோதரனை எழுப்பினான். அரக்கர்களுடைய மாளிகையும் அதிலிருந்த செல்வங்களும் இப்பொழுது இவர்களுக்கு உரியதாகிவிட்டன.

சகோதரர்கள் இருவரும் சோலையினுள் சுற்றித் திரிந்து மகிழ்ந்தனர். எஞ்சியிருந்த ஐந்து தலை அரக்கனான பாபாஹன் ஜோமி நடுங்கியவாறு கூரைவளை அறையில் ஒரு மூலையில் பதுங்கிக் கொண்டிருந்தான்.

முடிவில் அவன் மனதைத் தைரியப்படுத்திக் கொண்டு, தான் பதுங்கியிருந்த மூலையிலிருந்து வெளியே வந்து மான்மகவிடம் வேண்டினான்:

“என்னைக் கொல்லாதே! உங்கள் இருவருக்கும் நான் ஒரு சகோதரனாய் இருப்பேன், இங்குள்ள செல்வங்கள் யாவும் உங்களுக்கே உரியவை!” என்றான்.

மான்மகவு புன்னகை புரிந்து கொண்டான்.

"உங்கள் அரண்மனையை விட்டு இப்படி ஊர், ஊராய், கிராமம் கிராமமாய் நீங்கள் இருவரும் சுற்றி அலையக் காரணம் என்ன?" என்று ஐந்துதலை அரக்கன் கேட்டான்.

"நாங்கள் செய்ய வேண்டிய காரியம் ஒன்று உள்ளது" என்றான் மான்மகவு. "நீ உதவி புரியாததால் நாங்கள் இக்காரியத்தைச் செய்ய முடியாமற் போகுமாயின், ஏனைய அரக்கர்களைக் கொன்றது போல் உன்னையும் கொன்றுவிடுவேன். நாங்கள் எழில் மங்கை எலேனாவைத் தேடிச் செல்கிறோம், நீயும் எங்களுடன் சேர்ந்து அவளைத் தேட வேண்டும்" என்றான்.

தூக்கிச் செல்லும்படியான சிறிய வீடு ஒன்று பாபாஹன் ஜோமியிடம் இருந்தது. தான் செல்லும் இடமெங்கும் அவன் இதைத் தன் முதுகில் தூக்கிச் சென்றான்.

"எனது இந்தச் சிறு வீட்டினுள் ஏறிக் கொள்ளுங்கள், நாம் எழில் மங்கை எலேனாவைத் தேடிச் செல்லலாம்" என்று சொன்னான் அரக்கன். "ஆனால் அவளை மணந்து கொள்வது எளிதல்ல, எத்தனையோ பேர் அவளைப் பெறுவதற்காகத் தவங்கிடக்கிறார்கள்" என்று அவன் எச்சரித்தான்.

சகோதரர்கள் இருவரும் அரக்கனின் வீட்டுக்குள் ஏறிக் கொண்டு அவன் முதுகிலே சவாரி செய்தனர்.

மூன்று மாதங்களுக்கு மேல் பயணம் புரிந்து அவர்கள் ஓர் ஆற்றை வந்தடைந்தார்கள்.

"எனக்குக் களைப்பாய் இருக்கிறது, ஓய்வெடுத்துக் கொள்வோம்" என்று அரசிளங்குமரன் கூறினான்.

பாபாஹன்ஜோமியும் இதைக் காட்டிலும் அதிகமாய்க் களைத்துப் போயிருந்தான். ஆகவே சகோதரர்கள் இருவரும் அரக்கனின் சிறு வீட்டிலிருந்து கீழே இறங்கி ஆற்றங்கரையிலே உட்கார்ந்து களைப்பாறினார்கள். இருவருக்கும் தாகமாய் இருந்ததால் ஆற்றின் நீரைக் குடிக்க முற்பட்டனர். ஆனால் அது உப்பாய் இருந்தது.

"ஆற்று நீர் ஏன் இப்படி உப்பாய் இருக்கிறது" என்று வியப்புடன் மான்மகவு கேட்டான்.

"இது ஆற்று நீரல்ல, கண்ணீர்!" என்று பாபாஹன்ஜோமி பதிலளித்தான். "இந்த ஆற்றின் தலைப் பகுதியில் ஐந்துதலை அரக்கன் ஒருவன் இருக்கிறான். எழில்மங்கை எலேனாவின் மீது காதல் கொண்டுள்ளான் அவன். ஆனால் அவள் அவனை ஏற்க மறுக்கிறாள். காதல் அவன் நெஞ்சினுள் நெருப்பாய் எரிகிறது, அவன் மனம் வெதும்பி வடிக்கும் கண்ணீர் இந்த ஆற்றின் வெள்ளமாய் ஓடி வருகிறது" என்றான்.

இதைக் கேட்டு மான்மகவு வியப்புற்றான்.

“என் சகோதரனுக்கு எழில்மங்கை எலேனாவை நான் வென்று தராவிடில் என் பெயர் மான்மகவு அல்ல” என்று அவன் சூளுரைத்தான்.

ஆற்றின் தலைப் பகுதியில் வசித்த அரக்கனிடம் அவர்கள் சென்றனர்.

“எழில்மங்கை எலேனா மீதான காதலா உன்னை இப்படி அழச் செய்கிறது?” என்று மான்மகவு அவனைக் கேட்டான்.

அரக்கன் தொடர்ந்து அழுதான். அவன் வடித்த கண்ணீர் ஆறாய்ப் பெருகி ஓடிற்று.

“நான் சாகவும் தயாராயிருக்கிறேன், ஒரேயொரு தரம் அவளைப் பார்க்க முடிந்தால் போதும்” என்று அவன் சொன்னான்.

“சரி, நான் உனக்கு வாக்களிக்கிறேன், அவளை நாங்கள் வீட்டுக்கு அழைத்துச் செல்லும் போது நீ அவளைப் பார்க்கலாம்” என்றான் மான்மகவு.

பிறகு அவர்கள் தமது பயணத்தைத் தொடர்ந்தனர்.

சில மாதங்கள் கழிந்தன. அப்பொழுதும் போய்க் கொண்டிருந்தார்கள். கண்ணில் பட்ட காட்டு விலங்கு ஒவ்வொன்றையும் கொன்று தின்றுச் சென்ற போதிலும் அவர்களிடமிருந்த உணவுக் கையிருப்பு மேலும் மேலும் குறைந்து வந்தது. இப்படிப் பயணம் புரிந்து அவர்கள் ஒரு தோப்பை வந்தடைந்தனர். எழில்மங்கை எலேனாவைப் பற்றிய அறிகுறி எதுவும் இதுவரை அவர்களுக்குக் கிடைக்கவில்லை.

“அதோ ஒரு கிராமம் தெரிகிறது, அங்கே சென்று விசாரித்துப் பார்க்கிறேன், எழில்மங்கை எலேனாவை எங்கே போய்த் தேட வேண்டுமென்று கூறக் கூடியோர் அங்கு இருக்கக்கூடும்” என்று மான்மகவு கூறினான்.

பாபாஹன்ஜோமியையும் அரசிளங்குமரன் இருந்த சிறு வீட்டையும் விட்டுப் பிரிந்து மான்மகவு அந்தக் கிராமத்துக்குச் சென்றான். அங்கே ஒரு கிழவியை அவளுடைய குடிசைக்கு அருகே சந்தித்தான்.

“தாயே, பெற்ற குழந்தைகளின்பால் தாய்மார்களுக்குள்ள பாசத்தின் பேரால் கேட்கிறேன், எழில்மங்கை எலேனாவை எங்கே போய்த் தேட வேண்டுமென்று சொல்வீர்களா?” என்று மான்மகவு அவளைக் கேட்டான்.

கிழவி ஆச்சரியத்துடன் அவனை உற்று நோக்கினாள். எழில் மங்கை எலேனாவை நெருங்குவது எவ்வளவு கடினமென்பது அவளுக்குத் தெரியும். இந்த இளைஞன் இவ்வளவு சாதாரணமாய்க் கேட்கிறானே என்று வியந்து கொண்டான்.

“மகனே, அவளிடம் செல்வது நடைபெறும் காரியமல்லவே” என்றாள். “அவளைப் பற்றி நீ ஏதும் அறியாதவனாய் இருப்பாய்ப் போல் தெரிகிறதே. மாமல்லனான வாயு வேந்தன் அவளைக் காதலிக்கிறான், அவளுடைய

வீட்டிலிருந்து எப்படியாவது அவளைத் தூக்கிச் சென்றுவிட வேண்டுமென்று முயன்று வருகிறான். அதனால் தான் கதிரவன் ஒளிக் கதிரைக் காண முடியாமல் மூடிப் பூட்டிய ஆறு கதவுகளுக்குப் பின்னால் வைத்து அவள் வீட்டினர் அவளைப் பாதுகாக்கிறார்கள். அவளைத் தம்மிடமிருந்து தூக்கிச் சென்று விடுவார்களென்று அவர்கள் அஞ்சுகிறார்கள்'' என்று சொன்னான்.

எழில் மங்கை எலேனா எங்கே வசிக்கிறாள் என்பதை அந்தக் கிழவி மான்மகவிடம் கூறினாள்.

அவளுடைய கோட்டை உயரமான மதில்கள் சூழ்ந்த ஒரு பெரிய தோட்டத்தினுள் இருக்கிறது. எழில்மங்கை எலேனா அங்கே தன் தாயுடனும் சகோதரர்களுடனும் வசித்து வருகிறாள்'' என்றாள்.

''என் சகோதரன் அவளை மணந்து கொள்ள விரும்புகிறான், எப்படி நாங்கள் அவளிடம் போய்ச் சேர்வது?'' என்று மான்மகவு கேட்டான்.

''அது எளிதல்லவே'' என்றாள் கிழவி. ''எழில் மங்கை எலேனாவை மணந்து கொள்ள விரும்புவோர் எத்தனையோ பேர் இருக்கிறார்கள். தன்னை மணந்து கொள்ள வருவோருக்கு அவள் மூன்று பணிகள் அளித்து அவற்றை நிறைவேற்றுகிறவரை மணந்து கொள்வதாய் வாக்களிக்கிறாள். அவற்றை நிறைவேற்றத்தவறுவோரை அவளுடைய சகோதரர்கள் கொன்றுவிடுகிறார்கள்'' என்றாள்.

மான்மகவு சிரித்துக் கொண்டான். தானும் தன் சகோதரனும் செய்ய முடியாத பணிகளாய் எழில்மங்கை எலேனாவால் அளிக்க முடியுமா, என்ன?... அவன் தன் சகோதரனும் பாபாஹன்ஜோமியும் இருந்த இடத்துக்குத் திரும்பி வந்தான்.

மான்மகவும் அரசிளங்குமரனும் தன் வீட்டினுள் ஏறிக் கொண்டதும் அதைத் தன் முதுகில் தூக்கிக் கொண்டான். மீண்டும் அவர்கள் பயணம் புரிந்தனர்.

எழில் மங்கை எலேனாவின் கோட்டையை வந்தடைந்ததும் மான்மகவு முதலில் அதனுள் சென்றான்.

எழில்மங்கை எலேனாவின் தாய் ஒரு மந்திரக்காரி. அவளால் யாரையும் கொல்லவும் முடியும், மீண்டும் உயிர் பெற்றெழச் செய்யவும் முடியும்.

அவள் மான்மகவை வைத்த கண் வாங்காது பார்த்தாள். அவன் அப்படி உயரமாகவும் வலிவு மிக்கவனாகவும் கட்டழகனாவும் இருந்தான்.

''நீ யார்? இங்கே ஏன் வந்தாய்?'' என்றுஅவனைக் கேட்டாள்.

''நான் நண்பன், பகையல்ல!'' என்றான் மான்மகவு.

''உனக்கு வேண்டியது என்ன?''

“உனது எழில் மங்கை எலேனாவை எனது சகோதரனது மனைவியாய்ப் பெற விரும்புகிறேன்.”

எலேனாவுக்கு மூன்று சகோதரர்கள். அப்பொழுது அம்மூவரும் வேட்டையாடுவதற்காகக் காட்டுக்குச் சென்றிருந்தார்கள்.

“நீ இங்கேயே காத்திரு, என் புதல்வர்கள் திரும்பி வந்ததும் அவர்களுடன் இது பற்றிப் பேசு, அதன்பின் யாவற்றுக்கும் ஏற்பாடு செய்யலாம்” என்று எழில்மங்கை எலேனாவின் தாய் கூறினாள்.

ஆகவே மான்மகவு தோட்டத்திலே உட்கார்ந்து எழில்மங்கை எலேனாவின் சகோதரர்களது வருகைக்காகக் காத்திருந்தான்.

இதற்கிடையில் வெளியே காத்திருந்த அரசிளங்குமரனும் பாபாஹன்ஜோமியும் வாயு வேந்தன் மான்மகவுடன் சண்டைக்கு வந்து அவனைக் கொன்றுவிட்டால் என்ன செய்வது என்று பயந்தனர், தாமும் உள்ளே சென்று மான்மகவு எப்படி இருக்கிறான் என்று பார்ப்பதென முடிவு செய்து கொண்டனர்.

எழில்மங்கை எலேனாவின் சகோதரர்கள் இருட்டியதும் திரும்பி வந்தனர். ஒருவன் ஒரு பெரிய மானைத் தன் தோளில் துக்கி வந்தான், இன்னொருவன் ஒரு பெண்மானையும், மூன்றாவது சகோதரன் தீ மூட்டுவதற்காக ஒரு பெரிய மரத் துண்டையும் தூக்கி வந்தான்.

அன்னியன் ஒருவன் இருக்கிறான் என்பதை மோப்பத்தால் உணர்ந்து, “இங்கே இருப்பது யார், அம்மா?” என்று மூவரும் கேட்டனர்.

“புதல்வர்களே, அவன் நண்பனாய் நம்மிடம் வந்திருக்கிறான், நீங்கள் அவனுக்குத் தீங்கிழைக்கக் கூடாது” என்று அவர்களுடைய தாய் பதிலளித்தாள்.

இதற்குள் பாபாஹன்ஜோமி அரசிளங் குமரனை கோட்டைக்குள் அழைத்து வந்தான். என்ன நடைபெறுகிறதென்று பார்த்தவாறு அரசிளங்குமரன் கோட்டையினுள் காத்துக் கொண்டு நின்றான்.

எழில் மங்கை எலேனாவின் சகோதரர்கள் மானைத் தோலுரிக்க முற்பட்டனர். மான்மகவும் அவர்களுடன் சேர்ந்து கொண்டான். இவர்கள் மூவரும் ஒரு காலின் தோலை உரிப்பதற்குள் மான்மகவு மின்னல் வேகத்தில் வேலை செய்து முழு உடலிலும் தோலை உரித்தெடுத்துவிட்டான். சகோதரர்கள் மூவரும் வியப்புற்றுப் பார்த்துக் கொண்டிருந்தனர்.

பிறகு அவர்கள் சாப்பிட உட்கார்ந்தார்கள். மான்மகவு வேகம் வேகமாய் பெரும் பெரும் இறைச்சித் துண்டுகளை எடுத்துக் கடித்து விழுங்கினான். மீண்டும் மூன்று சகோதரர்களும் தம் கண்களை நம்ப முடியாமல் ஆச்சரியத்துடன் அவனை உற்று நோக்கினர்.

சாப்பிட்டு முடித்ததும் படுக்கச் சென்றார்கள். மறுநாள் காலையில் எழில்மங்கை எலேனா கூறினாள்:

"நான்இடும் மூன்று பணிகளையும் அரசிளங்குமரன் செய்து முடிப்பானாயின் அவனை மணந்து கொள்வேன், இல்லையேல் அவன் எனக்கு வேண்டாம்."

அரசிளங்குமரனை அவளிடம் அழைத்து வந்தனர். எழில் மங்கை எலேனா அவனுடன் பேசினாள். பாவம் அரசிளங் குமரன், என்ன நடைபெறுகிறதென்று புரியாமல் கதி கலங்கிவிட்டவனைப் போல, ஒரு வார்த்தை கூட பேச முடியாமல் கல்லாய்ச் சமைந்து போய் நின்றான். உண்மை என்னவெனில் எழில்மங்கை எலேனாவின் தாய் அப்படி அவனை மந்திரத்தால் மயக்கியிருந்தாள்.

"என் எதிரே நிற்காதே, போய்விடு!" என்று எழில் மங்கை எலேனா கூச்சலிட்டாள். அரசிளங்குமரனை அவள் தனது அறையிலிருந்து விரட்டியடித்தாள்.

குடி மயக்கம் கொண்டவனைப் போல் அரசிளங் குமரன் தட்டுத் தடுமாறியபடி வெளியே வந்து சேர்ந்தான். மான்மகவு அவனிடம் ஓடினான்.

"அவள் என்ன சொன்னாள்?" என்று அவன் கேட்டான்.

"சகோதரனே, எனக்கு ஒன்றும் விளங்கவில்லை, மயங்கித் திகைத்துப் போயிருந்தேன்" என்று அரசிளங் குமரன் பதிலளித்தான்.

மான்மகவு கோபங் கொண்டு எழில் மங்கை எலேனாவிடம் சென்றான். அரசிளங் குமரனை அவள் இரண்டாவது முறை சந்தித்துப் பேசவேண்டுமென்று கேட்டுக் கொண்டான்.

இரண்டாம் முறையும் அரசிளங்குமரன் அவள் எதிரே பேசமுடியாதவனாய்ச் சிலை போல் நின்றான். கனவில் நடப்பவனைப் போல எழில் மங்கை எலேனாவின் அறையிலிருந்து வெளியே வந்தான்.

நடந்ததையெல்லாம் மான்மகவு பாபாஹன்ஜோமியிடம் கூறினான். இருவரும் சேர்ந்து ஆலோசனை செய்து என்ன செய்வதென்று முடிவு செய்தார்கள். பிறகு மான்மகவு எழில் மங்கை எலேனாவிடம் சென்று மூன்றாம் முறையாய் அவள் அரசிளங்குமரனுடன் பேச வேண்டுமென்று கேட்டுக் கொண்டான்.

எழில்மங்கை எலேனாவின் முன்னால் திரும்பவும் அரசிளங்குமரன் மலைத்துப் போய் பேசாமல் நின்றான். அவளுடைய தாய் மீண்டும் அவனை மந்திரத்தால் மயக்கி முடக்கியிருந்தாள். ஆனால் இப்பொழுது பாபாஹன்ஜோமி எழில் மங்கை எலேனாவின் அறைக்கு அருகே சென்று மந்திர சக்தியைச் செயலற்றதாக்கும் சில வாசகக் குறிப்புகளை எடுத்து அந்த அறைக்குள் போட்டான்,

திடுமென சுவர்கள் ஆடின, அரசிளங் குமரனுக்குச் சுயநினைவு திரும்பிற்று. மந்திரத்தால் நேர்ந்த மயக்கம் தெளிந்துவிட்டதால், அவனால் இப்பொழுது எழில் மங்கை எலேனாவை பார்க்க முடிந்தது. உடனே அவளிடம் ஓடி அவளுடைய கைகளைப் பற்றிக் கொண்டு, “எனக்கே உரியவள் நீ! எனக்கே உரியவள்!” என்று கூவினான்.

மான்மகவு மட்டற்ற மகிழ்ச்சி கொண்டான். அதோபோல எழில்மங்கை எலேனாவும் ஆனந்தமடைந்தாள். தன்னை மணந்து கொள்ள வந்தவர்களைத் தன் தாய் மந்திரத்தால் மயக்கித் தான் யாரையும் மணக்க முடியாமல் இதுகாறும் தடுத்து வந்தாள் என்பது அவளுக்குத் தெரியும். ஆகவே அவளும் அரசிளங்குமரனும் பூரிப்புற்று ஆனந்தமாய்ச் சிரித்தவாறு அறையிலிருந்து வெளியே வந்தனர்.

மறுநாள் காலையில் மணப் பெண்ணும் மாப்பிள்ளையும் தோட்டத்தில் உலாவிக் கொண்டிருந்தனர், மான்மகவு அருகாமையில் நின்று இந்தக் காட்சியைக் கண்டு களித்தான். அப்பொழுது வாயு வேந்தன் எழில்மங்கை எலேனாவைக் கண்ணுற்றதும் திடுமென அரசிளங்குமரன் மீது பாய்ந்தான். அவனை உயரத் தூக்கிச் சென்று சுற்றிச் சுழற்றி முடிவில் வேகமாய்த் தரையிலே கொண்டு வந்து மோதினான். பிறகு எழில் மங்கை எலேனாவைப் பிடித்து வானுச்சிக்குத் தூக்கி சென்றான்.

மான்மகவு தனது சகோதரன் உயிரற்றவனாய்த் தரையிலே கிடப்பதைக் கண்டு துயரம் பொறுக்கமாட்டாமல் கீழே விழுந்து புரண்டான். எழில் மங்கை எலேனாவை மறந்துவிட்டுத் தன் சகோதரனுக்காக அழுது புலம்பினான். மாமல்லன் வாயு வேந்தனைப் பற்றி முன்பு தான் சந்தித்த கிழவி தன்னை எச்சரித்தது அவனுக்கு நினைவு வந்தது. அந்தோ, இதை மறந்துவிட்டுக் கவனமின்றி இருந்தேனே என்று கதறினான்.

மான் மகவு அழுது புலம்பியவாறு அமர்ந்திருந்தான். எழில் மங்கை எலேனாவின் தாய் அவனிடம் வந்தாள்.

“அழாதே நீ! உன் சகோதரனை நான் உயிர் பெற்றெழச் செய்கிறேன்” என்றாள் அவள். “ஆனால் எழில் மங்கை எலேனாவை வாயு வேந்தன் தூக்கிச் சென்று விட்டானே, இனி எப்படி நாம் அவளை மீட்டுக் கொண்டு வருவது, தெரியவில்லையே எனக்கு” என்று முறையிட்டாள்.

அவள் ஒரு கைக்குட்டையை எடுத்து அதனால் அரசிளங்குமரனின் முகத்தைத் துடைத்தாள். உடனே அவன் உயிர் பெற்று விழித்தெழுந்தான். கண்களைத் துடைத்துக் கொண்டு-

“நெடுநேரம் தூங்கி விட்டேனே” என்றான்.

ஆனால் சுற்றிலும் ஒரு முறை பார்த்துவிட்டு எழில்மங்கை எலேனா இல்லை என்பதைக் கண்டதும் என்ன செய்வதென்று அறியாமல் செறுமி அழுதான்.

பிறகு மான்மகவு பாபாஹன்ஜோமியிடம் சென்று-

“வாயு வேந்தன் மணமகளைத் தூக்கிச் சென்றுவிட்டான், என்ன நேர்ந்தாலும் எப்படியாவது நாம் அவளை மீட்டுக் கொண்டு வந்தாக வேண்டும்” என்றான்.

“பாபாஹன்ஜோமியான என்னால் உனக்கு உதவ முடியாமற் போனால் அதே இடத்தில் நான் மடிந்து விழுவேனாக!” என்று அரக்கன் சூளுரைத்தான். “எனது வலப்புறக் காதுக்குள் பார், அங்கே குதிரைச் சேணம் இருக்கும்; பிறகு இடப்புறக் காதுக்குள் பார், அங்கே லகானும் சவுக்கும் இருக்கும்; ,இவற்றை எடுத்து எனக்குப் பூட்டு, உடனே நாம் புறப்பட்டுச் செல்வோம்” என்றான்.

அரசிளங் குமரனை எழில் மங்கை எலேனாவின் வீட்டில் இருக்கும்படி விட்டு விட்டு மான்மகவு லகானை எடுத்து பாபாஹன்ஜோமியின் ஐந்து வாய்களிலும் பூட்டி ஐந்து வார்களைக் கொண்டு சேணத்தை அவன் முதுகில் வைத்துக் கட்டினான்.

“இனி நீ என் முதுகிலே அமர்ந்து என் முதுகுத் தோலிலிருந்து ஒன்பது பட்டைகளை உரித்தெடுக்கும்படி சவுக்கால் செம்மையாய் மூன்று முறை அடி” என்று பாபாஹன்ஜோமி கூறினான். “அதன்பின் லகானைக் கெட்டியாய்ப் பிடித்துக் கொண்டு அச்சமின்றி அமர்ந்திரு, நான் காற்றாய் பறந்து செல்வேன்!” என்றான்.

பாபாஹன்ஜோமி சொன்னபடி செய்வதற்குமுன் மான்மகவு தன் சகோதரனிடம் சென்று விடை பெற்றுக் கொண்டான்.

“நீ இங்கே காத்திரு, நாங்கள் போய் எழில் மங்கை எலேனாவை மீட்டுக் கொண்டு வருகிறோம்” என்று அவனிடம் கூறினான்.

பிறகு அரக்கனின் முதுகில் தாவி அமர்ந்து சவுக்கைச் சுழற்றி ஒன்பது பட்டைகளை உரித்தெடுத்தான். அரக்கன் முனகிவிட்டுப் பலமாய்ச் சீழ்க்கையடித்தான். பிறகு உடலைத் தரையில் மோதி உயர்ந்தெழுந்து மேகங்களைத் துளைத்துக் கொண்டு மேலே சென்றான். நேரே வானின் குறுக்கே அவர்கள் பறந்தார்கள். கீழே பெரிய வெளி ஒன்று தெரிந்த பிறகுதான் தரையிலே வந்திறங்கினர். அந்த வெளியில் ஒரு கிழவி இருந்தாள்.

“வாயு வேந்தன் எங்கே வசிக்கிறான், தெரியுமா?” என்று மான்மகவு அவளைக் கேட்டான்.

கிழவி உடனே புலம்ப ஆரம்பித்தாள்.

“மகனே, இங்கே ஏன் வந்தாய்? இவ்விடத்துக்கு வரலாமா நீ?” என்று கிழவி அழுது புலம்பினாள். “அந்நியன் ஒருவன் வந்திருக்கிறான் என்று வாயு வேந்தன் மோப்பத்தால் அறிந்து கொண்டு விடுவான். நீ இங்கே இருப்பது தெரிந்ததும் நம் எல்லோரையும் கொன்று விடுவானே!” என்று அழுதாள். “சற்று முன்புதான் வாயுவேந்தன் இணையற்ற எழிலரசியாய் விளங்கிய ஒரு நங்கையைத் தூக்கி

வந்தான், வாயு வேந்தன் பலமாய்ச் சீறியதும் எழுப்பிய கூச்சலும் தவிர வேறு எதுவுமே காதில் விழவில்லை. சுற்றிலுமிருந்த யாவும் தகர்ந்து தரையிலே சாயும் வண்ணம் அவ்வளவு உக்கிரமாய் வீசிச் சென்றான்'' என்றாள்.

"அந்த நங்கையைத்தான் நான் தேடி வந்திருக்கிறேன்'' என்று மான்மகவு அவளிடம் கூறினான். "வாயு வேந்தன் வசிக்கும் இடத்தை நீ எனக்குக் காட்டவேண்டும்'' என்று கேட்டான்.

"சரி'' என்று ஒத்துக் கொண்டாலும் கிழவி பயந்து நடுக்கினாள், அவளுக்கு மூச்சு திணறிற்று.

மான்மகவு கீழே இறங்கி சேணத்தையும் லகானையும் சவுக்கையும் அரக்கனின் காதுகளினுள் ஒளித்து வைத்துவிட்டுக் கிழவியைப் பின் தொடர்ந்து சென்றான்.

பாபாஹன்ஜோமி அங்கேயே காத்திருந்தான். அங்குமிங்கும் நடந்து யாவற்றையும் பரிசீலனை செய்தான். பிறகு மனதுக்குத் தோன்றியதை எல்லாம் செய்தான், வாயு வேந்தனுடைய கோழிகளையுங்கூட ஒன்று பாக்கியில்லாமல் கொன்றான்.

கிழவி மான்மகவை வாயு வேந்தனின் கோட்டையருகே அழைத்து வந்து விட்டுவிட்டுத் திரும்பிச் சென்றாள்.

அதே காலையன்று வாயு வேந்தன் வேட்டையாடச் சென்றிருந்ததால், எழில் மங்கை எலேனா அழுது கொண்டு கோட்டையினுள் தனியே இருந்தாள்.

மான்மகவு அவளுடைய அறையின் கதவுக்கு முன்னால் சென்று அதை உதைத்துத் திறந்து கொண்டு உள்ளே நுழைந்தான்.

"நீ எப்படி இங்கே வந்தாய்? எனது மணமகனுக்கு என்ன ஆயிற்று?'' என்று எழில் மங்கை எலேனா அவனைக் கேட்டாள்.

நடந்ததை அவன் அவளிடம் சொன்னான்.

"உன்னை இங்கிருந்து அழைத்துச் செல்வதற்காக வந்திருக்கிறேன்'' என்றான் அவன்.

"உன்னால் இதைச் செய்ய முடியாது!'' என்று அவள் கூறினாள். "இந்த வாயு வேந்தன் நாசமாய்ப் போக! அவன் நம்மைக் கொன்றுவிடுவான்!'' என்றாள்.

பிறகு மான்மகவு தனக்கு வாயு வேந்தனின் கோட்டைக்கு வர வழி காட்டிய கிழவியிடம் சென்றான். எழில் மங்கை எலேனாவை எப்படித் தூக்கிச் செல்வது, வாயு வேந்தனிடமிருந்து எல்லோரையும் எப்படி விடுவிப்பது என்று அவளிடம் ஆலோசனை கேட்டான்.

"நீ எழில் மங்கை எலேனாவிடம் போய் இதைச் சொல்" என்று கிழவி அவனிடம் கூறினாள். "அடுத்த தடவை வாயு வேந்தன் வேட்டையாடச் சென்றதும் அவள் வீட்டின் ஒரு மூலையை மலர்களால் அலங்கரித்து வைக்க வேண்டுமென்றும், அவன் திரும்பி வந்ததும் துயரம் தோய்ந்த முகத்துடன் அவனிடம் சென்று அவன் இல்லாமல் தனிமையால் வருந்தியது போலப் பாசாங்கு செய்ய வேண்டுமென்றும் அவளிடம் சொல்" என்றாள்.

மறுநாள் காலை வாயு வேந்தன் கோட்டையிலிருந்து வெளியே சென்றதும் எழில் மங்கை எலேனா தோட்டத்துக்குப் போய் மலர்கள் பறித்து வந்து சிறு குழந்தை விளையாடுவதைப் போல வீட்டின் ஒரு மூலையை மலர்களால் அலங்கரித்துக் கொண்டிருந்தாள்.

வாயு வேந்தன் மாலையில் திரும்பி வந்ததும் அவள் செய்து கொண்டிருந்த அலங்கார வேலைகளைப் பார்த்து ஆச்சரியமடைந்தான்.

"சிறு குழந்தை மாதிரி பூக்களை வைத்துக் கொண்டு விளையாடுகிறாயே, என்ன இது?" என்று அவளைக் கேட்டான்.

"வேறு நான் என்ன செய்வதாம்?" என்று அவள் திருப்பிக் கேட்டாள். "நீ இல்லாதபோது நான் தனிமையால் வாடாதிருக்கும் பொருட்டு எதாவது செய்தாக வேண்டுமே, உன்னுடைய ஆன்மாவை நீ எங்கே ஒளித்து வைத்திருக்கிறாய் என்று என்னிடம் காட்டினால் இப்படி நான் பிரிவாற்றாமையால் வருந்த வேண்டியிருக்காது" என்றாள்.

"அழகியே, என் ஆன்மா இருக்கும் இடத்தைத் தெரிந்து கொண்டு என்ன செய்யப் போகிறாய் நீ?"

"நீ வேடிக்கையான ஆள்தான்! அது எங்கே இருக்கிறதென்று தெரிந்தால், நீ திரும்பி வருவதற்காகக் காத்திருக்கையில் நான் அதை முத்தமிட்டுக் கொஞ்சி மகிழ்ந்து கொண்டிருப்பேனே! நான் உன் மனைவி என்பதை மறந்துவிடாதே! உன் ஆன்மா எங்கே இருக்கிறது, சொல்" என்றாள்.

"சரி, நீ தெரிந்து கொள்ள விரும்புவதால் அது எங்கிருக்கிறதென்று சொல்கிறேன்" என்றான் வாயு வேந்தன்.

அவளை அவன் தன் கோட்டையின் உச்சி மாடத்துக்கு அழைத்துச் சென்றான்.

"அதோ அங்கே மரங்களிடையே ஒரு மான் மேய்ந்து கொண்டிருக்கிறதே, தெரிகிறதா?" என்றான். "மூன்று ஆட்கள் அதற்குப் புல் அறுத்துப் போடுகிறார்கள். அவர்கள் அறுத்துச் செல்வதைக் காட்டிலும் வேகமாய் அந்த மான் தின்பதைப் பார். அந்த மானின் தலையில் மூன்று பெட்டிகள் இருக்கின்றன, என்னுடைய ஆன்மாவை அவற்றுள்தான் ஒளித்து வைத்திருக்கிறேன்" என்று கூறினான்.

“யாராவது அந்த மானைக் கொன்றுவிட்டால் என்ன செய்வது?” என்று எழில் மங்கை கேட்டாள்.

“யாராலும் அந்த மானைக் கொல்ல முடியாது. என்னுடைய வில்லிலிருந்து விடப்படும் அம்பால் மட்டுமே அதைக் கொல்ல முடியும்” என்று வாயு வேந்தன் பதிலளித்தான். “மானின் தலையிலுள்ள பெட்டி ஒவ்வொன்றிலும் ஒரு பறவை இருக்கிறது. ஒரு பறவை கொல்லப்பட்டதும் பாதத்திலிருந்து முழங்கால் வரை நான் கல்லாகி விடுவேன். இரண்டாவது பறவை கொல்லப்பட்டதும் இடுப்பு வரை கல்லாகிவிடுவேன். மூன்றாவதும் கொல்லப்பட்டதும் செத்துப் போய்விடுவேன். என்னுடைய ஆன்மா எங்கே இருக்கிறதென இப்பொழுது தெரிகிறதா உனக்கு?” என்றான்.

பொழுது விடிந்ததும் வாயு வேந்தன் வேலையாய் வெளியே சென்றான். உடனே எழில் மங்கை அவனுடைய வில்லையும் அம்புகளையும் எடுத்து மான்மகவிடம் தந்து வாயு வேந்தனை எப்படிக் கொல்வதென்று அவனிடம் சொன்னாள்.

மான்மகவு புளகாங்கிதமடைந்து விட்டான். வில்லையும் அம்புகளையும் எடுத்துக் கொண்டு அந்த மான் மேய்ந்து கொண்டிருந்த புல்வெளியை நோக்கி விரைந்தான். அம்பு எய்தி மானைக் கொன்று அதனிடம் ஓடி அதன் தலையைப் பிளந்து பெட்டிகளை வெளியே எடுத்தான்.

மான் செத்து விழுந்ததும் வாயு வேந்தன் ஏதோ கேடு நெருங்கிவிட்டது என்பதை உணர்ந்து வேகமாய் வீட்டுக்குத் திரும்பினான்.

ஆனால் மான்மகவு முதலாவது பறவையின் கழுத்தைப் பிடித்து நெரித்தான். உடனே வாயு வேந்தனுடைய கால்கள் கல்லாகி விட்டன; மான்மகவு இரண்டாவது பறவையின் கழுத்தையும் நெரித்ததும் வாயு வேந்தனின் உடல் மரத்துப் போகவே, அவனால் நடக்க முடியவில்லை. மெள்ள கால்களை இழுத்துக் கொண்டு அரண்மனைக்குள் சென்றான்.

வாயு வேந்தன் எழில் மங்கை எலேனாவிடம்-

“நீ எனக்கு வஞ்சகம் புரிந்து விட்டாய்!” என்று கத்தினான். படிகளில் ஏறப் போனான், ஆனால் மான்மகவு அதற்குள் மூன்றாவது பறவையைப் பிடித்துக் கொண்டான்.

“நீ புரிந்துள்ள கேடுகளுக்காக உனக்குத் தக்க வெகுமதி அளித்தாக வேண்டும்” என்று கூவியபடி மூன்றாவது பறவையின் கழுத்தை நெரித்தான்.

வாயு வேந்தன் உயிரிழந்து தரையிலே விழுந்தான். மான்மகவு எழில் மங்கை எலேனாவிடம் சென்று, “இனி நாம் பயணம் புறப்படலாம்” என்றான்.

“சரி, புறப்படுவோம்” என்றாள் எழில் மங்கை எலேனா, “ஆனால் முதலில்

நீ இந்தக் கோட்டையின் ஒன்பது அறைகளையும் கடந்து பத்தாவது அறைக்குள் செல். அங்கே வாயு வேந்தனின் குதிரை இருப்பதைக் காண்பாய். காற்றாய்ப் பறக்க வல்ல குதிரை அது. அதி வேகமாய் அதில் நாம் வீட்டுக்குப் போய்ச் சேரலாம்'' என்றாள்.

மான்மகவு வாயு வேந்தனின் குதிரையை ஓட்டி வந்தான். பிறகு அவன் பாபாஹன்ஜோமியை அழைத்தான். அவனுடைய காதுகளிலிருந்து குதிரைச் சேணத்தையும் பிறவற்றையும் வெளியே எடுத்து அவன் முதுகில் ஏறிக் கொண்டான். எழில் மங்கை எலேனாவை வாயு வேந்தனின் குதிரை மீது அமர்த்தினான். எல்லோரும் அதி வேகமாய்ப் பறந்தனர்!

இவ்விதம் எழில் மங்கை தனது அரசிளங் குமரனிடம் திரும்பி வந்து சேர்ந்தாள். இருவரும் மணம் முடித்துக் கொண்டனர். திருமண விழா கோலாகலமாய் நடைபெற்றது. இதைச் சாத்தியமாக்கிய மான்மகவை எல்லோரும் பாராட்டினர்.

அரசிளங்குமரனின் தந்தையும் மான்மகவின் வளர்ப்புத் தந்தையுமான வயது முதிர்ந்த ஜார் வேந்தன், தன் புதல்வர்கள் இறந்து விட்டார்கள் என்று நினைத்து துயருற்றான். தனது அரசெங்கும் துக்கம் அனுஷ்டிக்குமாறு உத்தரவிட்டு நாட் கணக்காய் அழுத வண்ணம் இருந்தான்.

மணமகளின் இல்லத்தில் விருந்துகள் முடிவுற்ற பின் அரசிளங் குமரனும் மான்மகவும் எழில் மங்கை எலேனாவும் பாபாஹன்ஜோமியின் முதுகில் அமைந்த வீட்டில் ஏறிக் கொண்டு தமது ஊருக்குப் புறப்பட்டனர்.

எழில் மங்கை எலேனாவின் மீது காதல் கொண்டு ஆறாய்ப் பெருகியோடும்படி கண்ணீர் வடித்துக் கொண்டிருந்த அரக்கனைக் கடந்து சென்ற போது, மான்மகவு அவனிடம்-

"சரி, எழில்மங்கை எலேனாவைப் பார்க்க விரும்புகிறாயா?'' என்று கேட்டான்.

"ஆம், மான்மகவே, ஆனால் என் கண்ணால் அவளைப் பார்க்கும் பாக்கியம் எனக்கு எங்கே கிட்டப் போகிறது!'' என்று அரக்கன் கூறினான்.

"அவள் இதோ இருக்கிறாள், வந்து பார்!'' என்றான் மான்மகவு.

அரக்கன் அகமகிழ்ந்து அவளைப் பார்த்தான். எழில்மங்கை எலேனாவின் அழகு அவன் கண்களைப் பொட்டையாக்கிவிட்டது, அங்கேயே அவன் பலமிழந்து விழுந்து அவர்கள் கண்ணெதிரே உயிரை விட்டான்.

மான்மகவும் ஏனையோரும் தமது பயணத்தைத் தொடர்ந்தனர். ஒன்பது தலை அரக்கர்களுடையதாய் இருந்து இப்பொழுது காலியாய்க் கிடந்த மாளிகையில் இரவைக் கழித்துவிட்டு மீண்டும் வேகமாய்ப் பறந்தனர்.

இன்னும் ஐந்து மாதப் பயணம் பாக்கி இருந்தது. ஓய்வெடுத்துக் கொள்வதற்காக ஒரு காட்டில் இறங்கினர்.

இரவில் எங்கிருந்தோ மூன்று புறாக்கள் பறந்து வந்து மரக் கிளையில் உட்கார்ந்தன. ஒரு புறா கூறிற்று:

"வயது முதிர்ந்த ஜார் வேந்தனுக்குத் தனது மகன் எழில் மங்கை எலேனாவுடன் திரும்பி வருவது தெரிந்ததும், அவன் ஒரு துப்பாக்கியை அன்பளிப்பாய் தன் மகனுக்கு அனுப்புவான். அந்தத் துப்பாக்கியை எடுத்ததும் அது சுடும், அரசிளங்குமரன் கொல்லப்படுவான். ஆனால் நாம் பேசுவதை ஒட்டுக் கேட்டு இதை யாரிடமும் சொல்கிறவன் எவனும் கல்லாகி மடிந்து போவான்."

"அப்படியேதான் நடைபெறும்" என்று ஏனைய இரு புறாக்களும் ஆமோதித்துப் பேசின.

பிறகு இரண்டாவது புறா கூறிற்று:

"வயது முதிர்ந்த ஜார் வேந்தன் தனது மகன் அருகே வந்து விட்டது தெரிந்ததும் அவனுக்கு ஒரு குதிரையை அனுப்பிவிட்டு அவனை எதிர்கொண்டு அழைக்கச் செல்வான். அரசிளங் குமரனை இந்தக் குதிரை கீழே தள்ளிக் கொன்று விடும்."

"அப்படியேதான் நடைபெறும்" என்று ஏனைய இரு புறாக்களும் சொல்லி, "நாம் பேசுவதை ஒட்டுக் கேட்டு வேறு யாருக்கும் கூறுகிறவன் கல்லாகி மடிந்து போவான்" என்று அறிவித்தன.

பிறகு மூன்றாவது புறா கூறிற்று:

"மணமகனும் மணமகளும் வீட்டுக்கு வந்ததும் அன்று இரவு பயங்கர பூதம் கிவலெஷாப்பி வந்து மென்னியைப் படித்து நெரித்து இருவரையும் கொன்றுவிடும். ஆனால் நாம் பேசுவதை ஒட்டுக் கேட்டு வேறு யாருக்கும் கூறுகிறவன் கல்லாகி மடிந்து போவான்."

இப்படிப் பேசிவிட்டு மூன்று புறாக்களும் அங்கிருந்து பறந்து போயின.

புறாக்கள் பேசியதை மான்மகவு கேட்டுக் கொண்டிருந்தான், ஆனால் அதைப் பற்றி யாரிடமும் அவன் சொல்லவில்லை.

பொழுது விடிந்ததும் அவர்கள் அரக்கனின் முதுகில் அமைந்த வீட்டில் ஏறிக் கொண்டு புறப்பட்டனர்.

மகன் உயிரோடு நல்லபடியாய் இருக்கிறான், எழில் மங்கை எலேனாவுடன் திரும்பி வருகிறான் என்பது கேட்டு ஆனந்தமடைந்த வயது முதிர்ந்த ஜார் வேந்தன் மகனுக்கு அன்பளிப்பாய் ஒரு துப்பாக்கியை அனுப்பி வைத்தான்.

ஆனால் அரசிளங்குமரன் அந்தத் துப்பாக்கியைத் தொடுமுன் மான்மகவு ஓடி வந்து அதைப் பிடுங்கித் தூர விட்டெறிந்தான்.

ஏமாற்றமடைந்தவனாய் அரசிளங் குமரன் "என் தந்தையான வேந்தன் என்னைச் சிறப்பிக்கும் பொருட்டு அன்பளிப்பாய் அனுப்பிய துப்பாக்கியை நான் பெற முடியாதபடி மான்மகவு தடுத்துவிட்டானே" என்று முறையிட்டான்.

அவர்கள் மேலும் தொடர்ந்து சென்றார்கள். வயது முதிர்ந்த ஜார் வேந்தன் தன் மகனுக்கு இப்பொழுது ஒரு குதிரையை அனுப்பினான். ஆனால் அரசிளங் குமரன் அந்தக் குதிரையைத் தொடக் கூடாதென்று தடுத்து, மான்மகவு அதைத் திருப்பியனுப்பி விட்டான். மான்மகவின் இச் செயல் அரசிளங்குமரனை மேலும் மனம் பதறச் செய்தது.

எல்லோரும் அரண்மனையை வந்தடைந்தனர். வயது முதிர்ந்த ஜார் வேந்தன் ஆர்வமுடன் அவர்களை வரவேற்றான். மற்றொரு திருமண விருந்து நடைபெற்றது.

பிறகு மான்மகவு கோட்டையை விட்டு வெளியே வந்து பாபாஹன்ஜோமியை அழைத்தான்.

"நீ ஆற்றிய விசுவாசமான சேவைகளுக்காக உனக்கு மனமார்ந்த நன்றி கூறுகின்றேன். இனி நீ சுதந்திரமாய் எங்கு வேண்டுமானாலும் சென்று அமைதியாய் வாழலாம்" என்று கூறினான்.

பாபாஹன்ஜோமி விடைபெற்றுக் கொண்டு சென்றான். பிறகு மான்மகவு யாருக்கும் தெரியாமல் மணமக்களது அறைக்குச் சென்று கதவருகே நின்றான். மணமகனும் மணமகளும் தூங்கிக் கொண்டிருக்க மான்மகவு கண்ணுறங்காமல் நின்றான். தன்னுடன் வளர்ந்த சகோதரனது உயிர் தன் கையிலே இருப்பது உணர்ந்து, போர்வாளைத் தயாராய்க் கையில் வைத்துக் கொண்டு காவல் புரிந்தான்.

நள்ளிரவு ஆனதும் கிவலெஷாப்பி பூதம் அங்கே தோன்றி ஓசையின்றி மணமக்களது கட்டிலிடம் சென்றது. வாயை விரியத் திறந்து கொண்டு மணமக்கள் மீது பாய்ந்து மென்னியை நெரித்து அவர்களைக் கொல்லப் போயிற்று. ஆனால் அதே தருணத்தில் மான்மகவு தனது போர்வாளைச் சுழற்றி வீசி பூதத்தை வெட்டி வீழ்த்தினான். பூதத்தின் உடலைக் கண்ட துண்டமாக்கித் துண்டங்களைக் கட்டிலுக்கடியில் எறிந்தான்.

பொழுது விடிந்தது, மணமகனும் மணமகளும் இரவில் நடைபெற்றது குறித்து ஏதும் அறியாதோராய் விழித்தெழுந்தார்கள்.

ஆனால் மணமக்கள் அறையைக் கூட்டிச் சுத்தம் செய்ய வந்த வேலையாட்கள் கட்டிலுக்கு அடியில் பிணத்தின் துண்டங்கள் கிடப்பதைக் கண்டு திடுக்குற்றார்கள். ஜார் வேந்தன் சீற்றங்கொண்டு சீறினான். யாரோ தன்னைக்

கேலி செய்து அவமானப்படுத்துவதற்காக இவ்வாறு செய்திருப்பாய் அவன் நினைத்தான்.

இது பற்றி எல்லோரும் தம்மிடையே பேசத் தொடங்கினர். யார் இப்படிச் செய்திருக்க முடியுமென்று ஆலோசித்துப் பார்த்தனர். மான்மகவுதான் செய்திருக்க முடியுமென்று ஆலோசித்துப் பார்த்தனர். மான்மகவுதான் செய்திருக்க வேண்டுமென்று அவர்களுக்குத் தோன்றியது. ஜார் வேந்தன் அனுப்பிய துப்பாக்கியைத் தூக்கியெறிந்தும், குதிரையைத் திருப்பியனுப்பியும் அரசிளங்குமரனிடம் அவன் மதிப்புக் குறைவாய் நடந்து கொண்டானே! மணமக்கள் அறையில் பிணத் துண்டங்களைப் போட்டு வைத்து அவர்களை கேவலப்படுத்தக் கூடியவன் மான்மகவையன்றி வேறு யாராய் இருக்க முடியும்?

மான்மகவு அவர்களிடம் பேசிப் பார்த்தான்.

“உங்களுக்கு நன்மை புரியவே விரும்பினேன்” என்றான். “நீங்கள் இன்பமாய் வாழ, நான் இறந்தொழிய வேண்டுமென்றா நினைக்கிறீர்கள்?” என்று கேட்டான்.

ஆனால் அவர்கள் சமாதானமடையவில்லை, மான்மகவைக் கடிந்து கொண்டனர். பிணத் துண்டங்கள் எப்படி அங்கே வந்தனவென்று விளக்கம் கூறும்படி அவனிடம் கோரினர்.

“சரி, நீங்கள் தெரிந்து கொள்ள விரும்புவதைச் சொல்கிறேன், ஆனால் உங்களுடைய இன்ப வாழ்வுக்காக அரும்பாடு பட்ட ஒருவனது மரணத்துக்கு நீங்கள் காரணமாய் இருந்தது பிற்பாடு தெரிய வரும் போது நீங்கள் சோகத்தில் மூழ்காதிருக்க வேண்டும்” என்று மான்மகவு கூறினான். ‘சொல்கிறேன் கேளுங்கள்! காட்டில் நாம் இரவில் தங்கியபோது மூன்று புறாக்கள் பறந்து வந்து ஒரு மரக் கிளையில் உட்கார்ந்து பேசிக் கொண்டன. “மணமக்கள் குழு அருகாமையில் வந்ததும் வயது முதிர்ந்த ஜார் வேந்தன் தன் மகனுக்கு அன்பளிப்பாய் ஒரு துப்பாக்கியை அனுப்புவான், அது சுட்டு அரசிளங்குமரனைக் கொல்லும். ஆனால் இதைப் பற்றி யாரிடமும் சொல்கிறவன் கல்லாகி விடுவான்’ என்று ஒரு புறா கூறிற்று.”

மான்மகவின் வாயிலிருந்து இச்சொற்கள் வெளிவந்த அதே கணத்தில் பாதத்திலிருந்து முழங்கால் வரை அவன் கல்லாகி விட்டான்.

இதன் முன் மான்மகவு இது பற்றி யாரிடமும் சொல்லாமல் இருந்ததன் காரணம் எல்லோருக்கும் இப்பொழுது புரிந்தது. உடனே அவர்கள் மேலும் பேச வேண்டாமென்று மான்மகவிடம் மன்றாடினர்.

“மான்மகவே, சொன்னது போதும், பேசாதே, பேசாதே!” என்றார்கள்.

ஆனால் மான்மகவு “இல்லை, சொல்லத் தொடங்கிய நான் முழுதும் சொல்லியாக வேண்டும். ஆகவே கேளுங்கள் இதை....” என்று தொடர்ந்து

பேசினான். "இரண்டாவது புறா 'வயது முதிர்ந்த ஜார் வேந்தன் தன் மகனுக்கு ஒரு குதிரையை அனுப்புவான், அரசிளங் குமரனை இந்தக் குதிரை கீழே தள்ளிக் கொன்றுவிடும், இதைப் பற்றி யாரிடமும் சொல்கிறவன் கல்லாகிவிடுவான்' என்று சொல்லிற்று."

உடனே மான்மகவு இடுப்பளவுக்குக் கல்லாகிவிட்டான்.

"போதும்! பேசவேண்டாம்!" என்று எல்லோரும் அவனிடம் கெஞ்சினார்கள்.

"இல்லை, முன்பே என்னை நீங்கள் நம்பியிருக்க வேண்டும், இனி ஒன்றும் செய்வதற்கில்லை, ஆகவே கேளுங்கள் இதை" என்று மான்மகவு பேசிச் சென்றான். "மூன்றாவது புறா கூறிற்று: 'இரவில் மணமக்கள் தமது அறையில் படுத்துறங்குகையில் கிவலெஷாப்பி அங்கே தோன்றி மென்னியை நெரித்து இருவரையும் கொல்லும்..."

ஆனால் அதற்கு மேல் மான்மகவால் பேச முடியவில்லை. அவன் முற்றும் கல்லாகி விட்டான்.

வயது முதிர்ந்த ஜார் வேந்தனும் அரசிளங் குமரனும் வாய் விட்டு அழுது கண்ணீர் வடித்தனர். ஆனால் இனி அழுது என்ன பயன்?

எழில் மங்கை எலேனா வயிற்றில் பிள்ளையுடன் இருந்தாள். ஆனால் அரசிளங் குமரனுக்கு இதுவுங்கூட மகிழ்ச்சி தருவதாய் இல்லை.

"எனது அன்புத் தோழனையும் சகோதரனையும் எனக்கு என்ன நேர்வதாயினும் எப்படியும் நான் உயிர் பெறச் செய்தாக வேண்டும்" என்று தன்னுள் கூறிக் கொண்டான்.

முழங்கால் கவசங்கள் அணிந்து கையில் இரும்புத் தடி ஒன்றை எடுத்துக் கொண்டு கிளம்பினான். ஊர் ஊராய் அலைந்து திரிந்தான். தன்னுடன் வளர்ந்த சகோதரனை எப்படி உயிர் பெறச் செய்வதெனத் தெரியுமா என்று தான் சந்தித்த ஒவ்வொருவரையும் கேட்டுச் சென்றான்.

ஒருநாள் மிகவும் களைப்புற்றுப் போய் ஒரு காட்டின் ஓரத்தில் உட்கார்ந்திருந்தான். அப்பொழுது திடுமெனக் காட்டிலிருந்து ஒரு கிழவன் வெளியே வந்தான். எல்லோரிடமும் அரசிளங்குமரன் கேட்டு வந்த கேள்வியை அவரிடமும் கேட்டான்.

"எழுந்து உன் வீட்டுக்குப் போய்ச் சேரு, உன்னுடன் வளர்ந்த சகோதரனை உயிர் பெறச் செய்வதற்கு வேண்டியவை உன் வீட்டிலேயே இருக்கிறது" கிழவன் பதிலளித்தான்.

அரசிளங் குமரனுக்கு இதன் பொருள் விளங்கவில்லை. ஆகவே கிழவன் விளக்கமாய்ச் சொன்னான்:

“உனக்கு ஒரு மகன், பொன் முடிகளைக் கொண்ட குழந்தை பிறந்திருக்கிறான், தெரியாதா உனக்கு? உன்னுடன் வளர்ந்த சகோதரன் உயிர் பெற வேண்டுமென நீ விரும்பினால், உன்னுடைய குழந்தையை நீ தியாகம் புரிய வேண்டும். தொட்டிலில் தூங்கும் சிசுவைக் கொன்று, நீரில் கொதிக்க வைத்து, அந்த நீரை உன்னுடன் வளர்ந்த சகோதரன் மீது ஊற்றினால் அவன் உயிர் பெற்று விடுவான்.”

கிழவன் கூறியதைக் கேட்டு அரசிளங்குமரன் நேரே வீட்டை நோக்கித் திரும்பி நடந்தான்.

“குழந்தைகள் எனக்குப் பிறக்கும், ஆனால் மான்மகவைப் போன்ற நண்பனும் சோதரனும் இனி எந்நாளும் எனக்குக் கிடைக்க மாட்டான்” என்று கூறிக் கொண்டான்.

அரண்மனைக்குத் திரும்பியதும் தொட்டிலில் தன் மகன் தூங்குவதைக் கண்டான். குழந்தையின் தங்கச் சுருள் முடிகள் பளிச்சிட்டுப் பிரகாசித்தன. வானத்து நிலா போல அவன் ஒளி வீசினான்!

தான் செய்ய வேண்டியதை அரசிளங் குமரன் எழில் மங்கை எலேனாவிடம் கூறினான். அவள் உடன்பாடு தெரிவித்தாள்.

“மான்மகவுக்கு உயிர் திரும்புவதற்காக நாம் எதையும் தயங்காது செய்ய வேண்டும், என்ன நேர்ந்தாலும் நண்பர்களிடம் விசுவாசமாய் இருக்க வேண்டும்” என்றாள் அவள்.

கிழவன் அரசிளங் குமரனிடம் சொன்னதை அப்படியே செய்து முடித்தனர். மான்மகவு உயிர் பெற்றுவிட்டான்.

காலையில் எழில்மங்கை எலேனா தன் மகனுடைய தொட்டில் அருகே சென்றாள். நட்புக்காக வேண்டி மகனைக் காவு கொடுக்கச் சம்மதித்தாள் என்றாலும் பெற்ற மனம் கேட்குமா? இழந்த மகனுக்காக அவள் நெஞ்சு பதறித் துடித்தது. திடுமென தொட்டிலில் ஏதோ அசைந்தது தெரிந்தது. உடனே அவள் துணிகளை அகற்றி விட்டுப் பார்த்தாள். என்ன அதிசயம்! தான் பெற்ற மகன் உயிருடன் நல்லபடியாக இருக்கக் கண்டாள்!

எல்லோரும் அளவிலா ஆனந்தமடைந்தனர்.

மாடும் பதினைந்து ஆடுகளும் அடித்து விருந்துணவு தயாரித்தார்கள். பதினான்கு நாட்களுக்கு ஓயாமல் அவர்கள் உண்டும் அருந்தியும் களித்தனர்.

♦

சிங்கமும் முயலும்

ஜார்ஜிய நாட்டுக்கதை

ஒரு காட்டில் பல விலங்குகள் ஒன்று கூடுவது வழக்கம். ஆனால் ஒவ்வொரு தடவையும் திடுமெனச் சிங்கமும் அங்கே தோன்றி அவற்றின் மீது பாய்ந்து ஏதேனும் ஒரு விலங்கை அடித்து அவ்விடத்திலேயே அதைத் தின்று வந்தது. இதனால் எல்லா விலங்குகளும் எந்நேரத்தில் என்ன நடைபெறுமோ என்று ஓயாமல் நடுங்க வேண்டியிருந்தது.

வழக்கம் போல் இவ்விலங்குகள் ஒரு நாள் காட்டிலே கூடிய போது அவை எப்படித் தம்மை இந்த ஓயாத பீதியிலிருந்து விடுவித்துக் கொள்வதென்று விவாதிக்க முற்பட்டன. நெடுநேரம் கலந்தாலோசித்த பின், சிங்கத்துக்கு அதன் வாழ்நாள் முழுதும் கப்பம் செலுத்துவதென்றும், நாள்தோறும் தாமே அந்தக் கப்பத்தைக் கொண்டு போய் கொடுப்பதென்றும் அவை முடிவு செய்தன. இதற்குப் பதில் சிங்கம் தம்மைப் பயங்கரப் பீதியின்றி வாழ விட வேண்டுமென அதனிடம் கேட்பதெனத் தீர்மானித்தன. இப்படி ஒரு தீர்மானத்துக்கு வந்ததும் அவை சிங்கத்திடம் சென்று இதைத் தெரிவித்தன.

சிங்கம் இந்த ஏற்பாட்டுக்கு ஒத்துக் கொண்டது. ஆனால் குறிப்பிட்ட நேரத்தில், கணப் பொழுதும் தாமதமின்றி தனக்குக் கப்பம் செலுத்தப்பட வேண்டுமென்று சிங்கம் ஒரு நிபந்தனை போட்டது.

“இல்லையேல் நான் உங்கள் எல்லோரையும் கொன்றுவிடுவேன்” என்றது சிங்கம்‘

அன்று முதலாய் இவ்விலங்குகள் நாள் தவறாமல் தம்மில் ஒருவரை சிங்கத்தின் பகல் உணவுக்காக அதனிடம் கொண்டு போய் ஒப்படைக்க ஆரம்பித்தன.

இப்படி நடைபெற்று வருகையில் சிங்கத்தின் பகல் உணவுக்காக முயலை அழைத்துச் செல்ல வேண்டிய நாள் வந்தது.

"சரி, இன்று என்னுடைய முறை, நான் போக வேண்டியது தான், வேறு வழியில்லை" என்று முயல் கூறிற்று. " ஆனால் தயவு செய்து என்னைத் தனியே சிங்கத்திடம் போக விடுங்கள். அதை நான் ஒழித்துக் கட்ட முடியுமா என்று முயன்று பார்க்கிறேன். என் உயிரையும் காப்பாற்றிக் கொண்டு உங்களையும் இந்த கொடுமையிலிருந்து விடுவிப்பதில் நான் வெற்றி பெற்றாலும் பெறுவேன்" என்றது.

இதைக் கேட்டு எல்லா விலங்குகளும் வாய் விட்டுச் சிரித்தன. "எடுத்ததற்கெல்லாம் பயந்து போய்த் துள்ளிக் குதித்தோடும் இந்த ஒன்றரைக் கண் முயல் ஒன்றரைச் சாண் இருந்து கொண்டு வாய்ச் சவடால் அடிப்பதைப் பார்" என்று அவை கூறிக் கொண்டன.

சிங்கம் அதன் குகையில் காத்திருந்தது. அதற்கு நல்ல பசி. தனக்குப் பலியாக வேண்டிய விலங்கு இன்னும் வந்து சேரவில்லையே என்ற கோபத்தில் அதற்குக் கண்கள் மின்னின, பற்களை நறநறவென்று கடித்துக் கொண்டது. வெளியே போய் எல்லா விலங்குகளையும் அடித்துப் போடலாமா என்று அது நினைத்த நேரத்தில், முயல் வேண்டுமென்றே கால தாமதம் செய்து குகைக்குள் வந்து நின்றது.

சிங்கம் சீற்றம் கொண்டு முயலை வெறிக்கப் பார்த்தது.

"என்ன தைரியம் உனக்கு? ஏன் இவ்வளவு நேரம் கழித்து வந்திருக்கிறாய்?" என்று கேட்டது.

"வன வேந்தனே, தங்களுடைய பகல் உணவுக்காக ஒரு முயலைத் தங்களிடம் கொண்டு வந்த சேர்ப்பிக்கும்படி ஏனைய விலங்குகள் என்னைப்

பணித்திருந்தன'' என்று பணிவுடன் முயல் பதிலளிக்க முற்பட்டது. ''அந்த முயலை நான் இங்கு அழைத்து வரும்போது பாதையில் வேறொரு சிங்கம் எங்கள் மீது பாய்ந்தது. நான் அழைத்து வந்த முயலைப் பிடித்து ஆழமான பொந்துக்குள் அது இழுத்துச் சென்றுவிட்டது'' என்று முறையிட்டது.

''வேறொரு சிங்கமா? அது எங்கே இருக்கிறது? காட்டு எனக்கு!'' என்று சிங்கம் கர்ஜித்தது.

முயல் உடனே சிங்கத்தை ஒரு கிணற்றுக்கு முன்னால் அழைத்துச் சென்றது.

''வன வேந்தனே, அது இங்கேதான் இருக்கிறது'' என்றது முயல். ''தனியே எட்டிப் பார்க்க எனக்குப் பயமாய் இருக்கிறது. தங்கள் பாதத்தில் என்னைத் தூக்கிக் கொள்ளுங்கள், அதை உங்களுக்குக் காட்டுகிறேன்'' என்று வேண்டிற்று.

சிங்கம் தனது பாதங்களால் முயலைத் தூக்கிக் கொண்டது. இரண்டுமாய்க் கிணற்றுக்குள் எட்டிப் பார்த்தன. அவற்றின் பிம்பம் கிணற்றின் அடியிலிருந்த நீரில் தெரிந்தது. பாதங்களில் ஒரு முயலை பிடித்து வைத்துக் கொண்டு வேறொரு சிங்கம் தன்னைப் பார்த்து முறைப்பதைக் கண்ணுற்றதும் வன வேந்தனுக்குக் கோபம் பீறிட்டுக் கொண்டு வந்தது.

உடனே அது முயலைத் தரையிலே போட்டுவிட்டு கிணற்றுக்குள் பாய்ந்தது. எனக்கு எதிராளியாய் வந்து எனக்குக் கப்பமாய் அனுப்பப்பட்ட முயலைப் பிடித்துக் கொண்ட இந்தப் போட்டி சிங்கத்தை விட்டேனா பார் என்று பாய்ந்தது. ஆனால் கிணறு ஆழமானது, மூர்க்க குணம் கொண்ட சிங்கம் அதனுள் மூழ்கி மடிந்தது.

இதைக் கேட்டதும் எல்லா விலங்குகளும் ஆடிப்பாடி அகமகிழ்ந்தன. கொடிய பகைவனிடமிருந்து விடுபட்டோமென முயலைப் போற்றிப் பாராட்டின.

♦

நரியின் நல்லறிவு

ஜார்ஜிய நாட்டுக்கதை

கரடியும் ஓநாயும் நரியும் ஒன்று கூடிய போது தமது அவல நிலை குறித்து அவை முறையிட்டுக் கொண்டன. இரை ஏதும் கிடைக்காமல் நாட்கணக்காய்ப் பட்டினி கிடக்க வேண்டியதாகிறது, குடல் காய்ந்துவிடுகிறது என்று அங்கலாய்த்துக் கொண்டன. இதற்கு ஒரு முடிவில்லையா என்று பேசிய அவை, தாம் மூவரும் சோதரர்களாய் ஒன்றுபட்டு வாழ்வதென முடிவு செய்தன. தமக்குக் கிடைக்கும் இரை எதுவானாலும் மூவரும் அதைப் பகிர்ந்து கொள்வதென்று கூறிக் கொண்டன. இப்படி ஒரு தீர்மானத்துக்கு வந்ததும் சோதரப் பாசத்துடன் ஒன்றையொன்று கட்டித் தழுவிக் கொண்டன. ஒன்றுக்கொன்று உதவி புரிந்து கொள்வதெனச்சபதமேற்று மூன்றுமாய்ச்சேர்ந்து வேட்டையாடப் புறப்பட்டன.

எதாவது இரைகிடைக்குமா என்று தேடிக் கொண்டு அவை நடந்து சென்றன. காயமுற்ற இளம் மான் ஒன்று கண்ணில் படவே அதன் மீது பாய்ந்து அதே இடத்தில் அதைக் கொன்றன. பிறகு நிழலில் புல்லின்மீது அமர்ந்து இரையைத் தம்மிடையே பகிர்ந்து கொள்ள முற்பட்டன.

பசி தாங்காமல் வாயை இறுக மூடிக் கொண்டு அமர்ந்திருந்த ஓநாயைப் பார்த்து கரடி கூறிற்று;

“ஓநாயே, மானை நம் மூவருக்கும் பங்கிட்டுக் கொடு.”

“சரி” என்று ஓநாய் ஒத்துக் கொண்டது. “கரடியாரே, எங்களது தலைவனும் எஜமானுமாகிய உமக்கு மானின் தலை உரியது. உடல் எனக்கு உரியது, வேகமாய் ஓடும் கால்களையுடைய நரிக்கு மானின் கால்களைத் தருகிறேன்” என்றது.

ஓநாய் இதைச் சொல்லி வாயை மூடியிருக்காது, அதற்குள் கரடி அதன் தலையில் ஓங்கி அடித்தது. அது அடித்த அடியின் ஒலி அங்கிருந்த மலைகளில் எதிரொலித்தது. வலி தாங்க மாட்டாமல் ஓநாய் ஊளையிட்டவாறு சுருண்டு தரையிலே விழுந்தது. பிறகு கரடி நரியின் பக்கம் திரும்பிற்று.

“நரியே, மானை நீ பங்கிட்டுக் கொடு” என்று கூறிற்று.

தந்திரக்கார நரி எழுந்து நின்று, மெச்சிப் புகழும் குரலில் சொல்லிற்று:

“கரடியாரே, மானின் தலை உமக்கே உரியது, ஏனெனில் நீரே எனது தலைவர், எமது எஜமான்; மானின் உடலும் உமக்கே உரியது, ஏனெனில் தந்தையைப் போல எம்மைப் பேணிக் காப்பவர் நீர்; மானின் கால்களும் உமக்கே உரியவை, ஏனெனில் எந்நேரமும் எமது நலனுக்காக கருத்துடன் முன் வந்து பாடுபடுகின்றவர் நீர்.”

“நரியே, மெய்யாகவே நீ கூர்மதியும் நல்லறிவும் பெற்றிருக்கிறாய்! நமக்குக் கிடைத்த இரையை இப்படிச் சிறந்த முறையில் பங்கிட்டுத் தருவதற்கு நீ எப்படிக் கற்றுக் கொண்டாய்?” என்றது கரடி.

“எஜமானே, எப்படி நான் இதைக் கற்காமல் இருக்க முடியும்? ஓநாய்க்கு தாங்கள் பாடம் கற்பித்ததை நான் பார்த்துக் கொண்டு தானே இருந்தேன்!” என்று நரி பதிலளித்தது.

♦

தங்க எலும்பு அல்வீன்சாக்கா

பாஷ்கீரிய நாட்டுக்கதை

முன்னொரு காலத்தில் ஒரு கிழவனும் கிழவியும் இருந்தனர். அவர்களுக்கு ஒரேயொரு மகன் இருந்தான். அவன் ஒரு தங்க எலும்பு வைத்திருந்ததால் எல்லோரும் அவனைத் தங்க எலும்பு அல்தீன்சாக்கா என்று அழைத்தனர். அவன் மிகவும் சிறப்பாய் முட்டியெலும்பு ஆடுவான், இந்த விளையாட்டில் யாராலும் அவனைத் தோற்கடிக்க முடியவில்லை.

ஒரு நாள் கிழவன் குதிரைகளுக்குத் தண்ணீர் காட்டுவதற்காக அவற்றை ஏரிக்கு ஓட்டிச் சென்றான். குதிரைகளைத் துறையிலே விட்டதும் அவை தண்ணீர் குடிக்காமல் பிடறி முடிகளையும் வாலையும் குலுக்கின. குளம்புகளால் தரையைத் தேய்த்து மிரண்டு போய்க் கனைத்துக் கொண்டு விலகி வந்தன. யாரோ அவற்றின் பிடரி முடிகளையும் வாயையும் பிடித்து இழுத்து தண்ணீர் குடிக்க விடாமல் விரட்டுவது போலத் தெரிந்தது.

“என்ன இது? துறையிலே இறங்கிப் பார்ப்போம்” என்று தன்னுள் கூறிக் கொண்ட கிழவன் நீருக்கருகே சென்றான்.

அவன் ஏரியின் நீருக்கு அருகே குனிந்ததும் திடுமென யாரோ ஒருவர் அவன் தாடியைக் கெட்டியாய்ப் பிடித்துக் கொண்டு விட்டார்! கிழவன் எவ்வளவோ முயன்றும் விடுபட்டு விலகி வர முடியவில்லை.

பிறகு அவன் தன் தாடியைப் பிடித்துக் கொண்டிருப்பது வேறு யாருமல்ல, சூன்யக்காரக் கிழவி உபீரேதான் என்பதைக் கண்டான்.

“உபீர், என்னை விட்டுவிடு! உனக்கு ஒரு ஆட்டுக் கிடையைத் தருகிறேன்” என்று கிழவன் அவளை வேண்டினான்.

“உன்னுடைய கிழட்டு ஆடுகள் எனக்கு வேண்டாம்” என்று கிழவி உபீர் பதிலளித்தாள்.

"அப்படியானால் குதிரை மந்தை ஒன்றைத் தருகிறேன்."

"உன்னுடைய கிழட்டுக் குதிரைகளும் எனக்கு வேண்டியதில்லை."

"பிறகு உனக்கு என்னதான் வேண்டும்?"

"நீ ஒண்ணே ஒண்ணு கண்ணே கண்ணென்று வைத்திருக்கிறாயே, அதைக் கொடு,"

பீதியடைந்திருந்த கிழவன் ஒன்றேவொன்று கண்ணே கண்ணென்று இருப்பது என்னவென்று யோசிக்காமலே-

"நீ கேட்பதைத் தருகிறேன், என் தாடியை விடு!" என்றான்.

சூன்யக்காரக் கிழவி அதன் பிறகுதான் தன் பிடியை விட்டாள்.

"என்னிடமிருந்து யாரும் எங்கும் போய் ஒளிந்து கொண்டு விட முடியாது! நீ எங்கே போய்ப் பதுங்கினாலும் நான் கண்டுபிடித்து விடுவேன், இதை நீ நினைவில் வைத்திரு!" என்று கிழவனை அவள் எச்சரித்தாள்.

கிழவன் வீட்டுக்குத் திரும்பி வந்த பிறகுதான், உபீர் தன்னிடம் கேட்டது என்னவென்று புரிந்து கொண்டான். தனது ஒரே மகனாகிய அருமை அல்தீன்சாக்காவையே அவள் கேட்டாள் என்பது விளங்கிற்று.

கிழவன் துயருற்றுக் கலங்கினான். ஆனால் இதைப் பற்றி அவள் தன் மனைவியிடமோ மகனிடமோ சொல்லவில்லை.

"நாம் நமது முகாமைப் புதிய இடத்துக்கு மாற்றிக் கொண்டாக வேண்டும். இங்கே புல் குறைந்து விட்டது" என்பதாய் அவர்களிடம் கூறினான்.

அவர்கள் புதிய இடத்துக்குச் சென்று அங்கே கூடாரம் போட்டுக் கொண்டனர். இதற்கு அடுத்த நாளே அல்தீன்சாக்கா தனது தங்க எலும்பு தொலைந்து விட்டதென்பதைக் கண்டான்.

"பழைய முகாமிலேயே அதை நாம் விட்டு வந்திருக்க வேண்டும்" என்று கிழவன் பதிலளித்தான். "ஆனால் நீ அங்கே போகக் கூடாது, போனால் உபீரிடம் மாட்டிக் கொண்டுவிடுவாய்" என்றான்.

பிறகு கிழவன் ஏரித் துறையில் தனக்கு நேர்ந்ததை அல்தீன்சாக்காவிடம் கூறினான்.

தந்தை கூறியதைக் கவனமாய்க் கேட்டிருந்த அல்தீன்சாக்கா "கிழவி உபீரைக் கண்டு அஞ்சுகிறவனல்ல நான்! அவளால் ஒரு நாளும் என்னைப் பிடிக்க முடியாது" என்று சொன்னான். "தந்தையே, பழைய முகாமுக்கு நான் போய் வரவே போகிறேன். நான் எந்தக் குதிரையில் செல்ல வேண்டும் என்பதை மட்டும் சொல்லு நீ" என்றான்.

போக வேண்டாமென்று கிழவன் எவ்வளவோ சொல்லிப் பார்த்தான். ஆனால் அல்தீன்சாக்கா உறுதியாய் நின்றான்-உபீரிடம் தனக்குப் பயமில்லை, போயாகவே வேண்டும் என்றான். அவனைத் தடுத்து நிறுத்த முடியவில்லை.

ஆகவே கிழவன் ''சரி, நீ விரும்புவது போலவே செய்'' என்றான். மந்தையிடம் சென்று சுருக்குக் கயிற்றுக் கோலை சுழற்றி வீசு, கடிவாளத்தை ஆட்டிக் குலுக்கு, எந்தக் குதிரை உன்னிடம் ஓடி வருகிறதோ அதில்தான் நீ ஏறிச் செல்ல வேண்டும்'' என்று சொன்னான்.

மந்தை மேய்ந்து கொண்டிருந்த இடத்துக்குச் சென்று அல்தீன்சாக்கா சுருக்குக் கயிற்றுக் கோலை சுழற்றி வீசினான், கடிவாளத்தை ஆட்டிக் குலுக்கினான். பரட்டையான நோஞ்சான் குட்டி ஒன்று அவனிடம் ஓடி வந்தது.

அல்தீன்சாக்கா அதைக் காணச் சகியாதவனாய் விரட்டியடித்து விட்டு கிழவனிடம் திரும்பி வந்தான்.

"தந்தையே, நான் ஏறிச் செல்ல வேண்டிய குதிரை எது?'' என்று கேட்டான்.

"சுருக்குக் கயிற்றுக் கோலை சுழற்றி வீசு, கடிவாளத்தை ஆட்டிக் குலுக்கு என்றேனே'' என்று கிழவன் பதிலளித்தான்.

அல்தீன்சாக்கா மீண்டும் மந்தையிடம் சென்று சுருக்குக் கயிற்றுக்கோலைச் சுழற்றி வீசினான், கடிவாளத்தை ஆட்டிக் குலுக்கினான். முன்பு ஓடி வந்த அதே குட்டி திரும்பவும் அவனிடம் வந்தது.

"காணச் சகியாத இந்தக் குட்டி மீதுதான் நான் சவாரி செய்தாக வேண்டும் போலிருக்கிறது'' என்று அல்தீன்சாக்கா தன்னுள் கூறிக் கொண்டான்.

குதிரைக் குட்டியின் கழுத்தை அவன் தொட்டான். என்ன விந்தை! உடனே அதன் அழுக்கேறிய பரட்டை முடித் தோல் கழன்று விழுந்தது. அதற்குக் கடிவாளமிட்டான், உடனே குட்டி நேர்த்தியான வடிவும் நல்ல வலுவுமுடையதாகியது. அடைப்புக்குள்ளிருந்து அதை வெளியே அழைத்து வந்தான். குட்டி உயரமான கம்பீரக் குதிரையாய் மாறிற்று. அதற்குச் சேணமிட்டான். மந்தையிலே மிகச் சிறந்த குதிரையாகிவிட்டது.

"அல்தீன்சாக்கா, நீ எங்கே போக வேண்டும்?'' என்று அது அவனைக் கேட்டது.

"என்னுடைய தங்க எலும்பை எடுத்து வருவதற்காகப் பழைய முகாமுக்குச் செல்ல வேண்டும்'' என்று அல்தீன்சாக்கா பதிலளித்தான்.

"அங்கே உபீர் உன் வரவை எதிர்பார்த்துக் காத்திருக்கிறாள்'' என்றது குதிரை. "என் முதுகிலிருந்து கீழே இறங்கி உன்னுடைய தங்க எலும்பை எடுத்துக் கொள்ளும்படி உன்னிடம் அவள் சொல்வாள். ஆனால் நீ அப்படிச் செய்யச் கூடாது. என் முதுகை விட்டு நீ கீழே இறங்கினால், அவள் உன்னைப் பிடித்துத்

தின்று விடுவாள். வேட்டைப் பருந்தைவிட வேகமாய் நீ வெடுக்கென கீழே குனிந்து உனது தங்க எலும்பை எடுத்துக் கொண்டுவிட வேண்டும்" என்று குதிரை அவனிடம் சொல்லிற்று.

அல்தீன்சாக்கா தாவிக் குதிரை மீது ஏறி பழைய முகாமை நோக்கி விரைந்தோடினான். அங்கே கணப்புத் தீயின் முன்னால் கிழவி உபீர் உட்கார்ந்து கைகளைக் கதகதப்பாக்கிக் கொண்டிருந்ததைக் கண்டான்.

"பாட்டி, என்னுடைய தங்க எலும்பை என்னிடம் கொடு" என்று அவளிடம் கேட்டான்.

"மகனே, உன்னுடைய தங்க எலும்பு தரையிலே கிடக்கிறது, குதிரையிலிருந்து கீழே இறங்கி நீ அதை எடுத்துக் கொள். எனக்கு முதுகு வலிக்கிறது, என்னால் எழுந்திருக்க முடியவில்லை" என்று கிழவி உபீர் பதிலளித்தாள்.

அல்தீன்சாக்காவின் குதிரை தரையோடு தரையாய் தவழ்ந்து செல்லவே அவன் வெடுக்கென குனிந்து தனது தங்க எலும்பைத் தரையிலிருந்து எடுத்துக் கொண்டான். உடனே குதிரை அங்கிருந்து அதிவேகமாய்ப் பாய்ந்தோடிற்று. கிழவி உபீர் ஆத்திரக் கூச்சலிட்டுக் குதித்தெழுந்தாள். தூவென்று துப்பினாள், ஒரு பெரிய கறுப்புக் குதிரை அவள் பக்கத்தில் வந்து நின்றது. இரண்டாவது முறை துப்பினாள், உடனே கடிவாளக் கயிறு அவள் கையிலே விழுந்தது. உபீர் தன் குதிரை மீது தாவி அமர்ந்து அல்தீன்சாக்காவைத் துரத்திக் கொண்டு பாய்ந்தோடினாள்.

அல்தீன்சாக்கா அவனுடைய சிவப்புக் குதிரையிலும், உபீர் அவளுடைய கறுப்புக் குதிரையிலும் காற்றாய்ப் பறந்தனர். கிழவி அவனை நெருங்கி வந்துவிட்டாள், அவனைப் பிடித்துக் கொள்ளப் போகும் தருணத்தில் அவளுடைய குதிரைக்கு கால் இடறியது. அது பலமாய்க் கனைத்தது. நொண்டியவாறு பின்தங்கி விட்டது.

கிழவி உபீர் லகானை வெட்டியிழுத்துக் குதிகால்களால் குதிரையின் விலாவில் குத்தினாள். ஆனால் அவளுடைய குதிரையின் வேகம் மேலும் மேலும் குறைந்தே சென்றது. அவளுக்கு வந்த ஆத்திரத்தில் குதிரையை அப்படியே தின்றுவிட்டு, அல்தீன்சாக்காவை விரட்டிக் கொண்டு ஓட ஆரம்பித்தாள்.

வேகம் வேகமாய் ஓடினாள், விலாவிலும் முதுகிலும் தன் முஷ்டிகளால் குத்தித் தன்னை மேலும் மேலும் வேகமாய் ஓடச் செய்து கொண்டாள். இவ்விதம் அவள் சிவப்புக் குதிரையை எட்டிப்பிடித்து அதன் வலது காலைக் கடித்தாள். ஆனால் சிவப்புக் குதிரை மூன்று கால்களில் தொடர்ந்து வேகமாய் ஓடிற்று. உபீர் பின்தங்கிவிடவில்லை, மீண்டும் அவள் அதை எட்டிப் பிடித்தாள், அதன் இடது காலையும் கடித்துக் காயப்படுத்தினாள். சிவப்புக் குதிரை தன்னிடம் எஞ்சிய இறுதி பலம் முழுதும் கொண்டு பெரு முயற்சி செய்து

முன்னால் பாய்ந்து அல்தீன்சாக்காவை உபீரிடமிருந்து தூரத் தூக்கிச் சென்றது. ஆனால் அது அதிவேகமாய்ப் பலமிழந்து வந்ததால், ஒரு ஏரியின் கரைக்குப் பாய்ந்தோடிற்று.

“இனி என்னால் ஓட முடியாது, உபீரின் கண்ணில் படாமல் நான் இந்த ஏரியில் ஒளிந்து கொள்வேன், நீ இந்த ஓக்மரத்தின் உச்சிக் கிளையில் ஏறி உட்கார்ந்து கொள்” என்று அது அல்தீன்சாக்காவிடம் கூறிற்று. “என் கால்கள் சரியானதும் திரும்பவும் உன்னைத் தூக்கிச் செல்வேன்” என்றது.

இப்படிச் சொல்லிவிட்டு சிவப்புக் குதிரை ஏரிக்குள் பாய்ந்தது. அல்தீன்சாக்கா ஏரிக் கரையிலிருந்த ஓக்மரத்தின் மீது அவசரமாய் ஏறி அதன் உச்சிக் கிளையில் ஒளிந்து கொண்டான்.

உபீர் ஓடோடி வந்தாள். ஓக்மரத்தின் உச்சியில் உல்தீன்சாக்கா உட்கார்ந்திருப்பதைப் பார்த்ததும் “இதோ உன்னைப் பிடிக்கிறேன், பார்!” என்று கூவினாள்.

தூவென்று துப்பினாள், உடனே ஒரு கோடரி அவள் கையில் தோன்றியது. வாயைத் திறந்து ஒரு பல்லைப் பிடுங்கிக் கோடரியை அதில் தீட்டிக் கூராக்கினாள். பிறகு அவள் நாற்புறமும சிராய்த் தூள் பறக்கும்படி அந்த ஓக்மரத்தை வெட்டத் தொடங்கினாள்.

அந்தச் சப்தத்தைக் கேட்டு அங்கே ஒரு நரி ஓடி வந்தது.

“பாட்டி, ஏன் இப்படி இந்த மரத்தை வெட்டுகிறாய்?” என்று அது கேட்டது.

“மரத்தின் உச்சியில் அல்தீன்சாக்கா உட்கார்ந்திருக்கிறான், பார்!” என்று கிழவி கூறினாள். “மரத்தை வெட்டி வீழ்த்தி அவனைப் பிடித்துத் தின்னப் போகிறேன்” என்றாள்.

நரி அண்ணாந்து மேலே பார்த்தது. மரத்தின் உச்சியில் கண்ணுக்கினிய இளைஞன் ஒருவன் உட்கார்ந்திருப்பதைக் கண்டது. அவன்மீது அது இரக்கம் கொண்டது.

“பாட்டி, இந்த வயதில் இப்படி நீ உன் உடலை வருத்திக் கொள்ளக் கூடாது! கோடரியை என்னிடம் கொடு, மரத்தை நான் வெட்டி வீழ்த்துகிறேன்” என்று அது கிழவியிடம் கூறிற்று.

“வேண்டாம், வேண்டாம், நானே மரத்தை வெட்டி, அல்தீன்சாக்காவை நானே தின்பேன்” என்றாள் கிழவி.

ஆனால் நரியை அவ்வளவு சுலபமாய்க் கழித்துக் கட்டிவிட முடியுமா?

“மரத்தைத்தான் வெட்டி வீழ்த்துகிறேன் என்கிறேன், ஆளை நீயே தின்னலாம்” என்று கூறிற்று நரி.

கிழவி உபீர் தனது கோடரியை நரியிடம் கொடுத்துவிட்டு மரத்தடியில் படுத்துக் கொண்டாள். படுத்தவள் உடனே தூங்க ஆரம்பித்துப் பலமாய்க் குறட்டை விட்டாள். அவளுடைய வாயிலிருந்தும் நாசியிலிருந்தும் தீப்பொறிகளும் புகையும் வெளியே வந்தன.

சூன்யக்காரக் கிழவி தூங்கிக் கொண்டிருக்கையில், நரி அவளுடைய கோடரியையும் சாணைக் கல்லாய் அவள் உபயோகித்துக் கொண்ட பல்லையும் ஏரிக்குள் விட்டெறிந்தது. பிறகு சுற்றிலும் சிதறிக் கிடந்த சிராய்த் தூளைப் பொறுக்கி ஓக்மரத்தில் கிழவி வெட்டிய இடங்களில் வைத்துப் பொருத்திற்று. பிறகு எச்சிலைத் துப்பி தூள்களை நக்கிற்று. உடனே சிராய்த் தூள் மரத்துடன் ஒட்டிக் கொண்டன, மரம் மீண்டும் முழுதாகிவிட்டது.

பிறகு நரி அல்தீன்சாக்காவிடம் விடைபெற்றுக் கொண்டு ஓடிச் சென்றது.

கிழவி உபீர் விழித்துக் கொண்டதும் ஓக் மரத்தைப் பார்த்தாள்.

"என்ன இது! நான் தொடவே இல்லாதது போல மரம் ஒரு சிறு வெட்டுகூட இல்லாமல் முழுதாய் நிற்கிறதே!" என்று கத்தினாள்.

நரியைச் சபித்து வாயில் வந்தபடித் திட்டினாள்.

பிறகு மீண்டும் ஒரு தரம் தூவெனத் துப்பினாள். உடனே அவளுக்கு ஒரு கோடரி கிடைத்தது. வாயிலிருந்து மற்றொரு பல்லைப் பிடுங்கி அதில் கோடரியைத் தீட்டினாள்.

இடையிடையே அண்ணாந்து அல்தீன்சாக்காவைப் பார்த்து "மரத்தை வெட்டி வீழ்த்தி உன்னைத் தின்னப் போகிறேன், பார்!" என்று கூறினாள்.

கோடரி கருக்கானதும் கிழவி உபீர் மீண்டும் ஓக்மரத்தை வேகமாய் வெட்ட ஆரம்பித்தாள். சிராய்த் தூள் நாற்புறமும் சிதறிப் பறந்தன. மரம் அதிர்ந்தாடிற்று. கோடரியால் ஓங்கி ஒரு வெட்டு வெட்டினால் அது விழுந்துவிடும் போலாகிவிட்டது!

அப்பொழுது திடுமென இரண்டாவது நரி ஒன்று அங்கே வந்தது.

"பாட்டி, நீ என்ன செய்கிறாய்?" என்று அது கிழவியைக் கேட்டது.

"ஓக்மரத்தை வெட்டி வீழ்த்துகிறேன்" என்று அந்த நரி கூறிற்று.

"எதற்காக?"

"இதன் உச்சியில் உட்கார்ந்திருக்கும் அல்தீன்சாக்காவைப் பிடித்துத் தின்பதற்காக,"

"இம்மாதிரிக் கடின வேலை உனக்கு நல்லதல்ல, நான் இந்த மரத்தை வெட்டி வீழ்த்துகிறேன்" என்று அந்த நரி கூறிற்று.

“வேண்டாம், வேண்டாம், நானே அல்தீன்சாக்காவைத் தின்பேன்” என்றாள் கிழவி.

“நீயே அவனைத் தின்னு, மரத்தை நான் வெட்டி வீழ்த்துகிறேன்” என்று நரி சொல்லிற்று.

“வேண்டாம், கோடரியை உன்னிடம் தரமாட்டேன். முன்பொரு நரி இங்கே வந்து மரத்தை வெட்டுவதாய்ச் சொல்லி என்னை ஏமாற்றிவிட்டது” என்று கிழவி முறையிட்டாள்.

“அந்த நரியின் நிறம் என்ன?”

”சிவப்பு.”

“பாட்டி, சிவப்பு நரிகளை நீ நம்பவே கூடாது, சிவப்பு நரிகள் எல்லாமே பொய்தான் பேசும்! கறுப்பு நரிகளான எங்களை மட்டும்தான் நீ நம்ப வேண்டும்” என்று இந்த இரண்டாவது நரி சொல்லிற்று.

கிழவி உபீர் திரும்பிப் பார்த்தாள்- மெய்தான், இந்த நரி கறுப்பாய் இருந்தது. ஆகவே அதனிடம் தனது கோடரியைக் கொடுத்துவிட்டு அவள் மீண்டும் குறட்டை விட்டுத் தூங்க ஆரம்பித்தாள். அவள் வாயிலிருந்தும் நாசியிலிருந்தும் தீப்பொறிகளும் புகையும் வெளிவந்தன.

கறுப்பு நரி உடனே கிழவியின் கோடரியையும் பல்லையும் ஏரியில் எறிந்துவிட்டு, சிராய்த் தூள்களைப் பொறுக்கி மரத்திலிருந்த வெட்டுகளில் வைத்தது. பிறகு எச்சிலைத் துப்பித் தூள்களை நாக்கால் தடவிற்று. உடனே தூள்கள் மரத்துடன் ஒட்டிக் கொண்டு மரம் முழுமையாகிவிட்டது.

பிறகு இந்த நரி அல்தீன்சாக்காவிடம் விடைபெற்றுக் கொண்டு அங்கிருந்து ஓடிற்று.

சற்று நேரத்தில் கிழவி உபீர் விழித்துக் கொண்டு ஓக் மரத்தைப் பார்த்தாள்.

“அடே, என்ன இது?.......மரம் மீண்டும் முழுதாகிவிட்டதே?” என்று கூச்சலிட்டாள்.

தூவெனத் துப்பினாள், உடனே அவளுக்கு ஒரு கோடரி கிடைத்தது. வாயிலிருந்து மூன்றாவது பல்லைப் பிடுங்கிக் கோடரியை அதில் தீட்டிக் கருக்காக்கிக் கொண்டு மறுபடியும் மரத்தை வெட்டத் தொடங்கினாள். அல்தீன்சாக்காவையும் நரியையும் சபித்து வாயில் வந்தபடி திட்டியவாறு வேகம் வேகமாய் வெட்டினாள்.

மரத்தில் பாதி பருமனுக்கு வெட்டிச் சென்றுவிட்டாள். அல்தீன்சாக்கா கீழே குனிந்து பார்த்தான். “இனி உபீரிடமிருந்து நான் தப்ப முடியாது” என்று நினைத்துக் கொண்டான்.

திடுமென அப்பொழுது வெள்ளை நரி ஒன்று அங்கே ஓடி வந்தது.

"பாட்டி, உனக்கு நான் உதவ வந்திருக்கிறேன்" என்று அது கிழவியிடம் கூறிற்று.

"இங்கே வராதே நீ, ஓடிவிடு!" என்று கிழவி கத்தினாள். "ஏற்கனவே இரண்டு தரம் நரிகள் என்னை ஏமாற்றிவிட்டன, ஓடிவிடு நீ!" என்றாள்.

"அந்த நரிகளின் நிறம் என்ன, பாட்டி?" என்று கேட்டது வெள்ளை நரி.

"ஒன்று சிவப்பு, மற்றொன்று கறுப்பு" என்று கிழவி பதிலளித்தாள்.

"பாட்டி, சிவப்பு நரிகளையும் கறுப்பு நரிகளையும் நீ நம்பவே கூடாது, வாய் கூசாமல் பொய் பேசும் நரிகள் அவை" என்று கிழவியிடம் அந்த நரி சொல்லிற்று. "ஆனால் வயல்களில் வாழும் வெள்ளை நரிகளாகிய நாங்கள் அப்படியல்ல, எங்களை நீ நம்பலாம். நான் உதவி புரிவேனே ஒழிய ஒருபோதும் உன்னை ஏமாற்ற மாட்டேன்" என்றது.

கிழவி அதை நம்பித் தனது கோடரியை அதனிடம் கொடுத்து விட்டுப் படுதததுத் தூங்கினாள். வெள்ளை நரி உடனே கோடரியையும் கிழவி சாணைக் கல்லாய் உபயோகித்த பல்லையும் ஏரியில் தூக்கியெறிந்துவிட்டு, அவசரமாய்ச் சிராய்த் தூள்களைப் பொறுக்கி மரத்திலிருந்த வெட்டுகளில் வைத்துப் பொருத்தியது. பிறகு அவற்றின் மீது எச்சிலைத் துப்பி நாக்கினால் தடவிற்று. உடனே சிராய்த் தூள்கள் கெட்டியாய் மரத்துடன் ஒட்டிக் கொண்டன.

பிறகு அந்த நரி அல்தீன்சாக்காவிடம் கூறிற்று:

"உனக்கு நான் மூன்று தரம் உதவினேன். என்னுடைய உடல் முழுதும் கறுப்புக் களிமண்ணைப் பூசிக் கொண்டு வந்தேன். பிறகு கிழவி என்னை அடையாளம் தெரிந்து கொள்ளாமல் இருக்கும் பொருட்டு வெள்ளைக் களிமண்ணைப் பூசிக் கொண்டு வந்தேன். இதற்கு மேல் நான் உனக்கு ஒன்றும் செய்வதற்கில்லை."

நரி அவனிடம் விடை பெற்றுக் கொண்டு அங்கிருந்து ஓடிற்று.

சற்று நேரத்துக்கெல்லாம் சூன்யக்காரக் கிழவி விழித்தெழுந்தாள்.

"என்ன இது! நான் இந்த மரத்தைத் தொடவே இல்லாதது போல ஒரு வெட்டுகூட இல்லாமல் நிற்கிறதே இது" என்று கத்தினாள்.

அவள் தூவெனத் துப்பியதும் அவளுக்கு ஒரு கோடரி கிடைத்தது. தனது வாயிலிருந்த கடைசிப் பல்லையும் பிடுங்கியெடுத்து அதில் கோடரியைத் தீட்டிக் கருக்காக்கிக் கொண்டு ஓக்மரத்தை வெட்ட ஆரம்பித்தாள்.

"இனி யாரும் உதவிக்கு வர அனுமதிக்கப் போவதில்லை! நானே தனியே இவ்வேலையைச் செய்து முடிப்பேன்" என்று முணுமுணுத்தவாறு வெட்டினாள்.

சிராய்த்தூள் நாற்புறமும் பறந்தோடிற்று. ஓக்மரம் ஆடிக் கிரீச்சிட்டது. முறிந்து சாயும் நிலையை அடைந்துவிட்டது.

அதன் உச்சியில் உட்கார்ந்திருந்த அல்தீன்சாக்கா "நிச்சயமாய் இப்பொழுது என் கதி அதோ கதிதான்" என்று கூறிக் கொண்டான்.

"என்ன செய்யலாம்?" என்று தன்னைத் தானே கேட்டுக் கொண்டான்.

அப்பொழுது திடுமென ஒரு காக்கை பறந்து வந்து ஓக் மரத்தின் உச்சியில் உட்கார்ந்தது.

"காக்கையே, என் நண்பனே, நான் சொல்வதைக் கேள்!" என்று அல்தீன்சாக்கா அதனிடம் மன்றாடினான். "நீ எங்கு வேண்டுமானாலும் பறக்கிறாய், எங்கு வேண்டுமானாலும் போகிறாய். எங்களுடைய புதிய முகாமுக்குப் பறந்து செல், அங்கே அக்குலாக், அக்துர்னாக் என்ற எனது இரு நாய்களும் இருக்கக் காண்பாய். அவற்றை அவசரமாய் இங்கே என்னிடம் ஓடி வரச் சொல், எனக்கு அவற்றின் உதவி வேண்டியிருக்கிறது" என்றான்.

"நான் இப்பொழுது எங்கும் போக மாட்டேன்!" என்று காக்கை பதிலளித்தது. "கிழவி உபீர் உன்னைப் பிடித்துத் தின்னட்டுமே, எனக்கு இரையில் பங்கு கிடைக்கும்" என்றது.

கிளையில் வசதியாய் உட்கார்ந்து கொண்டு அது காத்திருந்தது.

எங்கிருந்தாவது தனக்கு உதவி வருமா என்று அல்தீன்சாக்கா நாற்புறமும் கவனமாய்ப் பார்த்தான். அப்பொழுது ஒரு வானம்பாடி பறந்து வந்தது.

"வானம்பாடியே, என் நண்பனே, நான் சொல்வதைக் கேள்" என்று அதை வேண்டினான். "நீ எங்கு வேண்டுமானாலும் பறக்கிறாய், எங்கு வேண்டுமானாலும் செல்கிறாய், எங்களுடைய புதிய முகாமுக்குப் பறந்து சென்று, அக்குலாக், அக்துர்னாக் என்ற எனது இரு நாய்களையும் உடனே இங்கு வரச் சொல்லேன், எனக்கு அவற்றின் உதவி வேண்டியிருக்கிறது" என்றான்.

"இப்பொழுது நான் எங்கும் செல்ல மாட்டேன்" என்று வானம்பாடி பதிலளித்தது. "உபீர் பிடித்துத் தின்னட்டும், எனக்கும் ஒரு வாய் இரை கிடைக்கும்" என்றது அது.

அல்தீன்சாக்கா மனம் ஒடிந்து போய்த் தரையைக் கவிழ்த்துக் கொண்டு விட்டான்.

திடுமென அப்பொழுது சிட்டுக் குருவிகள் கூட்டமாய் அவன் தலைக்கு மேல் பறந்து சென்றன.

"சிட்டுக் குருவிகளே, எனது அரும் நண்பர்களே! நான் சொல்வதைக் கேளுங்கள்!" என்று அல்தீன்சாக்கா அவற்றை வேண்டினான். "எங்களுடைய புதிய முகாமுக்குப் பறந்து சென்று அக்குலாக், அக்துர்னாக் என்ற எனது

நாய்களைத் தேடிப் பிடித்து, அவற்றின் எஜமானனைச் சூன்யக்காரக் கிழவி உபீர் தின்னப் போகிறாளென்று அவற்றிடம் சொல்வீர்களா?'' என்று கேட்டான்.

“தேடிப் பிடிப்போம்! தேடிப் பிடிப்போம்! செய்தியைச் சொல்வோம்! செய்தியைச் சொல்வோம்!'' என்று சிட்டுக் குருவிகள் கிறீச்சிட்டவாறு வேகமாய் அல்தீன்சாக்காவின் முகாமுக்குப் பறந்தன.

முகாமில் அவை அல்தீன்சாக்காவின் இரண்டு நாய்களும் உறங்கிக் கொண்டிருக்கக் கண்டன. இரண்டும் தம் எஜமானனைத் தேடி எங்கெங்கெல்லாமோ ஓடியலைந்து களைத்துப் போய் மரக்கட்டைகளைப் போல் தரையிலே விழுந்து கிடந்தன. குருவிகள் இந்த நாய்களின் காதுகளில் கொத்தி அவற்றை எழுப்ப முயன்றன. பிறகு அவை கீச்சிட்டுப் பெருங்கூச்சல் எழுப்பின.

“அக்குலாக், விழித்துக் கொள்! அக்துர்னாக், விழித்துக் கொள்!'' என்று கீச்சிட்டன. “ஏரிக் கரையிலே இருக்கும் ஓக்மரத்திடம் ஓடுங்கள்! சூன்யக்காரக் கிழவி உபீர் உங்கள் எஜமானனைப் பிடித்துத் தின்ன விரும்புகிறாள், ஓடுங்கள் சீக்கிரம்!'' என்றன.

அக்குலாக்கும் அக்துர்னாக்கும் துடித்தெழுந்து ஏரிக் கரைக்கு ஓடின. சிட்டுக் குருவிகள் சாலையில் தலைக்கு மேலே பறந்து சென்றன. இரண்டு நாய்களும் புழுதியைக் கிளப்பிக் கொண்டு அவற்றைப் பின்தொடர்ந்து ஓடின.

உயர்ந்தெழுந்த புழுதியைப் பார்த்த உபீர், “அல்தீன்சாக்கா, அதோ பார், அதோ பார்!'' என்று கூவினாள். “சாலைக்கு மேலே புழுதி கிளம்புகிறதே, என்ன அது?'' என்று கேட்டாள்.

எனக்கு மகிழ்ச்சியும் உனக்குத் துயரமும் அளிக்கப் போகும் புழுதி அது!'' என்று அல்தீன்சாக்கா பதிலளித்தான்.

நாய்கள் பாய்ந்தோடி வரும் சப்தத்தைக் கேட்ட உபீர், “அல்தீன்சாக்கா, கேட்டாயா நீ? இடி போல அதிர்ந்து முழங்கும் இந்தச் சப்தம் என்ன?'' என்றாள்.

“எனக்கு மகிழ்ச்சியும் உனக்குத் துயரமும் அளிக்கப் போகும் சப்தம் அது!'' என்றான் அல்தீன்சாக்கா.

அப்பொழுது அக்குலாக்கும் அக்துர்னாக்கும் அங்கே ஓடோடி வந்தன. அவை சூன்யக்காரக் கிழவி உபீரின் மீது பாய்ந்து அவளைக் கடித்துக் குதற ஆரம்பித்தன.

உபீர் பீதியுற்றுப் போய்க் கோடரியை ஏரிக்குள் எறிந்தாள், தானும் ஏரிக்குள் தாவி நீருக்குள் மூழ்கினாள்.

உடனே நாய்கள் இரண்டும் அல்தீன்சாக்காவிடம் கூறின:

"உபீரை விரட்டிக் கொண்டு நாங்கள் நீருக்குள் குதிக்கப் போகிறோம். நீ அங்கேயே இருந்து நீரைக் கவனி. நாங்கள் உபீரைக் கொல்வோமானால் ஏரியில் நீர் கறுப்பாகி விடும், அவள் எங்களைக் கொல்வாளாயின் நீர் சிவப்பாகி விடும்.

இவ்வாறு கூறி இரண்டு நாய்களும் ஏரிக்குள் பாய்ந்தன.

ஏரியின் நீர் கொதித்துப் பொங்க ஆரம்பித்தது.

அல்தீன்சாக்கா உற்றுப் பார்த்துக் கொண்டிருந்தான். நீர் சிவப்பாய் மாறக் கண்டான்.

"உபீர் எனது இரு நாய்களையும் கொன்றுவிட்டாள்!" என்று துணுக்குற்றுத் தன்னுள் கூறிக் கொண்டான்.

அவன் தொடர்ந்து பார்த்துக் கொண்டிருக்கையில் திடுமென நீர் கறுப்பாகிவிட்டது.

அல்தீன்சாக்கா அளவிலா ஆனந்தமடைந்து வாய்விட்டுச் சிரித்தான். மரத்திலிருந்து கீழே இறங்கினான். அதே நேரத்தில் அக்குலாக்கும் அக்துர்னாக்கும் ஏரியிலிருந்து கரைக்கு வந்து உடலைக் குலுக்கிக் கொண்டன.

"ஏரியில் நீர் முதலில் சிவப்பாற்றே ஏன்?" என்று அல்தீன்சாக்கா அவற்றைக் கேட்டான்.

"உபீர் முதலில் எங்களைத் திக்குமுக்காடச் செய்து விட்டாள். என் காதுகளில் ஒன்றைக் கடித்துத்துண்டாக்கிவிட்டாள். ஆனால் விரைவில் நாங்கள் அவள் கொட்டத்தை அடக்கி அவளை ஒழித்துக் கட்டினோம்" என்று அக்துர்னாக் கூறிற்று.

நாய்களைப் பின்தொடர்ந்து சிவப்புக் குதிரையும் ஏரிக்குள்ளிருந்து வெளியே வந்தது.

"அல்தீன்சாக்கா, என் முதுகில் ஏறிக் கொள், உன்னை வீட்டுக்கு அழைத்துச் செல்கிறேன்" என்றது அது.

இவ்வாறு அல்தீன்சாக்கா நல்லபடியாய்த் தனது முகாமுக்குத் திரும்பி வந்தான். கிழவனும் கிழவியும் களிப்புற்று பெரிய விருந்துக்கு ஏற்பாடு செய்தனர். உற்றார் உறவினரையும் நண்பர்களையும் அழைத்தனர். எல்லோரும் ஒன்பது நாட்களுக்கு விருந்து உண்டு களித்தனர், பானம் அருந்தி மகிழ்ந்தனர், ஒன்பது நாட்களுக்கு எல்லோரும் கோலாகலமாய்க் கொண்டாடினர்.

♦

வில்லாளனும் ஜார்க்கின் கானும்

கால்மீக்கிய நாட்டுக்கதை

பழங் காலத்தில் ஜார்க்கின் கான் ஆண்டு வந்த நாட்டில் வீரமும் தீரமும் மிக்கக் கண்ணுக்கினிய வில்லாளன் ஒருவன் இருந்தான். காட்டுப் பறவைகளை வேட்டையாடுவதற்காக ஒரு நாள் அவன் ஒரு ஏரிக் கரைக்குச் சென்றிருந்தான். அப்பொழுது தங்கக் கொண்டையுடைய மூன்று அன்னங்கள் அங்கே பறந்து வந்தன. இவற்றைக் கண்டதும் அவன் புற்களிடையே மறைவாய்த் தரையில் படுத்துக் கொண்டு அந்த அன்னங்களைக் கவனித்தான். தங்கக் கொண்டை அன்னங்கள் மூன்றும் ஏரிக் கரையிலே வந்திறங்கி தமது இறகுகளைக் களைந்து வைத்துவிட்டு மூன்று எழில் மடந்தையராய் மாறின; மூவரும் ஏரியிலே நீராடத் தொடங்கினர்.

வில்லாளன் ஓசையின்றி ஊர்ந்து சென்று அந்த அன்னங்களில் ஒன்றின் இறகுகளை எடுத்துக் கொண்டு திரும்பி வந்து புற்களிடையே ஒளிந்து கொண்டான்.

அன்ன மடந்தையர் நீராடிவிட்டுக் கரையேறி வந்தனர். இரு மடந்தையர் தமது இறகுகளை எடுத்து உடுத்திக் கொண்டனர். ஆனால் மூன்றாமவள் தனது இறகுகளைக் காணாமல் கலங்கி நின்றாள். இரு அன்னங்களும் உயரப் பறந்து

கரையெங்கும் சென்று தமது சகோதரியின் இறகுகளைத் தேடின. ஆனால் எங்கு தேடியும் இறகுகள் அகப்படவில்லை.

"சகோதரியே, விதியின் வினை இது, நாம் ஒன்றும் செய்வதற்கில்லை!" என்று கூறிவிட்டு அவை பறந்து சென்றன.

தனியே விடப்பட்ட அன்ன மடந்தை அழுது புலம்பியவாறு ஏரிக் கரையில் அங்குமிங்கும் ஓடி தனது இறகுகளைத் தேடினாள்.

"என் இறகுகளைக் கண்டெடுக்கிறவன் அவற்றை எனக்குத் திருப்பித் தருவானாயின் அவனுக்கு நான் தக்க சன்மானம் அளிப்பேன்" என்று அவள் கூறினாள். "அவன் ஏழையாய் இருந்தால் செல்வந்தன் ஆக்குவேன்; விகாரமாய் இருந்தால் எழில் உருவினனாய் ஆக்குவேன். அவன் எது கேட்டாலும் தெருவேன்... ஆம், அவன் விருப்பம் எதுவாயினும் உடனே பூர்த்தி செய்வேன்!" என்று சொல்லி அவலமாய் அழுது கண்ணீர் வடித்தவாறு ஏரிக் கரையில் ஓடினாள்.

உடனே வில்லாளன் புற்களிடையே தனது மறைவிடத்திலிருந்து வெளியே வந்தான்.

"அன்ன மடந்தையே, வருந்தாதே நீ! இப்படி என்னிடம் வா, உன்னுடைய இறகுகள் இதோ என்னிடம் இருக்கின்றன" என்று கூறினான்.

கட்டழகனான அந்த வில்லாளனின் கையில் தனது இறகுகள் இருப்பதைக் கண்டு மகிழ்ச்சியுற்ற அன்ன மடந்தை நாணியவாறு அவன் அருகே வந்தாள்.

"சகோதரனே, எனது இறகுகளைக் கண்டெடுத்து நீ எனக்கு ஒரு நன்னயம் புரிந்திருக்கிறாய், இப்பொழுது அந்த இறகுகளை எனக்குத் திருப்பித் தந்து இன்னொரு நன்னயம் புரிய வேண்டும்" என்றாள் அவள். "இதற்குக் கைம்மாறாய் நான் உனக்கு எது வேண்டுமானாலும் செய்வேன். நீ வேண்டுவது என்ன?" என்று கேட்டாள்.

"இன்னரும் மடந்தையே, உன்னையன்றி எனக்கு வேண்டியது ஒன்றுமில்லை" என்று வில்லாளன் பதிலளித்தான். "நீ என் மனைவியாவதற்கு உடன்படுவாயா? என்று வினவினான்.

"சரி" என்றாள்.

பிறகு வில்லாளன் அவள் கையைப் பிடித்து, தான் வசித்து வந்த நாடோடியர் முகாமுக்கு அழைத்துச் சென்று அவளை மணம் புரிந்து கொண்டான். ஏழை வில்லாளனது சிறிய கூடாரத்தை அன்றி அவர்களுக்கு வேறு வீடு ஏதுமில்லை. ஆனால் இருவரும் ஒருவரையொருவர் உயிருக்கு உயிராய் நேசித்தனர், கணமும் பிரிந்திருக்க மனம் சகியாதோராய் இன்பமாய் வாழ்ந்தனர்.

சிறிது காலமாயிற்று, ஜார்க்கின் கான் தனது வில்லாளர்களில் ஒருவன் கண்ணைப் பறிக்கும் எழில் நங்கையை மனைவியாய்ப் பெற்றிருக்கிறானெனக் கேள்விப்பட்டான். இது மெய்தானா என்று தெரிந்து கொள்ள விரும்பிய கான் வேந்தன் தானே நேரில் வில்லாளனின் கூடாரத்துக்குச் சென்றான். வில்லாளனுடைய மனைவியைப் பற்றித் தன்னிடம் சொல்லியவர்கள் மிகைப்படக் கூறவில்லை என்பதைக் கண்டான். இவ்வளவு அழகானவளை இதன்முன் அவன் கண்டதே இல்லை! கதிரவனது புதல்வி போல அப்படி அவள் எழிலொளி பரப்பினாள். அலுக்காமல் எவ்வளவு நேரம் வேண்டுமானாலும் அவளைப் பார்த்துக் கொண்டிருக்கலாம். கானுடைய அரசில் அவளுக்கு இணையான அழகி யாருமே இல்லை.

அன்ன மடந்தையின் அழகைக் கண் குளிர நெடுநேரம் கண்டிருந்தபின் ஜார்க்கின் கான் தன் அரண்மனைக்குத் திரும்பி வந்தான். வந்ததும் தன் அமைச்சர்களையும் ஆலோசகர்களையும் கூப்பிட்டுச் சிறந்த விருந்துணவும் பானங்களும் அளித்து அவர்களை மகிழ்வித்தான்.

“எனது அமைச்சர்களே, ஆலோசகர்களே! உங்களை என் உயிரனையோராய்ப் போற்றும் எனக்கு நீங்கள் ஆலோசனை கூற வேண்டும்” என்று அவர்களிடம் சொன்னான்.

“வேந்தனே, தவறாமல் தக்க ஆலோசனை கூறக் கடமைப்பட்டவர்கள் நாங்கள்” என்று அவர்கள் பதிலளித்தனர்.

“எனது வில்லாளர்களில் ஒருவனின் மனைவி இவ்வுலகில் இதுகாறும் கண்டும் கேட்டுமிராத சௌந்தரியவதியாய் இருக்கின்றாள். இவளுக்கு இணையான அழகி எங்குமில்லை. ஏனைய நங்கையர் எல்லோரையும் மிஞ்சும்படியான எழிலுடைத்தவள்!” என்றான் கான் வேந்தன்.

இந்த வில்லாளனின் இளம் மனைவியின் ஒய்யாரமான உருவையும் கவர்ச்சியான சாயலையும் இனிய குரலையும் நடையழகையும் கண்களையும் சடையாய்ப் பின்னிய நீண்ட கூந்தலையும் பற்றி ஜார்க்கின் கான் அவர்களுக்கு விவரித்துச் சொன்னான்.

“கதிரவன் ஒளி போன்ற இந்த அரிய எழில் நங்கை ஓர் எளிய வில்லாளனின் மனைவியாய் இருந்து வருகிறாள்” என்று கூறி, “இவளை எனக்குரியவளாக்கிக் கொள்ளும் வழி என்ன? ஆலோசனை கூறுங்கள்!” என்று கேட்டான்.

அமைச்சர்களும் ஆலோசகர்களும் ஆழ்ந்த ஆலோசனை புரிந்தனர்.

“வில்லாளனது கூடாரத்திலிருந்து அவளை யாருக்கும் தெரியாமல் இரகசியமாய் அரண்மனையில் வைத்துக் கொள்ளலாமே” என்றனர் சிலர்.

வேறு சிலர் மேலும் ஆலோசனை செய்துவிட்டு-

"வில்லாளனைக் கொன்றுவிட்டு அவளை மணந்து கொள்ளலாம்" என்றனர்.

"வில்லாளனைக் கொல்ல வேண்டாம், இவ்வரசில் தலை காட்டக் கூடாதென உத்தரவிட்டு அவனை விரட்டிவிட்டு, தொல்லை ஏதுமின்றி அவன் மனைவியை வேந்தன் வரித்துக் கொள்ளலாமே" என்று மற்றும் சிலர் கூறினர்.

ஜார்க்கின் கானுடைய வலப்பக்கத்தில் அமர்ந்திருந்த தலைமை ஆலோசகர் ஏனையோர் எல்லோரும் பேசி முடித்ததும் எழுந்து நின்றார்.

"இது காறும் கூறப்பட்ட ஆலோசனைகள் விவேகமற்றவை" என்று கூறினார் அவர். "ஒரு பெண்ணை அவள் வீட்டிலிருந்து திருடிக் கொண்டு வந்து அரண்மனையில் வைத்துக் கொள்வது மதி கெட்ட செயலாகும், ஏனெனில் எப்படியும் ஒருநாள் இது மக்களுக்குத் தெரிந்துவிடும். வில்லாளனைக் கொன்றுவிட்டு அவன் மனைவியை மணந்து கொள்வது அபாயகரமானது, ஏனெனில் மக்கள் கலகம் புரியக் கூடும், பெருந்தொல்லையாகி விடும். வில்லாளனை நாட்டை விட்டுத் துரத்துவது முட்டாள்தனம், ஏனெனில் அவன் இரகசியமாய் உள்ளே வந்து மனைவியை அழைத்துச் சென்று விடுவான். இதெல்லாம் சரியல்ல, இம்மாதிரி சந்தர்ப்பங்களில் நாம் தந்திர முறைகளைக் கையாள வேண்டும்" என்றார்.

"அப்படியானால் உமது ஆலோசனை என்ன?" என்று ஜார்க்கின் கான் அவரைக் கேட்டான்.

தலைமை ஆலோசகர் கூறினார்:

"அஸ்தமனச் சூரியனது நாட்டில் அகலமான ஓர் ஆற்றின் செங்குத்துக் கரையில் ஒரு பெண் புலியும் அதன் குட்டிகளும் இருப்பதாய் எனக்குக் கேள்வி. இந்தப் புலி உலகிலுள்ள வேறு எந்த விலங்கையும் விட மூர்க்கமானது என்பதாய்ச் சொல்கிறார்கள். வேந்தனே, இந்தப் புலியிடம் கொஞ்சம் பால் கறந்து வர வேண்டுமென்று நீ இந்த வில்லாளனுக்கு உத்தரவிட வேண்டும். வில்லாளன் திரும்பி வர மாட்டான், புலி அவனைச் சின்னாபின்னமாக்கிவிடும். பிறகு அவனுடைய அழகு மனைவியை எளிதில் உனக்குரியவளாக்கிக் கொண்டுவிடலாம். வில்லாளனுக்கு இந்தப் பணியை அளித்துப் போகச் சொல்வது கடினமல்ல, வேந்தனின் கட்டளைக்குக் கீழ்ப்படிய மறுப்பதற்கு அவன் துணிய மாட்டான்."

தலைமை ஆலோசகர் கூறிய இந்தத் தந்திரத் திட்டத்தை ஜார்க்கின் கானும் அவனுடைய அமைச்சர்களும் ஆலோசகர்களும் ஆதரித்தனர்.

"மிகவும் சாமர்த்தியமான திட்டம்" என்று அவர்கள் இதை மெச்சிப் புகழ்ந்தனர்.

தலைமை ஆலோசகர் கூறிய திட்டத்தை ஜார்க்கின் கான் உடனே செயல்படுத்தினான். கடும் நோயுற்று விட்டதாய்ப் பாசாங்கு செய்து அவன் தனது வில்லாளனை வருமாறு கூப்பிட்டு அனுப்பினான்.

வில்லாளன் வந்ததும் வேந்தன் முக்கி முனகியவாறு அவனிடம் சொன்னான்:

"நான் நோய்வாய்ப்பட்டுத் துன்புறுகிறேன். இந்த நோய் மிகவும் கடுமையானது, அபாயகரமானது. எனது இந்த நோய்க்குரிய நிவாரணம் அஸ்தமனச் சூரியனது நாட்டில் மட்டுமே கிடைக்கக் கூடியது. அங்கே ஓர் அகன்ற ஆற்றின் செங்குத்தான உயர்கரையில் ஒரு பெரிய பெண் புலி அதன் குட்டிகளுடன் வசித்து வருகிறது. நான் நலமடைந்து எழ வேண்டுமாயின் இந்தப் புலியின் பால்தான் அதற்கரிய மருந்து. உடனே நீ புறப்பட்டுச் சென்று இந்தப் புலியின் பாலில் கொஞ்சம் கொண்டு வர வேண்டும்."

ஜார்க்கின் கான் இவ்வாறு சொல்லி முன்னிலும் பலமாய் முனகி வலி தாங்க முடியாதது போலத் துடித்தான்.

வில்லாளன் தனது கூடாரத்துக்குத் திரும்பி இந்தத் தொலைதூரப் பயணத்துக்குத் தயார் செய்தான். தன்னிடமிருந்த சிறந்த ஆடைகளை உடுத்திக் கொண்டான், சிறந்த ஆயுதங்களை எடுத்துக் கொண்டான்.

"நீ எங்கே புறப்படுகிறாய்?" என்று அவன் மனைவி கேட்டாள்.

"ஜார்க்கின் கான் அபாயகரமான நோயால் பீடிக்கப்பட்டிருக்கிறான். அஸ்தமனச் சூரியனது நாட்டில் அகலமான ஓர் ஆற்றின் செங்குத்தான உயர் கரையிலே இருக்கும் பெண் புலியின் பாலைக் குடித்தால்தான் அவனுக்கு நோய் தீருமாம். உடனே அங்கே சென்று இந்தப் பாலைக் கொண்டு வரும்படி எனக்கு உத்தரவிட்டிருக்கிறான். எனக்கு விருப்பமில்லை, ஆனால் அவனுடைய ஆணையை நான் மீறி முடியாது என்பதால் புறப்படுகிறேன்."

ஜார்க்கின் கான் தன் கணவனைப் புலிப் பால் கொண்டு வருமாறு அனுப்புவதில் ஏதோ தந்திரம் இருப்பதை வில்லாளனின் மனைவி புரிந்து னொண்டாள். கெட்ட நோக்கத்துடன்தான் இப்படி உத்தரவிட்டிருக்கிறான் என்று நினைத்தாள். மஞ்சள் பூக்கள் பின்னப்பட்ட தனது கைக்குட்டையை எடுத்துக் கணவனிடம் கொடுத்தாள்.

"இந்தக் கைக்குட்டையை எப்பொழுதும் நீ உன்னிடம் வைத்திரு. மரணத்திலிருந்து இது உன்னைக் காப்பாற்றும்" என்று அவனிடம் கூறினாள். "அந்தப் பெண் புலி உன்மீது பாய வரும்போது இந்தக் கைக்குட்டையை எடுத்து வீசிக் காட்டு. உடனே புலி சாந்தமடைந்து சாதுவாகிவிடும், நீ அதனிடம் பால் கறந்து கொள்ள அனுமதிக்கும். அந்தப் புலிக்கு என்னைத் தெரியும், என் வீட்டில் இருந்தது அது" என்றாள்.

மஞ்சள் பூக்கள் பின்னப்பட்ட அந்தக் கைக்குட்டையை வில்லாளன் எடுத்து வைத்துக் கொண்டான். குதிரைக்குச் சேணமிட்டு மனைவியிடம் விடை பெற்றுக் கொண்டு குதிரை மீது ஏறி அஸ்தமனச் சூரியனது நாட்டை நோக்கிப் பாய்ந்தோடினான்.

மேகங்களுக்குக் கீழே, ஆனால் நாடோடிகளது கூடாரங்களது உச்சிகளுக்கு மேலே பாய்ந்தோடி, குன்றுகளையும் மலையிடுக்குகளையும் உப்பு ஏரிகளையும் பொதி மணல் வெளிகளையும் கடந்து விரைந்து சென்றான். ஜார்க்கின் கானுடைய ஆணையை நிறைவேற்றிச் சீக்கிரமாய்த் தன் மனைவியிடம் திரும்பி வர வேண்டுமென்று அவன் பகலில் உணவருந்தவோ, இரவில் தூங்கவோ நிற்காமலே வேகமாய்ச் சென்றான். கழிந்த பகல்களையும் இரவுகளையும் கணக்கிட மறந்தவனாய்த் தொடர்ந்து சவாரி செய்தான்.

இவ்விதம் மிகப் பல நாட்கள் பயணம் புரிந்து கடல் போல் அகலமாய் இருந்த ஓர் ஆற்றின் ஓரத்தில் நின்ற செங்குத்தான பாறையை அடைந்தான். அந்தப் பெரிய கொடும் புலியும் அதன் குட்டிகளும் இங்குதான் வசித்து வந்தன.

இவ்விடத்தை அடைய அவன் ஒரு முழு நாளின் பயணத்துக்கு அப்பால் இருக்கையிலேயே புலி அவனைக் கண்டு கொண்டுவிட்டது. அவன்மீது பாய்ந்து அவனைக் கிழித்தெறிய வேண்டுமென்று காது செவிடுபட சீறியவாறு தாவியோடி வந்தது. ஆனால் வில்லாளன் மின்னல் வேகத்தில் தனது மனைவியின் கைக்குட்டையை எடுத்துத் தலைக்கு மேல் வீசிக் காட்டினான். அதைக் கண்டதும் புலி தனது சீற்றக் கூச்சலை நிறுத்திவிட்டு அப்படியே நின்றது.

"வில்வீரனே, இந்தக் கைக்குட்டை உனக்கு எங்கிருந்து கிடைத்தது?" என்று அது அவனைக் கேட்டது.

"என் மனைவி எனக்குத் தந்தது இது" என்று வில்லாளன் பதிலளித்தான்.

"நீ ஏன் இங்கே வந்தாய்?" என்று புலி அவனை மேலும் கேட்டது.

"எனது வேந்தன் அபாயகரமான நோயால் பீடிக்கப்பட்டிருக்கிறான், அவன் என்னை உன்னுடைய பாலில் கொஞ்சம் கறந்து வருமாறு எனக்கு உத்தரவிட்டிருக்கிறான்" என்று வில்லாளன் அதனிடம் சொன்னான்.

"அப்படியானால் சீக்கிரமாய்க் குதிரையை விட்டு இறங்கி வந்து என்னிடம் பாலைக் கறந்து கொள், உன்னுடைய தோல் மொந்தையை நிரப்பிக் கொள்" என்று புலி கூறிற்று.

வில்லாளன் குதிரையை விட்டு இறங்கி வந்து புலியிடம் பால் கறந்தான். தனது தோல் மொந்தை நிரம்பியதும் அதைத் தனது குதிரைச் சேண இருக்கையுடன் வைத்துக் கெட்டியாய்க் கட்டினான். பிறகு புலிக்கு நன்றி தெரிவித்து அது நோயற்ற வாழ்வு வாழ வேண்டுமென வாழ்த்தினான்.

“இதே போல நானும் உன்னை வாழ்த்துகிறேன்” என்று புலி கூறிற்று. ”நீ உன் மனைவியிடம் திரும்பிச் செல்ல வேண்டும், உன் வேந்தன் நலமடைய வேண்டும், என்றும் நீ பாக்கியசாலியாய் இனிது வாழ வேண்டும்!” என்றது.

இவ்வாறு வாழ்த்திவிட்டு புலி அதன் குட்டிகளிடம் திரும்பிற்று. வில்லாளன் தன் குதிரை மீது தாவியேறி வீட்டை நோக்கிப் புறப்பட்டான்.

வீட்டுக்கு வந்து சேர்ந்ததும் தனது தோல் மொந்தையை எடுத்துக் கொண்டு ஜார்க்கின் கான் பேசாமல் பாலை வாங்கி ஒரு வாய் குடித்துவிட்டு-

“அப்பாடி, இப்பொழுதுதான் எனக்கு உடம்பு நல்லபடி ஆகியிருக்கிறது” என்பதற்கு மேல் ஒன்றும் கூற முடியவில்லை.

வில்லாளனை வீட்டுக்குப் போகச் சொல்லிவிட்டு, அவசரமாய்த் தனது அமைச்சர்களையும் ஆலோசகர்களையும் கூப்பிட்டான்.

“எனது தலைமை ஆலோசகர் சிறந்த ஆலோசனை அளித்தார். ஆனால் அது எனக்குப் பயன்படவில்லை” என்று முறையிட்டான். “அந்தப் புலி அவனைக் கொன்றுவிடுமென நினைத்தோம். ஆனால் அவன் அதனிடம் பாலைக் கறந்து கொண்டு நல்லபடியாய்த் திரும்பி வந்துவிட்டான். திரும்பி வர முடியாதபடி அவனுக்கு, வேறு என்ன வேலை தரலாம், சொல்லுங்கள்” என்றான்.

அமைச்சர்களும் ஆலோசகர்களும் ஆழ்ந்த சிந்தனை செய்து பார்த்தனர், என்ன செய்யலாமென்று மண்டையை உடைத்துக் கொண்டனர். ஆனால் அவர்களுக்கு ஆலோசனை எதுவும் தோன்றவில்லை, பேசாமல் மௌனமாய் இருந்தனர்.

பிறகு தலைமை ஆலோசகர்-இப்பொழுது அவர் ஜார்க்கின் கானுக்கு இடப் பக்கத்தில் அமர்ந்திருந்தார்-எழுந்து நின்றார்.

“வில்லாளன் மடிந்துவிடுவான் என்று நாம் நினைத்த இடத்துக்கு அனுப்பினோம், ஆனால் அவன் மடியாமல் திரும்பி வந்துவிட்டான்” என்று அவர் பேச ஆரம்பித்தார். “இதன் பொருள் என்ன? அவனை ஒழித்துக் கட்டும் வழியை நாம் அறியோம் என்பதுதான் இதன் பொருள். என் அபிப்பிராயத்தில் இனி நாம் செய்யக் கூடியது ஒன்றே ஒன்றுதான். நாட்டிலுள்ள கடைந்தெடுத்த எத்தர்களையும் அயோக்கியர்களையும் அழைத்து நல்ல உணவும் பானமும் நிறைய கொடுத்து இந்த வில்லாளனை ஒழித்து வேந்தனுக்கு அவன் தொல்லை இல்லாதபடி செய்யும் வழி அவர்களுக்குத் தெரியுமா என்று அறிய நாம் முயல வேண்டும்” என்று கூறி முடித்தார்.

“தலைமை ஆலோசகர் சரியானபடி கூறியிருக்கிறார், அவ்வாறுதான் நாம் செய்ய வேண்டும்” என்று எல்லோரும் உடன்பாடு தெரிவித்தார்கள்.

குறிப்பிட்ட நாளன்று ஜார்க்கின் கானும் அமைச்சர்களும் ஆலோசகர்களும்

நாட்டிலுள்ள எல்லா வகையான திருடர்களையும் கொலைகாரர்களையும் எத்தர்களையும் இரகசியமாய் அரண்மனையில் கூடச் செய்து, அவர்களுக்கு வேண்டிய மட்டும் உணவும் பானங்களும் தந்தார்கள். பிறகு அவர்களில் யாராலாவது இந்த வில்லாளனை ஒழித்துக் கட்டி ஜார்க்கின் கானுக்கு உதவி புரிய முடியுமா என்று தெரிந்து கொள்ள முயன்றார்கள்.

"ஜார்க்கின் கானுக்கு உதவக் கூடிய ஆள் உங்களிடையே யாரும் இல்லையெனில், வில்லாளனை இரகசியமாய் ஒழிக்கக் கூடியவன் எவனாவது உங்களுக்குத் தெரிந்திருக்கலாமே" என்று கூறினர்.

இவ்வாறு விசாரித்தவாறு ஜார்க்கின் கானும் அவனுடைய அமைச்சர்களும் ஆலோசகர்களும் அந்தக் கழிசடைக் கும்பலிடையே அங்குமிங்கும் சென்று வந்தார்கள். அவர்களிடமிருந்து எதாவது பதில் கிடைக்காதா என்று காத்திருந்தார்கள். ஆனால் திருடர்களும் கொள்ளைக்காரர்களுமான அவர்கள் வாய் நிறைய இறைச்சியும் பிறவும் இருப்பது போல் பதில் பேசாமல் உம்மென உட்கார்ந்திருந்தார்கள். அமைச்சர்களும் ஆலோசகர்களும் திரும்பத் திரும்ப இக்கேள்வியைக் கேட்டுக் கொண்டிருக்க அவர்கள் வாயைத் திறக்காமல் மௌனமாகவே இருந்தனர். திடுமென அவர்களில் ஒருவன், ஒரு கண் பொட்டையான எமகார எத்தன் ஒருவன் தன் இருக்கையை விட்டு எழுந்து சட்டையைத் திறந்து மார்பைக் காட்டி அதில் ஓங்கித் தட்டிக் கொண்டான்.

"என்ன செய்ய வேண்டுமென்று எனக்குத் தெரியும்!" என்று கூச்சலிட்டு அறிவித்தான்.

ஜார்க்கின் கான் மகிழ்ச்சியடைந்து பலத்த குரலில் அவனிடம் கேட்டான்:

"தெரியுமானால், நாங்கள் என்ன செய்ய வேண்டும், சொல்!"

"வில்லாளனை யாருக்கும் தெரியாத இடத்துக்குப் போகச் சொல்லி, யாருக்கும் தெரியாததைக் கொண்டு வரும்படிக் கட்டளையிட வேண்டும்" என்று அந்த ஒற்றைக் கண்ணன் பதிலளித்தான். "வடிவமோ உருவமோ இருப்பிடமோ இல்லாத ஒன்றைத் தேடிக் கொண்டு அவன் புறப்படுவான். இதைத் தேடிப் பிடிக்க முடியாமல் அவன் இப்பகுதிகளிலே தலை காட்டாமல் எங்காவது போய்த் தொலைந்துவிடுவான்" என்றான்.

ஒற்றைக் கண்ணனுடைய ஆலோசனையைக் கேட்டு ஜார்க்கின் கானும் அவன் அமைச்சர்களும் ஆலோசகர்களும் ஆனந்தமடைந்து அவனுக்கு நிறைய சன்மானங்கள் கொடுத்து அனுப்பி வைத்தார்கள்.

வில்லாளனுக்கு இந்தப் புதிய கட்டளையை இடுவதற்கு ஒரு காரணத்தை உண்டாக்கிக் கொள்ளும் பொருட்டு, ஜார்க்கின் கான் மீண்டும் கடும் நோய் வாய்ப்பட்டுப் படுத்த படுக்கையாகி விட்டதாய்ப் பாசாங்கு செய்தான், வில்லாளனைக் கூப்பிட்டுப் பன்முறை பெருமூச்சு விட்டு முனகிய பிறகு-

"மீண்டும் நான் நோய்ப் படுக்கையில் படுத்துவிட்டேன்" என்று சொன்னான். "நீ யாருக்கும் தெரியாத இடத்துக்குச் சென்று யாருக்கும் தெரியாததைக் கொண்டு வந்தாலொழிய இனி நான் உடல் நலம் பெற முடியாது. நீ ஒருவன்தான் இதைக் கொண்டு வரக் கூடியவன். ஆகவே உடனே புறப்பட்டுச் சென்று வடிவமோ உருவமோ இருப்பிடமோ இல்லாததை எனக்குக் கொண்டு வர வேண்டும்" என்று வேண்டினான்.

"நான் எங்கே செல்வது? எதைக் கொண்டு வருவது? " என்று வில்லாளன் கேட்டான்.

"எனக்குத் தெரியவில்லையே, என்ன செய்வேன்" என்றான் ஜார்க்கின் கான். "எனக்குத் தெரிந்ததெல்லாம் நீ ஒருவன்தான் இதைச் செய்யக் கூடியவன். நீ இதைச் செய்யத் தவறினால் நான் இறக்க வேண்டியதுதான்" என்று சொன்னான்.

முன்னிலும் பலமாய் முனகி வலி தாங்க முடியாதது போலத் துடித்தான்.

வில்லாளன் தனது கூடாரத்துக்குத் திரும்பி வந்து என்ன செய்யலாமென்று சிந்தித்துப் பார்த்தான். மூன்று பகலும் மூன்று இரவும் சிந்தனை செய்தான். பகலில் ஒரு குன்றின் உச்சிக்கு ஏறிச் சென்றான், இரவில் ஒட்டுக் கம்பளப் படுக்கையில் படுத்துத் தூக்கமின்றி புரண்டும் உடலை முறுக்கிக் கொண்டுமிருந்தான். நெடுநேரம் சிந்தித்தான், பலமாய்ச் சிந்தித்தான், ஆனால் அவனால் எந்தத் திட்டமும் வகுக்க முடியவில்லை. தன் மனைவி கவலைப்படுவாளே என்று பயந்து அவன் அவளிடம் எதுவும் சொல்லவில்லை.

மூன்று நாட்கள் கழிந்தன. பிறகு அவன் தன் குதிரைக்குச் சேணமிட்டான்.

"என் மூக்கைப் பின்தொடர்ந்து சென்றால் ஒருவேளை ஜார்க்கின் கானுக்கு வேண்டியதை நான் பெற முடிந்தாலும் முடியலாம்" என்று தன்னுள் கூறிக் கொண்டு குதிரைமீது பாய்ந்தமர்ந்தான். பிறகு விடை பெற்றுக் கொள்வதற்காக மனைவியைக் கூப்பிட்டான்.

"எங்கே புறப்பட்டுவிட்டாய்?" என்று அவள் கேட்டாள்.

"ஜார்க்கின் கான் மீண்டும் நோய் வாய்ப்பட்டுவிட்டான், யாருக்கும் தெரியாத இடத்துக்குச் சென்று யாருக்கும் தெரியாததைக் கொண்டு வரும்படி எனக்குக் கட்டளையிட்டிருக்கிறான்."

இதைக் கேட்ட அவன் மனைவி, "குதிரையிலே நீ அங்கே போய்ச் சேர முடியாது, நடந்து செல்வதுதான் நல்லது" என்று கூறினாள். "இந்த நூற்கண்டைப் பெற்றுக் கொள். மூன்று தப்படி நடந்ததும் இதைக் கீழே போடு. கண்டு எங்கே உருண்டு செல்கிறதோ அங்கே நீ செல்ல வேண்டும். இந்தத் தங்கச் சீப்பையும் பெற்றுக் கொள், தினமும் காலையில் இதனால் உன் தலையை வாரிக் கொள்" என்றாள்.

இளம் மனைவியிடம் விடை பெற்றுக் கொண்டு வில்லாளன் மூன்று தப்படி நடந்து நூற்கண்டைக் கீழே போட்டான். நூற்கண்டு மிக வேகமாய் உருண்டோடத் தொடங்கிற்று. வில்லாளன் அதைப் பின் தொடர்ந்து சென்றான்.

அதைப் பின்தொடர்ந்து சதுப்பு உப்பளங்களிலும் பொதி மணல் வெளிகளிலும் நடந்தான், உயரமான குன்றுகள் மீதும் ஆழமான சரிவுகளிலும் சென்றான், எரிகளையும் கூடாரமிடும் மைதானங்களையும் கடந்து சென்றான், அடர்ந்த புதர்களிடையே நடந்தான். பகலில் உணவருந்தவோ, இரவில் தூங்கவோ நிற்காமலே நடந்தான். நாட்களும் வாரங்களும் மாதங்களும் கழிந்து சென்றதைக் கணக்கிடாமலே மேலும் மேலும் போய்க் கொண்டே இருந்தான். நூற்கண்டு ஒரு பெரிய இருண்ட காட்டினுள் உருண்டு ஓடிற்று. வில்லாளனும் அந்தக் காட்டினுள் நுழைந்து நூற்கண்டைப் பின்தொடர்ந்து சென்றான். நாட்கணக்காய் ஊண் உறக்கமின்றி நடந்தான். நூற்கண்டு உருண்டு ஓடிக் கொண்டே இருந்தது. முடிவில் அது ஒரு சிறிய ஒட்டுக் கம்பளக் கூடாரம் வரை சென்றதும் திடுமென மாயமாய் மறைந்துவிட்டது.

“இனி நான் என்ன செய்வது? கூடாரத்துக்குள் போக வேண்டியதுதான் போலும்” என்று வில்லாளன் கூறிக் கொண்டான்.

ஒட்டுக் கம்பளித் திரையைத் தூக்கி விலக்கிக் கொண்டு கூடாரத்துக்குள் நுழைந்தான். சிற்றுருவமும் அளவிலா எழிலும் கொண்ட ஒரு மடந்தை அவனை வரவேற்றாள்.

“நீ யார், எங்கிருந்து வருகிறாய், எங்கே போகிறாய்?” என்று அவள் கேட்டாள்.

“நான் ஜார்க்கின் கானுடைய வில்லாளன், யாருக்கும் தெரியாததைத் தேடிக் கொண்டு யாருக்கும் தெரியாத இடத்துக்குப் போகிறேன்” என்று அவன் பதிலளித்தான்.

அதற்கு மேல் அம்மடந்தை அவனை எதுவும் கேட்கவில்லை. அவன் எதிரே உணவு வகைகளைக் கொண்டு வந்து வைத்துச் சாப்பிடச் சொன்னாள். பிறகு அவனைப் படுக்கையில் படுத்துறங்கச் செய்தாள். படுத்ததுமே அவன் தூங்க ஆரம்பித்துவிட்டான்.

பொழுது விடிந்ததும் எழுந்து முகம் கழுவிக் கொண்டு தங்கச் சீப்பால் தலை வாரிக் கொண்டான். கூடாரத்தின் தலைவியான அம்மடந்தை அவன் தலை வாரிக் கொள்வதைப் பார்த்துவிட்டு, “இந்தத் தங்கச் சீப்பு எங்கிருந்து கிடைத்தது உனக்கு?” என்று கேட்டாள்.

“இது என் மனைவி எனக்குத் தந்தது” என்று வில்லாளன் பதிலளித்தான்.

இதைக் கேட்டதும் அவள் பெரு மகிழ்ச்சி கொண்டாள்.

“அப்படியானால் நீ என் உறவினன் ஆயிற்றே! உன் மனைவி என் தங்கை ஆயிற்றே! இதை ஏன் நீ நேற்றே சொல்லவில்லை?” என்றாள்.

எல்லா வகையான உணவுகளையும் பானங்களையும் கொண்டு வந்து வைத்து அவனை உபசரித்தாள்.

“கடினமான நீண்ட பயணம் புரிந்து வந்திருக்கும் நீ உன் கால்களுக்கு ஓய்வு தர வேண்டும், ஆகவே மேலும் மூன்று நாட்கள் இங்கு தங்கியிரு” என்றாள்.

வில்லாளன் மகிழ்ச்சியுடன் ஒத்துக் கொண்டு அவளுடைய கூடாரத்தில் மேலும் மூன்று நாட்கள் தங்கியிருந்தான்.

வில்லாளன் போதிய அளவு ஓய்வெடுத்துக் கொண்டபின் மூன்றாம் நாளன்று அந்தப் பெண் “நீ எங்கே போகிறாய், ஏன் போகிறாய் என்பதைச் சொல்” என்று கேட்டாள்.

“எனது வேந்தன் கடும் நோயால் பீடிக்கப்பட்டிருக்கிறான், யாருக்கும் தெரியாத இடத்துக்குச் சென்று யாருக்கும் தெரியாததைக் கொண்டு வரும்படி அவன் எனக்குக் கட்டளையிட்டிருக்கிறான்” என்று வில்லாளன் பதிலளித்தான். “என் வேந்தன் கேட்பது என்னவென்று எனக்குத் தெரியவில்லை. உன் தங்கையான என் மனைவி என்னிடம் ஒரு நூற்கண்டைக் கொடுத்து அது உருண்டோடும் பாதையில் செல்லும்படிக் கூறினாள். நூற்கண்டு என்னை உன்னிடம் அழைத்து வந்தது. ஆனால் அதன்பின் அது மாயமாய் மறைந்துவிட்டது. இனி எங்கே செல்வதென்று எனக்குப் புரியவில்லை” என்றான்.

இதைக் கேட்டு அந்தச் சிறிய கூடாரத்தின் தலைவியாகிய அம்மடந்தை அவனிடம் பட்டு நூற்கண்டு ஒன்றைத் தந்தாள்.

“இந்த நூற்கண்டைப் பின்தொடர்ந்து செல், இது உன்னை எனது அக்காளிடம் அழைத்துச் செல்லும்” என்று சொன்னாள். “வடிவமும் உருவமும் இருப்பிடமும் இல்லாததை நீ எங்கே போய்த் தேட வேண்டுமென்று என் அக்காளுக்குத் தெரிந்திருந்தாலும் இருக்கும்” என்றாள்.

வில்லாளன் இந்த நூற்கண்டைப் பின்தொடர்ந்து மீண்டும் நடக்கலானான். ஓயாமல் பல பகலும் பல இரவும் நடந்தான். பெரிய இருண்ட காட்டை விட்டுச் சென்று ஸ்தெப்பி வெளியின் குறுக்கே முப்பது பகலும் முப்பது இரவும் நடந்து மற்றொரு காட்டை வந்தடைந்தான். முதலாவது காட்டைப் போலவே அதுவும் பெரியதாகவும் இருட்டாகவும் இருந்தது.

நூற்கண்டு மரங்களுக்கும் புதர்களுக்கும் இடையே உருண்டோடிற்று. மரக்கிளைகள் வில்லாளனின் கைகளிலும் உடலிலும் சிராய்த்தன, அவன் முகத்திலே மோதின. ஆனால் அவன் எங்கும் நிற்காமல் நடந்து கொண்டே இருந்தான்.

முடிவில் காட்டின் நடு மையத்தில் இருந்த ஒரு சிறிய கூடாரத்தின் வாயிலுக்கு உருண்டு வந்து நூற்கண்டு மாயமாய் மறைந்து விட்டது.

சிற்றுருவும் சொல்ல முடியாதபடி அவ்வளவு அழகும் கொண்ட ஒரு மடந்தை அந்தக் கூடாரத்திலிருந்து வெளியே வந்தாள்.

"நீ யார், எங்கிருந்து வருகிறாய், எங்கே போகிறாய்?" என்று அவள் வில்லாளனைக் கேட்டாள்.

"நான் ஒரு வழிப்போக்கன், நெடுந் தொலைவிலிருந்து வருகிறேன். நெடுந் தொலைவு போயாக வேண்டும்" என்று வில்லாளன் பதிலளித்தான்.

அந்தச் சிறிய கூடாரத்தின் தலைவியான சிற்றுருவ மடந்தை அதற்குமேல் வில்லாளனை எதுவும் கேட்கவில்லை. அவனை உள்ளே அழைத்துச் சென்று பானமும் அளித்துப் படுத்துறங்கச் சொன்னாள்.

பொழுது விடிந்ததும் வில்லாளன் விழித்தெழுந்து முகம் கழுவித் தங்கச் சீப்பால் தலை வாரிக் கொண்டான். சிறிய கூடாரத்தின் தலைவி அப்பொழுது அவனிடம் வந்து, "இந்தத் தங்கச் சீப்பு உனக்கு எங்கிருந்து கிடைத்தது?" என்று கேட்டாள்.

"இது என் மனைவி எனக்குத் தந்தது" என்று வில்லாளன் பதிலளித்தான்.

உடனே அம்மடந்தையின் முகம் மகிழ்ச்சியால் மலர்ந்தது.

"அப்படியானால் நீ என் உறவினன் ஆயிற்றே, உன் மனைவி என் கடைசித் தங்கை ஆயிற்றே! ஏன் இதை முன்பே சொல்லவில்லை?" என்றாள் அவள்.

தன் கூடாரத்திலிருந்த சிறந்த உணவு வகைகளையும் பானங்களையும் கொண்டு வந்து வைத்து வில்லாளனை அவள் உபசரித்தாள்.

அவன் சாப்பிட்டு முடித்ததும் "ஓய்ந்து விட்ட உன் கால்களுக்கு நீ ஓய்வு தர வேண்டும், என்னுடன் சில நாட்கள் தங்கியிரு" என்று சொன்னாள்.

ஆகவே வில்லாளன் அவளுடைய சிறிய கூடாரத்தில் மூன்று பகலும் மூன்று இரவும் தங்கியிருந்தான். நான்காம் நாளன்று அவன் எங்கே போகிறான், எதற்காகப் போகிறான் என்று அவள் விசாரித்தாள்.

"எதையும் மறைக்காமல் என்னிடம் சொல்" என்றாள்.

வில்லாளன் யாவற்றையும் அவளிடம் சொன்னான். எங்கே, எதற்காகப் போகிறேன் என்று விவரமாய்க் கூறினான். அவனுடைய கதையைக் கேட்டதும் அவள் தலையை ஆட்டிக் கொண்டாள்,

"நீ தேடிச் செல்வது எங்கிருக்கிறது என்று எனக்குத் தெரியாது, என்னுடைய உதவியாளர்களை விசாரித்துப் பார்க்கிறேன்" என்றாள் அவள்.

தனது தங்கக் கொம்பை எடுத்து கூடாரத்துக்கு வெளியே வந்து அதை ஊதி முழங்கச் செய்தாள்.

நூற்றெட்டுத் துயரச் சுரங்களும் அறுபத்திரண்டு ஒய்யாரச் சுரங்களும் கிளர்ந்தெழுந்து முழங்கின. உடனே ஸ்தெப்பியிலிருந்தும் காட்டிலிருந்தும் வன விலங்குகளும் விண்ணிலே பறக்கும் புள்ளினங்களும் தரைக்கடியில் வாழும் புழுக்களும் மண்ணுலகின் ஏனைய உயிரினங்களும் பாய்ந்தோடியும் பறந்தும் ஊர்ந்தும் தத்தியும் வந்தன. சிறிய கூடாரத்தின் தலைவியான சிற்றுருவ மடந்தையைச் சுற்றி அவை வட்டமாய்க் கூடிவிட்டன.

சிற்றுருவ மடந்தை அவற்றிடம் சொன்னாள்:

"விலங்குகளே, பறவைகளே, நீங்கள் எங்கெங்கோ செல்கிறீர்கள், நெடுந்தொலைவு ஓடுகிறீர்கள், நெடுந்தொலைவு பறக்கிறீர்கள். யாவற்றையும் கேட்கிறீர்கள், யாவற்றையும் பார்க்கிறீர்கள். வடிவமும் உருவமும் இருப்பிடமும் இல்லாத ஒன்றை எங்கே தேடிப் பிடிக்கலாமென்று உங்களில் யாருக்காவது தெரியுமா? இது தெரிந்த உயிரினம் எதுவாயினும் முன்னே வந்து 'எனக்குத் தெரியும்' என்று கூறட்டும், தெரியாத ஏனையவை யாவும் 'எமக்குத் தெரியாது' என்று சொல்லிவிட்டு தமது இடங்களுக்குத் திரும்பிச் செல்லட்டும்."

பறவைகள் "எமக்குத் தெரியாது!" என்று சொல்லிவிட்டுப் பறந்தோடின.

விலங்குகள் "எமக்குத் தெரியாது!" என்று சொல்லிவிட்டு ஸ்தெப்பி வெளிக்கும் காட்டுக்கும் திரும்பி ஓடின.

புழுக்களும் பூச்சிகளும் "எமக்குத் தெரியாது" என்று அறிவித்துவிட்டு ஊர்ந்து சென்று மறைந்தன.

பிறகு சிற்றுருவ மடந்தை தனது தங்கக் கொம்பை எடுத்து மீண்டும் ஒரு தரம் ஊதி முழங்கச் செய்தாள். நூற்றெட்டுத் துயரச் சுரங்களும் அறுபத்திரண்டு ஒய்யாரச் சுரங்களும் கிளர்ந்தெழுந்தன. உடனே நீர்வாழ் உயிரினங்களாகிய மீன்களும் ஆமைகளும் தவளைகளும் பாம்புகளும் நண்டுகளும் அவளைச் சுற்றிலும் கூடிவிட்டன.

அந்தச் சிறிய கூடாரத்தின் தலைவியான சிற்றுருவ மடந்தை அவற்றிடம் கூறினாள்:

"பாம்புகளே, மீன்களே, நீங்கள் எங்கெங்கெல்லாமோ செல்கிறீர்கள், தொலைதூர நீர்ப் பரப்புகளில் நீந்துகிறீர்கள், யாவற்றையும் கேட்கிறீர்கள், யாவற்றையும் பார்க்கிறீர்கள். என் கேள்விக்குப் பதில் சொல்லுங்கள்! வடிவமும் உருவமும் இருப்பிடமும் இல்லாததை எங்கே போய்த் தேட வேண்டுமென்று உங்களில் யாருக்காவது தெரியுமா? இதை அறிந்த உயிரினம் எதுவாயினும் முன்னே வந்து 'எனக்குத் தெரியும்' என்று கூறட்டும், தெரியாத ஏனையவை

யாவும் 'எனக்குத் தெரியாது' என்று சொல்லி விட்டுத் தமது இடங்களுக்குத் திரும்பிச் செல்லட்டும்."

"எமக்குத் தெரியாது! எமக்குத் தெரியாது!" என்று கூவிவிட்டு மீன்களும் ஆமைகளும் பாம்புகளும் தவளைகளும் நண்டுகளும் தமது ஏரிகளுக்கும் ஆறுகளுக்கும் சதுப்புகளுக்கும் திரும்பின.

ஒரேயொரு பெரிய நண்டு மட்டும் திரும்பிச் செல்லவில்லை. முதலில் அது நீருக்கருகே ஊர்ந்து சென்றது, பிறகு கூடாரத்துக்குத் திரும்பி வந்தது, மறுபடியும் நீருக்கருகே போயிற்று.

சிறிய கூடாரத்தின் தலைவியான சிற்றுருவ மடந்தை இந்த நண்டு என்ன செய்வதென்று முடிவுக்கு வர முடியாமல் அங்குமிங்கும் செல்வதைக் கண்ணுற்றதும் "நண்டுகளுக்கு எல்லாம் நீதானே வேந்தன்?" என்று கேட்டாள்.

"ஆம்" என்று அந்த நண்டு பதிலளித்தது.

"உனக்குத் தெரிந்ததைச் சொல்! நீ கேள்விப்பட்டது என்ன? நீ சொல்ல விரும்புவது என்ன? மெய்யானாலும் பொய்யானாலும் உன் மனதில் இருப்பதைச் சொல்."

"எனக்குத் தெரிந்த விவரம் மெய்தானா என்பது அறியேன்" என்றது அந்த நண்டு.

"மெய்யானாலும் சரி, பொய்யானாலும் சரி, உன் மனதில் இருப்பதைச் சொல்" என்று அந்தச் சிறிய கூடாரத்தின் தலைவியான சிற்றுருவ மடந்தை மீண்டும் வற்புறுத்தினாள்.

"சரி, வடிவமும் உருவமும் இல்லாததை தேடுகிறவன் தெற்கு நோக்கிப் பயணம் போக வேண்டும்" என்று அந்த நண்டு கூறத் தொடங்கிற்று. "இப்படி ஒரு மாதம் பயணம் புரிந்த பிறகு ஒரு பெரிய கடலை வந்தடைவான். கடலை அவனால் கடக்க முடியாவிடில் மேற்கு நோக்கித் திரும்பி ஒரு மாதம் பயணம் புரிய வேண்டும். அப்பொழுது ஓடத்துறை ஒன்றை வந்தடைவான். கடலைக் கடந்து எதிர்க் கரைக்குச் சென்றதும் அகன்ற சாலை தெரியும். தெற்கு நோக்கிச் செல்லும் இந்தச் சாலையில் ஒரு மாதம் நடக்க வேண்டும். பிறகு அவன் தனக்குக் கிழக்கே அடர்த்தியான ஒரு பெரிய காட்டைக் காண்பான். வண்டிப் பாதை இந்தச் சலையிலிருந்து அந்தக் காட்டின் ஓரம் வரை செல்கிறது. அங்கே பாதை முடிவுற்றுவிடுகிறது, அதற்கு அப்பால் என்ன இருக்குமோ எனக்குத் தெரியாது" என்று நண்டு கூறி முடித்தது.

பிறகு அந்த நண்டு தனது ஏரிக்குப் போய்ச் சேர்ந்தது.

"வில்வீரனே, நண்டுகளின் வேந்தன் சொன்னதைக் கேட்டாயா நீ?" என்று சிற்றுருவ மடந்தை வினவினாள்.

“கேட்டேன்” என்றான் வில்லாளன்.

“அப்படியானால் நீ புறப்பட்டுப் போகலாம். நீ தேடிச் செல்வது உனக்குக் கிடைக்கக் கூடும், முயற்சி செய்து பார், வேறு யாருக்கும் அதைப் பற்றித் தெரியவில்லை. இனி நீயேதான் ஆவன செய்து கொள்ள வேண்டும்!”

வில்லாளனுக்கு உணவு அளித்து அவன் புறப்படுவதற்கு அவள் உதவி புரிந்தாள். அவளிடம் விடைபெற்றுக் கொண்டு வில்லாளன் புறப்பட்டுச் சென்றான்.

கணப்பொழுது கூட எங்கும் நிற்காமல் நாட்கணக்காய் அவன் நடந்தான். இப்படி ஒரு மாதம் நடந்த பின் கடலை வந்தடைந்தான். கடலைப் பார்வையிட்டதும் தன்னால் இதைக் கடக்க முடியாதென்பது தெரிந்தது. ஆகவே மேற்கு நோக்கித் திரும்பிக் கரையோரமாய் நடந்தான். ஒரு மாதம் இப்படி நடந்தபின் ஓடத் துறையை அடைந்து, கடலைக் கடந்து எதிர்க்கரையில் இருந்த அகலமான சாலை வழியே மேலும் ஒரு மாதம் சென்றான். முடிவில் அவனுக்குக் கீழ்த்திசையில் அடர்த்தியான ஒரு பெரிய காடு இருக்கக் கண்டான். கண நேரமும் நிற்காமல் அத்திசையிலே சென்று வண்டிப் பாதையை வந்தடைந்தான். சாலையிலிருந்து இறங்கி இந்த வண்டிப் பாதையில் மூன்று பகலும் மூன்று இரவும் நடந்து காட்டுக்கு வந்து சேர்ந்தான்.

காட்டினுள் நுழைந்ததும் வண்டிப் பாதை மரங்களிடையே வளைந்து நெளிந்து சென்றது. எளிதில் நுழைய முடியாதபடி மரங்கள் அடர்ந்திருந்த இடத்துக்கு வந்தான். வண்டிப் பாதை அத்துடன் முடிவுற்றுவிட்டது. இந்த அடர்ந்த காட்டுப் பகுதியினுள் நுழைந்து மெள்ள நடந்தான். மரங்கள் உயரமாய் வளர்ந்திருந்தன, கிளைகள் வானெங்கும் படர்ந்திருப்பது போலத் தோன்றிற்று. கதிரவன் ஒளியோ துளியளவு வெளிச்சமோ கீழே வர முடியவில்லை. முன்னாலோ வலப்புறமோ இடப்புறமோ பாதை எதுவும் தென்படவில்லை. வில்லாளன் அங்கே நின்றுவிட்டான்.

“இனி நான் என்ன செய்வது? நெடுந்தொலைவு வந்து விட்டேன், இனி திரும்பிச் செல்வது சரியல்ல” என்று தன்னுள் கூறிக் கொண்டான்.

சுற்றிலும் கவனமாய்ப் பார்த்தான், தரையில் ஒரு பொந்து இருப்பது திடுமென அவன் கண்ணில் பட்டது. பொந்துக்குள் இறங்கினான், பாதாளக் குகை வழியினுள் வந்துவிட்டோம் என்பது தெரிந்தது. தட்டுத்தடுமாறி அதனுள் நடந்து சென்றான். முடிவின்றி நடந்து கொண்டே இருந்தான். இறுதியில் அங்கே தரையில் குழியில் அமைந்த ஒரு குடிசையை வந்தடைந்தான். அதனுள் சென்று சுற்றிலும் பார்த்தான், உள்ளே யாரும் இல்லை. காதைக் கூர்மையாக்கிக் கொண்டு கவனமாய்க் கேட்டும் சப்தம் எதுவும் அவன் காதில் விழவில்லை. இருந்த போதிலும் யாரோ இந்தக் குடிசைக்கு வந்து தங்கிச் செல்கிறார் என்பது அவனுக்குத் தெரிந்தது.

“இங்கே வசிப்பது யார், தெரியவில்லையே! எனக்கு அபாயம் நேராதபடி நான் எச்சரிக்கையுடன் இருக்க வேண்டும்” என்று கூறிக் கொண்டான்.

சுவரில் ஒரு மாடம் இருப்பதைக் கண்டதும் அதனுள் ஏறிப் படுத்துக் கொண்டு அப்படியே தூங்கிவிட்டான்.

தூங்கிக் கொண்டிருக்கையில் வண்டிச் சக்கரங்களின் தடதடப்பு கேட்டது. சப்தம் காதடைக்கும்படி பலமாய் இருக்கவே, அது சாதாரண வண்டியல்ல என்பதைத் தெரிந்து கொண்டான்.

உடனே மாடத்தில் ஒளிந்து கொண்டு “இனி என்ன நடைபெறுமோ?” என்று நினைத்தவாறு சுண்டெலி போல ஓசையின்றி பதுங்கியிருந்தான்.

குடிசையின் கதவுக்கு முன்னால் வண்டி வந்து நின்றது அவன் காதுக்குத் தெரிந்தது. காண்போர் கலங்கும்படியான பேருருவம் கொண்ட இளம் அரக்கன் ஒருவன் குடிசையினுள் வந்தான். கண்ணைப் பறிக்கும் ஆடை ஆபரணங்கள் அணிந்திருந்தான், அவனுடைய இடுப்பு வாரில் விலை உயர்ந்த ஆயுதங்கள் தொங்கின. அரக்கன் இந்த ஆயுதங்களைக் கழற்றிச் சுவரில் ஆணியில் மாட்டினான். பிறகு தனது மேல் ஆடைகளை எடுத்து எதிர்ப் பக்கத்துச் சுவரில் ஆணியில் மாட்டினான். இதன்பின் சப்பணம் போட்டுத் தரையில் அமர்ந்து கொண்டு

“முர்ஸாவே, வா நீ! எனக்குப் பசிக்கிறது!” என்றான்.

இதைச் சொல்லி வாயை மூடுவதற்குள் அவன் எதிரே மஞ்சள் பூ விரிப்பு ஒன்று விரிக்கப்பட்டது. வாய்க்கு இனிமையும் உள்ளத்துக்கு உவகையும் அளிக்கும் அருஞ்சுவை உண்டி வகைகளும் பானங்களும் சிறந்த பழங்களும் பிறவும் அந்த விரிப்பின் மீது மளமளவென வைக்கப்பட்டன.

அரக்கன் வயிறார உண்டும் குடித்தும் முடித்ததும்-

“முர்ஸாவே, வா நீ! இவற்றை எடுத்துச் செல்” என்று அவன் கூறினான்.

உடனே மஞ்சள் பூ விரிப்பும் அதன்மீது இருந்த தட்டுகளும் கோப்பைகளும் கூசாக்களும் திடுமென மாயமாய் மறைந்து போயின.

அரக்கன் எழுந்து மேல் உடைகளை மாட்டிக் கொண்டு தனது ஆயுதங்களையும் எடுத்துக் கொண்டு அந்தப் பாதாளக் குடிசையிலிருந்து வெளியே போனான். வண்டிச் சக்கரங்கள் உருண்டு அதிர்ந்தோடும் சப்தம் எழுந்து பிறகு அது தொலைவிலே சிறிது சிறிதாய் மறைந்தது. அரக்கன் திரும்பிச் சென்றுவிட்டான் என்பது தெரிந்தது.

வில்லாளன் தனது மறைவிடத்திலிருந்து வெளியே வந்து சுற்றிலும் பார்த்தான். குடிசையினுள் யாரும் இல்லை, எதையும் அவன் காண முடியவில்லை. வியந்தவாறு சற்று நேரம் அப்படியே நின்றான்.

"வண்டியில் இங்கே வந்த இந்த அரக்கன் யார்? அருஞ் சுவை உண்டிவகைகளைப் பரிமாறியது யார்? அரக்கன் சாப்பிடாமல் எஞ்சிய உணவுகள் யாவும் எங்கே போயின? அரக்கன் செய்தது போலவே நானும் செய்து பார்க்கிறேன்" என்று அவன் கூறிக் கொண்டான்.

உடனே வில்லாளன் தனது ஆயுதங்களைக் கழற்றி, அரக்கன் தொங்கவிட்ட அதே ஆணியில் தொங்கவிட்டான். மேல் உடைகளை அரக்கன் செய்தது போலவே இரண்டாவது ஆணியில் மாட்டினான். பிறகு சப்பணம் போட்டுத் தரையிலே ஒட்டுக் கம்பளியின் மீது உட்கார்ந்து கொண்டு-

"முர்ஸாசே, வா நீ! எனக்குப் பசிக்கிறது!" என்று சொன்னான்.

உடனே அவன் எதிரே மஞ்சள் பூ விரிப்பு விரிக்கப்பட்டது. வாய்க்கு இனிமையும் உள்ளத்துக்கு உவகையும் தரும் அருஞ்சுவை உண்டி வகைகளும் சிறந்த பானங்களும் பிறவும் அந்த விரிப்பின் மேல் மளமளவெனத் தோன்றின.

வில்லாளன் வேண்டியவற்றை எடுத்துச் சாப்பிட்டான்.

"முர்ஸாவே, நீ எங்கே இருக்கிறாய்? நீயும் வந்து உட்கார்ந்து வேண்டிய மட்டும் சாப்பிடு" என்று கூறினான்.

உடனே முர்ஸா அவன் முன்னால் தோன்றி தரையில் அமர்ந்து அவனுடன் சேர்ந்து சாப்பிட்டான். சாப்பிட்டு முடிந்ததும் முர்ஸா கூறினான்:

"சற்றுமுன் இங்கு வந்த அந்த அரக்கனுக்கு முப்பது ஆண்டுகளாய் நான் உணவும் பானங்களும் கொண்டு வந்து பரிமாறி வருகிறேன். ஆனால் ஒரு முறையேனும் அவன் என்னையும் வந்து சாப்பிடுமாறு அழைக்கவே இல்லை. ஆனால் நீ அவனைப் போன்றவனல்ல. ஒரேயொரு தரம்தான் உனக்கு நான் சாப்பாடு பரிமாறினேன். உடனே என்னையும் வந்து அமர்ந்து உன்னுடன் சேர்ந்து சாப்பிடுமாறு அன்புடன் அழைத்தாய். ஆகவே எப்பொழுதும் நான் உன்னுடன் இருக்க விரும்புகிறேன். என்னை உன்னுடன் அழைத்துச் செல்."

"ஆனந்தமாய் அழைத்துச் செல்வேன்" என்று வில்லாளன் பதிலளித்தான். "எனக்கே தெரியாமல் நான் உன்னைத் தேடிக் கொண்டுதான் சுற்றியலைந்து இங்கே வந்து முடிவில் எதிர்பாராத வகையில் பெற்றுக் கொண்டேன் என்பது இப்பொழுது புரிகிறது" என்றான்.

"இன்று முதலாய் நான் உனக்கே உரியவன், இணை பிரியாமல் எந்நேரமும் உன்னைப் பின்தொடர்ந்து வருவேன்" என்று முர்ஸா கூறினான்.

"சரி, அப்படியே செய்" என்றான் வில்லாளன்.

பாதாளக் குடிசையிலிருந்து வெளியே வந்து இருவரும் நடந்து சென்றனர். முர்ஸா யார் கண்ணுக்கும் தெரியாதவனாய் எந்நேரமும் வில்லாளனைப் பின் தொடர்ந்து வந்தான்.

இருவரும் நெடுநேரம் நடந்தார்களா என்பது தெரியாது, ஆனால் திடுமென வண்டிச் சக்கரங்களின் பலத்த சப்தம் அவர்கள் காதில் விழுந்தது.

“தலையில் வெள்ளை நட்சத்திரங்கள் கொண்ட எட்டுக் கருங்குதிரைகளில் எனது பழைய எஜமானன் இதோ போகிறான்” என்று வில்லாளனிடம் முர்ஸா கூறினான். “சாப்பாடு பரிமாறுமாறு அவன் என்னை அழைப்பான், ஆனால் இனி அவன் அழைப்பைக் கேட்டு அவனுக்குப் பணி புரிவோர் யாரும் அங்கு இல்லை என்பதைக் காண்பான்” என்றான்.

இருவருமாய் நடந்து வெறிச்சோடிய ஒதுக்குப் புறவெளி ஒன்றை அந்திப் பொழுதில் வந்தடைந்தனர். புகை படிந்து கறுத்துப் போன ஒரு கூடாரம் அங்கே இருக்கக் கண்டனர். நைந்து போன அதன் ஒட்டுக் கம்பளியில் ஓட்டைகள் நிறைய இருந்தன.

வில்லாளன் இந்தக் கூடாரத்துக்குள் சென்றான். துறவியான ஒரு சாமி உள்ளே வந்தவனைக் கவனியாது தொழுதெழுந்து தியானம் புரிந்து கொண்டிருந்தார்.

“தியானம் புரியும் சாமியே, உங்களை நான் வேண்டுகிறேன், இரவில் உங்கள் கூடாரத்தில் தங்க எனக்கு இடம் தர வேண்டும்” என்று வில்லாளன் அவரிடம் கேட்டான்.

சாமி தமது தியானத்தை நிறுத்திக் கொண்டு, “இது வரை யாரும் தலை காட்டாத இந்த ஒதுக்கிடத்திற்கு நீ எங்கிருந்து வந்தாய்? எங்கே போகிறாய்?” என்று அவனை விசாரித்தார்.

“எனது வேந்தன் கட்டளையிட்டதன் பேரில் நான் தொலைதூரப் பகுதிகளுக்குப் பயணம் போய்விட்டுத் திரும்பி வருகிறேன்” என்று வில்லாளன் பதிலளித்தான்.

“இரவில் நீ இங்கே தங்கலாம், ஆனால் உனக்கு அளிப்பதற்கு என்னிடம் உணவு இல்லை” என்றார் அந்தச் சாமி. “இறைச்சியோ, தேநீரோ எதுவுமே இல்லை, என்னுடைய கூடாரத்தில் சட்டியோ, அடுப்போ கூட இல்லை” என்று சொன்னார்.

“எனக்கு எதுவும் வேண்டாம், இரவைக் கழிக்க இடம் தந்தால் போதும்” என்றான் வில்லாளன்.

“அப்படியானால் சரி, இரவில் தங்கியிருந்துவிட்டுப் போ!” என்று சொல்லி சாமி திரும்பவும் தொழ ஆரம்பித்தார். படுக்கச் செல்லுமுன் சாமி தம்மிடம் இருந்தவற்றை எடுத்து வைத்துச் சாப்பிடத் தொடங்கினார். பாறைகளின் இடுக்குகளில் செடிகளிலிருந்து அவர் பறித்து வந்திருந்த காட்டுப் பழங்களும் காட்டிலிருந்து சேகரிக்கப்பட்ட காய்ந்த கற்றாழையும் மணித்தக்காளியும்தான் அவரிடமிருந்த உணவு.

சாப்பிட்டுக் கொண்டிருக்கையில் அவர் வில்லாளனைப் பார்த்து "என்னுடைய சாப்பாட்டைப் பார்" என்றார். "இந்தக் கேவல உணவு உனக்குப் பிடிக்காது. இதுவுங்கூட என்னிடம் போதிய அளவு இல்லை. பழங்கள் சேகரித்து வர எனக்கு நேரமில்லை, முழு நேரமும் தொழுகை புரிகிறவன் நான்" என்று சொன்னார்.

"பரவாயில்லை, நீங்கள் உங்கள் சாப்பாட்டைச் சாப்பிடுங்கள், நான் என்னுடையதைச் சாப்பிடுகிறேன்" என்று வில்லாளன் அவருக்குப் பதிலளித்தான். பிறகு பலத்த குரலில்-

முர்ஸாவே, வா நீ! எனக்குப் பசிக்கிறது!" என்றான்.

இதைச் சொல்லி வாய் மூடுவதற்குள் அவன் எதிரே மஞ்சள் பூ விரிப்பு விரிக்கப்பட்டு தட்டுகளில் உணவும் கூசாக்களில் குமிஸும்* அதில் தோன்றின. வாய்க்கு இனிமையும் உள்ளத்துக்கு உவகையும் அளிக்கும் உண்டி வகைகள் பலவும் அவன் முன்னால் வந்துவிட்டன.

விருந்துணவு சாப்பிட முற்பட்ட வில்லாளன்-

"தியானச் சாமியே, தாங்களும் என்னுடன் வந்தமர்ந்து என்னுடைய சாப்பாட்டைச் சாப்பிட்டுப் பார்க்க வேண்டும்" என்று அவரை அழைத்தான்.

சாமி வியந்தவாறு அவன் பக்கத்தில் வந்தமர்ந்து அவனுடைய உண்டி வகைகளை மெச்சிப் புகழ்ந்தவாறு சாப்பிடத் தொடங்கினார். பிறகு வில்லாளன் மூர்ஸாவையும் சாப்பிடும்படி அழைத்தான்.

மூவரும் சாப்பிட்டு முடித்துவிட்டு எழுந்ததும் வில்லாளன் சொன்னான்:

"மூர்ஸாவே, இவற்றை எடுத்துச் செல்!"

உடனே மஞ்சள் பூ விரிப்பும் அதன் மீது இருந்தவையும் மறைந்து போயின.

அருஞ் சுவை உண்டி உண்டு மகிழ்ந்த சாமி தன்னுடன் பண்டமாற்று செய்து கொள்ளும்படி வில்லாளனை வேண்டினார்.

"வில்வீரனே, உன்னுடைய இந்த முர்ஸாவையும் மாய விரிப்பையும் எனக்குத் தாயேன்" என்று அவர் மன்றாடிக் கேட்டார். "இவற்றுக்குப் பதில் நான் உனக்கு ஓர் அரிய பொருளைத் தருவேன்" என்றார்.

"வேண்டாம், வேண்டாம்" என்றான் வில்லாளன். "முர்ஸாவை நான் விற்கவே மாட்டேன், எனக்கு அவன் வேண்டும்" என்றான்.

---

* குமிஸ் - புளிக்க வைக்கப்பட்ட குதிரைப் பால் (மொழிபெயர்ப்பாளர்)

ஆனால் சாமி ஓயாமல் இரவு முழுதும் வில்லாளனை வேண்டினார்.

"வில்வீரனே, உன்னுடைய முர்ஸாவுக்குப் பதில் அவனைக் காட்டிலும் பன்மடங்கு அதிசயமான ஒன்றை உனக்குத் தருவேன்" என்று அவர் கூறிக் கொண்டிருந்தார்.

"எனக்கு என்ன தருவீர்?" என்று வில்லாளன் அவரைக் கேட்டான்.

"இதோ உனக்குக் காட்டுகிறேன்" என்று அவர் நீளமான ஒரு பட்டுக் கைக்குட்டையை வெளியே எடுத்து, வில்லாளனைத் தன்னுடன் வெளியே வருமாறு அழைத்தார். வில்லாளன் வெளியே வந்ததும் அவர் அந்தக் கைக்குட்டையை வீசி-

"அரண்மனையே, உதித்தெழு!" என்றார்.

அதே கணத்தில் அற்புதமான ஓர் அரண்மனை அவர்கள் எதிரே உதிர்த்தெழுந்தது. அந்த அரண்மனை கண்டும் கேட்டுமிராத எழில் வாய்ந்ததாய் இருந்தது. அதன் வெளிப்புறம் வெள்ளியும் தங்கமும் கொண்டு சிங்காரிக்கப்பட்டு பவளமும் முத்தும் இரத்தினக் கற்களும் பதிக்கப்பட்டிருந்தன. உட்புறத்தில் அதன் வேலைப்பாடுகளும் சுவர் சிங்காரிப்புகளும் கண்ணைப் பறிப்பதாய் இருந்தன. மிகப் பெரிய வேந்தர்களது அரண்மனைகளிலுங்கூட பார்க்க முடியாத செழுமையும் கவர்ச்சியும் கொண்டதாய்த் திகழ்ந்தது அது.

"வில்வீரனே, நீ இளைஞன், உனக்கு அரண்மனை தேவையாய் இருக்கும்" என்று அந்தச் சாமி வில்லாளனிடம் சொன்னார். "ஆனால் எனக்கு வேண்டியது வாய்க்குச் சுவையான உணவுதான். ஆகவே நீ இந்த மாயக் கைக்குட்டையை எடுத்துக் கொண்டு முர்ஸாவையும் மஞ்சள் பூ விரிப்பையும் எனக்குக் கொடு" என்று வேண்டினார்.

ஆனால் அவர் எவ்வளவு வேண்டியும் வில்லாளன் உடன்பட மறுத்துவிட்டான்.

"வேண்டாம், வேண்டாம்! என்னுடைய முர்ஸாவை விட்டுப் பிரிய ஒருநாளும் நான் சம்மதிக்க மாட்டேன்" என்றான்.

அப்பொழுது முர்ஸா வில்லாளன் காதுக்குள் இரகசியமாய்ச் சொன்னான்:

"நீ மறுக்க வேண்டாம், பண்டமாற்று செய்து கொள், அரண்மனை உனக்குக் கிடைக்கும், நானும் உன்னை விட்டு அகலாதிருப்பதைக் காண்பாய்." முர்ஸாவின் ஆலோசனைக்குச் செவி சாய்த்து வில்லாளன் இந்தப் பண்டமாற்றுக்கு உடன்பட்டான்.

பிறகு சாமி தமது மந்திரக் கைக்குட்டையை வீசி, "அரண்மனையே, மறைந்து போ!" என்றார். உடனே அரண்மனை இருந்த இடம் தெரியாமல் மறைந்து போயிற்று.

அவரிடமிருந்து வில்லாளன் இந்தக் கைக்குட்டையைப் பெற்றுக் கொண்டு, "இனி முர்ஸா உமக்கே உரியவன்" என்று கூறினான்.

சாமியிடம் விடை பெற்றுக் கொண்டு வில்லாளன் தன் பயணத்தைத் தொடர்ந்தான்.

ஒரு கணவாயை அடைந்து மலையைக் கடந்து சென்றான்.

"அவசரப்பட்டு இந்தக் காரியத்தைச் செய்துவிட்டேன், நான் இந்தப் பண்டமாற்றுக்கு உடன்பட்டிருக்கக் கூடாது" என்று தன்னுள் கூறிக் கொண்டான். "எனக்கு இந்த அற்புத மாளிகை கிடைத்திருக்கிறது, ஆனால் முர்ஸாவை இழந்து விட்டேன். இப்பொழுது முர்ஸா எங்கே இருக்கிறானோ, என்ன செய்கிறானோ?" என்று வருத்தப்பட்டுக் கொண்டான்.

திடுமென அப்பொழுது முர்ஸாவின் குரல் அவன் காதில் விழுந்தது.

"வில்வீரனே, நீ வருந்தாதே, உன் பக்கத்திலேதான் வந்து கொண்டிருக்கிறேன்" என்றது முர்ஸாவின் குரல். "உன்னை விட்டு ஒருநாளும் சென்றுவிட மாட்டேன்!" என்று முர்ஸா கூறினான்.

"அந்தச் சாமி என்ன செய்வார்?" என்று வில்லாளன் கேட்டான்.

"அவர் தொழுது கொண்டிருக்கட்டும், நான் அவருடைய வேலையாளாய் இருக்க மாட்டேன்" என்று முர்ஸா பதிலளித்தான்.

வில்லாளன் அளவிலா ஆனந்தமடைந்தான். வேகமாய் நடக்க முற்பட்டான். சில நேரங்களில் ஓட்டமாய் ஓடினான். தனது எழில் மிக்க இளம் மனைவியிடம் சீக்கிரம் போய்ச் சேர வேண்டுமென்ற ஆவல் அவனை ஓடச் செய்தது. எங்கும் நிற்காமல், கழிந்த பகல்களையும் இரவுகளையும் எண்ணிக் கணக்கிடாமல், அதிவேகமாய்ச் சென்று கடலை வந்தடைந்தான்.

"கடலைச் சுற்றி வளைத்துச் செல்வதெனில் இன்னும் அதிகமாய் ஒரு மாதம் பயணம் புரிந்தாக வேண்டியிருக்கும், ஆகவே இங்கு யாராவது ஓடக்காரன் கிடைக்கிறானா, பார்ப்போம்" என்று கூறிக் கொண்டான்.

கடற்கரை வழியே போய்க் கொண்டிருந்தபோது ஒரு பெரிய கப்பல் நங்கூரமிட்டு நிற்பதைக் கண்டான். படையாட்கள் பலரும் அதில் இருந்தனர். எதிர் கரைக்குச் செல்வதற்காக அவர்கள் கப்பலில் காத்துக் கொண்டிருந்தார்கள். வில்லாளன் அவர்களை நெருங்கி வந்ததும்-

"படைவீரர்களே, நான் மிக நெடுந்தொலைவிலிருந்து வருகிறேன், உங்களுடன் என்னையும் எதிர் கரைக்கு அழைத்துச் செல்லுங்கள்" என்று வேண்டினான்.

"அழைத்துச் செல்கிறோம், கப்பலில் ஏறிக் கொள்" என்று அந்தப் படைவீரர்களின் தலைவன் அவனை அழைத்தான்.

வில்லாளன் கப்பலில் ஏறிக் கொண்டான். படைவீரர்களுடன் கூட அவனும் கடலில் சென்றான்.

சிறிது நேரமானதும் படைவீரர்களுக்குப் பசிக்கவே அவர்கள் சாப்பிட உட்கார்ந்தார்கள்.

"சாப்பிட எனக்கும் எதாவது தர மாட்டீர்களா?" என்று வில்லாளன் அவர்களைக் கேட்டான்.

"நன்றாய் இருக்கிறதே!" என்று படைவீரர்கள் கத்தினர். "நீ கப்பலில் ஏறிக் கொள்ள அனுமதித்தோம், அதற்காக இப்பொழுது உனக்குச் சாப்பாடும் தர வேண்டும் என்கிறாயே! உன்னால் எங்களுக்கு என்ன லாபம்? எங்களுக்கு ஆளுக்கு இவ்வளவென்று அளவுடன் சாப்பாடு கிடைக்கிறது, அதை உன்னுடன் பகிர்ந்து கொள்ள முடியாது" என்றனர்.

"சரி, உங்களுக்குரிய சாப்பாடு உங்களுக்கு, எனக்குரியது எனக்கு" என்று வில்லாளன் கூறினான். "நான் நினைத்தால் உங்கள் எல்லோருக்கும் சாப்பாடு போட முடியும், நீங்கள் எல்லோரும் சாப்பிட்ட பிற்பாடும் உங்களைப் போல் அத்தனை பேர் சாப்பிடுவதற்குப் போதிய உணவு எஞ்சியிருக்கும்" என்றான்.

வில்லாளன் கூறியது படைவீரர்களுக்குச் சுருக்கெனக் குத்திற்று.

"வீம்புக்காரன்! எத்தன்!" என்று அவர்கள் கோபமாய்க் கூச்சலிட்டுவிட்டு, தமது படைத் தலைவனிடம் சென்று இதைப் பற்றிச் சொன்னார்கள்.

படைத் தலைவன் உடனே வில்லாளனைக் கூப்பிட்டு-

"என்னுடைய படைவீரர்கள் எல்லோருக்கும் நீ சாப்பாடு போட முடியுமென்று ஜம்பமடித்துக் கொண்டாயாமே?" என்று கேட்டான்.

"உண்மையைத்தான் சொன்னேன்" என்று வில்லாளன் பதிலளித்தான்.

"அப்படியானால் செய்து காட்டு பார்ப்போம். அப்பொழுதுதான் நீ பேசுவது உண்மை என்று நம்புவோம். ஆனால் சொல்வதைப் போல் செய்து காட்ட முடியாவிடில் நாங்கள் சும்மா விட மாட்டோம். எருது போல பெரிய கல்லை உன் கழுத்தில் கட்டி உன்னைக் கடலில் தூக்கிப் போட்டுவிடுவோம்."

"சரி, நான் உண்மையைத்தான் சொன்னேன் என்று நிரூபித்துக்காட்டுகிறேன்! நீங்கள் எல்லோரும் இரண்டு வரிசைகளில் உட்காருங்கள், வரிசைகளுக்கு இடையே நிறைய இடைவெளி விட்டு அமருங்கள்" என்று வில்லாளன் கூறினான்.

வில்லாளன் சொன்னது போலவே படைவீரர்கள் எதிரெதிரே இரு வரிசைகளில் உட்கார்ந்தனர். இரு வரிசைகளும் கப்பலின் ஒரு முனையிலிருந்து எதிர் முனைக்குச் செல்லும்படி அத்தனை பேர் இருந்தார்கள்.

"முர்ஸாவே, வா நீ!" என்று வில்லாளன் கூப்பிட்டான். "இந்தப் படைவீரர்கள் பசியுடன் இருக்கிறார்கள், எல்லோருக்கும் வயிறு நிறைய சாப்பாடு போடு!" என்றான்.

அதே கணத்தில் கப்பலின் ஒரு முனையிருந்து எதிர் முனை வரை இரு வரிசைகளுக்கும் இடையே மஞ்சள் பூ விரிப்பு விரிந்து சென்றது; எல்லா வகையான உண்டிகளும், பானங்களும் பெர்ரியும் பழ வகைகளும் வாய்க்கு இனிமையும் உள்ளத்துக்கு உவகையும் அளிக்கும் யாவும் அந்த விரிப்பின் மீது நிறைய இருந்தன.

படைவீரர்கள் வேண்டிய மட்டும் உண்டும் அருந்தியும் களித்தனர். ஆனால் உண்டி வகைகளும் பானங்களும் குறையவே இல்லை, மேற்கொண்டு அவர்களைப் போல் அத்தனை பேர் சாப்பிடுவதற்குப் போதிய அளவு இருந்தன.

"போதிய அளவு சாப்பிட்டீர்களா?" என்று வில்லாளன் கேட்டான்.

"சாப்பிட்டோம்!" என்று படைவீரர்கள் கூறினர்.

"நல்லது!" என்று சொல்லி "முர்ஸாவே, யாவற்றையும் எடுத்துச் செல்!" என்று உத்தரவிட்டான்.

அக்கணமே யாவும் மறைந்து விட்டன; விரிப்பு, தட்டுகள், கூசாக்கள், கோப்பைகள் யாவும் இருந்த இடம் தெரியாமல் போய்விட்டன.

படைவீரர்கள் ஆச்சரியம் தாங்காமல் வாயைத் திறந்து கொண்டு உட்கார்ந்திருந்தனர்.

"இம்மாதிரி ஓர் அதிசயத்தை நாங்கள் பார்த்ததே இல்லை" என்று கூறினர்,

அவர்கள் தம்மிடையே பேச ஆரம்பித்தனர். முர்ஸாவை எப்படித் தாம் பெறுவதென சிந்திக்க முற்பட்டனர்.

"முர்ஸாவை எங்களுக்கு விற்பனை செய்வாயா?" என்று அவர்கள் வில்லாளனைக் கேட்டனர்.

"இல்லை, இல்லை! முர்ஸாவை நான் ஒருபோதும் விற்க மாட்டேன்" என்று வில்லாளன் பதிலளித்தான்.

அவர்கள் எவ்வளவோ வேண்டியும் எவ்வளவோ தங்கம் தருவதாய்ச் சொல்லியும் வில்லாளன் ஒத்துக் கொள்ளவில்லை.

"நீ விற்க விரும்பாவிடில் பண்டமாற்று செய்து கொள்ளலாம்" என்று அவர்கள் கூறினர். "முர்ஸாவுக்குப் பதிலாய் அவனைப் போல அதே அளவுக்கு அதிசயமான ஒன்றை உனக்குத் தருகிறோம்" என்றனர்.

“உங்களால் என்ன தர முடியும்?” என்று வில்லாளன் கேட்டான். “எனக்கு என்னுடைய முர்ஸாவைக் காட்டிலும் உயர்ந்தது ஒன்றும் இல்லை, எதையும்விட முர்ஸாவே எனக்கு வேண்டும்” என்றான்.

படைவீரர்கள் ஒரு தங்கத் தடியைக் கொண்டு வந்தனர். அதன் ஒரு முனை மெல்லியதாகவும், மற்றொரு முனை பருமனாகவும் இருந்தது. அவர்கள் அதை வில்லாளனிடம் காட்டி-

“உனக்கு இந்தத் தடியைத் தருகிறோம், இது ஒரு மாயத் தடி” என்றனர். “பருமனாயுள்ள முனையால் நீ தரையைத் தட்டினால் ஒவ்வொருவரும் பளபளக்கும் கவசங்கள் அணிந்து உருக்குப் போர் வாள் ஏந்தி எண்ணற்ற குதிரை வீரர்கள் உன்னெதிரே வந்து நிற்பார்கள், மெல்லிய முனையால் நீ தரையைத் தட்டினால், வில் ஏந்திய வீரர்கள் கணக்கின்றி உன் எதிரே உதித்தெழுவார்கள்” என்று கூறினர்.

மாயத் தடியைப் பார்த்ததும் முர்ஸா வில்லாளன் காதுக்குள் இரகசியமாய்க் கூறினான்:

“வில்வீரனே, தயங்காமல் நீ அவர்களுடன் பண்டமாற்று செய்து கொள், தடியும் உனக்கு உரியதாகிவிடும், நானும் உனக்கே உரியவனாய் இருப்பேன்.”

முர்ஸாகூறிய ஆலோசனைக்கு ஏற்ப வில்லாளன் முர்ஸாவை அவர்களுக்குத் தந்துவிட்டு தங்கத் தடியைத் தான் எடுத்துக் கொண்டான்.

பிறகு அவர்கள் எதிர்கரைக்கு வந்து சேர்ந்ததும் கப்பலை விட்டு இறங்கினர். படைவீரர்கள் ஒரு திசையிலும் வில்லாளன் மற்றொரு திசையிலுமாய்ப் பிரிந்து சென்றார்கள்.

வில்லாளன் தன் பாதையிலே நடந்து சென்றான். பிறகு “எனது முர்ஸா இப்பொழுது என்ன செய்கிறானோ?” என்று கேட்டுக் கொண்டான்.

ஆனால் முர்ஸா அவனுக்குப் பதிலளிக்கவில்லை, அவன் எதிரே வரவும் இல்லை.

மற்றொரு பகலும் மற்றொரு இரவும் வில்லாளன் நடந்தான். பிறகு “முர்ஸாவே, எனது அருமை நண்பனே! நீ எங்கே இருக்கிறாய்?” என்று திரும்பவும் கேட்டுப் பார்த்தான்.

ஆனால் முர்ஸா அவனுக்குப் பதிலளிக்கவில்லை, அவன் எதிரே வரவும் இல்லை.

வில்லாளனுக்குத் துயரம் தாங்க முடியவில்லை.

“என் முர்ஸா என்னை ஏமாற்றிவிட்டான், அந்தப் படைவீரர்களுடன் நான் பண்டமாற்று செய்திருக்கக் கூடாது” என்று சொல்லித் துயருற்றான்.

ஐந்தாம் நாள் அந்திப் பொழுது வந்தது, "கடைசித் தடவையாய் ஒரு தரம் கூப்பிட்டுப் பார்க்கிறேன்'' என்று தன்னுள் கூறிக் கொண்டான்.

பிறகு பலத்த குரலில், "முர்ஸாவே, எங்கே இருக்கிறாய்? பதில் சொல்'' என்றான்.

திடுமென முர்ஸாவின் குரல் அவன் காதில் ஒலித்தது.

"வில்வீரனே, நீ வருந்தாதே! உன்னுடைய முர்ஸா இதோ உன் பக்கத்திலேதான் இருக்கிறேன்! நண்பகலில் நான் திரும்பி வந்து சேர்ந்தேன்'' என்று முர்ஸா சொன்னான்.

வில்லாளனின் மகிழ்ச்சிக்கு அளவே இல்லை. அவன் தரையிலே உட்கார்ந்து கொண்டு-

"பசி என் காதை அடைக்கிறது, இருவரும் சாப்பிடுவோம்!'' என்று சொன்னான்.

உடனே மஞ்சள் பூ விரிப்பு விரிக்கப்பட்டு அதன்மேல் எல்லா வகையான உண்டிகளும் வைக்கப்பட்டன. வில்லாளனும் முர்ஸாவும் வேண்டிய மட்டும் உண்டனர். பிறகு தமது பயணத்தைத் தொடர்ந்தனர். பல நாட்கள் நடந்தனர். இரவு பகலாய் ஓயாமல் நடந்து, நள்ளிரவிலே ஜார்க்கின் கானுடைய அரசை வந்தடைந்தனர்.

வில்லாளன் தனது கூடாரத்தினுள் சென்று தன் மனைவியை எழுப்பினான்.

"விழித்துக் கொள், நான் திரும்பி வந்துவிட்டேன்!'' என்றான்.

அவன் மனைவி ஆனந்தமடைந்து எழுந்து கணப்பு அடுப்பில் தீயை மூட்டினாள்.

"நீ நல்லபடியாய் இருக்கிறாயா?'' என்று அவள் கேட்டாள்.

இத்தனை நாட்களாய் எப்படி இருந்தனர், என்னவெல்லாம் நடந்தது என்று இருவரும் ஒருவருக்கொருவர் கூறிக் கொண்டனர்.

"வேந்தன் எப்படி இருக்கிறான்? இன்னும் நோய்ப் படுக்கையில்தான் படுத்திருக்கிறானா?'' என்று வில்லாளன் விசாரித்தான்.

"நீ இங்கிருந்து சென்ற முதல் நாளன்றே ஜார்க்கின் கானுக்கு உடம்பு சரியாகிவிட்டது'' என்று அவன் மனைவி பதிலளித்தாள். "நான் அவன் மனைவியாகி விடச் சம்மதிக்க வேண்டுமென்று என்னை வற்புறுத்துவதற்காக ஏற்கனவே அவன் என்னிடம் மூன்று தரம் வந்து எவ்வளவோ முயன்று பார்த்துவிட்டான். 'மீண்டும் மணம் புரிந்து கொள்வது குறித்து நான் நினைக்கலாகாது, அது சரியல்ல. உங்கள் நோய் தீருவதற்காக நீங்கள் கேட்டதைக் கொண்டு வருவதற்காக என் கணவன் சென்றான், இன்னும் அவன் உயிரோடு

இருக்கிறான் என்றே நினைக்கிறேன். ஆகவே நான் உங்களை மணந்து கொள்ள முடியாது' என்று ஒவ்வொரு தரமும் அவனிடம் சொன்னேன். 'இல்லை, உன் கணவன் உயிரோடு இல்லை, அவன் இறந்து எவ்வளவோ காலமாகிறது' என்று ஜார்க்கின் கான் திரும்பத் திரும்பக் கூறிக் கொண்டிருந்தான். "நான் உங்கள் சொற்களை நம்ப வேண்டுமானால் என் கணவனுடைய எலும்புகளைக் கொண்டு வந்து என்னிடம் காட்டுங்கள், அவற்றைப் பார்த்ததும் உங்களுக்கு என்ன பதில் சொல்வதென்று எனக்குத் தெரியும்' என்று கூறினேன். இதைக் கேட்டதும் ஜார்க்கின் கானுக்குக் கடுங்கோபம் வந்துவிட்டது. என்னுடைய மந்தைகளையும் எல்லா உடைமைகளையும் என்னிடமிருந்து பறித்துச் செல்லும்படி உத்தரவிட்டான். இப்பொழுது நமது காலிக் கூடாரத்தைத் தவிர நம்மிடம் எதுவும் இல்லை" என்று அவன் மனைவி முறையிட்டாள்.

இதைக் கேட்டதும் வில்லாளன் சீற்றமுற்று "வா நீ, இருவரும் ஜார்க்கின் கானிடம் செல்வோம்! அவனுடைய இந்த வஞ்சகச் செயலுக்காகவும் நீதி நேர்மையற்ற முறைகளுக்காகவும் நான் அவனைத் தண்டிக்கப் போகிறேன்" என்று கூச்சலிட்டான்.

இருவரும் ஜார்க்கின் கானுடைய அரண்மனைக்குச் சென்றனர். அதை நெருங்கி வந்ததும் வில்லாளன் தனது மந்திரக் கைக்குட்டையை எடுத்து வீசி "அரண்மனையே, இங்கே உதித்தெழு!" என்று கூறினான்.

உடனே அங்கே ஒரு பெரிய அரண்மனை உதித்தெழுந்தது. மேகங்களை முட்டும்படி அதன் உச்சி அவ்வளவு உயரமாய் இருந்தது. அதனுடன் ஒப்பிடுகையில் ஜார்க்கின் கானுடைய அரண்மனை பரிதாபகரமான ஏழைக் குடிசையாகிவிடுமாறு, அவ்வளவு செல்வச் செழிப்பும் எழிலுமுடையதாய்த் திகழ்ந்தது.

வில்லாளனும் அவன் மனைவியும் இந்த அரண்மனைக்குள் சென்றனர்.

"முர்ஸாவே, வா நீ! எங்களுக்குப் பசிக்கிறது, உணவு அளி!" என்று வில்லாளன் சொன்னான்.

வேண்டிய மட்டும் சாப்பிட்டு முடித்ததும் வில்லாளன் அரண்மனையை விட்டு வெளியே வந்து தனது தங்கத் தடியின் மெல்லிய முனையால் தரையைத் தட்டினான். அதே கணத்தில் வில்கள் எந்திய வீரர்கள் கணக்கின்றி அங்கே தோன்றி அரண்மனை வாயில்களில் காவல் புரிந்து நின்றனர். வில்லாளனது உத்திரவை எதிர்பார்த்துக் காத்திருந்தனர்.

"நான் தூங்கி விழித்தெழும் வரையில் யாரையும் உள்ளே விட வேண்டாம்" என்று வில்லாளன் அவர்களிடம் கூறினான்.

பொழுது விடிந்ததும் ஜார்க்கின் கானுடைய ஆட்கள் தமது கான் வேந்தனின் அரண்மனைக்குப் பக்கத்தில் வானுயுர உயர்ந்த அதியற்புத அரண்மனை இருக்கக் கண்டு திகைத்துப் போய் விட்டனர்.

"இது என்ன அதிசயம்! தேவன் புர்ஹான் இரவிலே இங்கே வந்து தனது அரண்மனையை அமைத்துக் கொண்டுவிட்டானா? அல்லது பேய் இதைக் கட்டியெழுப்பியிருக்கிறதா?" என்று ஒருவரையொருவர் கேட்டுக் கொண்டார்கள்.

பிறகு ஜார்க்கின் கானிடம் ஓடி இந்த அதிசயத்தைப் பற்றி அவனிடம் சொன்னார்கள்.

ஜார்க்கின் கான் வெளியே வந்து அந்த அரண்மனையைப் பார்த்தான். அவனுக்கு ஏற்பட்ட வியப்பாலும் அதிர்ச்சியாலும் கலங்கிப் போய் நின்றுவிட்டான்.

"என்ன இது? என் வாழ் நாளில் என் நினைவிலுள்ள எக்காலத்திலும் இப்படி ஓர் அரண்மனையைப் பார்த்ததும் இல்லை, கேட்டதும் இல்லையே! இதைக் கட்டியது யார்? இதில் வசிப்பவர் யார்? போய் அந்த ஆளை என்னிடம் அழைத்து வா!" என்று தன் ஆட்களுக்கு உத்தரவிட்டான்.

அவனுடைய ஆட்கள் அவன் ஆணையை நிறைவேற்ற உடனே புறப்பட்டுச் சென்றார்கள்.

வில்லாளனுடைய அரண்மனை வாயிலில் காவல் புரிந்த உறுதியும் கண்டிப்பும் வாய்ந்த உயரமான இரு வீரர்களிடம் அவர்கள் வந்தனர்.

"இந்த அரண்மனை யாருடையது? இங்கே வசிப்பது யார்? இதைக் காவல்புரியும் நீங்கள் யார்? விண்ணிலிருந்து இங்கே வந்து குதித்தீர்களா, அல்லது தரைக்கடியிலிருந்து வந்து சேர்ந்தீர்களா? சீக்கிரமாய்ப் பதில் சொல்லுங்கள்!" என்று அவர்களிடம் கேட்டனர்.

ஆனால் இரு காவலர்களும் அச்சம் தரும் குரலில் எதிர்க்கேள்வி கேட்டார்கள்:

"இத்தனைக் கேள்வி கேட்கும் நீங்கள் யார்?"

"பெரும்பலம்படைத்த ஜார்க்கின்கானிடமிருந்து நாங்கள் வந்திருக்கிறோம், எல்லா விவரங்களையும் தெரிந்து வந்து கூறும்படி எங்கள் கான் வேந்தன் கட்டளையிட்டிருக்கிறான்."

"யார் இந்த ஜார்க்கின் கான்?" என்று காவலர்கள் கேட்டார்கள். "அவனை எங்களுக்குத் தெரியாது, தெரிந்து கொள்ள நாங்கள் விரும்பவும் இல்லை. எங்களுக்கும் ஒரு கான் வேந்தன் இருக்கிறான். அவன் அரண்மனையினுள் தூங்கிக் கொண்டிருக்கிறான். உங்கள் தலை உங்கள் தோளை விட்டுப்

பறந்தோடுமுன் இவ்விடத்திலிருந்து ஓடி விடுங்கள்!" என்று காவலர்கள் கூறினர்.

வந்தவர்கள் பயந்து போய் ஜார்க்கின் கானிடம் திரும்பி ஓடி தாம் கண்டதையும் கேட்டதையும் அவனிடம் சொன்னார்கள். ஆனால் ஜார்க்கின் கான் அவர்கள் மீது சீறி விழுந்தான். பலத்த குரலில் அவர்களைத் திட்டினான்.

"அங்கே காவலர்களிடம் பேசிவிட்டு வருவதற்காக உங்களை நான் அனுப்பவில்லை, அந்தக் காவலர்களுடைய எஜமானனை என்னிடம் இழுத்து வருவதற்காகவே அனுப்பினேன்" என்று கத்தினான்.

இரு ஆட்களையும் கடுமையாய்த் தண்டிக்குமாறு உத்திரவிட்டு, அவன் தன் சிறந்த படை வீரர்களில் இருவரை அழைத்தான். இருவரும் வாட்ட சாட்டமானவர்கள், உயரமானவர்கள்.

"அங்கே இருக்கும் அரண்மனையின் சொந்தக்காரனை உடனே பிடித்து என்னிடம் இழுத்து வாருங்கள்!" என்று ஜார்க்கின் கான் அவர்களுக்குக் கட்டளையிட்டான்.

இரு படைவீரர்களும் அந்த அரண்மனைக்குச் சென்று வாயிற் கதவுகளைத் திறக்க முயன்றனர். ஆனால் அங்கே நின்ற காவலர்கள் அவர்களைப் பிடித்துத் தள்ளினார்கள்.

"நீங்கள் யார்? உங்கள் உயிரை நீங்கள் மதித்தால் தூர விலகி நில்லுங்கள்!" என்று அவர்கள் கூச்சலிட்டார்கள்.

"உங்களுடன் பேசுவதற்காக அனுப்பப்பட்டவர்களல்ல நாங்கள், இந்த அரண்மனையின் சொந்தக்காரனை பிடித்து எங்களுடைய கான் வேந்தனிடம் இழுத்துச் செல்வதற்காக வந்திருக்கிறோம்" என்று கூறி ஜார்க்கின் கானுடைய இரு வீரர்களும் அரண்மனையின் கதவுகளை உடைத்துக் கொண்டு உள்ளே செல்ல முயன்றனர்.

ஆனால் காவலர்கள் அவர்களைப் பிடித்து நையப் புடைக்கத் தொடங்கினார்கள்.

"உங்களுடைய கான் வேந்தனைப் பொருட்படுத்துகிறவர்கள் அல்ல நாங்கள்! அவனை எங்களுக்குத் தெரியாது, தெரிந்து கொள்ளும் விருப்பமும் எங்களுக்கு இல்லை!" என்று அவர்கள் கூச்சலிட்டார்கள்.

ஜார்க்கின் கானுடைய படைவீரர்களுக்குக் கசையடி கொடுத்து அங்கிருந்து விரட்டியடித்தார்கள்.

நொண்டிக் கொண்டு முக்கி முனகியவாறு அவர்கள் ஜார்க்கின் கானிடம் போய்ச் சேர்ந்தனர்.

“காவலாளர்கள் எங்களை அந்த அரண்மனைக்குள் போக முடியாதபடி தடுத்துவிட்டார்கள், எங்களை விட அவர்கள் இரு மடங்குக்கு மேல் பலமுடையவர்களாய் இருக்கிறார்கள்” என்று இருவரும் ஜார்க்கின் கானிடம் முறையிட்டனர்.

இதைக் கேட்டதும் ஜார்க்கின் கான் தனது அமைச்சர்களையும் ஆலோசகர்களையும் அழைத்து அவர்களுடன் கலந்து ஆலோசனை புரிந்தான்.

“நான் என்ன செய்ய வேண்டும், சொல்லுங்கள், பலம் படைத்த பகைவன் ஒருவன் அந்த அரண்மனையில் வீற்றிருக்கிறான்” என்று அவர்களிடம் சொன்னான்.

“வேந்தனே, உனது படைகளை அவனுக்கு எதிராய் அனுப்பி வை” என்று அவனுடைய அமைச்சர்களும் ஆலோசகர்களும் கூறினர்.

உடனே ஜார்க்கின் கான் தனது படைகளைத் திரட்டி தன் எதிரே கொண்டு வரும்படி கட்டளையிட்டான்.

“குதிரையிலிருந்து விழாது அதன்மீது சவாரி செய்யக்கூடிய ஒவ்வொரு ஆளும் வந்து சேரட்டும்! சீக்கிரமாகவே வந்து சேரட்டும்!” என்றான்.

ஜார்க்கின் கானுடைய படைத் தலைவர்கள் அவன் படைகளைத் திரட்டி அவன் முன்னால் கொண்டு வந்து நிறுத்தினர். வில்லாளனுடைய அரண்மனையை முப்பத்து மூன்று படைப் பிரிவுகள் முப்பத்து மூன்று வரிசைகளில் சூழ்ந்து கொண்டு நின்றன. ஜார்க்கின் கானது ஆணையின் பேரில் அவனுடைய ஆட்கள் வில்லாளனுக்குச் சவால் விடுத்தனர்:

“தலைக்கு மேல் கதிரவன் இருக்கையில் நீ வெளியே வந்து உன் பலத்தை எங்களுடையதுடன் மோதவிட்டுச் சோதித்துப் பார்!”

இந்தச் சவாலைக் கேட்ட வில்லாளன் தனது அரண்மனைச் சன்னலைத் திறந்து கொண்டு இடுப்பு வரை வெளியே தெரியும்படி எட்டிப் பார்த்தான்.

“நீங்கள் யார்? இங்கே ஏன் கூடியிருக்கிறீர்கள்?” என்று கேட்டான்.

“பெரும் பலம் படைத்த ஜார்க்கின் கானுடைய படை வரிசைகள் நாங்கள்” என்று கீழே நின்ற படையாட்கள் பதிலளித்தனர்.

“நான் ஜார்க்கின் கானுடைய பகைவனுமல்ல, நண்பனுமல்ல! இங்கே என்னுடைய அரண்மனையில்தான் நான் வசிக்கிறேன், அவனுடன் போர் புரியவில்லை” என்று வில்லாளன் அவர்களிடம் சொன்னான். ”ஆனால் ஜார்க்கின் கான் போர் தொடுக்க விரும்பினால், பகிரங்கமாய் அவன் அதைச் சொல்லட்டும், நான் அவனுடன் போராடுகிறேன்!” என்றான்.

“நான் போராடவே விரும்புகிறேன்!” என்று ஜார்க்கின் கான் கூச்சலிட்டான்.

உடனே வில்லாளன் தனது அரண்மனையிலிருந்து வெளியே வந்து தனது தங்கத் தடியின் பருத்த முனையால் தரையைத் தட்டினான். அதே கணத்தில் எண்ணிக் கணக்கிட முடியாதபடி, கண்ணால் ஒருமுறை பார்த்துக் கண்டு கொண்டுவிட முடியாதபடி அத்தனைக் குதிரை வீரர்கள் அவன் எதிரே தோன்றினர். எல்லோரும் பளிச்சிடும் கவசம் அணிந்து கையில் போர்வாளை ஏந்தி நின்றனர். குதிரை வீரர்கள் தமது போர்வாட்களைத் தலைக்கு மேல் உயர்த்தி-

"வில்வீரனே, உனது ஆணை என்ன?" என்று கேட்டனர்.

"ஜார்க்கின் கானுடைய படைகளை எதிர்த்துப் போராடுங்கள்!" என்று வில்லாளன் பதிலளித்தான்.

குதிரை வீரர்கள் முன்னால் வந்து ஜார்க்கின் கானுடைய படைகளை எதிர்த்துப் பாய்ந்தோடினர்.

பிறகு வில்லாளன் தனது தங்கத் தடியின் மெல்லிய முனையால் தரையைத் தட்டினான். எண்ணிலடங்காத வில்வீரர்கள் உடனே அவன் எதிரே தோன்றினர். எல்லோரும் தமது விற்களை உயர்த்தி-

"வில்வீரனே, உனது ஆணை என்ன?" என்று கேட்டனர்.

"ஜார்க்கின் கானுடைய படைகளை எதிர்த்துப் போராடுமாறு ஆணையிடுகிறேன்!" என்று வில்லாளன் கூறினான்.

உடனே விற்படையினர் முன்னே வந்து குதிரைப் படையினருக்குப் பக்க பலமாய்ப் போராடினர்.

இந்தப் பெருந் தாக்குதலைக் கண்டு ஜார்க்கின் கானுடைய படைகள் பதற்றமடைந்து பின்னோக்கிச் சென்றன. ஆனால் வில்லாளனின் படைகள் வெட்டியும் வீழ்த்தியும் முன்னேறிச் சென்றன. போர் காலையில் ஆரம்பமாயிற்று, மாலைக்குள் வில்லாளன் படைகள் எதிர்த்துப் போராடுவதற்கு யாரும் எஞ்சியிருக்கவில்லை. வில்லாளனின் வீரர்கள் ஜார்க்கின் கானையும் பிடிக்கப் போனார்கள். ஆனால் அவன் தன் குதிரையிலிருந்து கீழே குதித்து வேகமாய் வில்லாளனின் அரண்மனையை நோக்கி ஓட்டமாய் ஓடி-

"இரக்கம் காட்டுங்கள்! என்னைக் கொல்ல வேண்டாம்!" என்று கத்தினான்.

"அவனைக் கொல்ல வேண்டாம், உயிருடன் பிடித்து என்னிடம் கொண்டு வாருங்கள், அவனுடன் நான் பேச வேண்டும்" என்று வில்லாளன் தனது வீரர்களிடம் சொன்னான்.

அவ்வீரர்கள் ஜார்க்கின் கானின் கைகளையும் கால்களையும் பிடித்து அவனை வில்லாளனிடம் இழுத்துச் சென்றார்கள். ஜார்க்கின் கான் வில்லாளன் முன்னால் தரையில் விழுந்து வணங்கி இரக்கம் காட்டும்படியும் தனக்கு உயிர்ப்

பிச்சை தரும்படியும் மன்றாடினான். அவனுக்கு ஏற்பட்ட நடுக்கத்தில் வில்லாளனை அவனால் அடையாளம் தெரிந்து கொள்ள முடியவில்லை.

வில்லாளன் வாய்விட்டுச் சிரித்தான்.

"அஞ்சாதே நீ! நான் உன்னைக் கொல்லப் போவதில்லை. நீ போர் புரிய விரும்பினாய், நான் போர் புரிந்தேன்" என்று கூறினான். "இப்பொழுது நீ என்னுடன் வந்தமர்ந்து சாப்பிட வேண்டுமென அழைக்கிறேன். முர்ஸாவே, வா நீ! எங்களுக்குப் பசிக்கிறது, உண்டியும் பானமும் தா!" என்றான்.

உடனே மஞ்சள் விரிப்பு விரிக்கப்பட்டது, அரிய பல வகையான உண்டிகளும் பானங்களும் அதன் மீது வைக்கப்பட்டன.

வில்லாளன் இவற்றை ஒவ்வொன்றாய் எடுத்து ஜார்க்கின் கானுக்கு வழங்கினான்.

"உனது அரசில் கண்ணுக்கினிய, இளம் வில்லாளன் ஒருவன், வலிமை வாய்ந்தவனும் வீரர்களுக்கு எல்லாம் வீரனாய் இருந்தவனுமான ஒருவன் வாழ்ந்து வந்ததாய்க் கேள்விப்பட்டேன். அவன் எங்கே இருக்கிறான்? அவனைப் பார்க்க விரும்புகிறேன்" என்று வில்லாளன் அவனிடம் கேட்டான்.

"அவனைப் பார்க்க முடியாதே" என்று ஜார்க்கின் கான் பதிலளித்தான்.

"பார்க்க முடியாதா? ஏன்?" என்று வில்லாளன் கேட்டான்.

"ஏனென்றால் அவன் இறந்துவிட்டான்."

"மெய்தானா, அவன் உயிருடன் நல்லபடியாய் இருப்பதாக அல்லவா கேள்விப்பட்டேன்?"

"யாரும் அறியாத இடத்துக்குச் சென்று யாரும் அறியாத ஒன்றைக் கொண்டு வருவதற்காகப் புறப்பட்டுச் சென்றான். நெடுநாட்களுக்கு முன்பே அவன் திரும்பி வந்திருக்க வேண்டும், ஆனால் இதுகாறும் வரவில்லையாதலால் இறந்துதான் போயிருக்க வேண்டும்."

"யாரும் அறியாத இடத்துக்கு அவனை அனுப்பியது யார்? ஏன் அனுப்பினார்?" என்று வில்லாளன் கேட்டான்.

"யாரும் அனுப்பவில்லை, அவனாகவேதான் புறப்பட்டுச் சென்றான், எதற்காகச்சென்றானோ தெரியாது எனக்கு" என்று ஜார்க்கின்கான் பதிலளித்தான்.

இதைக் கேட்டதும் வில்லாளனுக்குக் கோபம் தாங்க முடியவில்லை.

"உன்னே உயிரோடு விடுவதாய்ச் சொன்னேன், ஆனால் உன்னைப் போல் வெட்கமின்றி புளுகும் ஒருவன் இறந்து போவது தான் நல்லது" என்று அவன் கூறினான். "நீ தான் அவனை அனுப்பி வைத்தாய். அவனுடைய மனைவியை அடைய விரும்பி நீ அவனை ஒழித்துவிடத் திட்டமிட்டாய். நோய் வாய்ப்பட்டு

விட்டதாய்ப் பாசாங்கு செய்து முதலில் அவனைப் புலியின் பாலைக் கொண்டுவரச் சொன்னாய். அவ்வாறே அவன் கொண்டு வந்து தந்ததும், யாரும் அறியாத இடத்துக்குச் சென்று யாருக்கும் தெரியாததைக் கொண்டு வருமாறு அவனை அனுப்பினாய். என்னை நன்றாய் உற்றுப் பார், அச்சத்தால் நீ கபோதியாகி விடாமல் இருந்தால், அந்த வில்லாளன் நானேதான் என்பதைக் காண்பாய்.... நான் மிக நெடுந் தொலைவுக்கு அப்பால் யாரும் அறியாத இடத்துக்குச் சென்றிருந்தேன், வடிவமோ உருவமோ இருப்பிடமோ இல்லாத ஒன்றை நான் கொண்டு வந்திருக்கிறேன். உயிரோடு நல்லபடியாகவே இருக்கிறேன். உன்னுடைய கொலைகாரச்சதித் திட்டம் வெற்றி பெறவில்லை. நீதியை முன்னிட்டு உன்னை நான் கொல்ல வேண்டும்."

அரண்டு போன ஜார்க்கின் கான் வில்லாளனுடைய காலில் விழுந்து கெஞ்சினான், தரையிலே விழுந்து தவழ்ந்து உயிர்ப் பிச்சை தரும்படி மன்றாடினான்.

வில்லாளன் காலால் அவனைத் தள்ளி விலக்கினான்.

"நீ பல கொடுஞ்செயல்கள் புரிந்திருக்கிறாய், இருந்த போதிலும் உன்னை நான் கொல்லாமல் விடுகிறேன். இனி இங்கு யாரும் உன்னைப் பார்க்க முடியாதபடி உடனே வெளியே ஓடிவிடு, இந்த அரசில் மீண்டும் தலை காட்டாதே" என்று கூறினான்.

"இந்தக் கருணைக்காக என்றென்றும் உனக்கு நான் கடமைப்பட்டவன்" என்று சொல்லி, ஜார்க்கின் கான் தன் குடும்பத்துடன் அந்த அரசிலிருந்து வெளியே ஓடினான், திரும்பவும் அங்கே தலை காட்டவே இல்லை.

வில்வீரனும் அவனுடைய இளம் மனைவியும் அந்த நாடோடி முகாமில் என்றென்றுக்குமாய் அன்பு மிக்கோராய் இன்பமாய் வாழ்ந்தனர்.

♦

நவரத்தின மலை

துர்க்மேனிய நாட்டுக்கதை

ஒரு கிராமத்தில் முன்னொரு காலத்தில் ஒரு கிழவியும் அவளுடைய ஒரே மகனான மிராலியும் வசித்து வந்தனர். அவர்கள் பரம ஏழைகள். கிழவி கம்பளி ரோமத்தைச் சிக்கெடுத்துக் கொடுத்தும், ஆடைகள் தைத்தும், துணி துவைத்தும் தானும் தன் மகனும் சாப்பிடுவதற்கு எப்படியோ கொஞ்சம சம்பாதித்தாள்.

மிராலி பெரியவனானதும் அவன் தாய் அவனிடம் சொன்னாள்:

"மகனே, இனி வேலை செய்ய எனக்குத் தெம்பு இல்லை. ஆகவே நீ எதாவது வேலை தேடிக் கொண்டு உன் பிழைப்புக்கு வகை செய்து கொள்."

சரியென்று சொல்லி மிராலி வேலை தேடிப் புறப்பட்டுச் சென்றான். பல இடங்களுக்கும் போய்த் தேடினான், ஆனால் ஓரிடத்திலும் அவனுக்கு வேலை கிடைக்கவில்லை.

முடிவில் அவன் ஒரு கோமானின் வீட்டுக்குச் சென்றான்.

"சாமி, வேலைக்கு ஆள் வேண்டுமா?" என்று மிராலி அவரைக் கேட்டான்.

"வேண்டும்" என்று அவர் பதிலளித்தார்.

உடனே அவர் மிராலியை வேலைக்கு அமர்த்திக் கொண்டு விட்டார்.

ஒரு நாள் கழிந்தது. கோமான் தமது புதிய வேலையாளை எதுவும் செய்யச் சொல்லவில்லை. மற்றொரு நாளும் கழிந்தது, கோமான் அவனுக்கு எவ்வகையான வேலையும் இடவில்லை. மூன்றாம் நாளும் கழிந்தது, அப்பொழுதும் கோமான் அவன் இருப்பதைக் கவனித்ததாகக் கூட காட்டிக் கொள்ளவில்லை.

மிராலிக்கு இது விபரீதமாய் இருந்தது. கோமான் தன்னை ஏன் வேலைக்கு அமர்த்திக் கொண்டார் என்று அவன் வியந்தான்'

ஆகவே அவரிடம் சென்று-

"எஜமானே, எனக்கு வேலை ஒன்றும் இல்லையா?" என்று கேட்டான்.

"இருக்கிறது, நாளைக்கு நீ என்னுடன் வரப் போகிறாய்" என்று அவர் பதிலளித்தார்.

மறு நாளன்று கோமான் ஒரு காளையை அடித்துத் தோலை உரித்தெடுக்கும்படி மிராலிக்கு உத்தரவிட்டார். அவன் இதைச் செய்து முடித்ததும், நான்கு பெரிய சாக்குகளை எடுத்து வரும்படியும், பிறகு இரண்டு ஒட்டகங்களைப் பயணத்துக்குத் தயார் செய்யும்படியும் சொன்னார்.

காளையின் தோலும் சாக்குகளும் ஓர் ஒட்டகத்தின் மீது வைக்கப்பட்டன. பிறகு கோமான் இன்னொன்றில் ஏறிக் கொண்டார். அவர்கள் புறப்பட்டுச் சென்றார்கள்.

தொலைவிடத்தில் இருந்த ஒரு மலையின் அடிவாரத்தை அடைந்ததும் கோமான் ஒட்டகங்களை நிறுத்தினார். சாக்குகளையும் காளையின் தோலையும் ஒட்டகத்திலிருந்து கீழே இறக்கும்படி மிராலியிடம் கூறினார். மிராலி அவ்வாறே செய்தான், பிறகு கோமான் அவனைக் காளையின் தோலை உட்புறம் வெளிப்புறமாகும்படிப் புரட்டியெடுத்துப் போடச் சொல்லி, அதனுள் புகுந்து படுத்துக் கொள்ளச் சொன்னார். எதற்காக இப்படிச் செய்யச் சொல்கிறார் என்று மிராலிக்குப் புரியவில்லை. ஆனால் எஜமானனுடைய கட்டளைக்குக் கீழ்படியாமல் இருக்கக் கூடாதென்று அவ்வாறே அந்தத் தோலினுள் புகுந்து படுத்துக் கொண்டான்.

உடனே கோமான் மிராலியை உள்ளே வைத்துத் தோலைச் சுருட்டிக் கெட்டியாய்க் கட்டிவிட்டு, ஒரு பாறைக்குப் பின்னால் ஒளிந்து கொண்டார்.

சிறிது நேரத்தில் இரு பெருங் கழுகுகள் அங்கே பறந்து வந்து புதிய மாட்டு இறைச்சியின் வீச்சத்தோடு கூடிய அந்தத் தோலை அலகுகளால் கவ்வித் தூக்கிக் கொண்டு பறந்தன. யாரும் செல்ல முடியாத செங்குத்தான மலையின் உச்சிக்கு அதை எடுத்துச் சென்றன.

அங்கே அந்தத் தோலை அவை கொத்தியும் நகங்களால் கிழித்தும் பல பக்கங்களிலிருந்தும் இழுத்தன. தோல் கிழிந்து பிரிந்ததும் மிராலி அதனுள்ளிருந்து வெளியே வந்தான். அவனைக் கண்டு பயந்து போய்க் கழுகுகள் அந்தத் தோலைத் தூக்கிக் கொண்டு அங்கிருந்து பறந்து போய்விட்டன.

மிராலி எழுந்து நின்று சுற்றிலும் பார்த்தான்.

கீழே தரையிலிருந்து அவனைப் பார்த்த கோமான் "ஏன் சும்மா நிற்கிறாய்? உன் காலடியில் கிடக்கும் வண்ணக் கற்களைப் பொறுக்கிக் கீழே போடு!" என்று கத்தினார்.

மிராலி தன் காலடியில் பார்த்தான். ஏராளமான இரத்தினங்கள் சுற்றிலும் இறைந்து கிடப்பதைக் கண்டான். வைரங்களும் மாணிக்கங்களும் நீல மணிகளும் மரகதங்களும் மற்றும் பல வகையான இரத்தினங்களும் கிடந்தன..... அவை மிகப் பெரியவை, கவர்ச்சி மிக்கவை. யாவும் வெயிலில் பளிச்சிட்டு மின்னின.

மிராலி இந்த இரத்தினங்களைப் பொறுக்கிக் கீழே கோமான் நின்று கொண்டிருந்த இடத்தில் அவற்றை எறிய முற்பட்டான். வேகம் வேகமாய் கோமான் அவற்றை எடுத்துத் தமது பெரிய சாக்குகளில் இரண்டை நிரப்பிக் கொண்டுவிட்டார்.

இரத்தினங்களைப் பொறுக்கிக் கீழே போட்டுக் கொண்டிருந்த மிராலிக்கு திடுமென ஓர் எண்ணம் தோன்றிற்று, உடனே அவனுக்குப் பகீரென்றது.

"எஜமானே, இங்கிருந்து எப்படி நான் கீழே இறங்குவேன்?" என்று கோமானிடம் கேட்டான்.

"நீ இரத்தினங்களை எடுத்துப் போடு, அதன் பின் எப்படி கீழே இறங்கி வருவதெனச் சொல்கிறேன்" என்று கோமான் பதிலளித்தார்.

அதை நம்பி மிராலி தொடர்ந்து இரத்தினங்களைப் பொறுக்கிப் போட்டுக் கொண்டிருந்தான்.

எல்லாச் சாக்குகளையும் நிரப்பிக் கொண்ட பிறகு கோமான் அவற்றை ஒட்டகத்தின் முதுகில் ஏற்றினார்.

"ஏய், பையா!" என்று சிரித்தவாறு மிராலியைக் கூப்பிட்டார். "என்னுடைய வேலையாட்களுக்கு எப்படிப்பட்ட வேலை தருகிறேனென்று இப்பொழுது புரிகிறதா உனக்கு? அங்கே மலை உச்சியில் எத்தனை பேர் இருக்கிறார்கள், பார்!" என்றார்.

இப்படிச் சொல்லி கோமான் தமது ஒட்டகத்தில் ஏறிச் சென்று விட்டார்.

மிராலி மலை உச்சியில் தனியே விடப்பட்டுவிட்டான். கீழே இறங்குவதற்கு எதாவது வழி இருக்காதா என்று சுற்றிலும் பார்த்துச் சென்றான். நாற்புறத்திலும் செங்குத்துச் சரிவுகளும் படுகுழிகளுமாகவே இருந்தன. எங்கும் மனித எலும்புகள் கிடந்தன. மிராலியைப் போல் கோமானிடம் வேலைக்கு அமர்ந்த ஆட்களின் எலும்புகள் இவை.

மிராலி பீதியுற்று அங்கே நின்று கொண்டிருந்தான்.

திடுமென அவன் தலைக்கு மேல் சிறகுகள் படபடக்கும் சப்தம் கேட்டது. அவன் அண்ணாந்து பார்ப்பதற்குள் ஒரு பெரிய கழுகு அவன் மீது பாய்ந்து அவனைக் கிழித்துச் சின்னாபின்னமாக்கப் போயிற்று. ஆனால் மிராலி சாமர்த்தியசாலி, இரு கைகளாலும் கழுகின் கால்களைக் கெட்டியாய்ச் சேர்த்து உடும்பு போலப் பிடித்துக் கொண்டுவிட்டான். கழுகு மிரண்டு போய்க் கூவியவாறு மேலே எழுந்து சுற்றிச் சுற்றிப் பறந்து மிராலியைக் கீழே தள்ள முயன்றது. முடிவில் களைத்துப் போய் அது தரையிலே வந்து அமர்ந்த பிறகே மிராலி தன் பிடியை விட்டான். உடனே கழுகு பறந்தோடி விட்டது.

பயங்கரச் சாவிலிருந்து மிராலி இவ்விதம் தப்பித்துக் கொண்டான்.

சிறிது காலத்துக்கெல்லாம் மீண்டும் வேலை தேடி அவன் சந்தைக் கடைகளிடையே போய்க் கொண்டிருந்தான். அப்பொழுது தனது பழைய எஜமானனாகிய கோமான் திடுமென அங்கே எதிரே வரக் கண்டான்.

“சாமி, வேலைக்கு ஆள் வேண்டுமா?” என்று மிராலி அவரிடம் கேட்டான்.

தனது வேலையாள் எவனும் மலை உச்சியிலிருந்து உயிர் தப்பித் திரும்பி வர முடியுமென கோமான் எதிர்பார்க்கவே இல்லை, இதன் முன் யாரும் திரும்பி வந்ததில்லை. ஆகவே மிராலியை அவர் வேறு யாரோ ஒரு பையனாய்க் கருதிக் கொண்டு, அவனை வேலைக்கு எடுத்துக் கொள்வதாய்ச் சொல்லி வீட்டுக்கு அழைத்துச் சென்றார்.

சில நாட்களானதும் கோமான் ஒரு காளையை அடித்துத் தோலை உரித்தெடுக்கும்படி மிராலிக்கு உத்தரவிட்டார். அவன் இதைச் செய்து முடித்ததும் நான்கு சாக்குகளைக் கொண்டு வரச் சொன்னார். பிறகு இரு ஒட்டகங்களைப் பயணத்துக்குத் தயார் செய்யும்படி அவனிடம் கூறினார்.

இருவரும் புறப்பட்டு அதே மலையின் அடிவாரத்துக்குப் போய்ச் சேர்ந்தார்கள். முன்பு போலவே மிராலியை அவர் மாட்டுத் தோலினுள் படுத்துக் கொள்ளும்படி சொன்னார்.

“எனக்குத் தெரியவில்லை, எப்படி படுத்துக் கொள்வதென்று காட்டுங்கள்” என்று மிராலி கூறினான்.

“இது கூடவா தெரியவில்லை, இப்படித்தான் படுத்துக் கொள்ள வேண்டும்” என்று சொல்லி, உட்புறம் வெளிப்புறமாய்ப் புரட்டப்பட்டிருந்த தோலினுள் அவர் புகுந்து அதில் படுத்தார்.

உடனே மிராலி தோலைச் சுருட்டினான். கோமானை உள்ளே வைத்துக் கெட்டியாய்க் கட்டிவிட்டுத் தூர விலகிச் சென்றான்.

"பையனே. என்ன இது? என்னை வைத்துக் கட்டிவிட்டாயே!" என்று கோமான் கத்தினார்.

ஆனால் அக்கணத்தில் இரு பெருங்கழுகுகள் பறந்து வந்து காளைத் தோலைக் கவ்விக் கொண்டு மலை உச்சிக்குப் பறந்து சென்றன. அங்கே கீழே இறங்கி அலகுகளாலும் நகங்களாலும் அந்தத் தோலைப் பிய்க்கத் தொடங்கின. ஆனால் உள்ளே கோமான் இருப்பதைக் கண்டதும் அவை பயந்து போய்ப் பறந்து சென்றன. கோமான் தடுமாறிக் கொண்டு எழுந்து நின்றார்.

"சாமி, நேரத்தை வீணாக்க வேண்டாம், முன்பு நான் எடுத்துப் போட்டது போல் இரத்தினங்களை எடுத்துக் கீழே போடுங்கள்" என்று கீழே நின்ற மிராலி பலக்கக் கூவினான்.

அப்பொழுதுதான் கோமான் அவனை அடையாளம் தெரிந்து கொண்டார். அச்சத்தாலும் ஆத்திரத்தாலும் அவருக்கு உடம்பு நடுங்கிற்று.

"மலை உச்சியிலிருந்து எப்படி நீ கீழே இறங்கி வந்தாய்? சீக்கிரமாய்ச் சொல்!" என்று அவர் அங்கிருந்து கத்தினார்.

"முதலில் இரத்தினங்களைப் பொறுக்கிக் கீழே போடுங்கள். போதுமான அளவு இரத்தினங்கள் கிடைத்ததும் மலை உச்சியிலிருந்து எப்படி இறங்கி வருவதென்று சொல்கிறேன்" என்று மிராலி பதிலளித்தான்.

கோமான் இரத்தினங்களைப் பொறுக்கிக் கீழே போட்டார். மிராலி அவசர அவசரமாய் அவற்றை எடுத்துச் சாக்குகளில் நிரப்பிக் கொண்டான். எல்லாச் சாக்குகளும் நிரம்பியதும் அவற்றைத் தூக்கி ஒட்டகத்தின் முதுகில் வைத்துக் கட்டினான்.

"கோமானே, அங்கே உம்மைச் சுற்றிலும் பாருங்கள், நீங்கள் மேலே அனுப்பிச் சாகடித்த ஆட்களின் எலும்புகள் கிடப்பது தெரிகிறதா? மலை உச்சியிலிருந்து எப்படி கீழே இறங்குவதென அந்த எலும்புகளைக் கேளுங்கள்! நான் வீட்டுக்குப் போகிறேன்" என்று மிராலி அவரிடம் சொன்னான்.

ஒட்டகங்களைத் திருப்பி ஓட்டிக் கொண்டு மிராலி தன் தாயின் வீட்டை நோக்கிச் சென்றான்.

கோமான் மலை உச்சியில் அங்கும் இங்கும் ஓடி மிரட்டியும் கெஞ்சியும் பலவாறாகவும் கத்தினார். கத்தி என்ன பயன்? அவருடைய கத்தலைக் கேட்பார் அங்கே யாரும் இல்லையே!

♦

பேராசை பிடித்த காஸி*

தாஜிக் நாட்டுக் கதை

யாரும் நம்பினாலும் நம்பாவிட்டாலும் முன்னொரு காலத்தில் வாழ்ந்த ஓர் ஏழை எவ்வளவோ அரும்பாடு பட்டு வேலை செய்தும் எப்பொழுதும் பரம ஏழையாகவே இருந்து வந்தான். ஆகவே அன் சொந்த ஊரைவிட்டு நெடுந்தொலைவிலிருந்த ஒரு நகருக்குச்சென்று சம்பாதிப்பதென்று முடிவு செய்து கொண்டான். தன் குடும்பத்தாரிடம் விடை பெற்றுக் கொண்டு புறப்பட்டுச் சென்றான்.

பல நாட்கள் பயணம் புரிந்தானா என்பது தெரியாது. முடிவில் அந்நகருக்குப் போய்ச் சேர்ந்தான். அங்கே போய்ச் சேர்ந்ததுமே வேலை தேடி வீடு வீடாய்ச் சென்றான். எவ்வளவுதான் கடினமான வேலையாய் இருந்தாலும் எதையும் வேண்டாமென்று சொல்லாமல் கிடைத்த வேலையைச் செய்து வந்தான். எந்த வேலையானாலும் மனமுவந்தும் திறம்படவும் செய்தான்.

சம்பாதித்த பணத்தில் உணவுக்காக வேண்டியதை மட்டும் செலவு செய்து விட்டு எஞ்சியதை ஒரு சிறு பையில் சேர்த்து வந்தான்.

"இன்னும் சிறிது காலம் வேலை செய்து பணம் சேர்த்துக் கொண்டு என் குடும்பத்தாரிடம் திரும்பிப் போய்ச் சேருவேன்" என்று கூறிக் கொள்வான்.

இவ்வாறு அவன் ஓயாது சில ஆண்டுகள் வேலை செய்து முழுதாய் ஓராயிரம் தாங்கா** சேர்த்து விட்டான். ஏழைக்கு இது ஒரு பெரிய தொகையாதலால் இதைப் பற்றி ஓயாமல் சிந்திக்கவும் கவலைப்படவும் தொடங்கினான்.

---

* *காஸி - நீதி வழங்கும் அதிகாரி (மொழிபெயர்ப்பாளர்)*

** *தங்கா - வெள்ளிக் காசு (மொழிபெயர்ப்பாளர்)*

“என்னுடைய பணத்தை நான் இழக்க நேர்ந்தால் என்ன ஆவது?... இதை என்னுடன் எடுத்துச் செல்வது அசட்டுத்தனமாகும். எங்காவது இதைத் தவறவிட்டு விட்டேன் என்றால் என்ன ஆவது? அல்லது எவனாவது திருடன் என்னைக் கொன்று இதைக் கொள்ளையடித்துச் சென்றுவிடலாம். நான் தங்கியிருக்கும் இடத்தில் இதை ஒளித்து வைப்பதும் சரியல்ல. நான் இதை ஒளித்து வைப்பதை யாராவது பார்த்துவிடலாம், உலகில் சூது வாய்ந்தோரும் கெட்டவர்களும் நிறைய இருக்கிறார்கள். நான் பணத்தை இழந்து வெறுங்கையுடன் ஊருக்குத் திரும்ப வேண்டியதாகிவிடும்...” என்று தன்னுள் கூறிக் கொண்டிருந்தான்.

இப்படி அவன் பலவாறாகவும் சிந்தித்துக் கொண்டிருந்தான். என்ன செய்வதென்று புரியாமல் தவித்தான். முடிவில் தனது ஆயிரம் தாங்காவையும் அங்கிருந்த காஸியிடம் கொடுத்துப் பத்திரமாய் வைத்திருக்கச் சொல்வதெனத் தீர்மானம் செய்து கொண்டான்.

“இந்தக் காஸி நேர்மையானவர், நல்லவர் என்பதாய்ச் சொல்கிறார்கள், என் பணத்தை இவர் பத்திரமாய் வைத்திருப்பார்” என்று கூறிக் கொண்டான். “ஊருக்குத் திரும்பிச் செல்லும் போது அவரிடமிருந்து என் பணத்தை வாங்கிக் கொண்டு போகலாம்” என்று நினைத்தான்.

இப்படி முடிவு செய்ததும் அவன் காஸியின் வீட்டுக்குச் சென்றான். காஸி அவனை வரவேற்று, அவனுக்கு என்ன வேண்டும் என்று விசாரித்தார்.

"நம்பிக்கைக்குரிய காஸியே, உங்களிடம் என்னுடைய பணத்தைக் கொடுத்து வைக்க விரும்புகிறேன். உங்கள் வீட்டைக் காட்டிலும் பத்திரமான ஓர் இடம் இருக்க முடியாது. நான் இந்நகரில் வேலை செய்யும் வரையில் இந்தப் பணம் உங்களிடமே இருக்கட்டும்" என்று அவரிடம் சொன்னான்.

காஸி அவனுடைய பணப்பையை வாங்கி வைத்துக் கொண்டு மிகவும் அமைதியாய்க் கூறினார்

"உன் விருப்பத்தை மகிழ்ச்சியுடன் நிறைவேற்றுவேன். நீ சொன்னது முற்றிலும் உண்மை. உன் பணத்தைக் கொடுத்து வைப்பதற்கு இதைக் காட்டிலும் பத்திரமான இடம் எதுவும் இல்லை."

ஏழை அவரிடம் விடைபெற்றுச் சென்றான். காஸி அவனுடைய பணத்தை எண்ணி ஒரு பெரிய பெட்டியினுள் வைத்துப் பூட்டினார்.

சிறிது காலம் சென்றது. பணத்தைக் கொடுத்தவன் தன் சொந்த ஊருக்குத் திரும்புவதற்காகத் தயார் செய்தான். அவன் காஸியிடம் வந்து –

"நம்பிக்கைக்குரிய காஸியே, நாளைக்கு நான் இந்த நகரை விட்டுப் புறப்பட்டு என் சொந்த ஊருக்குப் போகப் போகிறேன். என்னுடைய பணத்தைத் திருப்பிக் கொடுங்கள்" என்று வேண்டினான்.

காஸி அவனை ஏறிட்டுப் பார்த்தார்.

"பணமா? ஏது பணம்?" என்று கேட்டார்.

"நம்பிக்கைக்குரிய காஸியே, பத்திரமாய் வைத்திருக்கச் சொல்லி ஆயிரம் தாங்கா தந்தேனே, அதைத் திருப்பித் தரும்படி கேட்கிறேன்."

"பைத்தியமா பிடித்துவிட்டது உனக்கு?" என்று காஸி கூச்சலிட்டார். "எப்பொழுது நீ எனக்குப் பணம் தந்தாய்? நல்லாய் இருக்கிறதே! ஆயிரம் தாங்காவாமே! உன் அப்பா, பாட்டன் இப்படி ஏழு தலைமுறைகளைச் சேர்ந்த உன் முன்னோர்கள் எல்லோருமாய்ச் சேர்ந்து நூறு தாங்காவை பார்த்திருக்க மாட்டார்களே! ஆயிரம் தாங்காவாமே! உனக்கு எங்கிருந்து கிடைத்தது அவ்வளவு பணம்?" என்று கேட்டார்.

ஏழை யாவற்றையும் விவரமாய்ச் சொல்லி அவருக்கு நினைவுபடுத்த முயன்றான். எப்பொழுது அந்தப் பணத்தைக் கொண்டு வந்து அவரிடம் தந்தான், அப்பொழுது அவர்கள் பேசிக் கொண்டது என்ன என்பதையெல்லாம் சொல்ல முயன்றான். ஆனால் காஸி எதையும் காது கொடுத்துக் கேட்க மறுத்துவிட்டார். பலமாய்க் காலால் தரைத் தட்டினார், பிறகு தனது வேலையாட்களைக் கூப்பிட்டார்.

"இந்த ஆள் ஒரு மோசடிக்காரன்!" என்று கத்தினார். "இவனை அடித்து உதைத்து வெளியே கொண்டு போய்த் தள்ளுங்கள்!" என்றார்.

காஸியின் ஆட்கள் அந்த ஏழையைப் பிடித்து நையப் புடைத்து அவனை வெளியே தெருவில் கொண்டு போய்த் தள்ளினர்.

ஏழை அழுது கண்ணீர் விட்டவாறு மெள்ள எழுந்து தடுமாறிக் கொண்டு அங்கிருந்து நடந்தான்.

"நான் அரும்பாடு பட்டு வேலை செய்ததெல்லாம் பாழாய்ப் போய்விட்டது! சேர்த்த பணத்தை இழந்துவிட்டேன்! பேராசை பிடித்த காஸி யாவற்றையும் பிடுங்கிக் கொண்டுவிட்டான்!" என்று அவன் அழுது புலம்பினான்.

அப்பொழுது தெரு வழியே ஒரு பெண் போய்க் கொண்டிருந்தாள். ஏழையின் புலம்பலைக் கேட்ட அவள்–

"சகோதரனே, என்ன நேர்ந்தது? தாடி, தலைப்பாகை எல்லாம் வைத்துக் கொண்டு வயதான ஆளாய் இருக்கிறாய், இப்படிக் குழந்தை மாதிரி அழுகிறாயே, ஏன்?" என்று கண்டிக்கும் குரலில் அவனைக் கேட்டாள்.

"சகோதரியே, நான் எவ்வளவு அநியாயமாய் ஏமாற்றப்பட்டிருக்கிறேன் என்பது தெரியாது உனக்கு!" என்று அவன் முறையிட்டான். "பல ஆண்டுகளாய் நான் என் சக்திக்கும் மீறி மிகக் கடுமையாய் வேலை செய்து வந்திருக்கிறேன். போதிய அளவு உண்ணவோ, உறங்கவோ இல்லை. சிரமப்பட்டு மிச்சப்படுத்தி எப்படியோ ஓராயிரம் தாங்கா சேர்த்தேன் யாவற்றையும் இப்பொழுது இழந்துவிட்டேன். எப்படி இழந்தேன் என்பது தெரியுமானால் நான் அழுது புலம்புவதற்காக என்னை நீ கண்டிக்க மாட்டாய்" என்றான்.

"எப்படி இழந்தாய், சொல்" என்று அந்தப் பெண் கேட்டாள்.

தன் பணத்தைக் காஸி எப்படி சூறையாடிக் கொண்டு விட்டான் என்று அவன் விளக்கிச் சொன்னான்.

"இந்தக் காஸி நேர்மையானவர், நல்லவர் என்பதாய் எல்லோரும் பேசிக் கொள்கிறார்கள்!" என்று அவன் வருத்தப்பட்டுக் கொண்டான்.

அவன் கூறியதை அனுதாபத்துடன் கேட்ட அந்தப் பெண் -

"நீ வருத்தப்படாதே, யாவும் பறி போய்விட்டதாய் நினைக்க வேண்டாம்" என்றாள். "என்னுடன் வா, என்ன செய்யலாம் என்று நான் ஆலோசித்துப் பார்க்கிறேன்" என்று சொல்லி அவனைத் தன்னுடன் அழைத்துச் சென்றாள்.

இருவரும் அவளுடைய வீட்டுக்குப் போனதும் அவள் உள்ளே இருந்த ஒரு பெட்டியை எடுத்து வந்து தனது மகனாகிய சிறுவனிடம் சொன்னாள்:

"நான் இவருடன் காஸியின் வீட்டுக்குப் போகிறேன். நீ தொலைவில் எங்களைப் பின்தொடர்ந்து வா. நீ எங்கள் பின்னால் வருவது யாருக்கும் தெரியாதபடி பார்த்துக் கொள். நாங்கள் காஸியின் வீட்டுக்குள் சென்றதும் நீ வெளியே ஒளிந்து கொண்டு கவனி, இவருடைய பணத்தைக் காஸி இவரிடம்

கொடுக்கும் வரை காத்துக் கொண்டு இரு. இந்தப் பெட்டியை என்னிடமிருந்து வாங்குவதற்காகக் காஸி கைகளை நீட்டியதும் நீ உள்ளே ஓடி வந்து 'அம்மா, ஒட்டகங்களுடனும் சரக்குகளுடனும் அப்பா திரும்பி வந்து விட்டார்' என்று என்னிடம் சொல்.''

''சரி, அப்படியே செய்கிறேன்'' என்றான் சிறுவன்.

பிறகு அந்தப் பெண் தனது பெட்டியைத் தூக்கித் தலையில் வைத்துக் கொண்டாள். ஏழையையும் தன்னுடன் அழைத்துக் கொண்டு அவள் காஸியின் வீட்டுக்குச் சென்றாள். அவளுடைய மகன் தொலைவில் பின்தொடர்ந்து நடந்தான்.

\ காஸியின் வீட்டை அடைந்ததும், ''நான் முதலில் போய்ப் பேசுகிறேன், சற்று நேரம் காத்திருந்துவிட்டு நீ உள்ளே வா'' என்று அவனிடம் சொன்னாள்.

\அவள் உள்ளே சென்றாள், காஸி அவளையும் அவள் தலையிலிருந்த பெரிய பெட்டியையும் பார்த்தார்.

\''சகோதரியே, நீ என்னைத் தேடி வந்திருக்கும் காரியம் என்ன, சொல்'' என்று அவளைக் கேட்டார்.

\ ''நம்பிக்கைக்குரிய காஸியே, என்னைப் பற்றி நீங்கள் கேள்விப்பட்டிருப்பீர்கள்'' என்று அவள் சொன்னாள். ''பெரிய வணிகராகிய ரஹீமின் மனைவி நான். என் கணவர் சரக்குகளை எடுத்துக் கொண்டு தொலை தூர நாடுகளுக்குப் போயிருக்கிறார். அவர் எப்பொழுது திரும்பி வருவாரோ, தெரியவில்லை. திருடர்கள் எங்கள் வீட்டைச் சுற்றி வட்டமிட்டுக் கொண்டிருக்கிறார்கள், அவர்கள் வீட்டுக்குள் புகுந்து யாவற்றையும் கொள்ளையிட்டுச் செல்லத் திட்டமிடுகிறார்கள், இதில் சந்தேகமே இல்லை. எங்களிடம் இருக்கும் எல்லாப் பணமும் எங்களுடைய பொன்னும் வைரங்களும் இரத்தினங்களும் நகைகளும் இந்தப் பெட்டியில் இருக்கின்றன. கனமான பெட்டி, கஷ்டப்பட்டு இங்கே இதைத் தூக்கி வந்திருக்கிறேன். இந்தப் பெட்டியை எனக்காக நீங்கள் பத்திரமாய் வைத்திருக்க வேண்டும். என் கணவர் திரும்பியதும் அவர் நேரில் உங்களிடம் வந்து இதை வாங்கிக் கொள்வார்'' என்று வேண்டினார்.

\காஸி அந்தப் பெட்டியைத் தூக்கிப் பார்த்தார். அது கனமாய் இருந்தது, பேராசையால் காஸிக்கு கைகள் நடுங்கின.

''இந்தப் பெட்டியில் குறைந்தது நாற்பது, ஐம்பது ஆயிரம் தாங்காவாவது பணம் இருக்கும் போல் தெரிகிறது'' என்று அவர் நினைத்துக் கொண்டார். ''அதோடு பொன்னும் வைரமும் இரத்தினமும் நிறைய இருக்க வேண்டும். ரஹீம் செல்வமும் செழிப்பும் மிக்க வணிகர் என்று கேள்வி.....'' என்று பல எண்ணங்கள் அவர் மனத்துள் எழுந்தன.

பிறகு அவர் அந்தப் பெண்ணிடம் திரும்பி "சகோதரியே, உன்னுடைய செல்வங்களை நான் பத்திரமாய் வைத்திருக்கிறேன்" என்றார். "என்னிடம் இருந்தால் அவற்றுக்கு எந்தக் கேடும் வராது, நீ கவலையின்றி இருக்கலாம். ஒரு தாங்கா பாக்கியில்லாமல் யாவற்றையும் உனக்குத் திருப்பித் தருவேன்" என்று சொன்னார்.

ஆனால் அந்தப் பெண் காஸியின் கைகளிலிருந்து தன் பெட்டியைத் திருப்பி எடுத்துக் கொண்டாள்.

"இவ்வளவும் என்னிடம் திருப்பித் தரப்படும் என்பது நிச்சயம்தானா? என்று கேட்டாள் அவள்.

"சகோதரியே, அதில் உனக்கு எந்தச் சந்தேகமும் வேண்டாம்!" என்று காஸி பலக்கக் கூறினார். "நான் நேர்மையானவன், நல்லவன் என்பது இந்நகரிலுள்ள எல்லோருக்கும் தெரியும்" என்றார்.

பணத்தைப் பறி கொடுத்த ஏழை அத்தருணத்தில் உள்ளே நுழைந்தான். அவனைக் கண்ணுற்ற காஸி பெரு மகிழ்ச்சி அடைந்தார்.

"எல்லாம் ஆண்டவன் செயல்! சரியாய் இத்தருணத்தில் இவனை இங்கே வரச் செய்திருக்கிறார்!" என்று அவர் நினைத்துக் கொண்டார். "என்னுடைய நேர்மையை இந்தப் பெண்ணுக்குக் கண்கூடாய்த் தெரியச் செய்வதற்கு இதைக் காட்டிலும் சிறந்த வாய்ப்பு கிடைக்க முடியாது. அந்தப் பிச்சைக்காரப் பயலுக்கு அவனுடைய ஆயிரம் தாங்காவைத் திருப்பிக் கொடுத்துவிட்டு, அதற்குப் பதில் பெரிய பெட்டி நிறைய பணமும் நகைகளும் பெற்றுக் கொள்வேன்! ஆகா, சரியான சந்தர்ப்பம், தப்ப விடக் கூடாது!" என்று முடிவு செய்து கொண்டார்.

உடனே அவர் அந்தப் பெண்ணிடம் சொன்னார்:

"சகோதரியே, திரும்பவும் கூறுகிறேன். காஸியின் வீட்டைக் காட்டிலும் பத்திரமான இடம், நம்பத்தக்க இடம் எங்குமில்லை. உன்னுடைய பெட்டி உன் வீட்டில் இருப்பதைக் காட்டிலும் இங்கே என்னிடம் பன்மடங்கு பத்திரமாய் இருக்கும். உன் கணவர் திரும்பியதும், அல்லது நீ எப்பொழுது நினைக்கிறாயோ அப்பொழுது பெட்டியைத் திருப்பி எடுத்துச் செல்லலாம்."

காஸியின் வேலையாட்களும் அந்த அறையிலிருந்த ஏனையோரும் காஸி சொல்வது மெய்தான், அவருடைய சொல்லை நம்பலாம் என்று வலியுறுத்தும் முறையில் தலையை ஆட்டிக் கொண்டார்கள்.

அப்பொழுதுதான் காஸி தம் எதிரே வந்து நின்ற ஏழையைக் கண்ணுற்றது போல பாவனை செய்து கொண்டு –

"அடே, இதோ இருக்கிறானே!" என்றார். "இந்த ஆள் தான் மிச்சப்படுத்திய பணமான ஆயிரம் தாங்காவையும் என்னிடம் கொடுத்துப் பத்திரமாய்

வைத்திருக்கச் சொல்லியிருந்தான்! இன்று காலை இவன் என்னிடம் வந்து பணத்தைத் திருப்பிக் கேட்டான். ஆனால் ஆளை எனக்கு அடையாளம் தெரியவில்லை, திருடன் என்பதாய்த் தவறுதலாய் நினைத்துக் கொண்டு பணத்தைத் திருப்பித் தர மறுத்துவிட்டேன். இவனைத் தெரிந்தவர் யாராவது உறுதிமொழி கூறுவார்களானால் உடனே இவனுடைய பணத்தை இவனுக்குத் திருப்பித் தந்துவிடுவேன்" என்று சொன்னார்.

"நம்பிக்கைக்குரிய காஸியே, இந்த ஏழையை ஏறத்தாழ இரண்டு ஆண்டுகளாய் எனக்குத் தெரியும்" என்று அந்தப் பெண் அவரிடம் சொன்னாள். "தொலைவிலுள்ள ஒரு கிராமத்திலிருந்து இந்த நகருக்கு வந்து இங்கு அரும்பாடு பட்டு வேலை செய்து வருகிறான். எங்கள் வீட்டிலும் கூட சிறிது காலம் வேலை செய்திருக்கிறான். இவனிடமுள்ள பணம் பூராவும் உயிரை விட்டுப் பாடுபட்டு இவன் சம்பாதித்தது என்பதில் எந்த சந்தேகத்துக்கும் இடமில்லை. இவனைக் காட்டிலும் கடுமையாய் உழைப்பவனைக் காண்பது அரிது, இவனைக் காட்டிலும் கடுமையாய் உழைப்பவனைக் காண்பது அரிது, இவனுடைய கைகள் எப்படிக் காய்த்துப் போயிருக்கின்றன, பாருங்கள்!" என்றாள்.

உடனே காஸி பசப்பாய்ச் சிரித்துக் கொண்டு "அப்படியா, உனக்கு இந்த ஆளைத் தெரியுமா? இனி நான் கணமும் தயங்க வேண்டியதில்லை!" என்று பலத்த குரலில் கூறினார். "எனது சகோதரனே, இப்படி வா, அப்பா! உன்னுடைய ஆயிரம் தாங்காவையும் பெற்றுக் கொள்! இந்தா, வாங்கிக் கொள்!" என்று சொல்லி தமது பணப் பெட்டியிடம் சென்றார்.

பெட்டியைத் திறந்து பணத்தை எடுத்து ஆயிரம் தாங்காவை எண்ணி ஆடம்பரமாய் அதன் உடைமையாளனிடம் திருப்பிக் கொடுத்தார்.

பிறகு அவசரமாய் அந்தப் பெண்ணிடம் திரும்பி, "சகோதரியே, ஏனையோருடைய பணம் என்னிடம் இருக்கிற வரை அதற்கு எந்தக் கேடும் இல்லை! பத்திரமாய் வைத்திருந்து உடைமையாளரிடம் திருப்பித் தந்து நம்பிக்கைக்குரியவனாய் நடந்து கொள்கிறவன் நான்! இப்பொழுது தெரிந்ததா உனக்கு? ஆகவே உன்னுடைய பெட்டியை என்னிடம் கொடுத்துவிட்டு நிம்மதியாய் நீ வீட்டுக்குப் போகலாம்" என்று சொல்லி, பெட்டியை அவளிடமிருந்து வாங்கிக் கொள்வதற்காகக் கையை நீட்டினார்.

அதே கணத்தில் அந்தப் பெண்ணின் மகனான சிறுவன் தெருவிலிருந்து உள்ளே ஓடி வந்தான்.

"அம்மா! நீ வீட்டுக்குத் திரும்பி வா!" என்று அவன் அவளைக் கூப்பிட்டான். "ஒட்டகங்களுடனும் சரக்குகளுடனும் அப்பா திரும்பி வந்துவிட்டார், உனக்காக வீட்டிலே காத்துக் கொண்டிருக்கிறார்" என்று சொன்னான்.

அவள் சிரித்துக் கொண்டு "என் கணவர் திரும்பி வந்து விட்டார்! ஆகவே திருடர்கள் கொள்ளையிட்டுச் செல்வார்களென நான் அஞ்ச வேண்டியதில்லை! நம்பிக்கைக்குரிய காஸியின் உதவி இல்லாமலே இனி என் செல்வங்களை நான் பாதுகாத்துக் கொள்வேன்" என்று கூறினாள்.

பெட்டியைத் தூக்கித் தலையில் வைத்துக் கொண்டு, அந்த ஏழையும் உடன் வர, காஸியின் வீட்டை விட்டு வெளியே நடந்தாள்.

"சகோதரனே, எந்த நிலைமையிலும் நம்பிக்கை இழக்கலாகாது. மோசடிக்காரர்களும் எத்தர்களும் புரியும் தந்திரங்கள் எல்லா நேரங்களிலும் வெற்றி பெற்றுவிட முடியாது என்பதை நீ நினைவில் வைத்துக் கொள்!" என்று அந்த ஏழையிடம் கூறினார். "இனி நீ உன் ஊருக்குத் திரும்பி உன் குடும்பத்தாருடன் அமைதியாய் வாழலாம். நீண்டகாலம் நீ வெளியிடங்களில் சுற்றிக் கஷ்டப்பட்டு விட்டாய். பாடுபட்டு சம்பாதித்த பணத்தை நீ செலவிட்டுச் சுகம் பெற வேண்டும்" என்று சொன்னாள்.

இருவரும் ஒருவரிடமிருந்து ஒருவர் விடை பெற்றுக் கொண்டு பிரிந்து சென்றார்கள்.

வீட்டில் தனியே விடப்பட்ட காஸி ஆத்திரம் தாங்காமல் ஆடிக் குதித்தார். தாடியைப் பிடித்து இழுத்துக் கொண்டார், காலால் பலமாய்த் தரையைத் தட்டினார். என்ன செய்வதென்று அவருக்குப் புரியவில்லை. தன்னைத் தானே நொந்து கொண்டார்.

"எப்படிப்பட்ட அபாக்கியவாதி நான்! என்று மீண்டும் மீண்டும் கூறி வேதனைப்பட்டுக் கொண்டார். "கைக்கு எட்டியது வாய்க்கு எட்டாமல் போயிற்றே! இந்த வணிகன் ரஹீம் நாசமாய்ப் போக! ஒரு மணி நேரம் கழித்து, ஒரேயொரு மணி நேரம் கழித்து வந்திருக்கக் கூடாதா அவன்! எல்லாம் முடிவடைந்திருக்குமே, பணமும், பொன்னும் வைரமும் இரத்தினமும் கொண்ட அந்த பெட்டி என்னுடையது ஆகியிருக்குமே! என் செல்வங்கள் மண்டிப் பெருகியிருக்குமே, என்னுடைய பெரிய பணப் பெட்டி நிறைந்து வழிந்திருக்குமே! எவ்வளவு பெரிய ஏமாற்றம்! எந்நாளும் என் ஆற்றாமை நீங்காது போலிருக்கிறதே! பாவி நான்! பாவி நான்! என்று புலம்பினார்.

♦

கெட்டிக்கார சகோதரர்கள்

உஸ்பெக் நாட்டுக்கதை

முன்னொரு காலத்தில் ஓர் ஏழைக்கு மூன்று புதல்வர்கள் இருந்தனர். அவர் தமது புதல்வர்களிடம் அடிக்கடி சொல்வது வழக்கம்:

"எனது மைந்தர்களே! நம்மிடம் மந்தைகள் இல்லை, பொன் இல்லை, எதுவும் இல்லை. ஆகவே நீங்கள் வேறு வகையான செல்வங்களைத் திரட்டிக் கொள்ள முயல வேண்டும். மேலும் மேலும் அதி ஞானமும் அறிவும் பெற நீங்கள் தெரிந்து கொள்ள வேண்டும். எதுவும் உங்கள் பார்வையிலிருந்து தப்பக் கூடாது. பெரிய மந்தைகளுக்குப் பதிலாய் நீங்கள் கூரறிவைப் பெறுவீர்கள். பொன்னுக்குப் பதில் கூர்மையான புத்தியைப் பெறுவீர்கள். இப்படிப்பட்ட செல்வங்களைப் பெற்றுக் கொள்ளும் உங்களுக்கு எந்தக் கேடும் வராது, ஏனையோரைக் காட்டிலும் ஒருபோதும் நீங்கள் மோசமான நிலையில் இருக்க மாட்டீர்கள்."

காலம் உருண்டோடிற்று, கிழவர் இறந்து போனார். சகோதரர்கள் மூவரும் ஒன்று சேர்ந்து இனி என்ன செய்யலாமென்று பேசினர்.

"இங்கே நாம் செய்வதற்கு ஒன்றும் இல்லை" என்று அவர்கள் தம்மிடையே கூறிக் கொண்டனர். "பல இடங்களுக்கும் சென்று உலகைச் சுற்றிப் பார்ப்போம். தேவை ஏற்படின் நாம் மேய்ப்பாளர்களாகவோ, பண்ணைக் கூலியாட்களாகவோ வேலை செய்வோம். எங்கே சென்றாலும் நாம் பட்டினி கிடக்க வேண்டியிராது" என்றனர்.

ஆகவே மூவரும் பயணத்துக்குத் தயார் செய்து கொண்டு புறப்பட்டனர்.

வெறிச்சோடிய பள்ளத்தாக்குகளையும் உயரமான மலைகளையும் கடந்து சென்றனர். நாற்பது நாட்களாய் ஓயாமல் நடந்தனர்.

தம்மிடம் இருந்தவை அனைத்தையும் சாப்பிட்டு முடித்து விட்டார்கள். களைத்து ஓய்ந்து போயிருந்தார்கள். பாதங்கள் புண்ணாகியிருந்தன. ஆனால் சாலை முடிவுறுவதாய்த் தெரியவில்லை. சற்று நேரம் ஓய்வெடுத்துக் கொண்டு மீண்டும் புறப்பட்டார்கள்.

முடிவில் தொலைவிலே மரங்களும் கோபுரங்களும் வீடுகளும் தெரிந்தன- தம் எதிரே ஒரு பெரிய நகரம் தெரியக் கண்டார்கள்.

சகோதரர்கள் மதிழ்ச்சியுற்று வேகமாய் நடந்தனர்.

"கெட்டது நம் பின்னால் இருக்க, நல்லது நம் முன்னால் இருக்கிறது" என்று கூறிக் கொண்டனர்.

நகரை நெருங்கி வந்ததும் மூத்த சகோதரன் திடுமென நின்று கீழே தரையைக் கவனித்தான்.

"சற்று நேரத்துக்கு முன்பு இங்கே ஒரு பெரிய ஒட்டகம் சென்றிருக்கிறது" என்று அவன் சொன்னான்.

அவர்கள் மேலும் கொஞ்ச தூரம் நடந்ததும் இரண்டாவது சகோதரன் பாதையின் இரு மருங்கிலும் பார்த்து விட்டு-

"ஒட்டகத்துக்கு ஒரு கண் பொட்டை" என்றான்.

மூவரும் மேலும் நடந்தனர்.

"ஒட்டகத்தின் மீது ஒரு பெண்ணும் ஒரு குழந்தையும் சென்றிருக்கிறார்கள்" என்று கடைசிச் சகோதரன் கூறினான்.

"மெய்தான்" என்று மூத்த சகோதரர்கள் இருவரும் ஒத்துக் கொண்டனர். மூவரும் திரும்பவும் நடக்க முற்பட்டனர்.

சிறிது நேரத்துக்கெல்லாம் குதிரை மீது ஒருவன் அங்கு வந்தான். மூத்த சகோதரன் அவனைப் பார்த்துவிட்டு-

"குதிரை வீரனே, நீ எதையாவது இழந்து விட்டுத் தேடிச் செல்கிறாயா?" என்று கேட்டான்.

குதிரை வீரன் குதிரையை இழுத்துப் பிடித்து நிறுத்தி, "ஆம்" என்று பதிலளித்தான்.

"நீ இழந்தது ஒட்டகமா?" என்று மூத்த சகோதரன் அவனைக் கேட்டான்.

"ஆம் ஒட்டகம்தான்."

"பெரிய ஒட்டகமா?"

"ஆம்."

“அதற்கு இடது கண் பொட்டையா?” என்று இரண்டாவது சகோதரன் கேட்டான்.

“ஆம்.”

“ஒரு பெண்ணும் சிறு குழந்தையும் அதில் சென்றார்களா?” என்று கடைசிச் சகோதரன் கேட்டான்.

குதிரை வீரன் மூன்று சகோதரர்களையும் உற்றுப் பார்த்தான். அவர்கள் மீது அவனுக்குச் சந்தேகம் உண்டாகிவிட்டது.

“நீங்கள்தான் என்னுடைய ஒட்டகத்தைப் பிடித்து எங்கோ கொண்டு போய் வைத்திருக்கிறீர்கள்! உண்மையைச்சொல்லுங்கள், அதை என்னசெய்தீர்களென்று சொல்லுங்கள்” என்று அவன் கேட்டான்.

“உன்னுடைய ஒட்டகத்தை நாங்கள் பார்த்ததே இல்லை” என்று சகோதரர்கள் பதிலளித்தார்கள்.

“அப்படியானால் அதைப் பற்றி இவ்வளவும் உங்களுக்கு எப்படித் தெரிய வந்தது?”

“எங்களுடைய கண்களை நன்கு உபயோகிக்கவும், பல விவரங்களையும் சேர்த்துத் தக்க முடிவுக்கு வரவும் தெரிந்தவர்கள் நாங்கள்” என்று அவர்கள் பதிலளித்தார்கள். “சீக்கிரமாய் நீ குதிரையை அந்தத் திசையில் ஓட்டிச் செல். உன்னுடைய ஒட்டகத்திடம் போய்ச் சேர்வாய்” என்றார்கள்.

“நான் ஒன்றும் அந்தத் திசையில் போக போவதில்லை, என்னுடைய ஒட்டகம் உங்களிடம்தான் இருக்கிறது, உடனே அதை என்னிடம் கொடுத்துவிடுங்கள்” என்று ஒட்டகத்தின் சொந்தக்காரன் கூச்சலிட்டான்.

“உன்னுடைய ஒட்டகத்தை நாங்கள் ஒரு தரம்கூட பார்த்தறியாதவர்கள்” என்று சகோதரர்கள் கூறினார்கள்.

ஆனால் குதிரைவீரன் அவர்கள் கூறியதை நம்பவில்லை. தனது போர்வாளை உருவியெடுத்து ஆவேசமாய் வீசியவாறு அவர்களைத் தன் முன்னால் நடக்குமாறு உத்தரவிட்டான். இவ்விதம் அவர்கள் அந்த ஊரின் வேந்தனாகிய பாதுஷாவின் அரண்மனைக்குப் போய்ச்சேர்ந்தார்கள். மூன்று சகோதரர்களையும் வாயில்காவலர்களிடம் ஒப்படைத்துவிட்டுக்குதிரைவீரன் நேரேபாதுஷாவிடம் சென்றான்.

“எனது மந்தைகளை நான் மலைகளுக்கு ஓட்டிச் சென்றேன்” என்று அவன் பாதுஷாவிடம் வழக்குரைக்க முற்பட்டான். “என் மனைவியும் சிறு குழந்தையான மகனும் ஒரு கண் பொட்டையான ஒரு பெரிய ஒட்டகத்தின் மீது அமர்ந்து என்னைப் பின் தொடர்ந்து வந்தார்கள். எப்படியோ அவர்கள் பின்தங்கி வழி தவறி எங்கோ சென்றுவிட்டார்கள். நான் அவர்களைத் தேடிச் சென்றபோது

மூன்று பேர் நடந்து வரக் கண்டேன். இவர்கள்தான் என் ஒட்டகத்தைத் திருடியவர்கள் என்பதில் எனக்குச் சிறிதும் சந்தேகமில்லை. என் மனைவியையும் குழந்தையையும் அவர்கள் கொன்றிருப்பார்களோ என்று எனக்குப் பயமாயிருக்கிறது'' என முறையிட்டான்.

“நீ அப்படி நினைக்கக் காரணம் என்ன?'' என்று பாதுஷா கேட்டார்.

“நான் இவர்களிடம் ஒன்றும் சொல்லாமலே இம்மூவரும் இந்த ஒட்டகம் பெரியது, அதற்கு ஒரு கண் பொட்டை, ஒரு பெண்ணும் குழந்தையும் அதில் ஏறிச் சென்றனர் என்று என்னிடம் சொன்னார்கள்.''

பாதுஷா சற்று நேரம் சிந்தனை செய்து பார்த்தார்.

“நீ அவர்களிடம் ஒன்றும் சொல்லாத போது, அவர்கள் உன்னுடைய ஒட்டகத்தை அவ்வளவு நன்றாய் விவரிக்க முடிந்ததெனில் அவர்கள்தான் அதைத் திருடியிருக்க வேண்டும்'' என்று பாதுஷா கூறினார். “அந்தத் திருடர்களை இங்கே அழைத்து வா'' என்று அவர் உத்தரவிட்டார்.

ஒட்டகத்தின் சொந்தக்காரன் வெளியே சென்று மூன்று சகோதரர்களையும் உள்ளே அழைத்து வந்தான்.

அவர்களை அச்சுறுத்தும் குரலில் பாதுஷா “திருடர்களே, என் கேள்விக்குப் பதில் சொல்லுங்கள்'' என்று பலக்கக் கூறினார். “இந்த ஆளுடைய ஒட்டகத்தை என்ன செய்தீர்கள்? உடனே பதில் சொல்லுங்கள்'' என்றார்.

“நாங்கள் திருடர்களல்ல, இந்த ஆளின் ஒட்டகத்தைப் பார்த்தவர்களும் அல்ல'' என்று சகோதரர்கள் பதிலளித்தனர்.

“ஒட்டகத்தின் சொந்தக்காரன் உங்களிடம் எதுவும் சொல்லவில்லை, ஆனால் அவனுடைய ஒட்டகத்தை நீங்கள் அவ்வளவு திறம்பட விவரித்தீர்களாமே! அதை நீங்கள் திருடவில்லை என்று சாதிக்கிறீர்களே, என்ன துணிச்சல்!'' என்று பாதுஷா இரைந்தார்.

“பாதுஷாவே, ஒட்டகத்தை நாங்கள் பிழையின்றி விவரித்ததில் வியப்புறுவதற்கு ஒன்றுமில்லை'' என்று சகோதரர்கள் பதிலளித்தார்கள். “எதையும் தவறாமல் கவனமாய் உற்று நோக்க எங்கள் பிள்ளைப் பிராயம் முதலாய் நாங்கள் பழகிக் கொண்டவர்கள். யாவற்றையும் கவனமாய்ப் பார்ப்பதற்கும் சிந்திப்பதற்கும் நாங்கள் நெடுங்காலம் செலவிட்டுக் கற்றுக் கொண்டோம். அதனால்தான் ஒட்டகத்தைப் பார்க்காமலே அது எப்படிப்பட்டது என்பதை எங்களால் ஊகித்துச் சொல்ல முடிந்தது'' என்று விளக்கிக் கூறினர்.

பாதுஷா சிரித்துக் கொண்டார்.

“கண்ணால் காணாத ஒன்றைப் பற்றி அவ்வளவு நன்றாய் தெரிந்து கொள்ள முடியுமா?'' என்று கேட்டார்.

"முடியும்" என்று சகோதரர்கள் பதிலளித்தனர்.

"சரி, நீங்கள் சொல்வது மெய்தானா என்று சோதித்துப் பார்க்கிறேன்."

இப்படிச் சொல்லி பாதுஷா தமது அமைச்சரைக் கூப்பிட்டு அவர் காதுக்குள் ஏதோ சொன்னார்.

அமைச்சர் உடனே அரண்மனையிலிருந்து வெளியே சென்றார். சற்று நேரத்துக்கெல்லாம் அவர் திரும்பி வந்தார்; ஒரு பெரிய பெட்டியைக் கைவண்டியில் வைத்துத் தள்ளிக் கொண்டு அவர் பின்னால் இரு ஆட்கள் வந்தார்கள்.

பாதுஷாவுக்குத் தெரியும்படி அந்த ஆட்கள் பெட்டியைத் தூக்கி கதவருகே மெதுவாய்க் கீழே வைத்துவிட்டு விலகிச் சென்றனர். சகோதரர்கள் மூவரும் தொலைவிலிருந்தபடி இதைக் கவனித்துக் கொண்டிருந்தனர். பெட்டியை எங்கிருந்து கொண்டு வந்தார்கள், அதை எப்படித் தூக்கினார்கள், எப்படி அது தரையில் வைக்கப்பட்டது என்பதையெல்லாம் அவர்கள் கூர்ந்து பார்த்துக் கொண்டிருந்தனர்.

"திருடர்களே, அந்தப் பெட்டியினுள் என்ன இருக்கிறது, சொல்லுங்கள் பார்க்கலாம்" என்று பாதுஷா கூறினார்.

"பாதுஷாவே, நாங்கள் திருடர்களல்ல என்று முன்பே உங்களிடம் சொன்னோம்" என்று மூத்த சகோதரன் கூறினான். "அந்தப் பெட்டியினுள் என்ன இருக்கிறதென்று சொல்கிறேன், கேளுங்கள். அந்தப் பெட்டியில் ஒரு சிறு பந்து போன்ற பொருள் இருக்கிறது" என்றான்.

"மாதுளை" என்று இரண்டாவது சகோதரன் சொன்னான்.

"இன்னும் பழுக்காத மாதுளை" என்றான் கடைசிச் சகோதரன்.

அவர்கள் சொன்னதைக் கேட்ட பாதுஷா, பெட்டியை அருகே எடுத்து வரும்படி கட்டளையிட்டார். வேலையாட்கள் அதை அருகே எடுத்து வந்து வைத்ததும் அதைத் திறக்கும்படி உத்தரவிட்டார். பெட்டி திறக்கப்பட்டதும் அதனிடம் சென்று உள்ளே பார்த்தார். அதனுள் பழுக்காத மாதுளை ஒன்று இருக்கக் கண்டதும் பாதுஷா பிரமித்துப் போய்விட்டார்! அவர் மாதுளையை வெளியே எடுத்து அங்கு இருந்தோர் எல்லோரிடமும் காட்டினார். பிறகு அவர் காணாமற் போன ஒட்டகத்தின் சொந்தக்காரனைப் பார்த்து-

"இம்மூவரும் தாம் திருடர்களல்ல என்பதை நிரூபித்துக்காட்டி விட்டார்கள், ஆகவே நீ போய் உன்னுடைய ஒட்டகத்தை வேறு எங்காவது தேடிப் பார்" என்றார்.

மூன்று சகோதரர்களின் மதிநுட்பத்தை அங்கே இருந்தோர் எல்லோருமே வியந்து போற்றினர். யாவருக்கும் முதலாய்ப் பாதுஷா அவர்களை மெச்சிப்

புகழ்ந்தார். எல்லா வகையான உயர்ந்த உண்டிகளையும் கொண்டு வரச் சொல்லி மூன்று சகோதரர்களுக்கும் அளித்து உபசரித்தார்.

“நீங்கள் குற்றமற்றவர்கள், உங்கள் விருப்பம் போல எங்கு வேண்டுமானாலும் நீங்கள் போகலாம்” என்று அவர்களிடம் கூறினார். “ஆனால் போகுமுன் நீங்கள் யாவற்றையும் அவை நடைபெற்ற அதே வரிசையில் எனக்குக் கூற வேண்டும். அந்த ஆள் தனது ஒட்டகத்தை இழந்துவிட்டு அதைத் தேடிக் கொண்டு வந்தான் என்பது எப்படி உங்களுக்குத் தெரிந்தது? அந்த ஒட்டகத்தைப் பற்றி அத்தனை விவரங்களை எப்படி உங்களால் கூற முடிந்தது?” என்று கேட்டார்.

“புழுதியில் பதிந்திருந்த பெரிய தடங்கள் அங்கே ஒரு பெரிய ஒட்டகம் சென்றிருக்க வேண்டுமென்பதை எனக்குத் தெரிவித்தன” என்று மூத்த சகோதரன் சொன்னான். “சாலையிலே நாங்கள் சந்தித்த ஆள் சுற்றிலும் திரும்பிப் பார்த்தவாறு சென்றதைக் கண்டதும் அவன் எதைத் தேடிச் செல்கிறான் என்பது உடனே எனக்கு விளங்கிற்று” என்றான்.

“நன்றாய்ச் சொன்னாய்!” என்றார் பாதுஷா. “ஒட்டகத்துக்கு இடது கண் பொட்டை என்பதைச் சொன்னது யார்?” என்று அவர் கேட்டார்.

இரண்டாவது சகோதரன் எழுந்து நின்று-

“நான்தான் சொன்னேன்” என்றான். ‘

“ஒட்டகத்துக்கு இடது கண் பொட்டை என்பது உனக்கு எப்படி தெரிந்தது? பொட்டைக் கண் புழுதியிலே தடம் பதித்துச் செல்வதில்லையே.”

“பாதையின் வலப் பக்கத்திலிருந்த புற்கள் மட்டும் கடித்துப் பிய்க்கப்பட்டிருந்தன, இடப் பக்கத்துப் புற்கள் தீண்டப்படவில்லை- இதிலிருந்து ஒட்டகத்துக்கு இடது கண் பொட்டையென்று ஊகித்துக் கொண்டேன்” என்று இரண்டாவது சகோதரன் பதிலளித்தான்.

“சபாஷ்” என்று பாதுஷா போற்றினார். “அந்த ஒட்டகத்தில் ஒரு பெண்ணும் குழந்தையும் சென்றார்கள் என்பதை ஊகித்தது யார்?” என்று கேட்டார்.

“நான் ஊகித்தேன்” என்று கடைசிச் சகோதரன் பதிலளித்தான். “ஓரிடத்தில் ஒட்டகம் மண்டியிட்டுத் தரையிலே அமர்ந்ததன் தடங்களைக் கவனித்தேன். அவற்றுக்கு அதுகே மணலில் ஒரு பெண்ணின் பூட்சுப் பாதங்கள் விட்டிருந்த சுவடுகளைக் கண்ணுற்றேன். பக்கத்தில் தெரிந்த சின்னஞ்சிறு சுவடுகள் அந்தப் பெண்ணுடன் ஒரு குழந்தை இருந்ததை எனக்குப் புலப்படுத்தின” என்று விளக்கினான்.

“நல்லது, இப்பொழுது எனக்குப் புரிகிறது” என்று பாதுஷா கூறினார். “ஆனால் இந்தப் பெட்டியில் பழுக்காத ஒரு மாதுளை இருந்ததை எப்படி உங்களால் ஊகிக்க முடிந்தது? அதை என்னால் புரிந்து கொள்ள முடியவில்லையே” என்றார்.

"இரண்டு வேலையாட்களும் அந்தப் பெட்டியைத் தூக்கி வந்த முறையிலிருந்தே அது கனமானதல்ல என்பது தெரிந்தது" என்று மூத்த சகோதரன் பதிலளித்தான். "அவர்கள் அதைத் தரையில் வைத்தபோது அதிக பருமனில்லாத உருண்டையான ஏதோ ஒன்று பெட்டியின் ஒரு முனையிலிருந்து எதிர் முனைக்குக் கடகடவென உருண்டோடிய சப்தத்தைக் கேட்டேன்" என்றான்.

"பெட்டி தோட்டத்திலிருந்து கொண்டு வரப்பட்டது என்பதிலிருந்தும், அதனுள் உருண்டையான ஒரு சிறு பொருள் இருந்தது என்பதிலிருந்தும், அந்தப் பொருள் மாதுளையாகவே இருக்குமென நான் ஊகித்துக் கொண்டேன்" என்று இரண்டாவது சகோதரன் கூறினான். "உங்களுடைய அரண்மனைக்கு அருகே பல மாதுளை மரங்கள் இருப்பதைக் கவனித்திருந்தேன், எனவேதான் இவ்வாறு ஊகித்தேன்" என்றான்.

"பிரமாதம்!" என்று பாதுஷா புகழ்ந்து கொண்டார்.

பிறகு அவர் கடைசிச் சகோதரனின் பக்கம் திரும்பினார்.

"இந்த மாதுளை பழுக்காதது என்பது எப்படித் தெரிந்தது?" என்று அவனைக் கேட்டார்.

"ஆண்டின் இந்தப் பகுதியில் மாதுளைகள் பழுக்காமல்தானே இருக்கின்றன, அதோ வெளியே பாருங்கள்" என்று சொல்லி அவன் திறந்த சன்னலைச் சுட்டிக் காட்டினான்.

பாதுஷா சன்னல் வழியே வெளியே பார்த்தார். தோட்டத்தில் எல்லா மாதுளை மரங்களிலும் பச்சைக் காய்களே நிறைந்திருக்கக் கண்டார்.

மூன்று சகோதரர்களின் கூர்மையான கண்களையும் கவனமான பார்வையையும் மதிநுட்பத்தையும் பாதுஷா வியந்து போற்றினார்.

"பணத்திலும் பொருளிலும் நீங்கள் செல்வந்தர்களாய் இல்லாதிருக்கலாம்; ஆனால் அறிவில் நீங்கள் மூவரும் மிகப் பெரிய செல்வந்தர்கள்" என்று அவர்களைப் பாராட்டினார்.

♦

யாவற்றிலும் பெரியது எது?

கிர்கீஸ் நாட்டுக்கதை

நெடுங்காலத்துக்கு முன்பு ஒரு கிராமத்தில் மூன்று சகோதரர்கள் வசித்து வந்தார்கள். அவர்களிடம் ஒரு பெரிய எருது இருந்தது.

மூன்று சகோதரர்களும் ஒரு நாள் பாகப் பிரிவினை செய்து கொண்டு தனித்தனியே வாழ்வதென்று தீர்மானித்துக் கொண்டார்கள். ஆனால் ஒரேயொரு எருதை மூவரிடத்தே பாகப் பிரிவினை செய்வது எப்படி? முதலில் அவர்கள் எருதை விற்றுப் பணத்தைப் பங்கிட்டுக் கொள்ளலாமென நினைத்தார்கள். ஆனால் அந்த எருதை விலைக்கு வாங்கிக் கொள்ளக் கூடிய பெரிய செல்வந்தர் அங்கு யாரும் இல்லை. பிறகு அவர்கள் எருதை அடித்து அதன் இறைச்சியைப் பகிர்ந்து கொள்ளலாமா என்று ஆலோசித்தனர். ஆனால் எருதைக் சொல்ல யாருக்கும் மனம் வராமல் இந்த எண்ணத்தைக் கைவிட்டனர். மூவரில் ஒருவரிடம் எருதைக் கொடுக்கலாமென்றால், யாரிடம் கொடுப்பதென்பது குறித்து அவர்கள் உடன்பாட்டுக்கு வர முடியவில்லை.

ஆகவே அவர்கள் ஒரு மகானிடம் சென்று இந்த விவகாரத்தைத் தீர்த்து வைக்குமாறு கேட்பதென முடிவு செய்தனர்.

"மகான் அளிக்கும் தீர்ப்பை நாம் ஏற்று அதன்படி நடப்போம்" என்று மூவரும் கூறி எருதையும் அழைத்துக் கொண்டு மகானுடைய கிராமத்தை நோக்கிச் சென்றனர். மூத்த சகோதரன் எருதுவின் தலைப் பக்கத்திலும், இரண்டாவது சகோதரன் எருதுவின் விலாப் புறத்திலும் நடந்து அதை ஓட்ட, மூன்றாவது சகோதரன் எருதுவுக்குப் பின்னால் நடந்து கம்பால் தட்டி ஓட்டினான்,

பொழுது விடியும் போது குதிரையில் சென்ற ஒருவன் எருதுவின் வால் பக்கத்தை வந்தடைந்தான். மூன்றாவது சகோதரனிடம் சென்று எருதுவை எங்கே ஓட்டிச் செல்கிறாய் என்று கேட்டான். மூன்றாவது சகோதரன் யாவற்றையும் விவரமாய்க் குதிரை வீரனிடம் சொன்னான். "இந்த விவகாரத்தைத் தீர்த்து வைப்பதற்காக எருதுவை நாங்கள் ஒரு மகானிடம் ஓட்டிச் செல்கிறோம், அவர் சொல்கிறபடி நடப்போம்" என்றான்.

குதிரைவீரனுக்கு விடையளித்து அனுப்பிய அவன்- "விரைவில் நீ எனது இரண்டாவது சகோதரனைச் சந்திப்பாய், அவன் எருதுவின் விலாப் பக்கமாய் நடந்து செல்கிறான், அவனுக்கு எனது வாழ்த்துக்களைத் தெரிவித்து எருதுவை வேகமாய் ஓட்டிச் செல்லும்படி நீ சொல்ல வேண்டும்" என்று குதிரைவீரனை அவன் கேட்டுக் கொண்டான். "இருட்டுவதற்கு முன்பு நாங்கள் அந்த மகானுடைய கிராமத்துக்குப் போய்ச் சேர்ந்தாக வேண்டும்" என்றான்.

"சரி, அவனிடம் சொல்கிறேன்" என்று கூறி குதிரை வீரன் குதிரையைப் பாய்ந்தோடச் செய்தான்.

நண்பகலில் அவன் இரண்டாவது சகோதரனிடம் போய்ச் சேர்ந்தான். இரண்டாவது சகோதரன் எருதுவின் விலாப் பக்கத்தில் நடந்து கொண்டிருந்தான்.

குதிரைவீரன் அவனுக்கு வந்தனம் கூறிவிட்டு-

"உன் தம்பி உனக்கு வாழ்த்துக்கள் தெரிவித்து, நீங்கள் போய்ச் சேர வேண்டிய இடத்தை இரவுக்கு முன்பே அடையும் பொருட்டு எருதுவை நீ இன்னும் வேகமாய் ஓட்ட வேண்டுமென்று சொல்லச் சொன்னான்" என்றான்.

இரண்டாவது சகோதரன் குதிரைவீரனுக்கு நன்றி தெரிவித்தான்.

"எருதுவின் தலையை நோக்கி நீ செல்லுகையில் அங்கே எனது மூத்த சகோதரன் நடப்பதைக் காண்பாய், அவனுக்கு எனது வாழ்த்துக்களைத் தெரிவித்து, மகானுடைய கிராமத்துக்குச் சீக்கிரமாய்ப் போய்ச் சேர வேண்டுமென்றும், அவன் எருதுவை இன்னும் வேகமாய் ஓட்ட வேண்டுமென்றும் நான் சொன்னேனென அவனிடம் கூறு" என்று கேட்டுக் கொண்டான்.

குதிரைவீரன் குதிரையை வேகமாய் ஓட்டினான். எருதின் தலையருகே அவன் போய்ச் சேர்வதற்குள் அந்திப் பொழுதாகிவிட்டது. அங்கே நடந்து சென்று கொண்டிருந்த மூத்த சகோதரனிடம் தம்பிகள் இருவரது வாழ்த்துக்களையும் அவர்களுடைய வேண்டுகோள்களையும் தெரிவித்தான்.

"நான் என்ன செய்ய முடியும்? இருட்டாகிவிட்டது, எருதை நிறுத்தி இரவை இங்கேயே கழிப்பதைத் தவிர வேறு வழியில்லை" என்று மூத்த சகோதரன் கூறினான்.

இவ்வாறு கூறி அவன் எருதை நிற்கச் செய்து தானும் நின்றான்.

குதிரைவீரன் நிற்காமல் விடைபெற்றுக் கொண்டு சென்றான்.

சகோதரர்கள் மூவரும் ஸ்தெப்பி வெளியில் இரவைக் கழித்துவிட்டு பொழுது விடிந்ததும் எருதை ஓட்டிக் கொண்டு புறப்பட்டனர். அதன்பின் திடுமென ஒரு பயங்கர நிகழ்ச்சி நடைபெற்றது. மிகப் பெரிய கழுகு ஒன்று விண்ணிலிருந்து சரிந்து நகங்களால் எருதைப் பற்றிக் கொண்டு அதை மேகங்களுக்கிடையே தூக்கிச் சென்று பறந்து போய்விட்டது.

சகோதரர்கள் மூவரும் துயருற்று வருந்தினர். என்ன செய்வது? வருந்திவிட்டு வெறுங்கையுடன் அவர்கள் வீட்டுக்குத் திரும்ப வேண்டியதாயிற்று.

எருதை நகங்களில் பற்றிக் கொண்டு விண்ணிலே பறந்த கழுகு சற்று நேரத்துக்கெல்லாம் கீழே மேய்ச்சல் வெளியில் வெள்ளாடுகள் மேய்வதைக் கண்டது. அந்த ஆடுகளிடையே மிகப் பெரிய கொம்புகளைக் கொண்ட ஓர் ஆடு அதன் கண்ணில் பட்டது. உடனே கழுகு கீழே சரிந்து அந்த ஆட்டின் கொம்புகளில் வந்து உட்கார்ந்து எருதைக் கொத்திக் கிழித்து அதன் எலும்புகளைச் சுற்றிலும் போடத் தொடங்கிற்று.

அப்பொழுது திடுதிப்பென மழை கொட்டவே மேய்ப்பாளன் மழையில் நனையாமல் இருக்கும் பொருட்டு தனது மந்தையுடன் இந்தப் பெரிய ஆட்டின் தாடிக்கு அடியில் வந்து நின்றான்.

மேய்ப்பாளனுக்கு இருந்தாற்போலிருந்து கண்ணில் சுரீரென வலித்தது.

''என் கண்ணில் துரும்பு விழுந்திருக்க வேண்டும்'' என்று அவன் நினைத்துக் கொண்டான்.

அந்திப் பொழுதில் மேய்ப்பாளன் மந்தையை ஓட்டிக் கொண்டு தன் கிராமத்துக்குத் திரும்பினான். அவனுடைய கண்ணில் மேலும் மேலும் வலி அதிகமாகிச் சென்றது. அவன் தாங்க மாட்டாமல்-

''நண்பர்களே, வைத்தியர்களைக் கூப்பிடுங்கள்! நாற்பது படகுகளில் ஏறி அவர்கள் என் கண்ணில் சுற்றிச் சென்று அதிலுள்ள துரும்பைத் தேடி வெளியே எடுக்கட்டும்! வலி எனக்குப் பொறுக்க முடியவில்லை!'' என்று கத்தினான்.

அவன் நண்பர்கள் நாற்பது வைத்தியர்களை அழைத்து வந்து-

''மேய்ப்பாளனின் கண்ணில் நீங்கள் படகோட்டிச் சென்று தேடிப் பாருங்கள். துரும்பை எடுத்து வெளியே போட்டு அவனுடைய வலி தீர வழி செய்யுங்கள். கண்ணுக்குக் காயம் ஏற்படாதபடி கவனமாய்ப் படகுகளை ஓட்டிச் செல்லுங்கள்'' என்று அவர்களிடம் கூறினர்.

மேய்ப்பாளனின் கண்ணில் நாற்பது வைத்தியர்கள் நாற்பது படகுகளை விட்டுச் சென்று துரும்பைத் தேடிப் பிடித்தனர். அது துரும்பல்ல, எருதின் தோள்பட்டை எலும்பு. பெரிய ஆட்டின் தாடிக்கடியில் மழைக்காக ஒதுங்கி நின்றபோது மேய்ப்பாளனுடைய கண்ணுக்குள் அந்த எலும்பு விழுந்து விட்டது.

அதன்பின் மேய்ப்பாளனுக்குக் கண் வலி நின்று விட்டது. வைத்தியர்கள் எல்லோரும் அவர்களுடைய வீடுகளுக்குப் போய் சேர்ந்தனர். எருதின் எலும்பு கிராமத்துக்கு வெளியே எடுத்துச் சென்று தொலைவில் போடப்பட்டது.

சிறிது நேரத்துக்குப் பிறகு நாடோடிகள் சிலர் அந்த எலும்பு கிடந்த இடத்துக்கு வந்தார்கள். இரவு நெருங்கி விட்டதால் நாடோடிகளது முதியவர்கள் தம்முள் கலந்தாலோசித்து, இவ்விடத்தில் தங்கி கணப்புத் தீயை மூட்டுவதென்று தீர்மானித்தார்கள்.

“நாம் இரவைக் கழிப்பதற்கு இந்தச் சதுப்பு வெளியைத் தவிர சிறந்த இடம் வேறு எதுவும் இல்லை” என்று அவர்கள் அறிவித்தார்கள்.

ஆனால் எல்லோரும் அவ்விடத்தில் அமர்ந்து தூங்குவதற்குத் தயார் செய்ததும் தரை ஆடிக் குலுங்கத் தொடங்கிற்று. நாடோடிகள் பயந்து போய் அவசரமாய் மூட்டை முடிச்சுகளைக் கட்டி வண்டிகளில் ஏற்றி குதிரைகளைப் பூட்டிக் கொண்டு அங்கிருந்து விரைந்தோடினர்.

பொழுது விடிந்த பிறகுதான் அவர்கள் அச்சம் நீங்கி தமது முகாமை அமைத்துக் கொண்டனர். அதன்பின் முதியோர் நாற்பது குதிரைவீரர்களை பூகம்பம் ஏற்பட்ட இடத்துக்கு அனுப்பிப் பார்த்துவிட்டு வரச் சொன்னார்கள்.

நாற்பது குதிரைவீரர்களும் அங்கு போய்ப் பார்வையிட்டார்கள். இரவில் தாம் சதுப்பு வெளி என்று நினைத்துத் தங்கிய இடம் உண்மையில் ஒரு பெரிய எருதின் தோள்பட்டை எலும்பாகும் என்பதைக் கண்டனர். ஒரு பெரிய நரி அந்த எலும்பைக் கடித்துக் கொண்டிருந்ததைக் கண்ணுற்றனர்.

“இந்த நரிதான் எலும்பைக் கடித்து ஆட்டியிருக்கிறது, நாம் பூகம்பம் வந்துவிட்டதாய் நினைத்துக் கலங்கிப் போனோம்!” என்று அவர்கள் கூறிக் கொண்டனர். பிறகு விற்களை எடுத்துக் கணைகள் தொடுத்து நரியைக் கொன்றார்கள்.

மடிந்து விழுந்த நரியிடம் ஓடி அதன் தோலை உரிக்க முற்பட்டனர். அவர்களால் அதன் ஒரு பக்கத்துத் தோலைத்தான் உரிக்க முடிந்தது. எவ்வளவோ முயன்றும் நரியை அவர்களால் புரட்டிப் போட முடியவில்லை. ஆகவே இன்னொரு பக்கத்துத் தோலை உரிக்காமலே தம் முகாமுக்குத் திரும்பிச் சென்றனர்.

முகாமுக்குத் திரும்பியதும் முதியோரிடம் யாவற்றையும் சொன்னார்கள். முதியோர் இதைப் பற்றி சிந்தித்துக் கொண்டிருக்கையில் ஓர் இளம் பெண் அவர்களிடம் வந்து-

“புதிதாய்ப் பிறந்த என் குழந்தைக்கு மென்முடிக் குல்லாய் செய்வதற்காக இந்த நரித் தோலை எனக்குத் தர வேண்டும்” என்று கேட்டாள்.

“சரி, எடுத்துச் செல்” என்று முதியோர் கூறினர்.

அந்தப் பெண் குல்லாய் தயாரிப்பதற்காகத் தன் குழந்தையின் தலையினுடைய சுற்றளவை அளந்து கொண்டு நரித் தோலை வெட்ட ஆரம்பித்தாள். ஆனால் பாதிக் குல்லாய்க்குப் போதிய தோல்தான் இருந்ததென்பது விரைவில் அவளுக்குத் தெரிந்தது. ஆகவே மீண்டும் அவள் முதியோரிடம் சென்று நரித் தோலின் மற்றொரு பாதியையும் தருமாறு வேண்டினாள்.

அதன் பிறகுதான் நாற்பது குதிரைவீரர்களும் நரியைப் புரட்டிப் போட முடியாமல் இன்னொரு பாதித் தோலை உரிக்காமலே தாம் திரும்பி வந்தது பற்றிச் சொன்னார்கள்.

"உன் குழந்தைக்குக் குல்லாய் தயாரிக்க ஒரு பாதித் தோல் போதவில்லை என்றால், நீதான் அங்கே போய் நரியைப் புரட்டிப் போட்டு இன்னொரு பாதித் தோலையும் உரித்தெடுத்துக் கொள்ள வேண்டும்" என்று அவளிடம் அவர்கள் கூறினர்.

உடனே அவள் குழந்தையைத் தூக்கிக் கொண்டு அந்த நரி கிடந்த இடத்துக்குச் சென்றாள். சிறிதும் சிரமமின்றி அவள் நரியைப் புரட்டி அதன் இன்னொரு பாதித் தோலையும் உரித்தெடுத்தாள். இரண்டு பாதித் தோல்களையும் கொண்டு அவள் தன் குழந்தைக்குத் தொப்பி தயாரித்தாள்.

இப்பொழுது நாங்கள் உங்களைக் கேட்க விரும்புவது இதுதான்: யாவற்றிலும் பெரியது எதுவென்று நினைக்கிறீர்கள்?

அந்த எருதுவா?

குதிரைவீரன் அந்த எருதின் வால் பக்கத்திலிருந்து தலைப் பக்கத்துக்குப் போய்ச் சேர பகற் பொழுது முழுதும் ஆயிற்று என்பதை நீங்கள் மறக்கலாகாது.

அந்தக் கழுகா?

எருதை அந்தக் கழுகு தூக்கிக் கொண்டு விண்ணிலே பறந்ததை மறந்துவிடாதீர்கள்.

அந்த ஆடா?

கழுகு அந்த ஆட்டின் கொம்புகளில் அமர்ந்துதான் எருதைக் கொத்திக் கிழித்தது என்பது நினைவிலிருக்கட்டும்.

அந்த மேய்ப்பாளனா?

அவனுடைய கண்ணில் நாற்பது வைத்தியர்கள் நாற்பது படகுகளை விட்டுச் சென்றதை மறக்க வேண்டாம்.

அந்த நரியா?

எருதின் தோள்பட்டை எலும்பைப் பிடித்து இழுத்து அது பூகம்பத்தை உண்டாக்கியதென்பது நினைவிலிருக்கட்டும்.

அந்தக் குழந்தையா?

நரியின் இரண்டு பாதித் தோலையும் சேர்த்து அக்குழந்தைக்குத் தொப்பி செய்ய வேண்டியிருந்தது உங்களுக்குத் தெரியும்.

அல்லது இவ்வளவு பெரிய குழந்தை பெற்ற அந்தப் பெண்ணா?

அவசரப்படாமல் நன்றாய்ச் சிந்தனை செய்யுங்கள், எங்கள் கேள்விக்கு பதில் சொல்ல முடிகிறதா, பாருங்கள்!

♦

அல்தார்கொசேயும் ஷிகாய்பாயும்

கஸாஹ் நாட்டுக்கதை

பழங்காலத்தில் ஸ்தெப்பி வெளியில் அல்தார்கொசே என்றோர் ஏழை வாழ்ந்து வந்தான். ஒரேயொரு குதிரைதான் அவனிடமிருந்த ஆஸ்தி. ஆனால் அவன் கூர்மதிக்கும் சாமர்த்தியத்துக்கும் பெயர் பெற்றவன், அபார தந்திரசாலி.

அதே ஸ்தெப்பி வெளியில் ஷிகாய்பாய் என்றொரு செல்வந்தனும் வாழ்ந்து வந்தான். ஷிகாய்பாய் மிகப் பெரிய கஞ்சன், எச்சில் கையால் காக்காய் ஓட்டமாட்டான். செல்வந்தன் என்பதைவிட அவனைக் கஞ்சன் என்பதே பொருத்தமாயிருக்கும். விருந்தினனுக்கு ஒரு துண்டு ரொட்டியோ, ஒரு வாய்த் தண்ணீரோ கூட கொடுக்க அவனுக்கு மனம் வராது.

தந்திரமும் சாமர்த்தியமும் வாய்ந்த அல்தார்கொசே ஒரு நாள் இந்த ஷிகாய்பாய்க்குச் சரியானபடி பாடம் கற்பிப்பதென்று முடிவு செய்து கொண்டான்.

குதிரை மீது ஏறி ஷிகாய்பாயின் கூடாரத்துக்குப் புறப்பட்டான். அவன் எங்கே போகிறான் என்பது தெரிந்ததும் அவனுடைய நண்பர்களும் அண்டை அயலார்களும் வாய் விட்டுச் சிரித்துக் கேலி செய்தார்கள்.

“அல்தார்கொசே, உன்னை வரவேற்று ஷிகாய்பாய் பிரமாத விருந்து அளிப்பான்! ஆட்டுக் கறியும் நல்ல ஐரானும் நிறைய தருவான்! போய் வா!” என்று ஏளனம் செய்தனர்.

“தருகிறானா, இல்லையா, காத்திருந்து பாருங்கள், தெரியும்!” என்று அல்தார்கொசே அவர்களுக்குப் பதிலளித்தான்.

ஷிகாய்பாயின் கூடாரத்தைத் தேடிக் கொண்டு பல நாட்களாய் ஸ்தெப்பியில் எங்கெங்கோ குதிரையை ஓட்டிச் சென்றான். எல்லா இடங்களிலும் அவனிடம்-

“ஷிகாய்பாயை இங்கு தேடிப் பயனில்லை, நம் அருகே இருக்கக் கூடாதென்று எங்கோ அவன் நெடுந்தொலைவிலே போய் வசிக்கிறான்” என்று சொன்னார்கள்.

அல்தார்கொசே தொடர்ந்து குதிரையிலே செல்வதைத் தவிர வேறு வழியில்லை. இவ்வாறு அலைந்து முடிவில் ஸ்தெப்பியில் ஒரு மூலையில் தன்னந்தனியே ஒரு கூடாரம் இருக்கக் கண்டான், அதைச் சுற்றிலும் கோரைப் புற்கள் அடர்த்தியாய் வளர்ந்திருந்தன.

“காரணமின்றி ஷிகாய்பாய் கோரைப் புற்களுக்கிடையே கூடாரம் அமைத்துக் கொண்டுவிடவில்லை” என்று அல்தார்கொசே தன்னுள் கூறிக் கொண்டான்.

ஆம், நெருங்கி வருவதை வீட்டுக்காரனும் அவன் குடும்பத்தாரும் முன்கூட்டியே தெரிந்து கொள்ளும் பொருட்டே ஷிகாய்பாய் இவ்வாறு கூடாரம் அமைத்திருந்தான். யார் வந்தாலும் கோரையின் சலசலப்பு அதைக் கூடாரத்தில் இருப்போருக்கு அறிவித்து வந்தது. உடனே அவர்கள் உண்டிகளை எடுத்து மறைத்து வைத்துவிட்டு, தம்மிடம் வருவோருக்கு ஒன்றும் தராமலே திருப்பியனுப்பி வந்தார்கள்.

கூர்மதி கொண்ட அல்தார்கொசே உடனே இந்தத் தந்திர ஏற்பாட்டை ஊகித்துக் கொண்டுவிட்டான். கோரையினிடையே ஓசையின்றி சென்று ஷிகாய்பாயின் கூடாரத்துக்கு எப்படிப் போய்ச் சேர்வதென்று அவன் சிந்திக்க முற்பட்டான்.

எவ்வளவு சிந்தித்தும் அவனுக்கு ஒரு வழியும் தோன்றவில்லை. பிறகு ஒரு சாதுர்யமான திட்டம் அவன் மனதில் உதித்தது.

குதிரையை அழைத்துக் கொண்டு விலகிச் சென்று சிறு கற்களையும் கூழாங்கற்களையும் பொறுக்கியெடுத்துக் கொண்டான். இருட்டும் வரை காத்திருந்து விட்டு ஒவ்வொரு கல்லாய் கோரைகளிடையே எறியத் தொடங்கினான்.

ஒரு கல்லை எறிந்ததும் கோரைகள் அசைந்தாடிச் சலசலத்தன. உடனே ஷிகாய்பாய் கூடாரத்திலிருந்து வெளியே ஓடி வந்து சுற்றிலும் பார்த்தான். கண நேரம் கூர்ந்து கவனித்துவிட்டு-

"யார் அங்கே?" என்று கேட்டான்.

பதில் இல்லாமற் போகவே அவன் கூடாரத்துக்குத் திரும்பிச் சென்றான்.

பிறகு அல்தார்கொசே இன்னொரு கல்லை எறிந்தான். முன்பு போலவே கோரைகள் சலசலத்தன. ஷிகாய்பாய் திரும்பவும் கூடாரத்திலிருந்து வெளியே ஓடி வந்து சுற்றிலும் பார்த்தான். ஆனால் யாரையும் காண முடியவில்லை.

"கோரைகள் காற்றில் ஆடுகின்றன" என்று தன்னுள் கூறிக் கொண்டு ஷிகாய்பாய் கூடாரத்துக்குத் திரும்பினான். அதன்பின் அவன் வெளியே ஓடி வந்து பார்ப்பதை நிறுத்திக் கொண்டு விட்டான்.

அல்தார்கொசே இதையேதான் எதிர்பார்த்துக் காத்திருந்தான். குதிரையை அழைத்துக் கொண்டு கோரைகளிடையே மெள்ள நடந்து கஞ்சனின் கூடாரத்தை நெருங்கி வந்தான். ஓரடி எடுத்து வைத்து நடந்ததும் சற்று நேரம் காத்திருந்துவிட்டு மறுபடி ஓரடி எடுத்து வைத்து முன்னே சென்று திரும்பவும் காத்திருந்தான்.

இவ்விதம் அவன் கூடாரத்தின் வாயிலை வந்தடைந்துவிட்டான்.

தொங்கிக் கொண்டிருந்த ஒட்டுக் கம்பளித் திரையைத் தூக்கி உள்ளே உற்றுப் பார்த்தான். கூடாரத்தினுள் எல்லா வகையான சாமான்களும் நிறைய இருந்தன. எங்கும் கம்பளங்களும் தலையணைகளுமாய் இருந்தன. தகடு அடித்த கனமான பெட்டிகள் ஒன்றன்மேல் ஒன்றாய் வைத்து உயரமாய் அடுக்கப்பட்டிருந்தன. தரையின் நடுவில் கணப்புத் தீயிற்கு அருகே ஷிகாய்பாய், அவன் குடும்பத்தாருடன் அமர்ந்திருந்தான். தீயிற்கு மேல் ஒரு முக்காலியில் ஒரு பெரிய சட்டியில் இறைச்சி வெந்து கொண்டிருந்தது. ஷிகாய்பாய் அதைக் கவனித்துக் கொண்டும் இடையிடையே அது வெந்துவிட்டதா என்று எடுத்து ருசி பார்த்துக் கொண்டும் உட்கார்ந்திருந்தான். அதேபோது அவன் ஒரு தோலினுள் கொத்திறைச்சியை அடைத்து சாசெஜ் தயாரித்தான். அவன் மனைவி மாவு பிசைந்து கொண்டிருந்தாள், மகள் சிறகுகளைப் பிய்த்து வாத்தைக் கறியாக்குவதற்காகத் தயார் செய்து கொண்டிருந்தாள், வேலைக்காரன் ஆட்டுத் தலையை நெருப்பிலே காட்டி சுட்டுக் கொண்டிருந்தான்.

அந்த நேரத்தில் அல்தார்கொசே திடுமெனக் கூடாரத்துக்குள் நுழைந்தான்.

"வணக்கம்" என்றான்.

அதே கணத்தில் ஷிகாய்பாய் சட்டியின் மீது படாரென மூடியை வைத்து மூடிவிட்டு, சாசெஜ் வெளியே தெரியாதபடி அவசரமாய் அதன் மீது அமர்ந்து கொண்டான். அவனுடைய மனைவி மாவை மறைத்து அதன்மேல் தொப்பென உட்கார்ந்தாள். வேலைக்காரன் தீயிலே சுட்டுக் கொண்டிருந்த ஆட்டுத்தலையை முதுகுக்குப் பின்னால் ஒளித்துக் கொண்டான்.

ஷிகாய்பாய் உள்ளே வந்த அல்தார்கொசேவுக்கு வணக்கம் கூறிவிட்டு-

"ஸ்தெப்பியிலிருந்து நீ கொண்டு வந்திருக்கும் செய்தி என்ன?" என்று கேட்டான்.

"சுவையான செய்திகளும் அதிவினோத செய்திகளும் நிறைய இருக்கின்றன, யாவற்றையும் சொல்வதெனில் நெடுநேரமாகி விடும்" என்று அல்தார்கொசே பதிலளித்தான்.

"யாவற்றையும் சொல்ல நேரமில்லை என்றால், சிலவற்றைச் சொல்லேன்."

"உன்னுடைய கூடாரத்துக்கு நான் குதிரையிலே வந்து கொண்டிருந்தபோது ஒரு பெரிய பாம்பு ஊர்ந்து செல்லக் கண்டேன். நான் உள்ளே நுழைந்ததும் அவசரமாய் நீ மேலே உட்கார்ந்து கொண்டாயே அந்த சாசெஜைச்காட்டிலுங்கூட பெரிதாய் இருந்தது அந்தப் பாம்பு" என்றான்.

ஷிகாய்பாய் முகத்தைச் சுளித்துக் கொண்டு வாய் பேசாமல் உட்கார்ந்திருக்கவே, அல்தார்கொசே மேலும் கூறினான்:

"சொன்னால் நீ நம்பமாட்டாய், ஆனால் இந்தப் பாம்பின்தலை உன்னுடைய வேலைக்காரன் தீயிலே சுட்டெடுத்து நான் உள்ளே வந்ததும் முதுகுக்குப் பின்னால் ஒளித்துக் கொண்டானே அந்த ஆட்டுத் தலை போல அவ்வளவு பெரிதாகவும் கறுப்பாகவும் இருந்தது."

"ஷிகாய்பாய் மீண்டும் முகத்தைச் சுளித்துக் கொண்டு மௌனமாய் இருந்தான். தந்திரக்காரனான அல்தார்கொசே மேலும் தொடர்ந்து கூறிச் சென்றான்:

"ஊர்ந்து சென்ற பாம்பு உன்னுடைய ஆட்டிறைச்சி வெந்து கொண்டிருக்கிறதே, இந்தச் சட்டியைப் போல உஸ்ஸிட்டது. நான் குதிரையிலிருந்து குதித்து கனமான ஒரு கல்லை எடுத்து என் முழு பலத்தையும் கொண்டு பாம்பின் தலையிலே அடித்தேன். அதன் தலை சப்பையாய் நசுங்கிப் போய் உன் மனைவி உட்கார்ந்திருக்கிறாளே அந்த மாவுச் சுருளைப் போலாகிவிட்டது. ஸ்தெப்பியில் நான் கண்ட அதிசயங்கள் இவை யாவும். நான் சொன்னது பொய்யாய் இருந்தால், உன் மகள் இறகுகளைப் பிடுங்கிச் சமையலுக்குத் தயார் செய்தாளே அந்த வாத்தின் கதி எனக்கும் ஏற்படட்டும்."

ஷிகாய்பாய் பதைத்துப் போய்விட்டான், அவனுக்கு எரிச்சல் எரிச்சலாய் வந்தது. ஆனால் அவன் ஒரு வார்த்தைகூட பேசவில்லை, அல்தார்கொசேயுக்கு உணவு அளிக்கவும் இல்லை.

இரவு நெடுநேரம் வரை அல்தார்கொசேயும் ஷிகாய்பாயும் பேசிக் கொண்டு உட்கார்ந்திருந்தனர். ஆட்டிறைச்சி சட்டியில் வெந்து தளபுளத்துக் கொண்டிருந்தது. அதன் சுவையான மணம் கூடாரம் பூராவும் வீசிற்று. நெடுந் தொலைவு பயணம் புரிந்திருந்த அல்தார்கொசேயுக்கு வயிறு பசித்தது, அவன் திரும்பித் திரும்பிச் சட்டியைப் பார்த்து வாயைச் சப்புக் கொட்டிக் கொண்டிருந்தான்.

அதைக் கவனித்த ஷிகாய்பாய் "சட்டியே, நீ தளபுளவெனக் கொதி, அரை ஆண்டுக்குக் கொதித்துக் கொண்டே இரு!" என்றான்.

உடனே அல்தார்கொசே அவசரமாய்த் தனது பூட்சுகளைக் கழற்றிப் போட்டுவிட்டு கொட்டாவி விட்டவாறு-

"பூட்சுகளே, நீ ஓய்வெடுத்துக் கொள், இரண்டு ஆண்டுகளுக்கு ஓய்வெடுத்துக் கொள்!" என்றான்.

விருந்தினனுக்கு விடை பெற்றுக் கொண்டு புறப்படும் உத்தேசமில்லை என்பதைக் கண்ட ஷிகாய்பாய் சாப்பிடாமலே படுத்துக் கொள்வதென்று தீர்மானித்துக் கொண்டான்.

சட்டியில் ஆட்டிறைச்சி வெந்து கொண்டிருக்க, எல்லோரும் கம்பளியில் படுத்துக் கொண்டு விட்டனர்.

"அல்தார்கொசே தூங்கிவிடுவான், உடனே மனைவியையும் மகளையும் எழுப்பி ஆட்டிறைச்சியை எடுத்துச் சாப்பிட வேண்டும்" என்று ஷிகாய்பாய் தன்னுள் கூறிக் கொண்டான்.

"இந்தக் கஞ்சன் தூங்கியதும் நான் வயிறு புடைக்க சாப்பிடப் போகிறேன், சட்டியிலே ஆட்டிறைச்சி வெந்து தயாராய் இருக்கையில் நான் ஏன் வெறும் வயிற்றுடன் படுத்துறங்க வேண்டும்?" என்று அல்தார்கொசே தன்னுள் கூறிக் கொண்டான்.

ஷிகாய்பாய்தான் முதலில் தூங்க ஆரம்பித்தான். சற்று நேரம் அசையாமல் படுத்திருந்தான், பிறகு அவனை அறியாமலே அவன் கண்கள் மூடிக் கொண்டன. பிறகு கூடாரம் பூராவும் கேட்கும்படி பலமாய் குறட்டை விட ஆரம்பித்துவிட்டான்.

அல்தார்கொசே எழுந்து சட்டியிலிருந்த ஆட்டிறைச்சியை எடுத்து வயிறார உண்டுவிட்டு, ஷிகாய்பாயின் பழைய பூட்சுகளைப் பானைக்குள் போட்டு மூடி

வைத்தான். பிறகு படுத்துக் கொண்டு என்ன நடைபெறுகிறது பார்க்கலாமென்று காத்திருந்தான்.

நன்றாய்த் தூங்கிய ஷிகாய்பாய் சிறிது நேரமானதும் விழித்தெழுந்து காதைத் தீட்டிக் கொண்டு கவனித்துப் பார்த்தான். பிறகு அல்தார்சொசேயை உற்றுப் பார்த்தான். அவன் தூங்குவதாய் நினைத்து, ஓசையின்றி மனைவியையும் மகளையும் எழுப்பினான்.

“எழுந்திரு! அல்தார்கொசே தூங்குகிறான், நாம் கொஞ்சம் ஆட்டிறைச்சி சாப்பிடலாம்” என்றான்.

ஷிகாய்பாய் சட்டியின் மூடியைத் திறந்து உள்ளே இருந்த பூட்சுத் தோலை எடுத்து, கத்தியால் துண்டுகளாய் நறுக்கினான். அவர்கள் இந்தத் துண்டுகளை வாயில் போட்டுக் கடிக்க எவ்வளவோ முயன்றும், கடித்துத் தின்ன முடியவில்லை. என்னஆயிற்று,ஆட்டிறைச்சிஏன்இப்படிக்கெட்டியாகிவிட்டது?

“எல்லாம் இந்தப் பாழாய்ப் போன அல்தார்கொசேயால் வந்த வினை” என்று ஷிகாய்பாய் தன் மனைவியிடம் சொன்னான். “அவனால்தான் இறைச்சி இப்படி கெட்டியாகிவிட்டது. சரி, போகட்டும், இவன் இங்கிருந்து நடையைக் கட்டியதும் திரும்பவும் வேக வைத்து மிருதுவாக்கிச்சாப்பிடலாம். துண்டுகளை எடுத்து சட்டியிலேயே போட்டு வை” என்றான்.

ஷிகாய்பாயின் மனைவி அந்தத் தோல் துண்டுகளை எடுத்துத் திரும்பவும் சட்டியிலே போட்டாள். பிறகு தீயை மூட்டி நேற்றைய மாவிலிருந்து தனக்கு தட்டயப்பங்கள் சுட்டுத் தரும்படி ஷிகாய்பாய் அவளிடம் சொன்னான்.

தட்டையப்பங்கள் சுட்டெடுக்கப்பட்டதும் ஷிகாய்பாய், அவை ஆறும் வரை காத்திராமலே அப்படியே சுடச்சுட அவசரமாய்த் தன் சட்டைகளுக்குள் எடுத்து வைத்துக் கொண்டு மந்தைகளைஸ்தெப்பியினுள் ஓட்டிச் செல்வதற்காக வெளியே சென்றான்.

கூடாரத்தை விட்டு அவன் வெளியே சென்றதும் அல்தார்கொசேயும் எழுந்து அவன் பின்னால் ஓடினான்.

“ஷிகாய்பாய், நல்லவேளை நான் விழித்துக் கொண்டேன்!” என்று கத்திக் கொண்டு ஷிகாய்பாயிடம் ஓடினான். “இல்லையேல் உன்னிடம் விடை பெற்றுக் கொள்ளாமலே நான் இங்கிருந்து போக வேண்டி வந்திருக்கும். இன்று நான் வீட்டுக்குத் திரும்பிச் செல்லப் போகிறேன்” என்றான்.

உடனே கைகளை விரித்து ஷிகாய்பாயைத் தழுவிக் கெட்டியாய் அணைத்துக் கொண்டான். சட்டைகளுக்கு அடியில் இருந்த சூடான தட்டையப்பங்கள் அந்தக் கஞ்சனை நன்றாய்ச் சுட்டன.

ஷிகாய்பாய் வலியைப் பொறுத்துக் கொண்டு விடலாமென்று பார்த்தான். ஆனால் சில கணங்களுக்கு மேல் தாங்க முடியவில்லை.

"ஐயோ, என்னைச் சுட்டுப் பொசுக்குகின்றன! தாங்க முடியவில்லை!" என்று கத்தினான்.

சட்டைகளுக்குள் கையை விட்டுத் தட்டையப்பங்களை வெளியே எடுத்து, "நாய்கள் தின்னட்டும் இவற்றை!" என்று கூச்சலிட்டான்.

"ஷிகாய்பாய், நன்றாய் இருக்கிறதே, நீ செய்கிற வேலை! தட்டப்பங்களைச் சுட்டு, சுடச்சுட அவற்றை நாய்களிடமா போடுவார்கள்! இப்படிக் கொடு என்னிடம்!" என்று கூறி, அல்தார்கொசே அவனிடமிருந்து அவற்றைத் தட்டிப் பிடுங்கித் தின்றான்.

"ஷிகாய்பாய், உன் மனைவி தட்டப்பங்கள் செய்வதில் கை தேர்ந்தவளாய் இருக்கிறாளே! நான் இவ்வளவு அருமையான தட்டப்பங்கள் சாப்பிட்டு எவ்வளவோ காலமாகிறது!" என்று புகழ்ந்து கொண்டான்.

ஷிகாய்பாய் பதில் சொல்லவில்லை. அவனுக்கு பசியாய் இருந்த போதிலும் குதிரையில் ஏறி ஸ்தெப்பியை நோக்கிச் சென்றான்.

அந்தியில்தான் திரும்பி வந்தான். வந்ததும் திடுக்கிட்டுப் போனான், அல்தார்கொசே இன்னும் போகாமல் கூடாரத்தில் உட்கார்ந்திருக்கக் கண்டான்!

"என்னிடம் விடைபெற்றுக் கொள்ளவில்லையா நீ? இங்கிருந்து போயிருப்பாய் என்றல்லவா நினைத்தேன்" என்றான் ஷிகாய்பாய்.

"போகலாமென்றுதான் இருந்தேன், ஆனால் பிறப்பாடு திட்டத்தை மாற்றிக் கொண்டுவிட்டேன்" என்று அல்தார்கொசே பதிலளித்தான். "உன் கூடாரத்தில் இருக்க எனக்குப் பிடிக்கிறது" என்றான்.

ஷிகாய்பாய் எரிச்சலாய் முணுமுணுத்துக் கொண்டான். ஆனால் என்ன செய்வது? விருந்தினனை விரட்டியடிக்க முடியாதே!

மறுநாள் காலை ஷிகாய்பாய் மீண்டும் ஸ்தெப்பிக்குப் புறப்பட்டான். தன் மனைவியிடம்-

"அல்தார்கொசேயிற்குத் தெரியாமல் எனக்கு ஒரு குடுவையில் ஐரான் ஊற்றிக் கொடு" என்று சொன்னான்.

ஒரு பெரிய தோல் குடுவை நிறைய அவன் மனைவி ஐரானை ஊற்றி அவனிடம் கொண்டு வந்த தந்தாள். ஷிகாய்பாய் அதைத் தன் சட்டைகளுக்கு அடியில் மறைத்து வைத்துக் கொண்டு கூடாரத்திலிருந்து வெளியே சென்றான்.

"இந்தத் தடவை யாவும் நல்லபடியாகவே நடைபெறும்" என்று தன்னுள் கூறிக் கொண்டான்.

ஆனால் நடைபெற்றது ஒன்றும் நல்லபடியாய் இல்லை. ஏனெனில் அல்தார்கொசே உடனே வெளியே ஓடி வந்து கைகளை விரித்து அவனை அணைத்துக் கொண்டான். கெட்டியான அந்த அரவணைப்பில் ஷிகாய்பாயின் சட்டைகளுக்கு அடியிலிருந்த ஐரான் குடுவை கவிழ்ந்து விட்டது. அதிலிருந்து ஐரான் ஷிகாய்பாயின் சட்டைகளில் வழிந்தோடிற்று.

ஷிகாய்பாய்க்கு வந்த ஆத்திரத்தில் அவன் அந்தக் குடுவையை வெளியே எடுத்து அல்தார்கொசேயின் கைகளில் வைத்தழுத்தி-

"குடி! குடி!" என்று ஆவேசமாய்க் கத்தினான்.

"நீ குடிக்கச் சொல்லும் போது நான் குடிக்காமல் இருக்கலாமா?" என்று சொல்லி அல்தார்கொசே குடிக்கத் தொடங்கினான். "அன்புடன் நீ அளிப்பதை வேண்டாமென மறுத்து உன்னை அவமதிக்க ஒருபோதும் எனக்கு மனம் வராது!" என்று சொல்லி, குடுவையிலிருந்தது பூராவையும் மடமடவெனக் குடித்து முடித்தான்.

மீண்டும் ஷிகாய்பாய் வெறும் வயிற்றுடன் குதிரையில் ஏறி ஸ்தெப்பியினுள் போய்ச் சேர்ந்தான். தந்திரசாலியான அல்தார்கொசே கூடாரத்துக்குத் திரும்பி வந்து ஷிகாய்பாயின் மனைவியுடனும் மகளுடன் பேசத் தொடங்கினான்.

கஞ்சனுடைய கூடாரத்தில் அல்தார்கொசே பல நாட்கள் தங்கியிருந்தான். ஷிகாய்பாய் எவ்வளவோ தந்திரங்கள் செய்து பார்த்தான். சூழ்ச்சிகள் புரிந்து பார்த்தான். ஆனால் அல்தார்கொசேயிடம் இவை எல்லாம் பலிக்கவில்லை. வேறு வழியின்றி அவன் அல்தார்கொசேயிக்கு சாப்பாடு போட வேண்டியதாயிற்று.

விருந்தினனை எப்படித் தன் கூடாரத்திலிருந்து விரட்டியடிக்கலாம், எப்படி அவன் மீது பழி தீர்த்துக் கொள்ளலாம் என்று ஷிகாய்பாய் தினமும் விடிந்தது முதல் இருட்டும் வரையில் ஆலோசித்துக் கொண்டிருந்தான். இப்படி ஓயாமல் ஆலோசித்து தக்கதொரு முடிவுக்கு வந்தான்.

நெற்றியில் வெண்ணிற நட்சத்திரத்தையுடைய ஒரு குதிரையில் அல்தார்கொசே அவனுடைய கூடாரத்துக்கு வந்திருந்தான். இந்தக் குதிரையைக் கொன்று பழி தீர்த்துக் கொள்வதென ஷிகாய்பாய் இப்பொழுது முடிவு செய்து கொண்டான். அந்தக் குதிரையின் பக்கம் போக நேர்ந்த போதெல்லாம் அதை உற்றுப் பார்த்துக் கொண்டிருந்தான். அவனுடைய கெட்ட எண்ணம் அவன் பார்த்த அந்தப் பார்வையில் தெரிந்தது.

இதைக் கவனித்த அல்தார்கொசே அன்று அந்திப் பொழுதில் கரியை எடுத்துச் சென்று தன் குதிரையின் நெற்றியிலிருந்த வெண்ணிற நட்சத்திரத்தின் மீது பூசினான். வெள்ளைக் களிமண்ணை எடுத்து ஷிகாய்பாயின் குதிரைகளில் சிறந்த ஒன்றின் நெற்றியிலே நட்சத்திரத்தைப் போல தடவி வைத்தான்.

பிறகு கூடாரத்துக்குத் திரும்பி வந்து படுத்துக் கொண்டுவிட்டான்.

அன்று இரவு ஷிகாய்பாய் ஓசையின்றி இரகசியமாய் வெளியே சென்று நெற்றியில் வெண்ணிற நட்சத்திரத்தையுடைய குதிரையைக் கொன்றுவிட்டுத் திரும்பி வந்து பலத்த குரலில் கத்தினான்:

"ஐயோ, அல்தார்கொசே! உனக்குக் கெட்ட காலம் வந்திருக்கிறது! உன் குதிரைக்கு பயங்கர விபத்து ஏற்பட்டிருக்கிறது!"

ஆனால் அல்தார்கொசே கூடாரத்தை விட்டு வெளியே கூட வரவில்லை.

ஷிகாய்பாய், இதை ஒரு பெரிய காரியமாய் நினைத்து இப்படிக் கத்துகிறாயே!" என்று அவன் உள்ளே இருந்தபடி பதிலளித்தான். "போகட்டும் போ! குதிரையை வெட்டித்துண்டாடி எடுத்து வா, நீயும் நானும் சாப்பிட நிறைய இறைச்சி கிடைக்கும்" என்றான்.

இதைக் கேட்டு ஷிகாய்பாய் தன்னுள் சிரித்து மகிழ்ந்து கொண்டான். தான் அடங்காத வெறுப்பு கொண்டிருந்த விருந்தினன் மீது வஞ்சம் தீர்த்து விட்டதாய் ஆனந்தப்பட்டுக் கொண்டான்.

பொழுது விடிந்த பிறகுதான் தனது சிறந்த குதிரையை இரவில் கொன்றுவிட்டோம் என்பது அவனுக்குத் தெரிய வந்தது.

ஆத்திரம் தாங்காமல் துள்ளிக் குதித்தான். ஆனால் இனி என்ன செய்ய முடியும்? பேசாமல் இறைச்சியைச் சமைத்து அல்தார்கொசேயுடன் அதைப் பகிர்ந்து கொள்வதைத் தவிர அவன் ஒன்றும் செய்வதற்கில்லை.

ஆனால் அல்தார்கொசே எத்தனை நாட்களுக்குத்தான் ஷிகாய்பாயின் கூடாரத்தில் தங்கியிருப்பது? அவனுக்கு அலுத்துப் போய் விட்டது. தனது கிராமத்துக்குத் திரும்பிச் செல்வதென்றும், தன்னுடன்கூட ஷிகாய்பாயின் மகளையும் அழைத்துச் செல்வதென்றும் என்று அவன் தீர்மானித்துக் கொண்டான்.

"இவளை என் மனைவியாக்கிக் கொள்வேன், இவளுக்கும் அதுதான் நல்லது" என்று அவன் நினைத்துக் கொண்டான். "ஷிகாய்பாய் போன்ற ஒரு தகப்பனுடன் இருந்து வந்தாளானால், அவனைப் போலவே இவளும் கஞ்சத்தனத்துக்குப் பேர் போனவளாகி விடுவாள்" என்று கூறிக் கொண்டான்.

ஷிகாய்பாயின் மகளுக்கு பிஸ்-புல்துக் என்று பெயர். கவலையின்றி எந்நேரமும் சிரித்து மகிழ்ந்த அல்தார்கொசேயைப் பார்த்த முதற் தருணமே அவனை அவளுக்குப் பிடித்துவிட்டது. கடைக்கண்ணால் அடிக்கடி அவனைப் பார்த்துக் கொண்டிருந்தாள்.

ஒருநாள் பொழுது விடிந்ததும் வழக்கம் போல் ஷிகாய்பாய் ஸ்தெப்பிக்குச் செல்வதற்காகக் குதிரை மீது ஏறியபோது, அல்தார்கொசே அவனிடம் ஓடி வந்து கூறினான்:

"ஷிகாய்பாய், பல நாட்களாய் உன் விருந்தினனாய் இங்கு தங்கியிருந்து விட்டேன், இனி நான் என் வீட்டுக்குத் திரும்பியாக வேண்டும். அந்தியில் நீ திரும்பி வருகையில் உன் கூடாரத்தில் நிறைய இடம் இருக்கக் காண்பாய்."

இதைக் கேட்ட ஷிகாய்பாயால் தன் காதுகளையே நம்ப முடியவில்லை.

"இங்கிருந்து புறப்படுமுன் என்னுடைய பூட்சுகளை நான் தைத்துச் சரி செய்து கொள்ள வேண்டும்" என்று அல்தார்கொசே தொடர்ந்து கூறினான். "ஆகவே நீ உன்னுடைய பிஸ்ஸைக்* கொடுத்தாயானால் பூட்சுகளைத் தைத்துக் கொள்வேன்" என்றான்.

"சரி, தருகிறேன்" என்றான் ஷிகாய்பாய். "பிஸ்ஸைக் கேட்டு வாங்கி பூட்சைத் தைத்துக் கொண்டு, புறப்பட்டுப் போய்ச் சேர்! பல நாட்களுக்கு முன்பே நீ இதைச் செய்திருக்க வேண்டும்!" என்று கூறி ஸ்தெப்பியை நோக்கிப் புறப்பட்டான்.

அல்தார்கொசே கூடாரத்துக்குத் திரும்பி வந்து ஷிகாய்பாய் மனைவியிடம்-

"சரி, நீ பிஸ்-புல்துக்கைப் பயணத்துக்குத் தயார் செய், அவளும் என்னுடன் வரப் போகிறாள்" என்று சொன்னான்.

"என்ன? உனக்குப் பித்தா பிடித்துவிட்டது?" என்று ஷிகாய்பாயின் மனைவி வியந்து கூவினாள். "எங்களுடைய பிஸ்ஸை உன்னைப் போன்ற ஓர் ஓட்டாண்டிக்குத் தர ஷிகாய்பாய் ஒப்புக் கொள்வான் என்றா நினைக்கிறாய்?" என்று கேட்டாள்.

"பிஸ்ஸை எனக்குத் தர அவன் ஒப்புக் கொண்டு விட்டானே. நான் சொல்வதை நம்பாவிடில் நீயே அவனிடம் கேட்டுப் பாரேன், தெரியும்."

ஷிகாய்பாயின் மனைவி உடனே கூடாரத்திலிருந்து வெளியே ஓடி தன் கணவனைக் கூப்பிட்டாள்.

"ஷிகாய்பாய்! ஷிகாய்பாய்! உன்னுடைய பிஸ்ஸை அல்தார்கொசேயிற்குத் தருவதாகவா வாக்களித்தாய்?"

---

* பிஸ் - தோல் தைக்கும் ஊசி (மொழிபெயர்ப்பாளர்)

"ஆம்,ஆம்!" என்று ஷிகாய்பாய் கூச்சலிட்டு அவளுக்குப் பதிலளித்தான். "என்னுடைய பிஸ்ஸை அவனிடம் தா நீ! நமது கூடாரத்தை விட்டு அவன் போய்த் தொலையட்டும்!" என்றான்.

இப்படிச் சொல்லிவிட்டு ஷிகாய்பாய் குதிரையைத் தட்டி ஸ்தெப்பியை நோக்கி விரைந்து சென்றான்.

ஷிகாய்பாயின் மனைவிக்கு அவன் சொல்லைத் தட்டி நடக்கத் துணிவில்லை. மகளை அவள் பயணத்துக்குத் தயார் செய்து கூடாரத்துக்கு வெளியே அழைத்து வந்தாள். நெற்றியில் வெண்ணிற நட்சத்திரத்தையுடைய குதிரையின்மீது அல்தார்கொசே அம்மங்கையை ஏற்றி உட்கார வைத்தான், பிறகு தானும் ஏறி உட்கார்ந்து கொண்டான். இருவருமாய்க் குதிரையிலே பறந்தோடினர். ஷிகாய்பாயின் கூடாரத்தைவிட்டு நெடுந் தொலைவு சென்று விட்டனர்.

பிறகு அல்தார்கொசே அம்மங்கையிடம்-

"இனி நீ நல்லவர்கள் மத்தியிலே வாழ்வாய், நீயும் நல்லவளாகி விடுவாய்" என்று சொன்னான்.

அந்திப் பொழுதானதும் ஷிகாய்பாய் தன் கூடாரத்துக்குத் திரும்பி வந்தான். தான் இல்லாதபோது நடந்ததைக் கேட்டதும் ஆத்திரத்தால் அவன் முகம் செக்கச் சிவந்துவிட்டது. வெளியே ஓடிக் குதிரையின் மீது தாவியேறி, மகளையும் அல்தார்சொசேயையும் பிடிப்பதற்காகப் பாய்ந்தோடினான். ஸ்தெப்பி நிலமெங்கும் சென்று தேடினான். ஆனால் அல்தார்கொசே கிடைக்கவே இல்லை. வெறுங் கையுடன் ஷிகாய்பாய் தன் கூடாரத்துக்குத் திரும்பினான்.

♦

பரல்தோய்–மெர்கேனும் பயமறியாத அவன் மகனும்

அல்தாய் மலைகளில் கூறப்படும் நாட்டுக்கதை

பழங்காலத்தில் அல்தாய் மலைகளில் மனிதனைப் பிடித்துத் தின்னும் அல்மீஸ் என்றொரு மன்னுணிப் பூதம் இருந்தது.

நீளமான தனது கரிய மீசைகளை அது தன் தோள்களில் போட்டுக் கொண்டு அலைந்தது. முழங்காலைத் தொடும்படி அதன் தாடி அவ்வளவு நீளமாய் வளர்ந்து தொங்கிற்று. அதன் விழிகள் இரண்டும் இரத்தமாய்ச் செக்கச் சிவந்திருந்தன. பற்கள் பெரியதாகவும் கூர்மையாகவும் இருந்தன. அதன் விரல்களில் கூரிய நகங்கள் இருந்தன. உடல் முழுதும் முடிகள் அடர்ந்திருந்தன.

இரத்த வெறி கொண்ட இந்தக் கொடும் பூதம் கொஞ்சமும் ஈவிரக்கம் இல்லாதது. காட்டிலே வேட்டையாட வருவோரையும் கிராமங்களில் பெண்களையும் அடித்துத் தின்று வந்தது. கிழவர்களையும் சிறு குழந்தைகளையும் கூட அது விடுவதில்லை, யாராய் இருந்தாலும் ஓடிச் சென்று பாய்ந்து அவர்களைப் பிடித்துத் தின்று வந்தது.

அல்மீஸ் பெரும் பலம் படைத்ததாகவும் தந்திரம் வாய்ந்ததாகவும் இருந்ததால், யாரும் அதை எதிர்த்துப் போர் புரியத் துணியவில்லை. அல்மீஸ் வருவது தெரிந்ததும் எல்லோரும் நாற்றிசையிலும் ஓடி ஒளிந்து கொள்ளவே முயன்றனர். வேறு என்ன செய்வதென்று அவர்களுக்குத் தெரியவில்லை.

“நம்மைக் காட்டிலும் அல்மீஸ் பலமுடைத்தது, சூழ்ச்சியும் தந்திரமும் வாய்ந்தது. யாராலும் அதைத் தோற்கடிக்கவும் முடியாது, ஏமாற்றவும் முடியாது” என்று அவர்கள் கூறினர். “அதன் கொடுமைகளைச் சகித்துக் கொண்டு வாழ்வதைத் தவிர வேறு வழி ஏதும் இல்லை” என்றனர்.

ஆகவே அவர்கள் சகித்துக் கொண்டு சும்மாயிருந்தனர்.

அந்தக் கிராமங்களில் ஒன்றில் பரல்தோய்-மெர்கேன் என்றொரு வேடன் வசித்து வந்தான். அவன் வலிமை மிக்கவன், அஞ்சா நெஞ்சமுடையவன், சாமர்த்தியம் வாய்ந்தவன். சிலர் வேட்டையாடச் சென்று வெறுங் கையோடு திரும்பி வருவார்கள். ஆனால் பரல்தோய்-மெர்கேன் அப்படியல்ல, எப்பொழுதும் நரிகளையும் மென்முடிக் கீரிகளையும் காட்டு அணில்களையும் பிறவற்றையும் பையில் நிரப்பிக் கொண்டுதான் திரும்பி வருவான். எல்லா காடுகளிலும் மலைகளிலும் சுற்றியலைந்தவன் அவன். எந்த விலங்கும் அவனைத் தீண்டியதில்லை, எந்தத் தீங்கும் அவனுக்கு நேர்ந்ததில்லை. ஏனெனில் அவன் கூர்மையான கண்களும் நுண்ணறிவும் வலுவான கரங்களும் கொண்டவன்.

ஒரு நாள் பூதம் மலைகளிலிருந்து இறங்கி பரல்தோய்-மெர்கேனின் கிராமத்துக்கு வந்துவிட்டது. பீதியுற்ற கிராமவாசிகள் எங்கே ஒளிவதென்று புரியாமல் கதி கலங்கிப் போய் அங்கும் இங்கும் ஓடினர். அப்பொழுது குழந்தைகளில் ஒன்றைப் பிடித்துக் கொண்டு பூதம் மலைகளுக்குத் திரும்பிற்று.

பூதம் கிராமத்தில் இருந்த வரை கிராமவாசிகள் வாய் விட்டுப் பேசத் துணியாது குசுகுசுவெனப் பேசிக் கொண்டனர். மலைகளுக்கு அது திரும்பிச் சென்ற பிறகு எல்லோரும் வாய் விட்டுப் பேசவும் அழுது புலம்பவும் முற்பட்டனர்.

“இந்தக் கொடிய மன்னுணிப் பூதம் அடுத்தபடி யாருடைய குழந்தையைப் பிடித்துச் செல்லப் போகிறதோ?” என்று தாய்மார்கள் கதறியழுதார்கள், குழந்தைகள் கண்களைக் கசக்கிக் கொண்டு விக்கிக் கொண்டு நின்றார்கள், ஆடவர்கள் கலங்கிப் போய் மௌனமாய் இருந்தார்கள்.

பிறகு பரல்தோய்-மெர்கேன் எல்லோர் முன்னாலும் சென்று-

“கண்ணீர் வடித்தோ, ஓடி ஒளிந்து கொண்டோ பயனில்லை, அல்மீசை உடனே கொன்றாக வேண்டும், அப்பொழுதுதான் நாம் அச்சமின்றி வாழ முடியும்” என்று சொன்னான்.

"அல்மீசைக் கொல்வதற்கோ, அதன் கொடுமைகளுக்கு முடிவு கட்டுவதற்கோ வழி இல்லையே!" என்று ஆடவர்கள் எல்லோரும் பதிலளித்தானர். "விண்ணிலே உயர்ந்து பறப்பதற்கு நாம் பறவைகளல்ல, நீருக்கடியில் ஒளிந்து கொள்வதற்கு நாம் மீன்களுமல்ல. கேடுகெட்ட இந்தக் கொடிய பூதத்தின் கூர் நகங்களுக்கும் பற்களுக்கும் பலியாகி மடிவதைத் தவிர நமக்கு வழி ஏதுமில்லை" என்று புலம்பினர்.

பரல்தோய்-மெர்கேன் இதைக் கேட்டுக் கொடுந்துயருற்றான். தன் மகனான சிறுவனைப் பார்த்து தன்னுள் கூறிக் கொண்டான்:

"என் மகன் அல்மீசின் கைகளில் அகப்பட்டு அதன் கூர்மையான பற்களால் கிழிக்கப்படுவதற்காகவா இவ்வுலகில் பிறந்தான்? இங்குள்ள ஏனைய குழந்தைகள் எல்லோரும் இப்படிப் பலியாவதற்குத்தானா பிறந்திருக்கிறார்கள்? இல்லை, அல்மீசை எப்படியேனும் கொன்று, தாய்மார்களது துயரத்துக்கு முடிவு கட்டியாக வேண்டும்!"

எப்படிச் செய்வது இதை?

அல்மீசைப் போருக்கு அழைத்து அதை எதிர்த்துப் போராடுவது முடியாத காரியம். தன்னை மட்டுமல்ல, எல்லோரையும் ஒரு சேர அழித்துவிடும்படியான பலம் கொண்ட பூதம் அது. அதோடு, கிராம மக்கள் அதை எதிர்த்துப் போராட ஒரு நாளும் துணிய மாட்டார்கள். அல்மீஸ் அப்படி அவர்களை அச்சுறுத்திப் பணிய வைத்திருந்தது; எல்லோரையும் கோழைகளாய்ப் பதுங்கச் செய்து வந்தது. அல்மீசைத் தந்திரம் புரிந்து வெற்றி கொள்வதும் சாத்தியமல்ல. அந்தப் பூதம் எளிதில் ஏமாறக் கூடியதல்ல; அபாயத்தை உடனே உணர்ந்து சாமர்த்தியமாய்ச் செயல்பட வல்லது.

அல்மீசிடமிருந்து மக்களைக் காப்பாற்றுவது எப்படியென்று பரல்தோய்-மெர்கேன் ஓயாது ஒழியாது சிந்தனை செய்து வந்தான். பல நாட்களாய்ச் சிந்தனைபுரிந்தான். முடிவில் என்னசெய்வதென்று தெரிந்து கொண்டுவிட்டான்.

ஆனால் யாரிடமும் அவன் தனது திட்டத்தைச் சொல்லவில்லை.

தன்னிடமிருந்த மிகச் சிறந்த வில்லையும் கூர்மையான அம்புகளையும் எடுத்துக் கொண்டு தன் மைந்தனை அழைத்து-

"நீ தைரியசாலிதானா?" என்று கேட்டான்.

"தைரியசாலிதான்" என்று சிறுவன் பதிலளித்தான் "மக்கள் பால் நீ பாசமும் பரிவும் கொண்டிருக்கிறாயா?"

"கொண்டிருக்கிறேன்!"

"அப்படியானால் என்னுடன் புறப்பட்டு வா! நாம் செல்ல வேண்டிய இடம் தொலைவில் இருக்கிறது. நமது பணி பயங்கரமானது. ஆனால் நாம் போய்

இதைச் செய்தே ஆக வேண்டும். நீ என்னைக் கேட்க விரும்புவது எதாவது உண்டா?''

இல்லையென்று சிறுவன் தலையை ஆட்டினான். வேடனும் அவன் மகனும் மௌனமாய் நடந்தனர். அல்மீசின் உறைவிடம் என்று எல்லோரும் அறிந்த மலைகளை நோக்கி இருவரும் சென்றார்கள்.

ஒற்றையடிப் பாதைகூட இல்லாத அடர்த்தியான காட்டைக் கடந்தும் பாறைச் சரிவுகளில் ஏறியும் தொடர்ந்து நடந்து திறந்தவெளி ஒன்றை வந்தடைந்தார்கள்.

பட்டுப்போன மரத்தின் அடிப் பகுதி அங்கே நின்றது. அதைச் சுற்றிலும் புதர்களும் மரங்களும் வளர்ந்திருந்தன. வனவிலங்கோ, பறவையோ எதுவும் அங்கே தென்படவில்லை.

பரல்தோய்-மெர்கேன் தனது வேட்டை உடுப்புகளைக் கழற்றி இந்த அடிமரத்துக்கு அணிவித்து அதை ஒரு வேடனைப் போல் தோன்றச் செய்தான். சிறுவன் பேசாமல் பார்த்துக் கொண்டு நின்றான். தந்தையை அவன் கேள்வி எதுவும் கேட்கவில்லை. வேடன் அந்த அடிமரத்துக்கு அருகே சுள்ளிகளைப் போட்டு தீ மூட்டினான். அப்பொழுதும் சிறுவன் பேசாமல் பார்த்துக் கொண்டிருந்தான்.

பிறகு வேடன் தன் மகனிடம்-

“இங்கே தீயின் அருகே நீ உட்கார்ந்திரு, என்ன நேர்ந்தாலும் இங்கிருந்து ஓடாமல் இருக்க வேண்டும்!'' என்று கூறினான்.

“ஓடாமல் இங்கேயே இருக்கிறேன்.''

“இனி நடைபெறப் போவது உனக்குக் குலை நடுக்கம் உண்டாக்குவதாய் இருக்கும்.''

“எதைக் கண்டும் நான் நடுங்க மாட்டேன்.''

“நல்லது, இங்கே உட்கார்ந்திரு.''

சிறுவன் தீயின் அருகே அமர்ந்து கொண்டான். வேடன் தன் வில்லை எடுத்துக் கொண்டு புதர்களிடையே ஒளிந்து கொண்டான். இவர்கள் இருவரையும் தவிர அங்கே யாரும் இல்லை. எங்கும் நிசப்தமாயிருந்தது.

இப்படி அவர்கள் நெடுநேரம் காத்துக் கொண்டு உட்கார்ந்திருந்தார்கள்.

பிறகு திடுமென கிளைகள் சலசலத்தன, குச்சிகள் முறிந்தன. மரங்களுக்கு இடையிலிருந்து அல்மீஸ் பூதம் அந்த திறந்த வெளியினுள் நுழைந்தது. அவனுடைய கரிய வீசைகள் அதன் தோள்களில் கிடந்தன, பூதத்தின் கண்கள் இரத்தச் சிவப்பாய் இருந்தன. கூர்மையான பற்களை நறநறவெனக் கடித்துக்

கொண்டு நடந்து வந்தது. தீயிற்கு அருகே அமர்ந்திருந்த சிறுவனைக் கண்டதும் அது ஆனந்தக் கூச்சலிட்டது.

"மனித ஊனைத் தேடி நான் கிராமத்துக்குப் புறப்பட்டேன், இதோ இங்கேயே எனக்காக அது காத்துக் கொண்டிருக்கிறதே!" என்று கத்திற்று.

பிறகு அடிமரத்தைப் பார்த்ததும் பூதம் அதை வேடனாய் நினைத்துக் கொண்டு, வாய்விட்டுச் சிரித்தது.

"வேடனே, உன் மகனைப் பிடித்துத் தின்னப் போகிறேன்! அவனுக்காகப் போராட நீ துணிய மாட்டாய்!" என்று கூவியவாறு தீயை நோக்கி அது பாய்ந்தோடிற்று.

அதன்தாடிகாற்றில் பறந்தது. அதனுடைய நீண்ட மென்முடிக் கோட்டுகளின் முனைகள் படபடத்து ஆடின. அல்மீஸ் அச்சிறுவனைப் பிடிக்கப் போயிற்று. ஆனால் சிறுவன் எழுந்து அடிமரத்துக்குப் பின்னால் ஓடினான். அல்மீஸ் அவனைத் துரத்திக் கொண்டு ஓடிற்று. ஆனால் சிறுவன் அடிமரத்தைச் சுற்றிச் சுற்றி ஓடவே, பூதம் அவனைப் பிடிக்க முடியாமல் துரத்திக் கொண்டு பின்னால் ஓடிற்று.

இப்பொழுது பரல்தோய்-மெர்கேன் குறி பார்த்து அம்பை எய்தினான். அல்மீசின் நெஞ்சு மையத்திலே அது பாய்ந்தது. வலி தாங்காமல் அல்மீஸ் ஊளையிட்டுக் கத்திற்று, அது கத்திய கத்தலில் மரங்கள் அடி குலுங்கின, பாறைகள் வெடித்து மலைகளிலிருந்து உருண்டோடின.

பரல்தோய்-மெர்கேன் குறி பார்த்து பூதத்தின் நெஞ்சிலே வரிசையாய் அம்புகளை எய்திச் சென்றான்.

அல்மீஸ் சீற்றமடைந்து, வேடனது உடுப்புகள் அணிந்திருந்த அடிமரத்தின் மேல் பாய்ந்து, நகங்களால் குத்திக் கிழித்தது, பற்களால் கடித்துக் குதறிற்று. ஆனால் திடுமெனச் சாய்ந்து தரையிலே விழுந்தது. பரல்தோய்-மெர்கேன் அதன் அருகே ஓடி வந்து பார்த்தான், பூதம் மடிந்துவிட்டது என்பது தெரிந்தது.

பூதத்தைக் கண்டதும் சிறுவன் பயந்து போனானா என்று பரல்தோய்-மெர்கேன் அவனைக் கேட்கவில்லை.

"வா, வீட்டுக்குப் போவோம்!" என்பதைத் தவிர அவன் தன் மகனிடம் எதுவும் சொல்லவில்லை.

இருவரும் கிராமத்துக்குத் திரும்பி வந்தனர்.

பரல்தோய்-மெர்கேன் தனது கிராமத்தின் மக்களைப் பார்த்து-

"இனி நமது குழந்தைகள் அபாயமின்றி வளர முடியும், தாய்மார்கள் எல்லோரும் அச்சமின்றி வாழ முடியும்! அல்மீஸ் பூதம் ஒழிந்துவிட்டது, கொல்லப்பட்டு விட்டது!" என்று கூறினான்.

“அதைக் கொன்றது யார்?” என்று எல்லோரும் அவனைக் கேட்டனர்.

“நான்தான்.”

உன்னுடைய சிறுவனையும் ஏன் உன்னுடன் அழைத்துச் சென்றாய்?”

“அல்மீசைக் கவர்ந்து இழுப்பதற்கான தூண்டில் இரையாய் வைப்பதற்காக அவனை அழைத்துச் சென்றேன்.”

“அல்மீஸ் கையில் அகப்பட்டிருந்தால் சிறுவன் சின்னாபின்னமாய்ப் போயிருப்பானே!”

“அகப்பட்டிருந்தால் அப்படித்தான் நேர்ந்திருக்கும்.”

அதற்குமேல் பரல்தோய்-மெர்கேன் ஒரு வார்த்தை பேசாமல் தன் வீட்டுக்குள் நுழைந்தான்.

அல்தாய் மலைகளில் வாழ்ந்த மக்கள் அது முதலாய் அவர்களது மிகக் கொடிய, நெடுங்காலப் பகைவனிடமிருந்து விடுபட்டு நிம்மதியாய் வாழ முடிந்தது.

♦

பூண்டுப்பெண்

யாக்கூத் நாட்டுக்கதை

ஐந்து பசுக்களின் சொந்தக்காரியான ஒரு கிழவி பொழுது விடிந்ததும் ஒரு நாள் வெளியே தனது நிலத்தில் நடந்தாள்.

அங்கே குதிரைவாலிப் பூண்டு ஒன்று ஐந்து தளிர்கள் விட்டு வளர்ந்திருக்கக் கண்டாள். வேர்களுக்கோ இந்தத் தளிர்களுக்கோ சேதம் ஏற்படாதபடி அவள் அந்தப் பூண்டை எடுத்துத் தனது கூடாரத்துக்குக் கொண்டு வந்து தலையணை மீது வைத்தாள். பிறகு திரும்பவும் வெளியே சென்று தன் பசுக்களிடம் பால் கறப்பதற்காக உட்கார்ந்தாள்.

வெளியே அவள் பால் கறந்து கொண்டு இருந்தபோது கூடாரத்துக்குள் திடுமென மணிகள் கணகணத்து ஒலிக்கும் ஓசை கேட்டது. பாற்குவளையை அவள் தூக்கிக் கீழே வைத்த வேகத்தில் பால் கீழே சிந்திற்று. அவசரமாய் எழுந்து கூடாரத்துக்குள் ஓடிச்சுற்றிலும் பார்த்தாள். யாவும் அவையவற்றுக்கும் உரிய இடத்தில் ஒழுங்காகவே இருந்தன. குதிரைவாலிப் பூண்டு தலையணை மேல் இருந்தது. கிழவி மீண்டும் வெளியே சென்று உட்கார்ந்து பால் கறக்கத் தொடங்கினாள். திரும்பவும் திடுமென மணிகள் கணகணத்து ஒலித்தன. அவசரத்தில் பாலைச் சிந்தியவாறு மறுபடியும் எழுந்து உள்ளே ஓடினாள். கூடாரத்தினுள் அவள் கண்ட அதிசயத்தை என்னென்பது! கண்டும் கேட்டுமிராத அழகு வாய்ந்த இளம்பெண் ஒருத்தி அங்கே கிழவியின் படுக்கைமீது உட்கார்ந்திருந்தாள். அவள் கண்கள் இரத்தினங்களைப் போல மின்னிப் பளிச்சிட்டன. புருவங்கள் கரிய மென்முடிக் கீரிகளைப் போலிருந்தன. தலையணையின் மீது கிழவி வைத்துச் சென்ற பூண்டு இளம் பெண்ணாய் மாறிவிட்டது!

கிழவி பேரானந்தமடைந்துவிட்டாள்.

"நீ என்னுடன் இரு! என் மகளாகிவிடு!" என்று கிழவி அந்தப் பெண்ணிடம் சொன்னாள்.

அது முதல் இருவரும் சேர்ந்து அந்தக் கூடாரத்தில் வசித்து வந்தனர்.

ஹார்ழித்-பெர்கேன் என்றொரு இளம் வேடன் ஒரு நாள் தைகாக் காட்டில் வேட்டையாட வந்திருந்தான். சாம்பல் நிற அணில் ஒன்றைக் கண்ட அவன் அதன் மீது அம்பு எய்தினான். காலையிலிருந்து அதைத் துரத்திக் கொண்டு ஓயாமல் அம்பு எய்திச் சென்றான், ஆனால் ஒரு தரம் கூட அவனுடைய அம்பு அதன் மீது படவில்லை.

அணில் தாவியோடி ஊசியிலை மரத்தின் மேல் ஏறிற்று. பிறகு அங்கிருந்து ஒரு பிர்ச் மரத்துக்குத் தாவிற்று. பிர்ச் மரத்திலிருந்து லார்ச் மரத்துக்குப் பாய்ந்தது. பிறகு தாவியோடி கிழவியின் கூடாரத்துக்கு அருகே ஒரு பைன் மரத்தில் ஏறிக் கொண்டது.

ஹார்ழித்-பெர்கேன் இந்த பைன் மரத்திடம் ஓடி மற்றொரு அம்பை எய்தினான். ஆனால் அணில் அங்கிருந்து தாவிக் குதித்து ஓட்டமாய் ஓடிச் சென்றுவிட்டது. அவனுடைய அம்பு கிழவியின் கூடாரத்தினுடைய புகை போக்கியினுள் விழுந்தது.

"கிழவியே, என்னுடைய அம்பை என்னிடம் திருப்பித் தா!" என்று ஹார்ழித்-பெர்கேன் கத்தினான். ஆனால் கிழவி வெளியே வரவும் இல்லை, பதில் கூறவும் இல்லை.

ஹார்ழித்-பெர்கேன் கோபமடைந்து முகம் சிவந்து போய்க் கிழவியின் குடிசைக்குள் ஓடினான்.

அழகே உருவெடுத்தாற்போன்ற ஒரு மங்கை அங்கே உட்கார்ந்திருந்ததைக் கண்ணுற்றான். அவளுடைய அழகு அவனைத் திகைக்கச் செய்துவிட்டது. அவனுக்கு மூச்சே நின்றுவிடும் போலிருந்தது. தலை சுற்றிற்று. ஒரு வார்த்தை பேசாமல் வெளியே ஓடி வந்து குதிரை மீது தாவி வீட்டுக்குப் பறந்தோடினான்.

"என்னைப் பெற்றவர்களே, ஐந்து பசுக்களின் சொந்தக்காரியான கிழவியின் கூடாரத்தில் அழகே உருவெடுத்தாற் போன்ற மங்கை ஒருத்தி இருக்கிறாள்" என்றான். "அவளை நான் மணந்து கொள்ள ஆசைப்படுகிறேன், மணம் முடிப்போரை அங்கே அனுப்பிப் பேசச் சொல்லுங்கள்" என்று வேண்டினான்.

ஹார்ழித்-பெர்கேனின் தந்தை உடனே அந்த மங்கையைத் தன் மகனுக்குப் பேசி மணம் முடிக்கச் சொல்லி ஒன்பது பேரை ஒன்பது குதிரைகளில் அனுப்பினார்.

மணம் முடிப்போர் கிழவியின் குடிசைக்குச் சென்றார்கள். அம்மங்கையைப் பார்த்தார்கள், அவள் அழகைக் கண்டு பிரமித்துப் பிறகு நிதானம் திரும்பியதும் கூடாரத்தை விட்டு வெளியே ஓடி விட்டனர். அவர்களில் மிகவும் வயது முதிர்ந்த மதிப்புக்குரிய ஒருவர் மட்டும்தான் வெளியே ஓடவில்லை.

“கிழவியே, இந்த மங்கையை ஹார்ழித்-பெர்கேன் மணந்து கொள்ள ஆசைப்படுகிறான், இவள் அவன் மனைவியாவதற்கு நீ சம்மதிக்கிறாயா?” என்று அவர் கேட்டார்.

“சம்மதிக்கிறேன்” என்று கிழவி பதிலளித்தாள்.

பிறகு அம்மங்கை விரும்புகிறாளா என்று இருவரும் அவளைக் கேட்டனர். விரும்புவதாய் அவள் கூறினாள்.

“மணமகளைப் பெறுவதற்காக நீங்கள் எனது நிலம் முழுதும் நிறைந்துவிடும்படி அத்தனை பசுக்களும் குதிரைகளும் தர வேண்டும்” என்று கிழவி அவரிடம் சொன்னாள்.

பசுக்களும் குதிரைகளும் கிழவியின் நிலத்துக்கு ஓட்டி வந்து நிறுத்தப்பட்டன. எண்ண முடியாமல் அவை அவ்வளவு அதிகமாய் இருந்தன.

பிறகு அவர்கள் மணமகளுக்குச் சிறந்த புத்தாடைகள் உடுத்திச் சீக்கிரமாகவும் கவர்ச்சிகரமாகவும் அவளைச் சிங்காரித்தனர். புள்ளிக் குதிரை ஒன்றை ஓட்டி வந்து அதற்கு வெள்ளிக் கடிவாளம் இட்டு, வெள்ளிச் சேணம் பூட்டி, விலாப்புறத்தில் வெள்ளிச் சவுக்கைத் தொங்க விட்டனர். பிறகு ஹார்ழித்-பெர்கேன் தனது மணப்பெண்ணைக் கைபிடித்து வெளியே அழைத்து வந்து புள்ளிக் குதிரை மீது ஏற்றி உட்கார வைத்துவிட்டு, தனது குதிரை மீது ஏறிக் கொண்டான். இருவருமாய் தமது வீட்டுக்குப் புறப்பட்டனர்.

இருவரும் குதிரையில் போய்க் கொண்டிருந்தபோது ஹார்ழித்-பெர்கேன் சாலைக்கருகே ஒரு நரி ஓடக் கண்டான்.

யாவற்றையும் மறந்து அதை விரட்டிக் கொண்டு ஓட விரும்பிய அவன்-

"நான் இந்த நரியைத் துரத்திக் கொண்டு போகப் போகிறேன், சீக்கிரமாய்த் திரும்பி வந்துவிடுகிறேன்" என்று மணப்பெண்ணிடம் கூறினான். "இந்தச் சாலை இரு கிளைகளாய்ப் பிரியும் இடம் வரை நீ நேரே இதே திசையில் செல். கிழக்கே போகும் கிளையில் மென்முடிக் கீரியின் தோல் தொங்கும், நீ மேற்கே போகும் கிளையில் போகாதே, மென்முடிக் கீரியின் தோல் தொங்கும் கிளையிலே செல்" என்று சொன்னான்.

பிறகு அவன் நரி ஓடிய திசையிலே தன் குதிரையை விரட்டிச் சென்றான்.

மணமகள் தனியே குதிரையில் சென்றாள். சாலை இரு கிளைகளாய்ப் பிரியும் இடத்துக்கு வந்து சேர்ந்தாள். ஹார்ழித்-பெர்கேன் தன்னிடம் கூறிச் சென்றதை அவள் மறந்து விட்டாள். கரடித் தோல் தொங்கிய கிளையிலே திரும்பிச் சென்று விரைவில் ஒரு பெரிய இரும்புக் கூடாரத்தின் எதிரே போய்க் கொண்டிருந்தாள்.

எட்டாவது சைத்தானின் மகள் இரும்பு ஆடைகள் அணிந்து அந்தக் கூடாரத்திலிருந்து வெளியே வந்தாள். அவளுக்கு ஒரேயொரு கால்தான் இருந்தது, அதுவும் கோணக் கால். கையும் ஒன்றே ஒன்றுதான், அதுவும் காலைப் போலவே கோணல். பயங்கரமான பொட்டைக் கண் ஒன்று நெற்றியின் நடுமையத்தில் இருந்தது. அவளுடைய நீளமான கரிய நாக்கு அவள் மார்பளவுக்கு வெளியே தொங்கிற்று.

வெளியே வந்த சைத்தான் மகள் மணமகளைப் பிடித்துக் குதிரையிலிருந்து கீழே இழுத்து, அவள் முகத்தின் தோலைப் பிய்த்தெடுத்து தன் முகத்திலே விரித்து வைத்தழுத்திக் கொண்டாள். மணமகளுடைய சிறந்த ஆடைகளைப் பிடுங்கித் தான் உடுத்திக் கொண்டாள். பிறகு மணமகளைக் கூடாரத்திற்கு அப்பால் தூக்கியெறிந்துவிட்டுப் புள்ளிக் குதிரையில் ஏறி கிழக்கு நோக்கிச் சவாரி செய்தாள்.

அவள் ஹார்ழித்-பெர்கேனுடைய தந்தையின் கூடாரத்துக்கு அருகே சென்றபோது ஹார்ழித்-பெர்கேனும் அவளுடன் வந்து சேர்ந்து கொண்டுவிட்டான். தன் மணப்பெண்ணுக்கு என்ன நேர்ந்ததென்பதை அவன் பார்க்கவும் இல்லை, ஊகித்து அறியவும் இல்லை.

மணமகளை வரவேற்பதற்காக ஹார்ழித்-பெர்கேனின் உற்றாரும் உறவினரும் ஒன்று கூடிக் காத்திருந்தனர். கண்ணுக்கினிய ஒன்பது இளைஞர்களும் எட்டு மங்கையரும் மணமகளை வரவேற்பதற்காகக் குதிரைக் கம்பத்துக்கு வந்தனர்.

இந்த மங்கையர் தம்மிடையே பேசிக் கொண்டார்கள்:

"மணமகள் வாயைத் திறந்து ஒரு வார்த்தை பேசியதும் அழகழகான மணிகள் அவள் வாயிலிருந்து உதிர்ந்து தரையில் உருண்டோடும்."

இம்மணிகளை எடுத்துக் கோர்ப்பதற்காக அவர்கள் நூல் கொண்டு வந்திருந்தார்கள்.

இளைஞர்கள் தம்மிடையே பேசிக் கொண்டார்கள்:

மணமகள் அடியெடுத்து வைத்து எங்கே நடந்தாலும் கரிய மென்முடிக் கீரிகள் அவளுடைய அடிச்சுவட்டைப் பின்தொடர்ந்து செல்லும்."

இந்தக் கீரிகள் மீது எய்யத் தயாராய் அவர்கள் விற்களை வைத்துக் கொண்டு காத்திருந்தார்கள்.

ஆனால் மணமகள் பேசத் தொடங்கியதும் அவள் வாயிலிருந்து தவளைகள் குதித்துத் தத்திச் சென்றன. அவள் அடியெடுத்து வைத்து நடந்ததும் அழுக்குப் பிடித்த பறட்டைமுடிக் கீரிகள் அவள் பின்னால் ஓடின.

மணமகளை வரவேற்பதற்காக வந்திருந்தவர்கள் கலங்கிப் போய் வருந்தியவாறு நின்றார்கள்.

பிறகு அவர்கள் குதிரைக் கம்பத்திலிருந்து மணமகனின் கூடாரம் வரை பசும்புல்லைப் பரப்பி மணமகளின் கையைப் பிடித்து அவளை இந்தப் பசும் புல் பாதை வழியே உள்ளே அழைத்துச் சென்றார்கள்.

மணமகள் கூடாரத்துக்குள் சென்று, மூன்று லார்ச் மரக் கன்றுகளின் உச்சிக் கொம்புகளைக் கொண்டு கணப்படுப்பில் தீ மூட்டினாள்.

அதன் பிறகு திருமண விருந்து நடைபெற்றது. எல்லோரும் உண்டும் பானம் அருந்தியும் விளையாடியும் மகிழ்ந்தார்கள். உண்மை மணமகள் இவளல்ல என்பதை யாரும் ஊகிக்கவில்லை.

இதற்குப் பிறகு கிழவி தனது பசுக்களிடம் பால் கறப்பதற்காக வெளியே வந்தாள். முன்பு பூண்டு வளர்ந்திருந்த அதே இடத்தில் ஐந்து தளிர்களைக் கொண்ட புதிய குதிரைவாலிப் பூண்டு வளர்ந்திருக்கக் கண்டாள். முன்பு வளர்ந்திருந்ததைவிட இது இன்னும் மெல்லியதாகவும் நேராகவும் இருந்தது.

கிழவி அந்தப் பூண்டை அப்படியே வேருடன் எடுத்து கூடாரத்துக்குள் எடுத்துச் சென்று தலையணை மீது வைத்தாள். பிறகு வெளியே வந்து பால் கறக்கத் தொடங்கினாள். அப்பொழுது கூடாரத்தில் திடுமென மணிகள் கண கணத்து ஒலிக்கக் கேட்டாள். எழுந்து உள்ளே ஓடினாள். அதே பூண்டுப் பெண் முன்னிலும் அழகான வடிவில் கூடாரத்தினுள் இருக்கக் கண்டாள்.

“நீ ஏன் இங்கே திரும்பி வந்துவிட்டாய்?” என்று கிழவி அவளைக் கேட்டாள்.

“அம்மா, நான் என்ன செய்வேன்” என்று பூண்டுப் பெண் பதிலளித்தாள். “ஹார்ழித்-பெர்கேனும் நானும் அவனுடைய கூடாரத்துக்குப் போய்க் கொண்டிருக்கையில், அவன் ஒரு நரியை விரட்டிக் கொண்டு செல்ல விரும்பினான். என்னை அவன் சாலையிலே சென்று மென்முடிக் கீரித் தோல் தொங்கும் கிளைச் சாலையிலே திரும்ப வேண்டுமென்று சொல்லிவிட்டுப் பிரிந்து சென்றான். கரடித் தோல் தொங்கும் கிளைச் சாலையில் திரும்பக் கூடாதென்று கூறியிருந்தான். ஆனால் நான் அதை மறந்துவிட்டு தவறான சாலையில் சென்று விரைவில் இரும்புக் கூடாரம் ஒன்றின் எதிரே போய்க் கொண்டிருந்தேன். எட்டாவது சைத்தானின் மகள் வெளியே வந்து என்னைப் பிடித்து என் முகத்தின் தோலைப் பிய்த்தெடுத்துத் தன்னுடைய முகத்தில் விரித்து வைத்துக் கொண்டுவிட்டாள். பிறகு எனது சிறந்த ஆடைகளைப் பிடுங்கித் தான் உடுத்திக்கொண்டு என்னைத் தூக்கித் தனது இரும்புக் கூடாரத்திற்கு அப்பால் எறிந்தாள். அதன் பிறகு என்னுடைய புள்ளிக்குதிரையிலே ஏறிச் சென்றுவிட்டாள். நாய்கள் என்னைக் கடித்து உன்னுடைய கூடாரத்துக்கு அருகிலுள்ள நிலத்துக்கு இழுத்து வந்தன. இங்கே நான் குதிரைவாலிப்பூண்டின் வடிவில் மீண்டும் உயிர்பெறலானேன். அம்மா, ஹார்ழித்-பெர்கேனை மீண்டும் எந்நாளாவது நான் சந்திக்க முடியுமா?” என்று சொல்லி வருந்தினாள்.

அவள் சொன்னதைக் கேட்டிருந்து விட்டு, கிழவி அவளுக்கு ஆறுதல் கூறினாள்.

“நீ வருந்தாதே, கட்டாயம் அவனை மீண்டும் சந்திப்பாய்” என்று கூறினாள். “அதுவரை நீ முன்பு போலவே என் மகளாய் என்னுடன் தங்கியிரு” என்றாள்.

பூண்டுப் பெண் உயிர்பெற்றுவிட்டது புள்ளிக் கதிரைக்குத் தெரிந்ததும் அது மனிதக் குரலில் பேசி, ஹார்ழித்-பெர்கேனுடைய தந்தையிடம் யாவற்றையும் கூறிற்று:

“ஹார்ழித்-பெர்கேன் தன் மணமகளை இங்கு அழைத்து வருகையில் அவளைத் தனியே விட்டுச் சென்றுவிட்டான். அவள் தனியே சென்று சாலை இரு கிளைகளாய்ப் பிரியும் இடத்தை அடைந்ததும கரடித் தோல் தொங்கிய கிளையிலே திரும்பி இரும்புக் கூடாரத்தின் அருகே சென்றுவிட்டாள். எட்டாவது சைத்தானின் மகள் ஓடி வந்து மணமகளின் முகத்திலிருந்து தோலைப் பிய்த்தெடுத்து தன் முகத்திலே விரித்து வைத்து அழுத்திக் கொண்டாள். மணமகளுடைய சிறந்த உடைகளைப் பிடுங்கித் தான் உடுத்திக் கொண்டு மணமகளைத் தூக்கி இரும்புக் கூடாரத்திற்கு அப்பால் எறிந்து விட்டாள். சைத்தான் மகள்தான் இப்பொழுது உங்கள் கூடாரத்தில் வசித்து வருகிறாள், அவளைத்தான் உங்கள் மருமகளாய்க் கொண்டாடி வருகிறீர்கள். என்னுடைய மெய்யான எஜமானி மீண்டும் உயிர் பெற்றுவிட்டாள். அவளை உங்களுடைய

கூடாரத்துக்கு அழைத்து வந்து உங்கள் மகனுக்கு மணம் புரிந்து வைக்க வேண்டும், இல்லையேல் உங்கள் கதி அதோகதியாகிவிடும். சைத்தான் மகள் உங்கள் கூடாரத்தையும் உடைமைகளையும் நாசமாக்கி உங்கள் வாழ்வைப் பாழாக்கிவிடுவாள். உங்கள் எல்லோரையும் சாகடித்துவிடுவாள்.''

இதைக் கேட்டதும் அந்தக் கிழவர் கூடாரத்துக்குள் ஓடினார்.

''மகனே, உன் மனைவியை எங்கிருந்து கொண்டு வந்தாய்? அவள் யார்?'' என்று அவர் ஹார்ழித்-பெர்கேனைக் கேட்டார்.

''ஐந்துப் பசுக்களின் சொந்தக்காரியான கிழவியின் மகள்தான் என் மனைவி'' என்று ஹார்ழித்-பெர்கேன் பதிலளித்தான்.

''புள்ளிக் குதிரை என்னிடம் வந்து முறையிடுகிறது'' என்று கிழவர் தன் மகனிடம் சொன்னார். ''உன் மணமகளை நீ இங்கு அழைத்து வருகையில் அவளை நீ தனியே விட்டுச் சென்றதாகவும், சாலை இரு கிளைகளாய்ப் பிரியும் இடத்துக்குச் சென்றதும் மணமகள் தவறான கிளையில் திரும்பி இரும்புக் கூடாரத்துக்கு அருகே போய்விட்டதாகவும் அது சொல்கிறது. அங்கே எட்டாவது சைத்தானின் மகள் அவளைக் குதிரையிலிருந்து பிடித்து இழுத்து அவளுடைய முகத் தோலைப் பிய்த்துத் தன் முகத்தின் மீது விரித்து வைத்து அழுத்திக் கொண்டு, அவளுடைய சிறந்த உடுப்புகளையும் பிடுங்கித் தான் உடுத்திக் கொண்டுவிட்டாளாம். சைத்தானின் மகள் இப்படிச் சூது புரிந்து எல்லோரையும் ஏமாற்றி மருமகளாய் நமது கூடாரத்துக்கு வந்துவிட்டாள்.... நீ கிழவியிடம் சென்று உன்னுடைய மணப்பெண்ணை உன்னுடன் வந்து வாழும்படி மன்றாடிக் கேட்டு அவளை இங்கே அழைத்து வா. சைத்தானின் மகளைச் சும்மா விடக் கூடாது. முரட்டுக் குதிரையின் வாலில் அவளைக் கட்டி, குதிரையைத் திறந்த வெளியில் விரட்டியடிக்க வேண்டும். குதிரை அவளுடைய எலும்புகளை இந்த வெளியெங்கும் சிதறடிக்கட்டும்! இல்லையேல் சைத்தான் மகள் நம்முடைய மந்தைகளையும் நம் எல்லோரையும் நாசமாக்கிவிடுவாள்'' என்று கூறினார்.

கிழவர் கூறியதைக் கேட்டுக் கொண்டிருந்த சைத்தான் மகள் அச்சத்தாலும் ஆத்திரத்தாலும் கறுத்துப் போய்விட்டாள்.

ஹார்ழித்-பெர்கேன் தன் தந்தை சொன்ன விவரங்களைக் கேட்டு கொதிப்படைந்துவிட்டான். அவன் முகம் சிவந்துவிட்டது.

ஆவேசமாய் அவன் சைத்தான் மகளிடம் திரும்பி அவளுடைய காலைப் பிடித்துக் கூடாரத்துக்கு வெளியே இழுத்துச் சென்று அவளை ஒரு முரட்டுக் குதிரையின் வாலுடன் கட்டினான்.

திறந்த வெளியிலே குதிரை பாய்ந்தோடிற்று. அது சைத்தான் மகளை இழுத்துச் சென்று காலால் உதைத்து மிதித்தது. அவள் உடம்பு புழுக்களும் பாம்புகளுமாய் மாறிவிட்டது.

ஹார்ழித்-பெர்கேனும் அவன் தந்தையும் இவற்றைப் பிடித்து ஒன்று சேர்த்துக் கொளுத்தினர்.

அதன் பிறகு ஹார்ழித்-பெர்கேன் குதிரையில் ஏறி கிழவியின் கூடாரத்துக்குச் சென்றான். குதிரைக் கம்பத்துக்கு அருகே குதிரையை நிறுத்திக் கீழே குதித்தான். அவன் வருவதைக் கண்ட கிழவி கூடாரத்திலிருந்து வெளியே ஓடி வந்தாள். அவளுக்கு மகிழ்ச்சி பொறுக்க முடியவில்லை. காணாமற் போனவன் கண்டு பிடிக்கப்பட்டது போலவும், இறந்தவன் உயிர் பெற்றெழுந்தது போலவும் ஆனந்தப்பட்டுக் கொண்டாள். குதிரைக் கம்பத்திலிருந்து கூடாரம் வரை அவள் பசும்புல்லைப் பரப்பி மருமகனை வரவேற்றாள். தனது சிறந்த மாட்டையும் பருத்த குதிரையையும் அடித்து விருந்து தயார் செய்ய முற்பட்டாள்.

ஆனால் பூண்டுப் பெண் ஹார்ழிக்-பெர்கேனைப் பார்த்ததும் அழுது புலம்ப ஆரம்பித்தாள்.

"நீ ஏன் என்னிடம் திரும்பி வந்திருக்கிறாய்?" என்று கேட்டாள். "நீ என்னை எட்டாவது சைத்தானின் மகளுடைய கையில் அகப்பட்டுக் கொள்ளும்படித் தனியே விட்டுச் சென்றாய். அவள் என்னை இரத்தம் சிந்தச் செய்தாள், என் தோலைப் பிய்த்தெடுத்தாள். என் உடலை நீ நாய்கள் இழுத்துச் செல்லும்படி விட்டாய்..... இப்பொழுது ஏன் என்னிடம் திரும்பி வருகிறாய்? பெர்ச் மீன்களைக் காட்டிலும் அதிகமான நங்கையர் இவ்வுலகில் இருக்கிறார்கள், பைக் மீன்களைக் காட்டிலும் அதிகமான பெண்கள் இருக்கிறார்கள். அவர்களிடையே நீ ஒரு மனைவியைத் தேடிக் கொள். உன்னை நான் மணந்து கொள்ளப் போவதில்லை!" என்று சொன்னாள் அவள்.

"உன்னை நான் எட்டாவது சைத்தான் மகளின் கையில் அகப்பட்டுக் கொள்ளச் செய்யவும் இல்லை, நாய்களிடம் உன் உடலை ஒப்படைக்கவும் இல்லை" என்று ஹார்ழித்-பெர்கேன் அவளிடம் கூறினான். "நரியைத் துரத்திக் கொண்டு நான் போனபோது, நீ எந்தக் கிளைச் சாலையில் திரும்ப வேண்டுமென்று சொல்லிச் சென்றேன், தவறான சாலையில் திரும்பி செத்துப் போகச் சொல்லவில்லை" என்றான்.

கிழவி பூண்டுப் பெண்ணிடம் வந்து வலது கண்ணிலிருந்து கண்ணீர்த் துளியைத் துடைத்தாள். பிறகு இடது கண்ணிலிருந்து கண்ணீர்த் துளியைத் துடைத்தாள். இதன்பின் கிழவி பூண்டுப் பெண்ணிற்கும் ஹார்ழித்-பெர்கேனுக்கும் இடையில் அமர்ந்து கொண்டாள்.

"இறந்து போய் மீண்டும் உயிர் பெற்றாய் நீ, பிரிந்து சென்ற மணமகன் திரும்பி வந்திருக்கிறான்! எப்படி உங்களால் களிப்புற்று இன்புறாமல் இருக்க முடிகிறது?" என்று கிழவி கேட்டாள். "நீங்கள் இருவரும் முன்பு போலவே ஒருவரையொருவர் காதலிக்க வேண்டும். அன்பும் அமைதியும் ஓங்க இணைந்து வாழ வேண்டும். நீங்கள் இருவரும் நான் சொல்வதைக் கேளுங்கள், நான் சொல்கிறபடி செய்யுங்கள்" என்று கூறினாள்.

பூண்டுப் பெண் உடனே ஒத்துக் கொண்டு மெல்லிய குரலில்-

"சரி, நீ சொல்கிறபடியே செய்கிறேன், மன்னிக்கவும் மறக்கவும் தயாராயிருக்கிறேன்" என்றாள்.

இதைக் கேட்டதும் ஹார்ழித்-பெர்கேன் குதித்தெழுந்து ஆடிப்பாடி அகமகிழ்ந்தான், பூண்டுப் பெண்ணைக் கட்டித் தழுவி முத்தமிட்டான்.

புள்ளிக் குதிரையை ஓட்டி வந்து அதற்கு வெள்ளிச் சேணம் பூட்டினார்கள். வெள்ளிக் கடிவாளம் இட்டனர். அதன்மீது வெள்ளிச் சரிகைத் துணி விரித்தார்கள். பிறகு பூண்டுப் பெண் சிறந்த ஆடைகளாய் எடுத்து உடுத்திக் கொண்டாள். அவளும் ஹார்ழித்-பெர்கேனும் புறப்பட்டனர்.

இருவரும் நீண்ட நெடு நேரம் பயணம் புரிந்தனர். செதில் செதிலாய் மிதந்து வந்து விழுந்த வெண்பனி குளிர் காலத்தை அவர்களுக்கு உணர்த்திற்று, விடாது பெய்த மழை கோடையை அறிவித்தது, வெளிகளின்மீது படர்ந்து தொங்கிய மூடு பனி இலையுதிர் காலம் என்பதைச் சொல்லிற்று. குதிரைகளில் இருவரும் போய்க் கொண்டே இருந்தார்கள். முடிவில் ஹார்ழித்-பெர்கேனுடைய தந்தையின் கூடாரத்துக்கு வந்து சேர்ந்தார்கள்.

ஹார்ழித்-பெர்கேனுடைய உறவினர் எல்லோரும், அவனுடைய ஒன்பது சகோதரர்களும் வெளியே வந்து மணமகளை வரவேற்பதற்காகக் காத்திருந்தனர். குதிரைக் கம்பத்திலிருந்து கூடாரம் வரை அவர்கள் பசும்புல்லைப் பரப்பினார்கள்.

"மணமகள் அடிமேல் அடி வைத்து நடப்பாள், அவளுடைய அடிச் சுவடுகளிலிருந்து மென்முடிக் கீரிகள் பாய்ந்தோடும்" என்று அவர்கள் தம்மிடையே பேசிக் கொண்டார்கள்.

இவ்வாறு பேசி இவர்கள் விற்களும் அம்புகளும் தயாரிக்கத் தொடங்கினார். உள்ளங்கைகளின் தோல் உரியும்படி வேகம் வேகமாய் வேலை செய்தனர்.

ஹார்ழித்-பெர்கேனின் எட்டு சகோதரிகளும் நூல் நூற்க முற்பட்டனர். விரல்களிலிருந்து தோல் உரியும்படி வேகம் வேகமாய் நூற்றனர். மணமகளின் வருகைக்காகக் காத்திருந்த அவர்கள்-

"அவள் வந்திறங்கியதும் மணிக்குரலில் பேசுவாள், அவள் வாயிலிருந்து செம்மணிகள் உதிரும்" என்று தம்மிடையே பேசிக் கொண்டார்கள்.

பிறகு ஹார்ழித்-பெர்கேன் தனது மணப்பெண்ணுடன் வந்து சேர்ந்தான். அவனுடைய சகோதரிகளில் இருவர் இரு குதிரைகளையும் குதிரைக் கம்பத்தில் கட்டினர். மணமகளுக்குக் கை கொடுத்து அவளைக் கீழே இறக்கிவிட்டனர். மணமகள் மணிக்குரலில் பேசினாள். அவளுடைய வாயிலிருந்து செம்மணிகள் உதிர்ந்து ஓடின. உடனே எல்லாப் பெண்களும் அந்த மணிகளைப் பொறுக்கி நூலில் கோர்த்தனர். மணமகள் கூடாரத்துக்கு நடந்து சென்றாள், அவளுடைய அடிச் சுவடுகளிலிருந்து கருநிற மென்முடிக் கீரிகள் பாய்ந்தோடின. இளைஞர்கள் தமது விற்களை உயர்த்திக் குறி பார்த்து அவற்றின் மீது அம்புகள் எய்தினார்கள்.

மணமகள் கூடாரத்துக்குள் சென்று, மூன்று லார்ச் மரக் கன்றுகளின் உச்சிக் கொம்புகளைக் கொண்டு கணப்படுப்பில் தீ மூட்டினாள்.

குதூகலத் திருமண விருந்து நடைபெற்றது. எல்லாக் கிராமங்களிலிருந்தும் விருந்தினர்கள் வந்திருந்தார்கள். அவர்களிடையே பாடகர்களும் நடன மணிகளும் கதை கூறுவோரும் மல்லர்களும் கர்ணமடிப்போரும் இருந்தார்கள்.

மூன்று நாட்களுக்கு விருந்து நடைபெற்றது. விருந்து முடிவடைந்தபின் பலர் குதிரைகளில் திரும்பிச் சென்றனர், மற்றும் பலர் நடந்து சென்றனர்.

ஹார்ழிக்-பெர்கேனும் அவன் மனைவியும் பாசமும் பரிவும் அமைதியும் தழைக்க இல்லறம் நடத்தினர். இன்பமாய் நெடுங்காலம் வாழ்ந்திருந்தனர். அவர்களுடைய பேரப் பிள்ளைகள் இன்னும் உயிரோடு இருக்கிறார்களாம்.

◆

தங்கக் கோப்பை

புர்யாத் நாட்டுக்கதை

நெடுங்காலத்துக்கு முன்பு மிகப் பழங்காலத்தில் சனாத் கான் என்றொரு பேரரசன் இருந்தான்.

ஒருநாள் அவன் தன் மக்களைப் புதிய பிரதேசத்துக்கு அழைத்துச் சென்று குடியேறுவதென்று முடிவு செய்தான். புதிய பிரதேசத்தில் முகாம்கள் அமைக்க நல்ல நிலங்கள் இருந்தன. மேய்ச்சல் வெளிகள் செழுமையாய் இருந்தன. ஆனால் அந்தப் புதிய பிரதேசத்துக்குப் போய்ச் சேர மிகக் கடினமான நீண்ட நெடும் பயணம் புரிய வேண்டியிருந்தது.

பயணம் புறப்படுமுன் சனாத் கான் வயது முதிர்ந்தோர் அனைவரையும் கொன்றுவிடும்படி உத்தரவிட்டான்.

“கிழவர்கள் நமது பயணத்துக்கு உதவக் கூடியவர்களல்ல, நமக்கு ஒரு பெரும் பாரமாகவே இருப்பார்கள்” என்று கூறினான். “ஒரு கிழவனோ, கிழவியோ நம்மிடையே இருக்கக் கூடாது, ஒரு கிழமும் பாக்கியில்லாமல் கொன்றுவிடுங்கள். என் உத்தரவை நிறைவேற்றாத எவரும் கடுமையாய்த் தண்டிக்கப்படுவர்” என்று அறிவித்தான்.

கானின் உத்தரவு மிகக் கொடியது, மக்கள் மனம் பதறினர். ஆனால் என்ன செய்வது, கானின் உத்தரவை அவர்கள் நிறைவேற்றியே ஆக வேண்டியிருந்தது. எல்லோரும் கானுக்கு அஞ்சினர், அவன் உத்தரவை மீறுவதற்கு யாரும் துணியவில்லை.

சனாத் கானின் குடிகளில் ஒரேயொருவன் மட்டும் – துசுரேன் என்றோர் இளைஞன் மட்டும் – தனது கிழத் தந்தையைக் கொல்வதில்லை என்று சபதமேற்றான்.

மகனும் தந்தையும் பேசி என்ன செய்வதென்று தீர்மானித்துக் கொண்டார்கள். துசுரேன் தனது கிழத் தந்தையை ஒரு பெரிய தோல் பையில் வைத்து ஒளித்து சனாத் கானுக்கும் வேறு யாருக்கும் தெரியாதபடி தன்னுடன் தூக்கிச் செல்வதென்று திட்டம் வகுத்துக் கொண்டான். புதிய நிலங்களுக்குப் போய்ச் சேர்ந்த பிறகு என்ன நடைபெறுமோ, சந்தர்ப்பத்துக்கு ஏற்றபடி பிற்பாடு பார்த்துக் கொள்ளலாம்.....

சனாத் கான் தன் குடிமக்களையும் மந்தைகளையும் அழைத்துக் கொண்டு வடக்கே நெடுந்தொலைவுக்கு அப்பால் இருந்த புதிய பிரதேசத்துக்குப் புறப்பட்டான். இவர்களுடன் துசுரேன் தன் கிழத் தந்தையைக் கொண்ட பெரிய தோல் பையைத் தன் குதிரையின் முதுகிலே கட்டித் தூக்கிக் கொண்டு சென்றான்.

யாருக்கும் தெரியாமல் அவன் தன் தந்தைக்கு உணவும் பானமும் தந்த வந்தான். இடையில் அவர்கள் தங்கிய போதெல்லாம் நன்றாய் இருட்டாகும் வரையில் காத்திருப்பான், பிறகு தோல் பையைத் திறந்து கிழவரை வெளியே வரச் சொல்லுவான். வலி தீர கைகால்களை நீட்டி அவர் களைப்பாறுவார்.

இவ்விதம் நீண்ட பல நாட்கள் பயணம் புரிந்து அவர்கள் ஒரு பெரிய கடலின் கரைகளுக்கு வந்து சேர்ந்தனர்.

இரவில் இக்கரைகளிலே தங்கும்படி சனாத் கான் தன் மக்களுக்கு உத்தரவிட்டான்.

கானின் ஆட்களில் ஒருவன் கரை ஓரமாய் நடந்து சென்ற போது கடலுக்கு அடியில் ஏதோ பளிச்சிட்டு மின்னக் கண்டான். நெருங்கிச் சென்று உற்றுப் பார்த்தான். கடலடியில் இருந்தது அரிய வடிவம் கொண்ட பெரிய தங்கக் கோப்பை என்பது தெரிந்தது. உடனே கானிடம் சென்று விலை மதிப்பில்லாத தங்கக் கோப்பை ஒன்று கரைக்கு அருகே கடலடியில் கிடப்பதாய்ச் சொன்னான்.

சனாத் கான் மேற்கொண்டு சிந்திக்காமல் உடனே அந்தக் கோப்பையை எடுத்து வரும்படிக் கட்டளையிட்டான். ஆனால் கடலுக்குள் மூழ்கி அதை எடுக்க யாரும் துணியவில்லை, விரும்பவுமில்லை. ஆகவே சீட்டுக் குலுக்கிப் போட்டு யாருக்கு விழுகிறதோ அந்த ஆள் நீருக்குள் மூழ்கிக் கோப்பையை எடுக்க வேண்டுமென்று உத்தரவிட்டான்.

கானின் ஆட்களிலே ஒருவனுக்குச் சீட்டு விழுந்தது. அவன் நீருக்குள் குதித்தான், ஆனால் மேலே வரவே இல்லை.

மீண்டும் சீட்டு குலுக்கினார்கள். அடுத்தபடி சீட்டு விழுந்தவன் உயரமான பாறையின் உச்சியிலிருந்து கடலுக்குள் குதித்தான், அவனும் மேலே வரவே இல்லை.

இவ்வாறு சனாத் கானின் குடிகளில் பலரும் உயிர் இழந்தனர்.

ஆனால் ஈவிரக்கமற்ற சனாத் கான் இந்த முயற்சியைக் கைவிடவில்லை. அவனுடைய கட்டளையின் பேரில் அவன் குடிகள் ஆட்சேபிக்காமலே ஒவ்வொருவராய்க் கடலுக்குள் குதித்து மாண்டு போயினர்.

முடிவில் துசுரேனின் முறை வந்தது. கடலுக்குள் குதிக்குமுன் அவன் தன் தந்தையிடம் விடைபெற்றுக் கொள்ள விரும்பினான். அவரை அவன் மறைத்து வைத்திருந்த இடத்துக்குச் சென்று,

"அப்பா, விடைபெற்றுக்கொள்வதற்காக வந்திருக்கிறேன்" என்று அவரிடம் கூறினான். "இனி நாம் இருவரும் சாக வேண்டியதுதான்" என்றான்.

"என்ன ஆயிற்று? நாம் ஏன் சாக வேண்டியதுதான் என்கிறாய்? என்று கிழவர் அவனைக் கேட்டார்.

தங்கக் கோப்பைக்காகக் கடலுக்குள் தான் குதிக்க வேண்டுமென்றும், சீட்டு தனக்கு விழுந்திருக்கிறது என்றும் துசுரேன் அவரிடம் விளக்கிக் கூறினான்.

"இதன்முன் குதித்து நீருக்குள் மூழ்கியவர்கள் யாரும் மேலே வரவே இல்லை. ஆகவே கானின் கட்டளையின் பேரில் நான் கடலில் மூழ்கிச் சாகப் போகிறேன். பிறகு நீ இங்கே இருப்பதைக் கண்டுபிடித்து உன்னையும் கானின் ஆட்கள் கொன்று விடுவார்கள்" என்று சொன்னான்.

மகன் சொன்னது முழுவதையும் கேட்டிருந்து விட்டுக் கிழவர் அவனிடம் கூறினார்:

"இப்படியே ஒவ்வொருவராய்க் கடலில் குதித்தால் நீங்கள் எல்லோரும் சாவீர்களே ஒழிய, தங்கக் கோப்பை ஒரு நாளும் கிடைக்கப் போவதில்லை. அந்தக் கோப்பை கடலுக்கு அடியில் இல்லை. கடலுக்கு அருகே மலை தெரிகிறது பார்! அந்த மலையின் உச்சியிலே இருக்கிறது, அந்தக் கோப்பை, நீங்கள் தங்கக் கோப்பை என்பதாய் நினைத்துக் கடலில் குதிக்கிறீர்களே, அது உண்மையில் மலை உச்சியிலுள்ள கோப்பையின் நிழல்தான். உங்களில் யாருக்குமே இது தெரியாமற் போனது எப்படி?"

"அப்படியானால் நான் செய்ய வேண்டியது என்ன? என்று துசுரேன் கேட்டான்.

"மலைமீது ஏறிச் சென்று தங்கக் கோப்பையைக் கண்டுபிடித்துக் கானிடம் கொண்டு போய்க் கொடு. அதைத் தேடிக் கண்டுபிடிப்பது கடினமாயிராது. பளபளக்கும் கோப்பையாதலால், நெடுந் தொலைவிலிருந்தே அதைக் கண்டு கொண்டுவிடலாம். ஆனால் அது நீ ஏற முடியாத செங்குத்துப் பாறையின் உச்சியில் இருந்தாலும் இருக்கும். அப்பொழுது நீ செய்ய வேண்டியது இதுதான்: அந்தப் பாறையில் மான்கள் வந்து மேயும் வரை நீ காத்துக் கொண்டிருக்க வேண்டும். பிறகு எப்படியாவது அவற்றைத் திடுக்கிடச் செய்ய வேண்டும். மிரண்டு போய்த் தாவி ஓடும் மான்கள் உச்சியிலிருக்கும் கோப்பையைத்

தள்ளிவிட்டுச் செல்லும். உடனே நீ பாய்ந்தோடிச் சென்று கோப்பையைப் பிடித்துக் கொள்ள வேண்டும். இல்லையேல் அது இருண்ட மலை இடுக்குகளில் விழுந்து விடும், பிறகு எந்நாளும் அது உனக்குக் கிடைக்காது.''

துசுரேன் தன் தந்தைக்கு நன்றி தெரிவித்துவிட்டு, மலைக்கு விரைந்து சென்றான்.

மலையின் உச்சிக்கு ஏறிச் செல்வது சுலபமாயில்லை. துசுரேன் புற்பூண்டுகளையும் மரங்களையும் கூர்மையான பாறை முனைகளையும் பிடித்துக் கொண்டு சிரமப்பட்டு மேலே ஏறினான். முகத்திலும் கைகளிலும் பல இடங்களில் சிராய்த்துக் கொண்டு விட்டான். இரத்தம் கசிந்தது. ஆடைகளைக் கிழித்துக் கொண்டுவிட்டான். பாடுபட்டு ஏறத்தாழ உச்சி வரை ஏறியதும் தங்கக் கோப்பையைக் கண்ணுற்றான். அது கண்கவரும் வனப்புடையதாய் இருந்தது. ஏற முடியாத செங்குத்துக் பாறையின் உச்சியில் தகதகவெனப் பளிச்சிட்டுக் கொண்டிருந்தது.

அந்தப் பாறையின் மீது தன்னால் ஏற முடியாது என்பதைக் கண்டான். ஆகவே தந்தை சொல்லிய ஆலோசனைப்படி, மான்கள் அங்கே பாறை உச்சியில் மேய வரும் வரை காத்திருந்தான்.

அவன் அதிக நேரம் காத்திருக்கும்படி நேரவில்லை. சில மான்கள் அந்தப் பாறையில் ஏறிச் சென்று மேயத் தொடங்கின. அமைதியாய் அந்தப் பாறையில் ஏறிச் சென்று மேயத் தொடங்கின. அப்பொழுது துசுரேன் திடுமெனப் பெருங்கூச்சலிட்டுக் கத்தினான். மான்கள் துணுக்குற்றுத் துள்ளி அங்குமிங்கும் ஓடின. மிரண்டு ஓடியபோது அவை அந்தத் தங்கக் கோப்பையைத் தள்ளிவிட்டன. கோப்பைக் கீழே விழுந்து உருண்டோடி வந்தது. உடனே துசுரேன் பாய்ந்தோடி அதைப் பிடித்துக் கொண்டு விட்டான்.

களிப்புற்றுக் கோப்பையைத் தூக்கிக் கொண்டு மலையிலிருந்து இறங்கி நேரே அதை சனாத் கானிடம் எடுத்துச் சென்று அவன் எதிரே வைத்தான்.

“கடலுக்கு அடியிலிருந்த இந்தக் கோப்பையை எப்படி நீ எடுத்தாய்?'' என்று கான் அவனைக் கேட்டான்.

“இதை நான் கடலுக்கு அடியிலிருந்து எடுக்கவில்லை, அதோ அந்த மலையின் உச்சியிலிருந்து எடுத்து வருகிறேன்'' என்று துசுரேன் பதிலளித்தான். “கடலில் தெரிந்தது கோப்பையின் நிழலே அன்றி கோப்பை அல்ல'' என்றான்.

“அதை உனக்குச் சொன்னது யார்?'' என்று கேட்டான் கான்.

“நானேதான் ஆலோசித்துக் கண்டுபிடித்தேன்'' என்று துசுரேன் பதிலளித்தான்.

அதற்கு மேல் கான் அவனைக் கேள்விகள் கேட்கவில்லை, போய் வா என்று சொல்லிவிட்டான்.

மறுநாள் சனாத் கானும் குடிகளும் தம் பயணத்தைத் தொடர்ந்தனர்.

பல நாட்கள் பயணம் செய்தபின் ஒரு பெரிய பாலைவனத்தை அடைந்தார்கள். அங்கே வெய்யில் தகித்தது, தரை காய்ந்து வெடித்திருந்தது, புற்கள் யாவும் கருகிப் போயிருந்தன. அருகில் எங்கும் ஆறோ ஓடையோ இருக்கவில்லை. ஆட்களும் கால்நடைகளும் வறட்சி தாங்கமாட்டாமல் தவிக்க வேண்டியதாயிற்று. சனாத் கான் நாற்றிசையிலும் குதிரைகளில் பலரையும் அனுப்பினான். எவ்வளவோ தேடியும் சொட்டுத் தண்ணீரைக் கூட காண முடியவில்லை. வறண்டு கருகிய நிலங்களே நாற் புறத்தும் விரிந்திருந்தன. என்ன செய்வது, எங்கே செல்வது என்று புரியாமல் எல்லோரும் திண்டாடினர்.

யாருக்கும் தெரியாமல் துசுரேன் தன் தந்தை இருந்த மறைவிடத்துக்குச் சென்றான்.

“அப்பா, நாங்கள் என்ன செய்யலாம், சொல்லுங்கள்! தண்ணீரின்றி தாகம் தாங்க முடியாமல் நாங்கள் தவிக்கிறோம், நமது கால்நடைகளும் தவிக்கின்றன” என்று அவன் கேட்டான்.

“மூன்று வயதுப் பசுவைப் பாலை வெளியில் திரியவிட்டுப் பாருங்கள். அது எங்கே போய்த் தரையை முகர்ந்து கொண்டு நிற்கிறதோ அங்கே தோண்டுங்கள், நீர் இருக்கும்” என்று கிழவர் சொன்னார்.

துசுரேன் ஓடி வந்து மூன்று வயதுப் பசு ஒன்றை சுற்றித் திரியும்படி அவிழ்த்துவிட்டான். அது தலையைத் தொங்க விட்டுக் கொண்டு பல இடங்களிலும் சுற்றித் திரிந்தது, கடைசியில் ஓரிடத்தில் நின்று சூடான தரையை முகர்ந்து பலமாய் காற்றை உள்ளுக்கு இழுத்தது.

“இங்கே தோண்டுங்கள்” என்றான் துசுரேன்.

எல்லோருமாய்ச் சேர்ந்து தோண்டினார்கள். சற்று நேரத்துக்கெல்லாம் தரைக்கடியிலிருந்து ஒரு பெரிய பாதாள அருவி பீறிட்டுப் பாய்ந்தது. சுத்தமான குளிர்ந்த நீர் தரைக்கு மேலே ஓடி வந்தது. எல்லோரும் தாகம் தீரத் தண்ணீர் குடித்துவிட்டுப் புத்துயிரும் உற்சாகமும் பெற்றனர்.

துசுரேனைத் தன்னிடம் வருமாறு சனாத் கான் கூப்பிட்டு அனுப்பினான்.

“இந்த வறண்ட பாலையில் பாதாள அருவி இருப்பதை எப்படி நீ கண்டு பிடித்துச் சொன்னாய்?” என்று அவனைக் கேட்டான்.

“சில அறிகுறிகளைக் கொண்டு அதை என்னால் கண்டுபிடிக்க முடிந்தது” என்று துசுரேன் பதிலளித்தான்.

மக்கள் வேண்டிய மட்டும் தண்ணீர் குடித்துவிட்டு அவ்விடத்தில் ஓய்வெடுத்துக் கொண்டார்கள். பிறகு மீண்டும் எல்லோரும் அங்கிருந்து புறப்பட்டார்கள்.

பல நாட்கள் பயணம் புரிந்தபின் ஓரிடத்தில் தங்கினார்கள். எதிர்பாராத விதமாய் இரவில் பெய்த கனத்த மழையில் அவர்களுடைய கணப்புத் தீ அணைந்து போயிற்று. எவ்வளவோ முயன்றும் அவர்களால் திரும்பவும் தீ மூட்ட முடியவில்லை. குளிரால் யாவரும் நடுங்கினார்கள். என்ன செய்வதென்று யாருக்கும் தெரியவில்லை.

பிறகு தொலைவில் ஒரு மலையின் உச்சியில் ஏதோ வெளிச்சம் தெரிவதை ஓராள் கண்ணுற்றான். கணப்புத் தீயின் வெளிச்சமாகவே இருக்க வேண்டும் என்பது தெரிந்தது.

உடனே மலை உச்சிக்குச் சென்று அந்த தீயை எடுத்து வருமாறு சனாத் கான் உத்தரவிட்டான்.

பலரும் கானின் உத்தரவை நிறைவேற்றுவதற்காக ஓடினர். முதலில் ஒருவரும், அடுத்து இன்னொருவரும், பிறகு மூன்றாவது ஒருவரும் மலை மீது ஏறினார்கள். ஒரு பெரிய ஊசியிலை மரத்தின் அடர்ந்த கிளைக்கு அடியில் தீ எரிவதையும், அதற்கருகே வேடன் ஒருவன் குளிர் காய்வதையும் கண்டார்கள். அந்தக் கணப்புத் தீயில் எரிந்த கட்டைகளில் ஆளுக்கு ஒன்றை எடுத்துக் கொண்டு அங்கிருந்து திரும்பு வந்தார்கள். ஆனால் கனத்த மழையில் நெருப்பு அணைந்துவிட்டதால், அவர்கள் யாராலும் தமது முகாமுக்கு நெருப்பைக் கொண்டு வந்து சேர்க்க முடியவில்லை.

சனாத் கானுக்குக் கோபம் வந்துவிட்டது. நெருப்பு எடுத்து வரச் சென்று வெறுங் கையுடன் திரும்புவோரை வெட்டி வீழ்த்தும்படி அவன் கட்டளையிட்டான்.

நெருப்பை எடுத்து வரத் துசுரேன் புறப்பட வேண்டியதாகியதும் அவன் தன் தந்தை இருந்த மறைவிடத்துக்கு யாருக்கும் தெரியாமல் சென்று-

“அப்பா, என்ன செய்யலாம், சொல்லுங்கள்! மலை உச்சியிலிருந்து நமது முகாமுக்கு நெருப்பை எடுத்து வருவது எப்படி?” என்று அவரிடம் கேட்டான்.

“எரியும் கட்டைகளைத் தூக்கி வந்து பயனில்லை-வழியில் அவை மழையில் நனைந்து அணைந்து விடும்” என்று கிழவர் சொன்னார். “ஒரு பெரிய பானையை எடுத்துச் சென்று, அதில் தணலை நிரப்பிக் கீழே எடுத்து வா, முகாமுக்குத் தீயை எடுத்து வர அது ஒன்றுதான் வழி” என்று அவனுக்கு ஆலோசனை கூறினார்.

தந்தை கூறியது போலவே துசுரேன் ஒரு பானை நிறைய தணலை மலையிலிருந்து எடுத்து வந்தான். அதிலிருந்து பற்ற வைத்து எல்லோரும் தீ மூட்டிக் குளிர் காய்ந்தனர், சாப்பாடு தயாரித்தனர்.

மலையிலிருந்து தீயைக் கொண்டு வந்தது யார் என்று தெரிந்ததும், சனாத் கான் உடனே தன்னிடம் வருமாறு அழைத்தான்.

துசுரேன் அவன் எதிரே போய் நின்றதும் கான் கோபமாய்க் கத்தினான்.

"மலையிலிருந்து தீயை எப்படி எடுத்து வர வேண்டுமென்று தெரிந்த நீ ஏன் யாரிடமும் சொல்லவில்லை" என்று இரைந்தான்.

"எப்படிக் கொண்டு வருவதென்று எனக்கே தெரியாதே" என்று துசுரேன் பதிலளித்தான்.

"தெரியாத நீ தீயைக் கொண்டு வந்து சேர்த்தாயே, எப்படி அது?" என்று கான் வினவினான்.

வரிசையாய் பல கேள்விகளைக் கேட்டுச் சென்று துசுரேனை அவன் மடக்கிய பிறகு, துசுரேன் வேறு வழியில்லாமல், தன் தந்தை கூறிய விவேகமிக்க ஆலோசனைகளின்படி நடந்து தான் கானின் கட்டளைகளை நிறைவேற்றியதாய் ஒத்துக் கொண்டு விட்டான்.

"உன் தந்தை எங்கே இருக்கிறார்?" என்று கான் கேட்டான்.

"ஒரு பெரிய தோல் பையில் ஒளித்து அவரை என்னுடன் இவ்வளவு தூரம் தூக்கி வந்தேன்" என்றான் தூசுரேன்.

கிழவரைத் தன் முன்னால் கொண்டு வருமாறு சனாத் கான் உத்தரவிட்டான்.

கிழவர் தன் எதிரே வந்ததும் கான் அவரிடம் சொன்னான்:

"என்னுடைய உத்தரவை நான் ரத்து செய்கிறேன். கிழவர்கள் இளைஞர்களுக்குப் பாரமாய் இருக்கவில்லை, வயது முதிர்ந்தோருக்கு விவேகம் அதிகம் என்பது தெரிகிறது. ஆகவே இனி நீ மறைந்திருக்க வேண்டாம், எல்லோருடனும் சேர்ந்து பகிரங்கமாய்ப் பயணம் புரியலாம்.

♦

காற்றுத் தேவன் கத்தூரா

நேனர்களுடைய நாட்டுக்கதை

நாடோடிகளது முகாம் ஒன்றில் முன்னொருகாலத்தில் ஒரு கிழவன் இருந்து வந்தான். அவனுக்கு மூன்று மகள்கள். கடைசி மகள் அன்பு உள்ளமும் கூர்மதியும் வாய்ந்தவள்.

கிழவன் பரம ஏழை. அவனுடைய தோல் கூடாரம் மிகப் பழையதாகி ஓட்டையும் கிழிசலுமாய் இருந்தது. கதகதப்பான ஆடைகள் அவனிடம் அதிகமில்லை. தாங்க முடியாதபடி கடுங்குளிராகி விடும் நாட்களில் அடுப்புக்கு அருகே தனது மூன்று மகள்களுடன் ஒண்டிக் கொண்டு அமர்ந்து, தன்னைக் கதகதப்பாக்கிக் கொள்ள முயலுவான். இரவில் தூங்குமுன் அவர்கள் அடுப்பை அணைத்துவிட வேண்டியிருக்கும். பிறகு பொழுது விடியும் வரை குளிரில் நடுங்கியவாறு படுத்திருப்பார்கள்.

குளிர் காலத்தின் உச்சியில் துந்திர வெளிகளில் பனிப்புயல் பயங்கரமாய் வீசிற்று. ஒரு நாள் வீசிற்று. இரண்டாம் நாளும் வீசிற்று, மூன்றாம் நாளும் ஓயாமல் வீசிற்று. எல்லாக் கூடாரங்களும் பிய்த்தெறியப்பட்டு விடும் போலிருந்தது. யாரும் வெளியே தலை காட்ட முடியவில்லை. பசியும் குளிரும் தாங்க மாட்டாமல் எல்லோரும் கூடாரங்களில் உட்கார்ந்திருந்தார்கள்.

கிழவனும் அவனுடைய மூன்று மகள்களும் தமது பழைய கூடாரத்துக்குள் ஒடுங்கிக் கொண்டு புயலின் சீற்றக் கூச்சலைக் கேட்டவாறு உட்கார்ந்திருந்தனர்.

“இந்தப் பயங்கரப் புயலை நம்மால் சமாளிக்க முடியாது. காற்றுத் தேவன் கத்தூரா இதை அனுப்பி வைத்திருக்கிறான்” என்று கிழவன் கூறினான். அவனுக்கு நம்மீது கோபம். நல்ல மனைவியாய்ப் பார்த்து அவனிடம் நாம் அனுப்பி வைக்கவில்லை என்று கோபப்படுகிறான். எனது மூத்த மகளாகிய நீ கத்தூராவிடம் போக வேண்டும், இல்லையேல் நம் மக்கள் எல்லோரும் அழிந்து

போய்விடுவார்கள். மகளே, நீ போய் இந்தப் பனிப்புயலை நிறுத்தும்படி அவனை வேண்ட வேண்டும்'' என்றான்.

"நான் எப்படிப் போவேன்? எனக்கு வழி தெரியாதே'' என்று மூத்த மகள் சொன்னாள்.

"உனக்கு ஒரு சிறு சறுக்கு வண்டி தருகிறேன். காற்றை நோக்கும்படி அதை வைத்து நீ அதை ஒரு தரம் தள்ளிவிட்டு அதைப் பின்தொடர்ந்து செல். காற்று உன் கோட்டின் கயிறுகளை அவிழ்த்துவிடும், ஆனால் நீ அவற்றைக் கட்டி முடி போடுவதற்காக நிற்காமல் தொடர்ந்து போய்க் கொண்டிருக்க வேண்டும். உன் பூட்சுகளுக்குள் வெண்பனி புகுந்து கொள்ளும், அதைத் தட்டியெடுப்பதற்காக நீ நிற்கக் கூடாது. உயரமான ஒரு மலையை வந்தடையும் வரை நீ நிற்கக் கூடாது. அந்த மலை மீது ஏறி உச்சியை அடைந்த பிறகே நீ நிற்கலாம், உன்பூட்சுகளிலிருந்து வெண்பனியைத் தட்டியெடுக்கலாம், உன் கோட்டின் கயிறுகளை கட்டி முடி போடலாம். பிறகு ஒரு சிறு குருவி பறந்து வந்து உன் தோளில் உட்காரும். அதை நீ விரட்டக் கூடாது, அதற்கு அன்பு காட்டி அதைத் தடவிக் கொடுக்க வேண்டும். அதன்பின் உன்னுடைய சறுக்கு வண்டியில் ஏறிக் கொண்டு மலைச் சரிவிலே அதை சறுக்கி ஓடச் செய்ய வேண்டும். சறுக்கு வண்டி நேரே கத்தூராவின் கூடாரத்திற்கு முன்னால் போய் நிற்கும். இறங்கி நீ கூடாரத்தினுள் செல், ஆனால் உள்ளே எதையும் தொடாதே, காத்துக் கொண்டு உட்கார்ந்திரு. கத்தூரா திரும்பி வந்ததும், அவன் அளிக்கும் வேலைகளைச் சரிவர செய்து வா.''

மூத்த மகள் தனது கம்பளி உடுப்புகளை அணிந்து கொண்டாள். தந்தை தந்த சறுக்கு வண்டியைக் காற்றை நோக்கும்படி வெளியே கொண்டு வந்து வைத்து அதை ஒரு தள்ளு தள்ளினாள்.

அதன் பின்னால் கொஞ்சதூரம் நடந்தாள். அவளுடைய கோட்டின் கயிறுகள் அவிழ்ந்து போயின, வெண்பனி அவளுடைய பூட்சுகளில் புகுந்து கொண்டது. குளிரில் அவள் நடுங்கினாள். அவளுடைய தந்தை சொல்லியிருந்தபடி அவள் நடந்து கொள்ளவில்லை. அவ்விடத்திலேயே நின்று கோட்டின் கயிறுகளைக் கட்டி முடி போட்டுக் கொண்டாள். பூட்சுகளிலிருந்து வெண்பனியைத் தட்டியெடுத்தாள். இதன் பிறகு காற்றை எதிர்த்து மீண்டும் நடந்தாள். நெடு நேரம் நடந்தபின் உயரமான ஒரு மலையைக் கண்ணுற்றாள். அதன் மீது அவள் ஏற முற்பட்டதும் ஒரு சிறு குருவி அவளிடம் பறந்து வந்தது. அது அவள் தோள்மீது உட்காரப் போயிற்று. ஆனால் மூத்த மகள் கையை வீசி அதை விரட்டியடித்தாள். குருவி அவள் தலைக்கு மேல் சற்று நேரம் வட்டமிட்டது. பிறகு அங்கிருந்து பறந்து சென்றுவிட்டது. மூத்த மகள் தனது சறுக்கு வண்டியில் ஏறிக் கொண்டு அதை மலைச் சரிவிலே செலுத்தினாள். சறுக்கு வண்டி சறுக்கிச் சென்று ஒரு பெரிய கூடாரத்தின் முன்னால் நின்றது.

மூத்த மகள் கூடாரத்தினுள் சென்று சுற்றிலும் பார்வையிட்டாள். வறுத்த மானிறைச்சித் துண்டுதான் யாவற்றுக்கும் முதலாய் அவள் கண்ணில் பட்டது. கணப்படுப்பில் தீயை மூட்டித் தன்னைக் கதகதப்பாக்கிக் கொண்டு இறைச்சித் துண்டிலிருந்து கொழுப்பைப் பிய்த்தெடுத்துத் தின்றாள். பிறகு மீண்டும் கொழுப்பைப் பிய்த்தெடுத்துத் தின்றாள். இப்படி அவள் வயிறு புடைக்கத் தின்றதும், கூடாரத்தின் வாயிலில் தொங்கிய தோல் விலக்கித் தூக்கப்பட்டது. பிரம்மாண்ட வடிவினனாய் இருந்த இளைஞன் ஒருவன் உள்ளே வந்தான். கத்தூராவேதான் அவன். மூத்த மகளைக் கண்டதும்:

"பெண்ணே, நீ எங்கிருந்து இங்கு வந்தாய்? இங்கே உனக்கு என்ன வேண்டும்?" என்று கேட்டான்.

"என் தந்தை என்னை உன்னிடம் அனுப்பி வைத்தார்" என்று மூத்த மகள் பதிலளித்தாள்.

"ஏன் அனுப்பி வைத்தார்?"

"என்னை நீ உன் மனைவியாய் ஏற்றுக் கொள்வதற்காக."

"வேட்டையாடுவதற்காகப் போயிருந்தேன். சமைப்பதற்காக இறைச்சிக் கொண்டு வந்திருக்கிறேன். நீ எழுந்து இதைச் சமைத்துக் கறியாக்கு பார்ப்போம்" என்று கத்தூரா அவளிடம் சொன்னான்.

மூத்த மகள் அவ்வாறே செய்தாள். இறைச்சி வெந்ததும் அதைச் சட்டியிலிருந்து எடுத்து இரு பாதியாய் வெட்டும்படி அவளிடம் சொன்னான்.

“நீயும் நானும் ஒரு பாதியைச் சாப்பிடுவோம், இன்னொரு பாதியை மர வட்டிலில் வைத்துப் பக்கத்துக் கூடாரத்துக்குக் கொண்டு போய்க் கொடு” என்று கூறினான். “பக்கத்துக் கூடாரத்துக்குள் நீ போக வேண்டாம், வாயிலுக்கு வெளியே காத்திரு. ஒரு கிழவி உன்னிடம் வருவாள், அவளிடம் இறைச்சியைக் கொடு. காலி வட்டிலை அவள் திருப்பி எடுத்து வந்து கொடுப்பாள், வெளியே காத்திருந்து அதை வாங்கி வா” என்றான்.

மூத்த மகள் இறைச்சியை எடுத்துக் கொண்டு வெளியே சென்றாள். காற்று ஊளையிட்டது. வெண்பனி சுழன்று அடித்தது. எங்கும் ஒரே இருட்டாய் இருந்தது. பனிப்புயலில் எதுவும் கண்ணுக்குத் தெரியவில்லை!.... மூத்த மகள் சிறிது தூரம் நடந்ததும் நின்று சற்று நேரம் சிந்தனை செய்தாள். பிறகு இறைச்சியை வெண்பனியிலே எறிந்து விட்டுக் காலி வட்டிலை எடுத்துக் கொண்டு கத்தூராவிடம் திரும்பி வந்தாள்.

கத்தூரா அவள் பக்கம் திரும்பிப் பார்த்தான்.

“பக்கத்துக் கூடாரத்தில் இறைச்சியைக் கொண்டு போய்க் கொடுத்தாயா?” என்று அவளைக் கேட்டான்.

“கொடுத்தேன்” என்று பதிலளித்தாள் மூத்த மகள்.

“வட்டிலைக் காட்டு, இறைச்சிக்குப் பதிலாய் அவர்கள் எதாவது தந்தார்களா என்று பார்ப்போம்” என்றான்.

மூத்த மகள் காலி வட்டிலைக் காட்டினாள். கத்தூரா பார்த்து விட்டுப் பேசாமல் இருந்தான். பிறகு இறைச்சியில் தன் பங்கை எடுத்துச் சாப்பிட்டுவிட்டுப் படுத்துக் கொண்டான்.

காலையில் எழுந்ததும் அவன் வெளியே சென்று பதனிடப்படாத மான் தோல்களைக் கூடாரத்துக்குள் எடுத்து வந்தான்.

“நான் வேட்டையாடப் போகிறேன். நீ இந்தத் தோல்களைப் பதனிட்டு இழைத்துச் சரிசெய்து இவற்றிலிருந்து எனக்கு ஒரு புதிய கோட்டும் பாதணிகளும் கையுறைகளும் செய்து வை” என்று அவளிடம் சொன்னான். “திரும்பி வந்ததும் அவற்றைப் போட்டுப் பார்ப்பேன், நீ கைத்திறமை வாய்ந்தவள்தானா என்று தெரிந்து கொள்வேன்” என்றான்.

பிறகு அவன் வேட்டையாடுவதற்காகத் துந்திர வெளிகளுக்குச் சென்றான். மூத்த மகள் வேலை செய்ய ஆரம்பித்தாள். அப்பொழுது கூடாரத்தின் வாயிலில் தொங்கிய தோல் விலக்கப்பட்டது. நரைத் தலைக் கிழவி ஒருத்தி உள்ளே வந்தாள்.

“மகளே, என் கண்ணில் ஏதோ விழுந்து உறுத்துகிறது, அதை வெளியே எடுக்க வேண்டும் நீ” என்று அவள் கூறினாள்.

"அதற்கெல்லாம் எனக்கு நேரம் இல்லை, நிறைய வேலை இருக்கிறது எனக்கு" என்று மூத்த மகள் பதிலளித்தாள்.

கிழவி ஒன்றும் சொல்லாமல் கூடாரத்திலிருந்து வெளியே போய்ச் சேர்ந்தாள். மூத்த மகள் தனியே விடப்பட்டாள். அவசரமாய் அவள் மான் தோல்களைப் பதனிட்டுச் சரி செய்து கத்தியால் அவற்றை வெட்டினாள். அந்திக்குள் தனது வேலையை முடிக்க வேண்டுமென்று வேகமாய் வெட்டினாள். தான் தயாரிக்கும் ஆடைகள் நேர்த்தியாய் அமைய வேண்டுமென்று கவலைப்படாமல் வேகம் வேகமாய் வேலை செய்தாள். தைப்பதற்கு அவளிடம் ஊசி இல்லை. ஒரே பகலில் இவ்வளவு வேலையையும் அவள் செய்து முடிக்க வேண்டியிருந்தது! சீக்கிரமாய் முடித்தால் போதுமென்று எப்படியோ வெட்டிச் சேர்த்து ஆடைகளாக்கி வைத்தாள்.

அந்தியில் கத்தூரா கூடாரத்துக்குத் திரும்பி வந்தான்.

"என்னுடைய புதிய ஆடைகள் தயாராகிவிட்டனவா?" என்று கேட்டான்.

"தயாராகிவிட்டன" என்று மூத்த மகள் பதிலளித்தாள்.

கத்தூரா அவற்றை எடுத்துக் கைகளால் தடவிப் பார்த்தான். தோல் ஒழுங்காய் இழைக்கப்படாமல் கரடுமுரடாய் இருந்தது. ஆடைகளைப் பிரித்துப் பார்த்தான், கோணல்மாணலாய் வெட்டப்பட்டு சிறிதும் கவனமின்றி இணைத்துச் சேர்க்கப்பட்டிருந்தன. அவனுக்கு அவை மிகச் சிறியவை என்பதும் தெரிந்தது.

கத்தூரா கொடுங்கோபங்கொண்டு மூத்த மகளைப் பிடித்துக் கூடாரத்துக்கு வெளியே இழுத்துச் சென்று அவளைத் தூக்கி வீசியெறிந்தான். அவள் மிக நெடுந் தொலைவுக்கு அப்பால் போய் வெண்பனிக் குவியலில் விழுந்தாள். அங்கேயே கிடந்து கொடுங்குளிரில் விறைத்து மடிந்து போனாள்.

புயல் முன்னிலும் மூர்க்கமாய் வீசிற்று.

கூடாரத்தினுள் ஒடுங்கிக் கொண்டு உட்கார்ந்திருந்த கிழவன் காற்று ஊளையிட்டதையும் புயல் சீறியதையும் கவனித்தான்.

"மூத்த மகள் என் பேச்சைக் கேட்கவில்லை, நான் சொன்னபடிச் செய்யவில்லை, அதனால்தான் புயல் மூர்க்கமாய் வீசுகிறது, கத்தூராவை அவள் சீற்றங் கொள்ளச் செய்து விட்டாள்" என்று கிழவன் முறையிட்டான். "இரண்டாவது மகளே, நீ கத்தூராவிடம் சென்றாக வேண்டும்" என்று கூறினான்.

கிழவன் தனது இரண்டாவது மகளுக்கு ஒரு சிறிய சறுக்கு வண்டி தயாரித்துக் கொடுத்தான். மூத்த மகளிடம் சொன்னது பூராவையும் அவளிடமும் சொல்லி, கத்தூராவிடம் அவளை அனுப்பி வைத்தான். கிழவன் தனது கடைசி மகளுடன் தன் கூடாரத்தில் உட்கார்ந்து புயல் எப்பொழுது நிற்குமென்று காத்துக் கொண்டிருந்தான்.

இரண்டாவது மகள் தனது சறுக்கு வண்டியைக் காற்றை நோக்கும்படி பனிவெளியில் வைத்துத் தள்ளிவிட்டு அதன் பின்னால் நடந்து சென்றாள். அவளுடைய கோட்டின் கயிறுகள் அவிழ்ந்து போயின, அவளுடைய பூட்சுகளில் வெண்பனி புகுந்து கொண்டது. குளிரில் நடுங்கிய அவள், தன் தந்தை தன்னிடம் சொல்லியிருந்ததை மறந்துவிட்டு அங்கேயே நின்று பூட்சுகளிலிருந்து வெண்பனியைத் தட்டியெடுத்தாள், கோட்டின் கயிறுகளைக் கட்டி முடிபோட்டுக் கொண்டாள்.

பிறகு நடந்து மலையை அடைந்து அதன்மீது ஏறினாள். அப்பொழுது அவளிடம் பறந்து வந்த சிறு குருவியை விரட்டியடித்தாள். அதன்பின் சறுக்கு வண்டியில் ஏறிக் கொண்டு அதை மலைச் சரிவில் சறுக்கிச் செல்லும்படி வைத்தாள். வண்டி கத்தூராவின் கூடாரத்துக்கு எதிரே போய் நின்றது.

இரண்டாவது மகள் அந்தக் கூடாரத்துக்குள் சென்று கணப்படுப்பிலே தீயை மூட்டிக் குளிர் காய்ந்தாள். அங்கிருந்த மானிறைச்சித் துண்டை எடுத்து வேண்டிய மட்டும் தின்றுவிட்டுக் கத்தூரா எப்பொழுது வருவானென்று காத்துக் கொண்டிருந்தாள்.

வேட்டையாடச் சென்றிருந்த கத்தூரா திரும்பி வந்ததும் இரண்டாவது மகளைப் பார்த்து-

"நீ ஏன் இங்கு வந்திருக்கிறாய்?" என்று கேட்டான்.

"என் தந்தை என்னை உன்னிடம் அனுப்பி வைத்தார்" என்று இரண்டாவது மகள் பதிலளித்தாள்.

"ஏன் அனுப்பி வைத்தார்?"

"நீ என்னை உன் மனைவியாக்கிக் கொள்ள வேண்டுமென்று அனுப்பி வைத்தார்,"

"பிறகு ஏன் நீ ஒன்றும் செய்யாமல் உட்கார்ந்திருக்கிறாய்? எனக்குப் பசிக்கிறது. சீக்கிரமாய் இறைச்சியை வேக வைத்து எனக்குச் சாப்பாடு தயார் செய்."

இறைச்சி வெந்ததும் சட்டியிலிருந்து அதை எடுத்து இரு பாதியாய் வெட்டும்படி கத்தூரா அவளிடம் சொன்னான்.

"நீயும் நானும் ஒரு பாதியைச் சாப்பிடுவோம்" என்று அவன் கூறினான். "இன்னொரு பாதியை மர வட்டிலில் வைத்துப் பக்கத்துக் கூடாரத்துக்கு எடுத்துச் செல். கூடாரத்தினுள் நீ போக வேண்டாம், வெளியே காத்திரு. ஒரு கிழவி வந்து இறைச்சியை எடுத்துக் கொண்டு வட்டிலை உன்னிடம் திருப்பித் தருவாள்" என்றாள்.

இரண்டாவது மகள் இறைச்சியை எடுத்துக் கொண்டு வெளியே சென்றாள். காற்று ஊளையிட்டது, வெண்பனி சுழன்று அடித்தது, எதுவும் கண்ணுக்குத் தெரியவில்லை. ஆகவே அதிக தூரம் நடக்க விரும்பாமல் இரண்டாவது மகள் இறைச்சியை வெண்பனியில் எறிந்து விட்டு சற்று நேரம் அங்கேயே நின்றபின் கத்தூராவிடம் திரும்பி வந்தாள்.

"இறைச்சியைக் கொண்டு போய்க் கொடுத்தாயா?" என்று கத்தூரா கேட்டான்.

"கொடுத்தேன்" என்று இரண்டாவது மகள் பதிலளித்தாள். காட்டு, இறைச்சிக்குப் பதிலாய் அவர்கள் எதாவது தந்தார்களா என்று பார்ப்போம்."

இரண்டாவது மகள் வட்டிலை அவனிடம் காட்டினாள். காலி வட்டிலைப் பார்த்துவிட்டுக் கத்தூரா ஒன்றும் சொல்லாமல் இருந்தான். பிறகு அவன் படுத்துத் தூங்கினான். காலையில் வெளியே சென்று பதனிடப்படாத மான்தோல்களை எடுத்து வந்தான். அந்தியில் நான் திரும்பி வருவதற்குள் இந்தத் தோல்களிலிருந்து எனக்குப் புதிய ஆடைகள் தயாரித்து வை என்று, முன்பு அவள் அக்காளிடம் சொன்னது போலவே அவளிடமும் சொன்னான்.

"உடனே வேலையை ஆரம்பி, நீ நன்றாய் ஆடைகள் தைக்கக் கூடியவளா என்று அந்தியில் நான் திரும்பி வந்ததும் தெரிந்து கொள்வேன்" என்றான்.

பிறகு அவன் வேட்டையாடுவதற்காகப் போய்விட்டான். இரண்டாவது மகள் வேலையைத் தொடங்கினாள். அந்திப் பொழுதுக்குள் யாவற்றையும் செய்து முடிக்க வேண்டியிருந்ததால், வேகம் வேகமாய் வேலைகளைச் செய்து கொண்டிருந்தாள். அப்பொழுது தலை நரைத்த கிழவி ஒருத்தி கூடாரத்துக்குள் வந்து-

"மகளே, என் கண்ணில் தூசி விழுந்து உறுத்துகிறது, அதை என்னால் எடுக்க முடியவில்லை, நீதான் அதை எடுக்க வேண்டும்" என்று வேண்டினாள்.

"எனக்கு வேலை நிறைய இருக்கிறது, உன் கண்ணிலுள்ள தூசியை எடுத்துக் கொண்டிருப்பதற்கு எனக்கு நேரம் இல்லை, போ வெளியே!" என்று இரண்டாவது மகள் சொல்லி விட்டாள்.

கிழவி மௌனமாய் வெளியே போய்ச் சேர்ந்தாள். அந்தியில் கத்தூரா திரும்பி வந்தான்.

"எனக்குப் புதிய ஆடைகள் தயார் செய்துவிட்டாயா?" என்று அவன் கேட்டான்.

"தயார் செய்துவிட்டேன்" என்று இரண்டாவது மகள் பதிலளித்தாள்.

அந்த ஆடைகளை வாங்கி கத்தூரா போட்டுப் பார்த்தான். ஆடைகள் அலங்கோலமாய் வெட்டப்பட்டிருந்தன. பல இடங்களில் இணைப்புகள்

சரியாய்த் தைக்கப்படவில்லை. அவனுக்குப் பற்றாதபடி அளவில் மிகச் சிறியனவாய் இருந்தன. கத்தூராவுக்குக் கோபம் பொங்கியெழுந்தது. இரண்டாவது மகளை இழுத்துச் சென்று, அவளுடைய அக்காளை எறிந்தானே, அதே இடத்தில் அவளையும் தூக்கியெறிந்தான். குளிரில் விறைத்துப் போய் அவள் மடிந்துவிட்டாள்.

கிழவன் தனது கடைசி மகளுடன் கூடாரத்தில் உட்கார்ந்து புயல் ஓய்வதற்காகக் காத்திருந்து பார்த்துவிட்டு மீண்டும் ஏமாற்றமே அடைந்தான். புயல் இப்பொழுது முன்னிலும் கடுமையாய் வீசிற்று. கூடாரம் எக்கணத்திலும் பிய்த்தெடுத்துச்செல்லப்படுமெனநினைக்கும்படி புயல் அவ்வளவு மூர்க்கமாய் அடித்தது.

"என் மூத்த மகள்கள் இருவரும் நான் சொன்னபடி செய்யவில்லை, கத்தூராவை அவர்கள் சீற்றங் கொள்ளச் செய்து நிலைமையை முன்னிலும் மோசமாக்கி விட்டனர்" என்று கிழவன் வருந்தினான். "எனது கடைசி மகளே, நீ ஒருத்திதான் இப்பொழுது என்னிடம் எஞ்சியிருக்கிறாய். ஆயினும் எனக்கு வேறு வழியில்லை, கத்தூரா உன்னை மனைவியாய் ஏற்றுக் கொள்வான் என்ற நம்பிக்கையுடன் அவனிடம் உன்னை அனுப்பி வைக்கிறேன், இல்லையேல் நம் மக்கள் எல்லோருமே பட்டினி கிடந்து சாக நேர்ந்துவிடும். மகளே, நீ புறப்படு!" என்றான்.

எங்கே போக வேண்டும், என்ன செய்ய வேண்டும் என்று அவளிடம் கூறினான்.

கடைசி மகள் கூடாரத்திலிருந்து வெளியே சென்று, சறுக்கு வண்டியைக் காற்றை நோக்கும்படி வைத்து அதை மெல்லத் தள்ளி அதன்பின் நடந்தாள். காற்று ஊளையிட்டும் சீறியும் வீசிக் கடைசி மகளைக் கீழே தள்ள முயன்றது, அவள் கண்களில் வெண்பனியை இறைத்து அவள் எதையும் பார்க்க முடியாதபடிச் செய்தது.

ஆனால் கடைசி மகள் தன் தந்தை கூறியிருந்தவற்றை மறக்காமல், அவர் சொல்லியிருந்தபடி யாவற்றையும் செய்து பனிப்புயலில் தொடர்ந்து நடந்து சென்றாள். அவளுடைய கோட்டின் கயிறுகள் அவிழ்ந்து போயின, ஆனால் அவள் அவற்றைக் கட்டி முடி போடுவதற்காக நிற்கவில்லை. வெண்பனி அவளுடைய பூட்சுகளில் புகுந்து கொண்டது, அவள் தன் நடையை நிறுத்தி அதைத் தட்டியெடுக்க முயலவில்லை. குளிர் தாங்க முடியவில்லை, காற்று கடுமையாய் வீசிற்று, ஆனால் அவள் தயங்கவோ, நிற்கவோ இல்லை. மலையை அடைந்து அதன் உச்சிக்கு ஏறிய பிறகுதான் அவள் நின்று பூட்சுகளிலிருந்து வெண்பனியைத் தட்டி வெளியே எடுத்தாள், கோட்டின் கயிறுகளைக் கட்டி முடி போட்டுக் கொண்டாள். பிறகு சிறு குருவி ஒன்று அவளிடம் பறந்து வந்து அவளுடைய தோளில் உட்கார்ந்தது. கடைசி மகள் குருவியை விரட்டியடிக்கவில்லை. அதற்குப் பதில் அதை அருமையாய்த் தடவிக்

கொடுத்து ஆசையாய் அதனுடன் பேசினாள். குருவி பறந்து சென்றதும் கடைசி மகள் தனது சறுக்கு வண்டியில் ஏறிக் கொண்டு மலைச் சரிவிலே அதைச் சறுக்கியோட வைத்தாள். நேரே அது கத்தூராவின் கூடாரத்தின் முன்னால் போய் நின்றது.

அவள் கூடாரத்துக்குள் சென்று காத்திருந்தாள். பிறகு கூடாரத்தின் வாயிலில் தொங்கிய தோலை உயர்த்தி விலக்கிக் கொண்டு பிரம்மாண்ட வடிவினனான இளைஞன் உள்ளே நுழைந்தான். கடைசி மகளைப் பார்த்ததும் அவன் சிரித்துக் கொண்டு-

"நீ ஏன் என்னிடம் வந்திருக்கிறாய்?" என்று அவளைக் கேட்டான்.

"என் தந்தை இங்கு என்னை அனுப்பினார்" என்று கடைசி மகள் பதிலளித்தாள்.

"ஏன் உன்னை இங்கு அனுப்பினார்?"

"பனிப்புயலை நிறுத்தும்படி உன்னிடம் கேட்டுக் கொள்வதற்காக அவர் என்னை இங்கே அனுப்பினார். புயலை நீ நிறுத்தாவிடில் எங்கள் மக்கள் எல்லோரும் மடிந்துவிடுவார்கள்."

"நீ ஏன் சும்மா உட்கார்ந்திருக்கிறாய்? அடுப்பிலே தீயை மூட்டு, இறைச்சியை வேக வை" என்று கத்தூரா கூறினான்.

"எனக்குப் பசிக்கிறது, உனக்கும் பசியாய் இருக்கும், இங்கு வந்த பின் நீ எதையும் எடுத்துச் சாப்பிடவில்லை என்பது தெரிகிறது" என்றான்.

கடைசி மகள் உடனே இறைச்சியை வேக வைத்தாள். சட்டியிலிருந்து அதை எடுத்து கத்தூராவிடம் கொடுத்தாள். கத்தூரா அதில் கொஞ்சம் எடுத்து ருசி பார்த்தான். பிறகு அதை இரு பாதியாய் வெட்டி ஒரு பாதியைப் பக்கத்துக் கூடாரத்துக்குக் கொண்டு போய்க் கொடுக்கும்படிச் சொன்னான்.

கடைசி மகள் ஒரு பாதி இறைச்சியை ஒரு வட்டிலில் வைத்து மூடி வெளியே எடுத்துச் சென்றாள். காற்று அலறிற்று, வெண்பனி சுழன்று அடித்தது. அவள் எத்திசையில் செல்வது? பக்கத்துக் கூடாரம் எங்கே இருக்கிறது? சற்று நேரம் சிந்தித்தபடி நின்றாள்.

பிறகு புயலினிடையே எங்கு செல்கிறோம் என்பது தெரியாமலே நடக்கலானாள்.

முன்பு மலையில் அவளிடம் பறந்து வந்த அந்தச் சிறு குருவி திடுமென இப்பொழுது அவள் எதிரே தோன்றி அவளுடைய முகத்தின் முன்னால் சிறகடித்துப் பறந்தது. கடைசி மகள் இந்தக் குருவியைப் பின்தொடர்ந்து செல்வதென்று தீர்மானித்துக் கொண்டாள். அவள் ஓயாமல் நடந்தாள், முடிவில் ஒரு புறத்தில் சுடர் தெரியக் கண்டு மனம் மகிழ்ந்து கொண்டாள். பக்கத்துக்

கூடாரம் அதுவாகவே இருக்குமென்று நினைத்து அத்திசையில் நடந்தாள். ஆனால் அருகே சென்றதும், கூடாரமென அவள் நினைத்தது ஒரு பெரிய மண்மேடாய் இருக்கக் கண்டாள். அந்த மண் மேட்டிலிருந்து புகை வெளியே சென்றது. கடைசி மகள் அந்த மேட்டைச் சுற்றி நடந்து காலால் மெள்ள அதை ஆங்காங்கே அழுத்திப் பார்த்துக் கொண்டு சென்றாள். திடுமென அவள் கண்ணெதிரே ஒரு கதவு தெரிந்தது. நரைத் தலைக் கிழவி ஒருத்தி வெளியே எட்டிப் பார்த்து-

"நீ யார்? இங்கே ஏன் வந்தாய்?" என்று கேட்டாள்.

"பாட்டி, உனக்கு நான் இறைச்சிக் கறி சமைத்து எடுத்து வந்திருக்கிறேன், கத்தூரா உன்னிடம் கொடுத்துவிட்டு வரச் சொன்னார்" என்று கடைசி மகள் பதிலளித்தாள்.

"கத்தூராவா? நல்லது, இப்படி என்னிடம் கொடு" என்று கிழவி அதை வாங்கிக் கொண்டாள். "நீ வெளியே காத்திரு" என்று சொல்லிவிட்டு உள்ளே போனாள்.

கடைசி மகள் அந்த மேட்டின் எதிரே நின்று காத்திருந்தாள். நெடுநேரம் அவள் காத்துக் கொண்டிருக்க வேண்டியிருந்தது. முடிவில் கதவு மீண்டும் திறக்கப்பட்டது. கிழவி வெளியே எட்டிப் பார்த்துவிட்டு மர வட்டிலைக் கடைசி மகளிடம் திருப்பிக் கொடுத்தாள். வட்டிலில் குவியலாய்ப் பலவும் வைத்து மூடப்பட்டிருந்தது கடைசி மகளுக்குத் தெரிந்தது, ஆனால் அவை என்னவென்பது விளங்கவில்லை. கடைசி மகள் வட்டிலை எடுத்துக் கொண்டு கத்தூராவிடம் திரும்பி வந்தாள்.

"ஏன் இவ்வளவு நேரம்? பக்கத்துக் கூடாரத்துக்குப் போக முடிந்ததா உன்னால்?" என்று கத்தூரா அவளைக் கேட்டான்.

"போக முடிந்தது."

"இறைச்சிக் கறியை அங்கே கொடுத்தாயா?"

"கொடுத்தேன்."

"வட்டிலைக் காட்டு, அதில் என்ன இருக்கிறது, பார்ப்போம்."

கத்தூரா அதனுள் பார்த்தான். கத்திகளும் ஊசிகளும் தோலைப் பதனிட்டு இழைப்பதற்கு வேண்டிய கருவிகளும் அந்த வட்டிலில் இருந்தன. கத்தூரா சிரித்து மகிழ்ந்து கொண்டு-

"உனக்கு உபயோகமான நல்ல சாமான்கள் பலவும் உனக்குக் கிடைத்திருக்கின்றன" என்று சொன்னான்.

காலையில் கத்தூரா விழித்தெழுந்ததும் வெளியே சென்று மான் தோல்கள் சிலவற்றை எடுத்துக் கொண்டு கூடாரத்துக்குத் திரும்பி வந்தான். அந்திக்குள்

இந்தத் தோல்களிலிருந்து தனக்கு ஒரு புதிய கோட்டும் பாதணிகளும் கையுறைகளும் செய்யும்படிச் சொன்னான்.

“இவற்றை நீ நன்றாய்ச் செய்து தந்தால் உன்னை நான் மணந்து கொள்வேன்” என்று கூறிவிட்டு அவன் வெளியே சென்றான்.

கடைசி மகள் உடனே வேலையைத் தொடங்கினாள். கிழவி அன்பளித்திருந்த கருவிகள் இப்பொழுது அவளுக்கு மிகவும் உதவியாய் இருந்தன. தோல்களிலிருந்து ஆடை தயாரிப்பதற்கு வேண்டிய எல்லாக் கருவிகளும் அவளிடம் இருந்தன. ஆனால் ஒரு பகற்பொழுதில் இவ்வளவு வேலையையும் செய்துவிட முடியுமா?... கடைசி மகள் இதைப் பற்றி சிந்தித்துப் பொழுதை வீணாக்காமல், முடிந்தது அனைத்தையும் செய்வோமென கண்ணும் கருத்துமாய் வேலை செய்தாள். தோல்களைப் பதனிட்டு இழைத்துத் தேய்த்துச் சரி செய்தாள். பிறகு தக்கபடி வெட்டித் தைக்க முற்பட்டாள். நரைத் தலைக் கிழவி ஒருத்தி கூடாரத்துக்குள் வந்தாள். கடைசி மகள் முன்பு தான் இறைச்சிக் கறி எடுத்துச் சென்று கொடுத்த அதே கிழவிதான் இவள் என்பதை உடனே கண்டு கொண்டுவிட்டாள்.

“மகளே, என் கண்ணில் தூசி விழுந்துவிட்டது, என்னால் அதை எடுக்க முடியவில்லை, நீதான் அதை வெளியே எடுக்க வேண்டும்” என்று அந்தக் கிழவி கூறினாள்.

கடைசி மகள் தனக்கு நேரமில்லை என்று சொல்லவில்லை. தனது வேலைகளை விட்டு எழுந்து கிழவியின் கண்ணிலிருந்த தூசியை வெளியே எடுத்து அவளுக்கு உதவினாள்.

“அம்மாடி, கண் உறுத்தல் இப்பொழுதுதான் நின்றது” என்று கிழவி மகிழ்ந்து கொண்டாள். “என்னுடைய வலக் காதுக்குள் என்ன இருக்கிறது, பார்” என்றாள்.

கடைசி மகள் உடனே கிழவியின் வலக் காதுக்குள் பார்த்தாள். பார்த்ததும் திகைத்துப் போய்விட்டாள்.

“என்ன இருக்கிறது?” என்று கேட்டாள் கிழவி.

“உன் காதுக்குள் ஒரு பெண் உட்கார்ந்திருக்கிறாள்” என்று கடைசி மகள் பதிலளித்தாள்.

“அவளை வெளியே வரும்படிக் கூப்பிடேன்! கத்தூராவுக்கு வேண்டிய ஆடைகளைத் தயாரிப்பதற்கு அவள் உனக்கு உதவி செய்வாளே!” என்றாள் கிழவி.

கடைசி மகள் மட்டிலா மகிழ்ச்சி அடைந்தாள். காதுக்குள் இருந்த பெண்ணை அவள் கூப்பிட்டாள். உடனே ஒருத்தியல்ல, நான்கு இளம் பெண்கள்

கிழவியின் காதுக்குள்ளிருந்து வெளியே குதித்தனர். நால்வருமாய்ச் சேர்ந்து வேலையில் இறங்கினர். தோல்களை நன்றாகப் பதனிட்டுச் சுரண்டியும் இழைத்தும் மிருதுவாக்கினர். பிறகு வெட்டியெடுத்துத் தைக்க முற்பட்டனர். விரைவில் கோட்டும் பூட்சுகளும் கையுறைகளும் தயாராகிவிட்டன. அதன் பிறகு நான்கு இளம் பெண்களும் கிழவியின் காதுக்குள் ஒளிந்து கொண்டார்கள். கிழவி வெளியே சென்றுவிட்டாள்.

அந்தியில் கத்தூரா திரும்பி வந்தான்.

"நான் செய்யச் சொல்லியிருந்தவற்றைச் செய்து முடித்தாயா?" என்று அவன் கேட்டான்.

"செய்து முடித்துவிட்டேன்" என்று கடைசி மகள் பதிலளித்தாள்.

"என்னுடைய புதிய ஆடைகளைக் காட்டு, சரியாய் இருக்கின்றனவா என்று போட்டுப் பார்க்கிறேன்."

கடைசி மகள் புதிய ஆடைகளை எடுத்து அவனிடம் தந்தாள். கத்தூரா அவற்றைத் தடவிப் பார்த்தான், தோல் மிருதுவாகவும் கைக்கு இதமாய் வழவழப்பாகவும் இருந்தது. ஆடைகளைப் போட்டுப் பார்த்தான். எதுவும் அவனுக்குச் சிறிதாகவோ, பெரிதாகவோ இல்லை. யாவும் அவனுக்குப் பொருத்தமாய் இருந்தன, நீடித்துப் பயன்படக் கூடியவாறு தயாரிக்கப்பட்டிருந்தன. கத்தூரா புன்னகை புரிந்து கொண்டு-

"உன் தந்தையின் கடைசி மகளான மங்கையே, உன்னை எனக்குப் பிடித்திருக்கிறது, என் அம்மாவுக்கும் நான்கு சகோதரிகளுக்கும் உன்னைப் பிடித்திருக்கிறது" என்று கூறினான். "நீ நன்றாய் வேலை செய்கிறாய், தைரியசாலியாகவும் இருக்கிறாய்! உன் மக்கள் மடிந்துவிடக் கூடாதென்று நீ பயங்கரப் புயலையும் பொருட்படுத்தாமல் துணிவுடன் சமாளித்திருக்கிறாய். நீ என் மனைவியாகி என்னுடன் என் கூடாரத்தில் இருக்க வேண்டும்" என்றான்.

இதை அவன் சொல்லி வாயை மூடுவதற்குள் துந்திர வெளிகளிலே புயல் ஓய்ந்து எங்கும் அமைதி நிலவிற்று. புயலுக்கு அஞ்சி மக்கள் இப்பொழுது தமது கூடாரங்களில் ஒடுங்கிக் கிடக்கவில்லை, குளிர் தாங்காமல் நடுங்கவும் இல்லை. எல்லோரும் கூடாரங்களை விட்டு வெளியே வந்து பகல் ஒளியினுள் மகிழ்ச்சியுடன் நடமாடினர்!

♦

பாப்பாவும் பிறைச் சந்திரனும்

(சுக்ச்சி நாட்டுக்கதை)

முன்னொரு காலத்தில் சுக்ச்சிகளிடையே வாழ்ந்து வந்த ஒருவனுக்கு ஒரேயொரு மகள் மட்டும்தான் இருந்தாள். சிறுமியாய் இருக்கையிலேயே இவள் அவனுடைய வலக்கரமாய் இருந்து உதவி வந்தாள். கோடையில் இவள் அவர்களுடைய முகாமிலிருந்து நெடுந் தொலைவு சென்று தந்தையின் பனிமான் மந்தையை மேய்த்தாள். குளிர் காலத்தில் மந்தையை இன்னுங்கூட நெடுந்தொலைவுகளுக்கு ஓட்டிச் சென்றுவிடுவாள். இடையில் எப்பொழுதாவதுதான் அவள் தனது பனிமான் வண்டியில் ஏறி உணவு எடுத்துச் செல்வதற்காக முகாமுக்கு வருவாள்.

ஓர் இரவில் அவள் தனது பனிமான் வண்டியில் முகாமை நோக்கி வந்து கொண்டிருந்தாள். அப்பொழுது பனிமான் தலையை உயர்த்தி வானத்தை உற்று நோக்கிற்று.

“அதோ பார்! அதோ பார்!” என்று அது கூவிற்று.

பாப்பா மேலே பார்த்தாள். இரு பனிமான்கள் பூட்டிய சறுக்கு வண்டியில் பிறைச்சந்திரன் விண்ணிலே செல்வதைக் கண்டாள்.

“எங்கே போகிறான்? ஏன் போகிறான்?” என்று கேட்டாள்.

“உன்னைத் தூக்கிக் கொண்டு ஓடலாமென்று வேகமாய் வருகிறான்” என்று பனிமான் பதிலளித்தது.

சிறுமி பயந்து போய்விட்டாள்.

“நான் என்ன செய்வேன்? மெய்யாகவே என்னைத் தூக்கிச் சென்றுவிட்டால், என்னாவது?” என்று அவள் கத்தினாள்.

மறு பேச்சின்றி உடனே பனிமான் தன் குளம்புகளால் வெண்பனியில் குழி தோண்டிற்று.

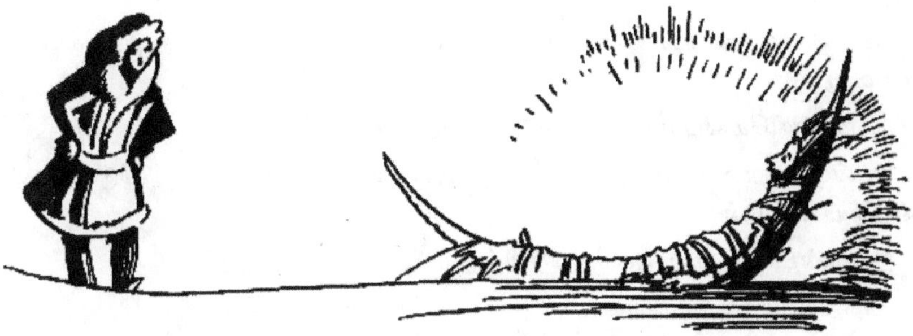

“சீக்கிரமாய் இந்தக் குழிக்குள் புகுந்து கொள்!” என்றது.

குழிக்குள் அவள் புகுந்து கொண்டதும் பனிமான் வெண்பனியைக் காலால் தள்ளி அவளை மூடிற்று. வெளியே தெரியாதபடி பாப்பா மறைந்துவிட்டாள். அவள் இருந்த இடத்தில் வெண்பனி மேடுதான் இப்பொழுது இருந்தது.

விண்ணிலிருந்து பிறைச் சந்திரன் வேகமாய்ச் சரிந்து வந்து தனது பனிமான் சறுக்கு வண்டியை நிறுத்தினான். கீழே இறங்கிப் பாப்பாவைத் தேடிக் கொண்டு சுற்றிலும் நடந்து நாற்புறத்திலும் பார்த்தான். அவள் தென்படவே இல்லை. வெண்பனி மேட்டின் அருகே சென்று அதன் உச்சியை உற்றுப் பார்த்தான். ஆனால் அது என்னவென்பதை அவன் ஊகிக்கவில்லை.

“அதிசயமாய் இருக்கிறதே! பாப்பா எங்கே ஓடினாள்? எங்குமே காணோமே!” என்று பிறைச் சந்திரன் கூறிக் கொண்டான். “சரி, நான் போய்விட்டு பிற்பாடு திரும்பவும் கீழே வந்து தேடிப் பார்க்கிறேன். எல்லா இடங்களிலும் தேடினால் நிச்சயம் அகப்பட்டுக் கொண்டுவிடுவாள், அவளைத் தூக்கிச் சென்றுவிடலாம்” என்று சொல்லித் தனது சறுக்கு வண்டியில் ஏறிக் கொண்டான். அவனுடைய பனிமான் அவனை விண்ணோக்கித் தூக்கிச் சென்றது.

அங்கிருந்து அவன் சென்றதும் பாப்பாவின் பனிமான் வெண்பனியைப் பறித்தெடுத்தது. குழிக்குள்ளிருந்து பாப்பா வெளியே வந்தாள்.

“சீக்கிரமாய் நாம் முகாமுக்குப் போய்விட வேண்டும்” என்றாள் அவள். “இல்லையேல் பிறைச் சந்திரன் என்னைப் பார்த்து விட்டுத் திரும்பவும் சரிந்து கீழே வருவான், இரண்டாவது முறையும் என்னால் அவனிடமிருந்து தப்ப முடியாது” என்று சொன்னாள்.

சறுக்கு வண்டியில் அவள் ஏறிக் கொண்டாள், பனிமான் மின்னல் வேகத்தில் பாய்ந்தோடிற்று. விரைவில் முகாமை அடைந்து அவள் தன் தந்தையின் தோல் கூடாரத்துக்குள் ஓடினாள். ஆனால் அப்பா எங்கோ வெளியே போயிருந்தார். இனி அவளுக்கு உதவி செய்யப் போவது யார்?

பனிமான் அவளிடம் கூறிற்று:

“உடனே நீ ஒளிந்து கொள்ள வேண்டும், பிறைச் சந்திரன் தேடிக் கொண்டு வந்துவிடுவான்.”

“நான் எங்கே போய் ஒளிவது?” என்று பாப்பா கேட்டாள்.

“உன்னை நான் உரு மாறச் செய்கிறேன், பாறைக்கல்லாய் மாற்றிவிடுகிறேன்” என்றது பனிமான்.

“வேண்டாம், அவனுக்குத் தெரிந்துவிடும்.”

“சுத்தியலாக்கி விடுகிறேன்.”

“அதுவும் வேண்டாம்.”

“கம்பமாக்கி விடுகிறேன்.”

“வேண்டாம்.”

“கூடாரத்தின் வாயிலில் தொங்கும் தோலிலுள்ள முடிகளில் ஒன்றாக்கி விடுகிறேன்.”

“வேண்டாம், வேண்டாம்.”

“வேறு என்னவாக விரும்புகிறாய் நீ? எனக்கு நல்ல யோசனை ஒன்று தோன்றுகிறது! உன்னை ஒரு விளக்காய் மாற்றி விடுகிறேன்!”

“சரி.”

“குனிந்து உட்கார்.”

பாப்பா குனிந்து உட்கார்ந்து கொண்டாள். பனிமான் தன் குளம்பால் தரையைத் தட்டிற்று. உடனே பாப்பா ஒரு விளக்காய் மாறிக் கூடாரம் முழுதும் வெளிச்சமாகும்படி ஒளி வீசினாள்.

இதற்கிடையில் பிறைச் சந்திரன் அவளைத் தேடிக் கொண்டு அவளுடைய மான்களிடையே போய்ப் பார்த்தான். பிறகு முகாமில்தான் இருப்பாளென்று முகாமுக்குப் பறந்தோடி வந்தான்.

ஒரு கம்பத்தில் தன் மான்களைக் கட்டிவிட்டுக் கூடாரத்துக்குள் புகுந்து தேடினான். மூலை முடுக்குகளில் எல்லாம் பார்த்தான். ஓரிடத்திலும் பாப்பாவைக் காண முடியவில்லை. கூடாரத்தின் உச்சியைத் தாங்கி நின்ற கம்பங்களுக்கு இடையே ஒளிந்து கொண்டிருப்பாளோ என்று பார்த்தான். ஒவ்வொரு சட்டியினுள்ளும் பானையினுள்ளும் தேடினான். தோல்களிலிருந்து ஒவ்வொரு முடியையும் பரிசீலித்துப் பார்த்தான். படுக்கைகளுக்கு அடியில் ஒவ்வொரு குச்சியையும் துரும்பையும் கிளறிப் பார்த்தான். தரையில் ஒவ்வோர் அங்குலமாய் ஆராய்ந்தான். பாப்பாவைக் கண்டுபிடிக்க முடியவில்லை.

கூடாரத்தினுள் எரிந்த விளக்கைப் பிறைச் சந்திரன் கவனிக்கவே இல்லை. அது பிரகாசமாய் எரிந்ததென்றாலும் பிறைச்சந்திரனும் அதே போல பிரகாசமாய் இருந்தது.

“இது என்ன அதிசயமாய் இருக்கிறதே!” என்று பிறைச் சந்திரன் வியந்து

கொண்டான். "எங்கே ஓடி ஒளிந்திருக்க முடியும் அவள்? நான் வானத்துக்குத் திரும்ப வேண்டியதுதான்" என்று சொன்னான்.

கூடாரத்தை விட்டு வெளியே சென்று தன் மான்களைக் கம்பத்திலிருந்து அவிழ்த்தான். சறுக்கு வண்டியில் ஏறிக் கொண்டு பறந்தோடப் போனான். அதற்குள் பாப்பா கூடாரத்தின் வாயிற்கதவுக்கு மேல் தோல் திரையைத் தள்ளிக் கொண்டு வெளியே இடுப்பு அளவுக்கு எட்டிப் பார்த்தவாறு வாய்விட்டுக் கணீரெனச் சிரித்தாள்.

"இதோ இருக்கிறேன்! இதோ இருக்கிறேன்!" என்று அவள் பிறைச் சந்திரனைப் பார்த்துக் கூச்சலிட்டாள்.

பிறைச் சந்திரன் தன் வண்டியிலிருந்து குதித்து கூடாரத்துக்குள் ஓடி வந்தான். ஆனால் பாப்பா அதற்குள் திரும்பவும் விளக்காய் மாறிவிட்டாள்.

மறுபடியும் பிறைச் சந்திரன் மூலை முடுக்குகளில் எல்லாம் தேடினான். ஒவ்வொரு குச்சியையும் இலையையும் தோல்களில் இருந்த ஒவ்வொரு முடியையும் தரையில் ஒவ்வொர் அங்குலத்தையும் கவனமாய்ப் பரிசீலித்தான். ஆனால் அவனால் பாப்பாவைக் கண்டுபிடிக்க முடியவில்லை.

"அதிசயத்திலும் அதிசயமாய் இருக்கிறதே! அவள் எங்கே போயிருக்க முடியும்? மாயமாய் மறைந்துவிட்டாளே? மீண்டும் பாப்பாவைப் பிடிக்காமலே திரும்ப வேண்டியதுதான்" என்று கூறிக் கொண்டான்.

ஆனால் கூடாரத்திலிருந்து அவள் வெளியே சென்று கம்பத்திலிருந்து மான்களை அவிழ்த்ததும் மறுபடியும் பாப்பா கதவுக்கு மேலே தோல் திரையை விலக்கிக் கொண்டு எட்டிப் பார்த்து-

"இதோ இருக்கிறேன்! இதோ இருக்கிறேன்!" என்று மணி நாதமிட்டுச் சிரித்தாள்.

பிறைச் சந்திரன் ஓடோடி வந்து கூடாரத்தினுள் அவளைத் தேடினான். நெடுநேரம் தேடிக் கொண்டே இருந்தான். ஒவ்வொன்றாய் யாவற்றையும் எடுத்துப் புரட்டிப் போட்டான். ஆனால் எங்கு தேடியும் பாப்பா அகப்படவே இல்லை.

தேடித் தேடி அவன் மெலிந்து போய் பலமிழந்துவிட்டான். கால்களை அசைக்க முடியவில்லை, கைகளை உயர்த்த முடியவில்லை- அப்படி அவன் களைத்துப் போய் சோர்ந்துவிட்டான்.

இனி அவனால் ஒன்றும் செய்ய முடியாது, தான் அச்சப்பட வேண்டியதில்லை என்று பாப்பாவுக்குத் தெரிந்தது. உடனே அவள் தனது சுய உருவத்துக்குத் திரும்பி, கூடாரத்திலிருந்து ஓடி வந்து பிறைச் சந்திரனை மல்லாந்து விழும்படிக் கீழே தள்ளினாள். கயிற்றால் அவன் கைகளையும் கால்களையும் கட்டினாள்.

"ஓ! ஓ!" என்று பிறைச் சந்திரன் கத்தினான். "நீ என்னைக் கொல்லப் போகிறாய், தெரியும் எனக்கு! சரி, என்னைக் கொல்! எனக்கு இது

வேண்டியதுதான்! ஆனால் என்னைக் கொல்லுமுன் கதகதப்பான தோல்களைக் கொண்டு வந்து என்னை மூடு, எனக்குக் குளிர்கிறது, தாங்க முடியவில்லை!...” என்று புலம்பினாள்.

இதைக் கேட்டதும் பாப்பாவுக்கு ஆச்சரியமாய் இருந்தது.

“உனக்குக் குளிர்கிறதா? அது எப்படி குளிர முடியும்?” என்று அவள் கேட்டாள். “நீ வீடில்லாதவன், கூடாரமில்லாதவன், திறந்த வானத்திலே திரிகிறவன், உனக்குரிய அந்த திறந்த வானத்திலேதான் நீ இருக்க வேண்டும்! உனக்கு ஏன் கதகதப்பான தோல்கள்?” என்றாள்.

பிறகு பாப்பாவின் மனம் உருகும்படிப் பிறைச் சந்திரன் பேச முற்பட்டான்:

“நான் வீடு வாயில் இல்லாதவன், என்றென்றும் இப்படியே இருக்க வேண்டுமெனச் சபிக்கப்பட்டவன்! வானத்திலே திரிகிறவனாகிய என்னை வானத்திலே திரிய விடு! உன் மக்கள் விண்ணிலே பார்ப்பதற்கு எதாவது வேண்டும் அல்லவா? என்னை அவர்கள் பார்க்கட்டும், பார்த்து மகிழட்டும்! விண்ணிலே திரியும்படி என்னை அவிழ்த்து விடு நீ! உன் மக்களுக்கு நான் திசைகாட்டியாய்ப் பணிபுரிவேன், துந்திர வெளிகளிலே அவர்களுக்கு வழி காட்டுவேன்! என்னை அவிழ்த்து விடு நீ! இரவைப் பகலாய் மாறச் செய்வேன்! நீர்நிலை மதியமாய் இருப்பேன், பிறகு இலைகளது திங்களாவேன், பிறகு கதகதப்பு நிலவாய்த் திகழ்வேன், பிறகு பனிமான்களது கலையுதிர்ச் சந்திரனாய் இருப்பேன். பிறகு மான்களது காதல் மதியமாவேன், பிறகு குளிர்காலத் திங்களாகவும் குறும் பகல் பிறையாகவும் அமைவேன்! என்னை அவிழ்த்துவிடு நீ!”

“உன்னை அவிழ்த்துவிட்டேன் என்றால் நீ திரும்பவும் பலம் பெறுவாய், உன் கால்களும் கரங்களும் வலுவடைந்ததும் திரும்பவும் விண்ணிலிருந்து சரிந்து வந்து என்னைத் தூக்கிச் செல்ல முயலுவாய் அல்லவா?” என்று பாப்பா கேட்டாள்.

“ஐயோ, இனி ஒரு நாளும் அப்படிச் செய்ய மாட்டேன்! நீ இருக்கும் திசையிலே மீண்டும் நான் அடியெடுத்து வைக்கவே மாட்டேன்! நீ அபாரக் கெட்டிக்காரியாய் இருக்கிறாய், மறுபடியும் ஒரு போதும் நான் இங்கு சரிந்து வர மாட்டேன், மாட்டவே மாட்டேன்! என்னை அவிழ்த்து விடு! திறந்த வானில் நான் திரிவேன், விண்ணையும் மண்ணையும் ஒளி பெறச் செய்வேன்!” என்று பிறைச் சந்திரன் மன்றாடினான்.

கட்டுகளை அவிழ்த்துப் பாப்பா அவனை எழுந்து போகச் சொன்னாள். பிறைச்சந்திரன் எழுந்து விண்ணோக்கி உயர்ந்து சென்று பூவுலகைத் தண்ணொளி பெறச் செய்தான்.

♦

www.ingramcontent.com/pod-product-compliance
Lightning Source LLC
LaVergne TN
LVHW050628051026
849532LV00002B/312
* 9 7 8 9 3 8 8 1 2 6 5 6 4 *